സർദാർ

Sardar
Biography

K R Kishore

CHINTHA PUBLISHERS
Thiruvananthapuram

First Edition
January 2023

Published & Typesetting
Chintha Publishers, Thiruvananthapuram

Cover Design
Vinod Mangoes

ISBN : 978-93-94753-58-7

CO - 3213 / 6249

Email: chinthapublishers@gmail.com
Website: www.chinthapublishers.com

A version is available at National Libraries
Kolkata, Mumbai, Chennai and Delhi

Distribution
DESHABHIMANI BOOKHOUSE
H O Thiruvananthapuram 695035

Branch
Head Office Kunnukuzhi • Statue Thiruvananthapuram
KSRTC Bus Terminal Thampanoor • Saphalyam Complex Thiruvananthapuram
KSRTC Bus Station Alappuzha • KSRTC Bus Station Ernakulam
Machingal Lane Thrissur • IG Road Kozhikode
Mavoor Road Kozhikode • NGO Union Building Kannur
Central Bus Terminal Complex Thavakkara Kannur

സർദാർ

കെ ആർ കിഷോർ

ചിന്ത പബ്ലിഷേഴ്സ്
തിരുവനന്തപുരം-695 035
വില : ₹ 320

കെ ആർ കിഷോർ

തൃശ്ശൂർ ജില്ലയിൽ എടത്തിരുത്തിയിൽ ജനനം. കുമ്പളാ പറമ്പിൽ കെ സി രാമൻമാഷുടെയും നാലുമാക്കൽ ലക്ഷ്മി യുടെയും മകൻ.

കൃതികൾ: *ശ്രീനാരായണഗുരു ഒരു പഠനം, അംബേദ്കറുടെ ആശയലോകം* (പഠനം), *ഗൗരി ലങ്കേഷ്, അരങ്ങിന്റെ സാരഥി (കഴിമ്പ്രം വിജയന്റെ ജീവചരിത്രം), അംബേദ്കർ - ഇരുളിലെ വെളിച്ചം, ഗൗരിലങ്കേഷ് - ജീവിതം പോരാട്ടം രക്തസാക്ഷിത്വം* (രാഷ്ട്രീയം), *നവഭാവുകത്വ സഞ്ചാരങ്ങൾ* (സാഹിത്യനിരൂപണം).

വിലാസം : SN Nagar, Vadookkara
Koorkkenchery
Thrissur - 560 007
e mail : kishorwrites2016@gmail.com
Mobile : 88926 31217

ഉള്ളടക്കം

ഭാഗം മൂന്ന്

അനുബന്ധം

പ്രസാധകക്കുറിപ്പ്

ഇന്ത്യ റിപ്പബ്ലിക്കായ അതേദിവസം — 1950 ജനുവരി 26 — സർദാർ ഗോപാലകൃഷ്ണൻ കൊല്ലപ്പെടുന്നു. ഇന്ത്യൻ റിപ്പ ബ്ലിക്കിലെ ആദ്യ രക്തസാക്ഷി. സർദാറിന്റെ നേതൃത്വ ത്തിൽ നടന്ന പൗരാവകാശ ജാഥയ്ക്കുനേരെ കോൺഗ്ര സുകാർ നടത്തിയ ആക്രമണത്തിലാണ് സർദാർ രക്തസാ ക്ഷിയാവുന്നത്. ചരിത്രം വേണ്ടയളവിൽ രേഖപ്പെടുത്തു കയോ പിൻതലമുറകളുടെ രാഷ്ട്രീയ ബോദ്ധ്യങ്ങളിലേക്ക് സന്നിവേശിക്കപ്പെടുകയോ ചെയ്യാത്തതിന്റെ കുറവു നിക ത്തുകയാണ് കെ ആർ കിഷോർ *സർദാർ* എന്ന ഈ പുസ്തകത്തിലൂടെ. ജനാധിപത്യ-മതേതരമൂല്യങ്ങൾ ഭര ണകൂടത്താൽ വെല്ലുവിളിക്കപ്പെടുന്ന സവിശേഷ സാഹ ചര്യത്തിൽ സർദാർ ഗോപാലകൃഷ്ണന്റെ രക്തസാക്ഷിത്വ സ്മരണകൾ ഊർജ്ജം പകരും. സർദാറിന്റെ രാഷ്ട്രീയ ജീവിതത്തോടൊപ്പം പ്രധാനപ്പെട്ടതാണ് വ്യക്തിജീവിതവും. ഈ കൃതിയുടെ രചയിതാവായ കെ ആർ കിഷോറിന്റെ ഇളയച്ഛനാണ് സർദാർ. സർദാറിന്റെ കുടുംബാംഗ ങ്ങൾക്കുമാത്രം അറിയാവുന്ന വ്യക്തി ജീവിത സവിശേ ഷതകൾ കാലത്തിനും ചരിത്രത്തിനും ഒപ്പം ചേർത്തുവച്ച് സമഗ്രമാക്കുകയാണ് ഈ കൃതി. സർദാർ ഗോപാല കൃഷ്ണന്റെ ജീവിതത്തിലേക്ക് വെളിച്ചം വീശുന്ന രചന.

ചിന്ത പബ്ലിഷേഴ്സ്

സർദാർ ഗോപാലകൃഷ്ണൻ

ആമുഖം

രക്തസാക്ഷി സർദാർ എന്റെ ഇളയച്ഛനാണ്. മുപ്പത്തഞ്ചാം വയസ്സിൽ രക്തസാക്ഷിയായ സർദാർ, അതിന്റെ ഇരട്ടിയിലധികം വർഷമായി ജനഹൃദയങ്ങളിൽ ആവേശമുണർത്തിക്കൊണ്ട് ജീവിക്കുന്നു എന്നതാണ് ആ ജീവിതത്തിന്റെ പ്രസക്തി. ജനുവരി ഇരുപത്തിയാറിന് തീയതിയിൽ എടത്തിരുത്തിയിൽ 'സർദാർ ദിനം' ആചരിക്കുമ്പോൾ, വീട്ടുകാരോടൊപ്പം മുന്നിലിരിക്കുന്ന എന്നെ, വലിയൊരു മീശവെച്ച ആ ചിത്രം, വല്ലാതെ മഥിക്കാറുണ്ടായിരുന്നു, ആ രണസ്മൃതികളിരമ്പുന്ന ധീരഗാഥകൾ വേട്ടയാടുന്നുണ്ടായിരുന്നു. ഈ പോരാട്ടക്കഥകൾ പകർത്തിവെക്കണമെന്ന മോഹം കിനിഞ്ഞിരുന്നുവെങ്കിലും, ഇപ്പോഴാണത് നിറഞ്ഞുകവിയുന്നത്. ഇന്നത് രേഖപ്പെടുത്തിയില്ലെങ്കിൽ, ഐതിഹാസികമായ ഈ ജീവിതം വലിയൊരു നുണയാക്കി മാറ്റപ്പെടുവാനുമുള്ള സാദ്ധ്യതകളും, ഈ സത്യാനന്തരകാലം കണ്ണുരുട്ടിക്കാണിക്കുന്നുണ്ട്. സുഹൃത്ത് അഡ്വ. കെ എ വേണുഗോപാലന്റെ (*ചിന്ത വാരിക*) 'സർദാർ രചന'യുടെ ഉത്തരവാദിത്വം ഏറ്റെടുക്കണം എന്ന സ്നേഹം ചാലിച്ച അഭ്യർത്ഥന, ഈ ദൗത്യം ഏറ്റെടുക്കാനുള്ള ആത്മധൈര്യം ആർജ്ജിക്കുകയായിരുന്നു, പ്രിയ വേണുവിനു നന്ദി...

എഴുതപ്പെട്ട നോവൽ - നാടക സാഹിത്യരൂപങ്ങളിൽ വ്യക്തിജീവിതം, കുടുംബം, പ്രണയം, സാമൂഹിക ബന്ധങ്ങൾ, രാഷ്ട്രീയം മുതലായവ, സർദാർ എന്ന വിപ്ലവകാരിയിൽനിന്നും ഏറെ ദൂരെയാണെന്ന അഭിപ്രായം പൊതുവേയുണ്ട്. ഈ രചനയിൽ അത്തരം പരിമിതികളെ അതിജീവിക്കണം എന്ന നിർബ്ബന്ധം ഉണ്ടായിരുന്നു. കുടുംബം, സർദാറിന്റെ സഹപ്രവർത്തകർ, നാട്ടുകാർ എന്നിവരിൽനിന്നും സ്വാഭാവികമായി കാതിൽ വന്നുവീണ ശ്ലഥചിത്രങ്ങൾ മനസ്സിൽപതിഞ്ഞു കിട

ന്നിരുന്നു; രചനയുടെ സഞ്ചാരങ്ങളിൽ വീണുകിട്ടിയ വിവരങ്ങളും ചേർത്തുവെച്ച് സർദാറിനെ പുനഃസൃഷ്ടിക്കാനുള്ള എളിയ ശ്രമമാണ് ഈ രചന. കാലപ്രവാഹത്തിൽ മണ്ണടിഞ്ഞുപോയ സംഭവങ്ങൾ ഇനിയുമുണ്ടാവാം, അത്തരം പരിമിതികൾ സംഭവിച്ചിട്ടുണ്ടെങ്കിൽ ക്ഷമിക്കുക, ബോധപൂർവ്വം ഒന്നും ഒഴിവാക്കിയിട്ടില്ല.

സാമ്പ്രദായിക ജീവചരിത്ര രചനയിൽനിന്നും വേറിട്ട വഴിയിലൂടെ നടക്കാനുള്ള ഈ ശ്രമം ഗുണപരമാവുമെന്ന് കരുതുന്നു. കേട്ടറിവുകളെ യുക്തിപരമായി പരിശോധിക്കാനും ദൃശ്യവല്ക്കരിക്കാനും, ആശയക്കുഴപ്പവും അവ്യക്തതയും ഒഴിവാക്കാനും ശ്രമിച്ചിട്ടുണ്ട്.

ആദർശധീരത, ആത്മാർത്ഥത, അപരാനുകമ്പ, അനീതിയോടുള്ള സമരോത്സുകത, അപാരമായ മാനവികത, അത്ഭുതകരമായ ആത്മസമർപ്പണം, പ്രത്യയശാസ്ത്ര പ്രതിബദ്ധത മുതലായ നിരവധി മേന്മകൾ അദ്ദേഹത്തെ മഹത്ത്വത്തിന്റെ സോപാനങ്ങളിലേക്കുയർത്തുന്നുണ്ട്, അത്യുന്നതമായ ആ കൊടുമുടിയിൽ ഒഴുകുന്ന മഹത്ത്വം അനുപമമായ സ്നേഹമായിരുന്നു. ആ വ്യക്തിത്വത്തിന്റെ നിറം, നിറമില്ലാത്ത സ്നേഹമായിരുന്നു, അതു നിരഹങ്കാരമായിരുന്നു.

ഇന്ത്യൻ റിപ്പബ്ലിക്കിലെ പ്രഥമ രക്തസാക്ഷി, ധീരദേശാഭിമാനി സർദാർ ഗോപാലകൃഷ്ണന്റെ ഐതിഹാസിക ജീവിതം വായനക്കാർക്കു സമർപ്പിക്കുന്നു. ഗഹനമായ രാഷ്ട്രീയവിശകലനത്തിലൂടെ ഈ കൃതിക്കു പ്രസക്തമായ അവതാരിക എഴുതിത്തന്ന സി പി ഐ (എം) പോളിറ്റ് ബ്യൂറോ മെമ്പർ സഖാവ് എം എ ബേബിയോടും, സൂക്ഷ്മമായ ഗ്രന്ഥാവലോകനത്തിലൂടെ ഈ കൃതിയെ സമഗ്ര പഠനവിധേയമാക്കിയ പ്രിയപ്പെട്ട ഉഷാടീച്ചറോടും (ഡോ. ഉഷ ബാലകൃഷ്ണൻ) സ്നേഹാദരങ്ങളോടെ നന്ദി രേഖപ്പെടുത്തട്ടെ...

ഈ രചനയ്ക്ക് സഹായകമായ വിവരങ്ങൾ നല്കിയവർ (പലരുമിന്നില്ല), വിവരശേഖരണത്തിനു സഹായികൾ, സഹായകഗ്രന്ഥരചയിതാക്കൾ, പ്രസാധനം ചെയ്യുന്ന *ചിന്ത പബ്ലിഷേഴ്സ്*, എല്ലാവർക്കും നന്ദി, അഭിവാദ്യങ്ങൾ....!

കെ ആർ കിഷോർ

അവതാരിക

ഇന്ത്യൻ റിപ്പബ്ലിക്കിലെ പ്രഥമ രക്തസാക്ഷി

എം എ ബേബി

സ്വാതന്ത്ര്യത്തിന്റെ 75-ാം വാർഷികാഘോഷങ്ങളും തൽസംബന്ധമായ ചർച്ചകളും നടക്കുമ്പോഴാണ് *സർദാർ: ജീവിതം ഒരു ഇതിഹാസം* എന്ന ഗ്രന്ഥം പ്രസിദ്ധീകൃതമാവുന്നത്. ഇന്ത്യ റിപ്പബ്ലിക്കാവുന്നതിന്റെ 72-ാം വർഷവുമാണിത്. സ്വാതന്ത്ര്യത്തിന്റെയും ഇന്ത്യൻ റിപ്പബ്ലിക്കിന്റെയും നേട്ടങ്ങളും കോട്ടങ്ങളും അവലോകനം ചെയ്യുവാൻ നാം മുതിരുന്ന ഈ സന്ദർഭത്തിൽ ഇന്ത്യൻ റിപ്പബ്ലിക്കിലെ ആദ്യത്തെ രക്തസാക്ഷിയായ സർദാർ ഗോപാലകൃഷ്ണന്റെ ജീവചരിത്രം വായിച്ചു പഠിക്കുന്നത് അത്യന്തം അർത്ഥപൂർണ്ണമായ ഒരു പ്രവൃത്തിയാണ്.

ഗ്രന്ഥകർത്താവ് കെ ആർ കിഷോറിന്റെ ഇളയച്ഛനാണ് സർദാർ. അതുനിമിത്തം ഏതെങ്കിലും ഭാഗങ്ങളിൽ ആത്മനിഷ്ഠമായ പരാമർശനങ്ങളോ വിട്ടുകളയലോ പെരുപ്പിച്ചുകാട്ടലോ സംഭവിച്ചിട്ടുണ്ടോ എന്ന ചിന്ത സ്വാഭാവികമായി ഉയർന്നേക്കാം. എന്റെ എളിയവായനയിൽ അത്തരം ദൗർബല്യങ്ങൾ കിഷോറിന്റെ രചനയിൽ കടന്നുകൂടിയിട്ടില്ല എന്നാണ് തോന്നുന്നത്. ഇക്കാര്യത്തിൽ എന്നെക്കാൾ ആധികാരികമായി വിലയിരുത്താൻ കഴിയുന്നവർ അതു പരിശോധിച്ച് അഭിപ്രായം അറിയിക്കുമെന്നു പ്രതീക്ഷിക്കുന്നു.

അർജന്റീനക്കാരനായ ക്യൂബൻ നേതാവും അനശ്വരവിപ്ലവകാരിയുമായ ചെ ഗുവേര (ജൂൺ 14, 1928-ജനനം-ഒക്ടോബർ 5, 1967 രക്തസാക്ഷിത്വം) യുടെ പേരു സർദാർ ഗോപാലകൃഷ്ണൻ എന്നു കേൾക്കുമ്പോൾ മനസ്സിലേക്കു കടന്നുവരും. രണ്ടുപേരും കമ്യൂണിസ്റ്റ് രക്തസാക്ഷികൾ എന്നതുമാത്രമല്ല, ഏതാണ്ട് ഒരേ പ്രായത്തിൽ ഇരുവരും രക്തസാക്ഷിത്വം വരിച്ചു. (സർദാർ മുപ്പത്തിയഞ്ചാം വയസ്സിലും ചെ ഗുവേര മുപ്പത്തിഒമ്പതാം വയസ്സിലും) എന്നതു മാത്രമല്ല അത്തരമൊരു

സമാനത തോന്നാൻ കാരണം. വലിയ അടിച്ചമർത്തലും, മിക്കവാറും മരണംതന്നെയും സംഭവിച്ചേക്കാം എന്നറിഞ്ഞുകൊണ്ടുതന്നെ മനുഷ്യ സ്വാതന്ത്ര്യത്തിനും സമത്വത്തിനും സാമൂഹികനീതിക്കുംവേണ്ടിയുള്ള രൂക്ഷസമര വേദിയിലേക്കു മുൻപിൻ നോക്കാതെ എടുത്തെറിയുകയാണ് സർദാറും ചെ ഗുവേരയും ചെയ്തത്. സ്വന്തം ജീവനേക്കാൾ, സമൂഹത്തിന്റെ - അപരരുടെ നന്മയും അഭിവൃദ്ധിയും അവർ അമൂല്യമായി കണക്കാക്കി.

ഇന്നു സംഘപരിവാറും ആർ എസ് എസും ഇന്ത്യയുടെ റിപ്പബ്ലിക്കൻ ഭരണഘടന അട്ടിമറിച്ച്, ആ സ്ഥാനത്ത് ഒരു മതരാഷ്ട്രം സ്ഥാപിക്കാനുള്ള കുടിലനീക്കങ്ങളിൽ വ്യാപൃതരാണെന്നു വ്യക്തം. ഇതിനു രണ്ടുതരത്തിൽ തുടക്കം കുറിക്കുന്ന പ്രവണതകൾ ഇന്ത്യ റിപ്പബ്ലിക്കാവുന്ന 1950 മുതൽതന്നെ പ്രബലമായിരുന്നു.

അതിൽ ആദ്യത്തേത് 1925 ൽ സ്ഥാപിതമായ ആർ എസ് എസ് മുന്നോട്ടുവെച്ച മതരാഷ്ട്രവാദ പദ്ധതി തന്നെയാണ്. ഇന്ത്യൻ ദേശീയ പതാകയോ, ഇന്ത്യൻ ഭരണഘടന തന്നെയോ ആർ എസ് എസ് അംഗീകരിച്ചില്ല. *മനുസ്മൃതി*യിൽനിന്നും ആശയങ്ങളും പ്രചോദനങ്ങളും സ്വീകരിച്ചിരുന്നില്ല എന്നതായിരുന്നു അവരുടെ മുഖ്യവിമർശനം. ആർ എസ് എസ് നിയന്ത്രണത്തിലുള്ള ഭാരതീയ ജനതാ പാർട്ടി ഒറ്റയ്ക്കു പാർലമെന്റിലും സംസ്ഥാനങ്ങളിലും പ്രബല രാഷ്ട്രീയ ശക്തിയാവുകയും ചെയ്യുന്ന സാഹചര്യം സൃഷ്ടിച്ചതിൽ, സ്വാതന്ത്ര്യാനന്തരം ഭരണാധികാരത്തിലേറിയ കോൺഗ്രസ് പാർട്ടിയുടെ ജനാധിപത്യവിരുദ്ധവും ജനവിരുദ്ധവും അഴിമതി ജഡിലവുമായ നയങ്ങൾക്കും വലിയ പങ്കുണ്ട്. കോൺഗ്രസിന്റെ ജനാധിപത്യവിരുദ്ധതയുടെ ഏറ്റവും വലിയ തെളിവാണ് സർദാർ ഗോപാലകൃഷ്ണന്റെ രക്തസാക്ഷിത്വം. ഇന്ത്യ, റിപ്പബ്ലിക്കായ അതേദിവസമാണ് - 1950 ജനുവരി 26 - സർദാർ ഗോപാലകൃഷ്ണൻ നേതൃത്വം നല്കി നടത്തിയ 'പൗരാവകാശജാഥ'യെ നിഷ്ഠുരമായി റിപ്പബ്ലിക്കൻ ഇന്ത്യയിലെ കോൺഗ്രസ് ഭരണത്തിൻകീഴിൽ തല്ലിച്ചതച്ചതും സർദാർ ഗോപാലകൃഷ്ണനെ ഇഞ്ചിഞ്ചായി തല്ലിച്ചതച്ചു വധിച്ചതും. ഇത്തരത്തിലുള്ള മർദ്ദകവാഴ്ച റിപ്പബ്ലിക്കൻ ഭരണഘടന ഉറപ്പു നല്കുന്ന പൗരാവകാശങ്ങളുടെയും ജനാധിപത്യസ്വാതന്ത്ര്യങ്ങളുടെയും നഗ്നമായ ലംഘനമായിരുന്നു. വർഗ്ഗീയ മതതീവ്രവാദനയങ്ങൾക്കെതിരെ കൃത്യമായ രാഷ്ട്രീയക്യാമ്പയിനുകൾ വളർത്തിയെടുക്കുന്നതിലും കോൺഗ്രസ് പരാജയപ്പെട്ടു. ജനജീവിതം അധികമധികം ദുസ്സഹമാകുന്ന സാമ്പത്തിക നയങ്ങളാണ് തുടർച്ചയായി കോൺഗ്രസ് ഗവൺമെന്റുകൾ പിന്തുടർന്നത്. ഇതൊക്കെ മുതലെടുത്തുകൊണ്ടാണ് സംഘപരിവാർ ജനങ്ങളിൽ സ്വാധീനമുറപ്പിക്കാൻ ആസൂത്രിതമായി നീങ്ങിയത്.

ചുരുക്കത്തിൽ, ഇന്നു ഇന്ത്യയിൽ ആർ എസ് എസിന്റെ രാഷ്ട്രീയം പല തലങ്ങളിലും ആഴത്തിൽ വേരോടിയിരിക്കുന്നതിന്റെ ചരിത്രം അന്വേഷിക്കുമ്പോൾ അവരുടെ വിഷലിപ്തമായ വർഗ്ഗീയ പ്രത്യയശാസ്ത്രം

ജനമനസ്സുകളിൽ പൊതുബോധമായി (Common sense) ഇടംപിടിക്കാൻ ഇടയാക്കുന്ന സാഹചര്യം സൃഷ്ടിച്ചതിൽ കോൺഗ്രസ് ഭരണകാലത്തെ ജനാധിപത്യധ്വംസനങ്ങളും (1950 കളിലെ നിഷ്ഠുര ജനമർദ്ദനനയങ്ങൾ മുതൽ 1975–76 കാലഘട്ടത്തിലെ അടിയന്തരാവസ്ഥാ വാഴ്ചവരെ) വളരെ പ്രധാനപ്പെട്ട ഘടകമാണ്. വളരെ ചിട്ടയായി ജനങ്ങൾക്കിടയിൽ പ്രവർത്തിച്ചു ജനങ്ങളെ തെറ്റിദ്ധരിപ്പിക്കുവാൻ ആർ എസ് എസിനുള്ള ഗീബൽസിയൻ വൈഭവവും ഇക്കൂട്ടത്തിൽ കണക്കിലെടുക്കേണ്ടതാണ്.

രക്തസാക്ഷി സർദാർ ഗോപാലകൃഷ്ണന്റെ പിന്മുറക്കാർക്കു ഈ സവിശേഷ രാഷ്ട്രീയ സാഹചര്യത്തിൽ ഏറ്റെടുക്കാനുള്ള കടമകൾ അതിഭീമമാണ്. ഇന്ത്യയുടെ റിപ്പബ്ലിക്കൻ ഭരണഘടന ഉറപ്പു നല്കുന്ന പൗരാവകാശങ്ങളും ജനാധിപത്യസ്വാതന്ത്ര്യങ്ങളും യഥാർത്ഥത്തിൽ ജനങ്ങൾക്കു അനുഭവവേദ്യമാണോ എന്നു പരിശോധിക്കാനാണ് അന്നു 'പൗരാവകാശജാഥ' സംഘടിപ്പിച്ചത്. ഇന്നു ആ ഭരണഘടനയുടെ ഉള്ളടക്കവും പുറംതോടും വലിച്ചുകീറി കുപ്പത്തൊട്ടിയിലെറിഞ്ഞ് മതരാഷ്ട്ര സ്ഥാപനാർത്ഥം *മനുസ്മൃതി*യെ കാലോചിതഭാഷയിൽ പുനരവതരിപ്പിക്കാനുള്ള സംഘപരിവാർ ശ്രമങ്ങളാണ് നമ്മുടെ കൺമുമ്പിൽ നടക്കുന്നത്. അതുകൊണ്ടുതന്നെ സർദാർ ഗോപാലകൃഷ്ണനും സഖാക്കളും നടത്തിയ ത്യാഗസുരഭിലമായ പോരാട്ടത്തിന്റെയും യൗവ്വനകാലത്തെ സഖാവ് സർദാറിന്റെ രക്തസാക്ഷിത്വത്തിന്റെയും പ്രോജ്ജ്വലസ്മരണകൾ ഈ കാലഘട്ടത്തിൽ നാമേറ്റെടുക്കേണ്ട പോരാട്ടങ്ങളിൽ നമുക്കു അങ്കക്കവചമാകും എന്നതിൽ സംശയമില്ല.

ഗ്രന്ഥകാരൻ കെ ആർ കിഷോറിന് സ്നേഹാഭിവാദ്യങ്ങൾ.

ഭാഗം ഒന്ന്

ഇതിഹാസജീവിതം

തൃശ്ശൂർ ജില്ലയിൽ, എടത്തിരുത്തിയിൽ ഗോപാലകൃഷ്ണൻ 1914 ൽ ജനിച്ചു. കാട്ടൂർ പോംപെ സെന്റ് മേരീസ് ഹൈസ്കൂളിൽനിന്നു വിദ്യാഭ്യാസം പൂർത്തിയാക്കി, ചെന്ത്രാപ്പിന്നി എസ് ആർ വി വിലാസം, കഴിമ്പ്രം ധർമ്മവിലാസം, ചെന്ത്രാപ്പിന്നി എ എം എൽ പി, എടത്തിരുത്തി ബാലബോധിനി സ്കൂളുകളിൽ അദ്ധ്യാപകനായും ബ്രിട്ടീഷ് റോയൽ എയർ ഫോഴ്സിൽ ലാഹോറിലും നാഗാലാൻഡിലും ജോലി ചെയ്തു.

ചെറുപ്പം മുതൽ ജാതീയവിവേചനങ്ങൾ കണ്ടുവളർന്ന ഗോപാലകൃഷ്ണൻ അവർണ്ണോദ്ധാരണത്തിന്റെയും അയിത്തോച്ചാടനത്തിന്റെയും ഭാഗമായി ശ്രീനാരായണഗുരു സ്മാരക സമാജത്തിന്റെ പ്രവർത്തകനായി നിശാപാഠശാല, ധർമ്മഭടസേന, ഹരിജനസംഘം, വായനശാലാ പ്രവർത്തനങ്ങൾ എന്നിവയിലൂടെ നാട്ടുകാരുടെ പ്രിയപ്പെട്ടവനായി. അദ്ധ്യാപകരെയും തൊഴിലാളികളെയും സംഘടിപ്പിച്ചു, സമരങ്ങളുടെ നായകനായും, വാക്കില്ലാത്തവർക്കു വാക്കായും, കമ്യൂണിസ്റ്റു പ്രത്യയശാസ്ത്രത്തിന്റെ പ്രയോക്താവായും വളർന്നപ്പോൾ സഖാവായി, ഭരണകൂടത്തിന്റെ ശത്രുവുമായി......

തറവാട്ടുഭാഗത്തിൽ കിട്ടിയ വീടുംപറമ്പും പാർട്ടിപ്രവർത്തനത്തിനുവേണ്ടി വില്ക്കേണ്ടിവന്നപ്പോഴും, പാവപ്പെട്ടവരുടെ അവകാശസമരങ്ങൾക്കു മുന്നിൽ അടിപതറാതെ നിന്നതിന്റെ പേരിൽ അദ്ധ്യാപക സർട്ടിഫിക്കറ്റ് സർക്കാർ റദ്ദുചെയ്തപ്പോഴും, കാലത്തിന്റെ പരിമിതിയെ ഉള്ളിലൊതുക്കി പുഞ്ചിരിക്കുകയായിരുന്നു..

എല്ലാ നിരാസത്തിനുമപ്പുറത്ത് ആ മനുഷ്യന്റെ മുന്നിൽ പ്രപഞ്ചംപോലെ വിശാലമായൊരു സ്വപ്നമുണ്ടായിരുന്നു, സോഷ്യലിസ്റ്റു സ്വപ്നം...

1950 ജനുവരി 26 നു പൗരാവകാശ നിഷേധത്തിനെതിരെ, രാഷ്ട്രീയ സ്വാതന്ത്ര്യത്തിനായി പ്രഥമ ഇന്ത്യൻ റിപ്പബ്ലിക്ക് ദിനത്തിൽ പൗരാവകാശപ്രകടനം നയിച്ചപ്പോൾ മലബാർ പൊലീസ് സബ്ഇൻസ്പെക്ടർ സി കെ ഗോവിന്ദൻ നമ്പ്യാർ ജാഥയെ ആക്രമിച്ചു, കസ്റ്റഡിയിലെടുത്തു. മതിലകം വലപ്പാട് പൊലീസ് സ്റ്റേഷനുകളിൽവെച്ച് ക്രൂരമായി മർദ്ദനമേറ്റുവാങ്ങി, ഇഞ്ചിഞ്ചായി മരിക്കുമ്പോഴും ആ അന്തിമ നിമിഷങ്ങളിലും തകരാത്ത ആത്മവീര്യത്തോടെ ഉറക്കെ വിളിച്ചു:

'ഇൻക്വിലാബ് സിന്ദാബാദ്'

കേസ് ചാർജ്ജ് ചെയ്യാതെ, പ്രതിഭാഗം വാദിക്കാനവസരം കൊടുക്കാതെ, വിചാരണ നടത്താതെ നിയമത്തെ കാല്ക്കീഴിലിട്ടു ചവുട്ടിഞെരിച്ചു, പൗരാവകാശത്തിന്റെ മുഖത്ത് കാർക്കിച്ചുതുപ്പി ഒരു തികഞ്ഞ മനുഷ്യസ്നേഹിയെ മർദ്ദിച്ചുകൊന്നു, ആരോരുമറിയാതെ കുഴിച്ചുമൂടിയത് ഭരണകൂട ധാർഷ്ട്യവും, നിന്ദ്യവും ഹീനവും ന്യായീകരണമർഹിക്കാത്ത ധിക്കാരവുമാണ്. ബ്രിട്ടീഷുകാരിൽനിന്നും അധികാരം ഏറ്റുവാങ്ങിയ ഇന്ത്യൻ ഭരണനേതൃത്വത്തിന്റെ മഹത്തായ ജനാധിപത്യ സംഭാവന..!

അധികാരത്തിനുനേരെ ചോദ്യങ്ങളുയർത്തുന്ന ഏതു വിപ്ലവകാരിയും നേരിടേണ്ടിവരുന്ന അനിവാര്യമായ ജീവിതസന്ധി.. സോക്രട്ടീസും ക്രിസ്തുവും ഭഗത്സിങ്ങും ഗാന്ധിജിയും നടന്നുപോയ വഴിയിൽ മറ്റൊരു രക്തസാക്ഷികൂടി...!

ഇന്ത്യൻ റിപ്പബ്ലിക്ക് ദിനത്തിന്റെ പൂമുഖത്ത് കയറിനിന്ന്, സ്വാതന്ത്ര്യത്തിനുവേണ്ടി മുഷ്ടിചുരുട്ടിയ സർദാർ കെട്ടടങ്ങാൻ കൂട്ടാക്കാത്ത വന്യമായ കൊടുങ്കാറ്റിൽ നിന്നുയരുന്ന ജ്വാലയായിരുന്നു. വരാനിരിക്കുന്ന സമരവീഥിയിലുള്ളവർക്കെന്നും ആ രക്തസാക്ഷിത്വം ജ്വലിക്കുന്ന ആവേശമായിരിക്കും, ഇതിഹാസ സമാനമായ ഈ ജീവിതം, തലമുറകൾക്കു പാഠമായിരിക്കും. ജനങ്ങളുടെ കണ്ണിലുണ്ണിയായ ആ ധീരദേശാഭിമാനി സ്വാതന്ത്ര്യത്തിന്റെ നവാകാശങ്ങൾ തേടുകയായിരുന്നു.

മാതൃഭൂമിയുടെ വിളി

മഹായുദ്ധത്തിന് തിരശ്ശീല

ആയിരത്തി തൊള്ളായിരത്തി നാല്പത്തി അഞ്ചിലെ മഴക്കാലത്തിന്റെ കലിയിറങ്ങിയതോടെ രണ്ടാംലോകമഹായുദ്ധം പെയ്തൊഴിയുകയായിരുന്നു. ജപ്പാന്റെ അഹങ്കാരത്തിനറുതിവരുത്താൻ സഖ്യകക്ഷികൾക്കുവേണ്ടി നാഗസാക്കിയിലും ഹിരോഷിമയിലും അമേരിക്കയ്ക്കു ആറ്റംബോംബ് വർഷിക്കേണ്ടിവന്നതിന്റെ ദുരിതങ്ങൾ നൂറ്റാണ്ടുകളോളം പെയ്തുകൊണ്ടേയിരിക്കും. നേട്ടങ്ങളെക്കാൾ കോട്ടങ്ങളാണ് എല്ലാ യുദ്ധങ്ങളും അവശേഷിപ്പിക്കുന്നതെന്ന പാഠമിനിയും മനുഷ്യൻ പഠിച്ചുവോ എന്ന ആശങ്ക ബാക്കിനില്ക്കുന്നു..

ഉത്തർപ്രദേശുകാരൻ ഭയ്യായുടെ ബോംബെയിലെ മുറിയിലിരുന്ന് സർദാർ പത്രം വായിക്കുകയായിരുന്നു. മഹായുദ്ധത്തിനു തിരശ്ശീല വീണെങ്കിലും സർദാറിന്റെ മനസ്സിൽ യുദ്ധം തുടരുകയായിരുന്നു. ബോംബെയിൽത്തന്നെ ജോലിക്കു ശ്രമിക്കണോ, അതോ നാട്ടിൽ പോയി വീണ്ടും പൊതുരംഗത്തു തുടരണോ?

യുദ്ധത്തിൽ റഷ്യക്കു കരുത്തേകേണ്ടത് കമ്യൂണിസ്റ്റുകാരന്റെ കടമയാണ്, തൊഴിലാളിവർഗ്ഗ പ്രതീക്ഷയാണ് കമ്യൂണിസ്റ്റുപ്രസ്ഥാനം. ഫാസിസ്റ്റ് ജർമ്മനി റഷ്യയെ ആക്രമിച്ചപ്പോഴാണ് ബ്രിട്ടീഷുവിരുദ്ധ സമരം താല്ക്കാലികമായി നിർത്തിവെച്ചതും ബ്രിട്ടീഷ് സഖ്യകക്ഷിയായ റഷ്യയെ സഹായിക്കാൻ ഇന്ത്യയിലെ നിരവധി കമ്യൂണിസ്റ്റുകാർ പട്ടാളത്തിൽ ചേർന്നതും; ആ ദൗത്യം പൂർത്തിയായി, ഇനിയെന്ത്?

യുദ്ധം വിതച്ച ഭീതിയും ഭീകരതയും മറയുന്നു. ദാരിദ്ര്യവും ദുരിതങ്ങളും തൊഴിലില്ലായ്മയും അസ്വസ്ഥതയും മൂടിക്കെട്ടി നില്ക്കുന്നു. പത്രം മടക്കിവെച്ചു, സുധാകരന്റെ കത്ത് വായിക്കാനെടുത്തു..

'സർദാർ' എന്ന വിളി

എയർഫോഴ്സ് യൂണിറ്റിൽ പഞ്ചാബികളായ സർദാർജികളായിരുന്നു അധികവും. സമകാലിക രാഷ്ട്രീയസമസ്യകളെ എയർഫോഴ്സിലെ സഹപ്രവർത്തകരോട് വിശദീകരിച്ചപ്പോൾ അവരുടെ തലയിൽ വെള്ള മോടിക്കയറുന്നതുപോലെ രാഷ്ട്രീയവെളിച്ചം പാഞ്ഞുകയറി. അവർക്കു പ്രിയങ്കരനായി മാറിയ കെ സി ഗോപാലകൃഷ്ണനെ സർദാർജികളുടെ നേതാവായി അംഗീകരിച്ചുകൊണ്ട് സ്നേഹാദരപുരസ്സരം സഹപ്രവർത്തകർ വിളിക്കാൻ തുടങ്ങി: "സർദാർ..!"

ചേട്ടന്റെ മകൻ സുധാകരൻ ഒരു വർഷത്തോളം അദ്ധ്യാപകനായി കഴിമ്പ്രം സ്കൂളിൽ തന്നോടൊപ്പം ജോലി ചെയ്തിരുന്നു. "അറിവു നേടണം, ആധുനികമായി ജീവിക്കണം" - എന്ന അഭിനിവേശം ഗ്രസിച്ചപ്പോൾ സുധാകരനെ ബോംബെനഗരം മാടിവിളിച്ചു. വൈകാതെ സ്കൂൾ ജോലിയുപേക്ഷിച്ച്, സർദാർ ബോംബെയിലെത്തി സുധാകരനോടൊപ്പം താമസിച്ചു.

എയർഫോഴ്സിൽ ജോലികിട്ടി. ട്രെയിനിങ് ലാഹോറിലായിരുന്നു. 1943 ലെ മെയ് മാസത്തിൽ ലാഹോറിലെ ട്രെയിനിങ് സമയത്ത് കുടുംബത്തിലെ വമ്പറമ്പിൽ താവഴിയിലുള്ള സഹോദരൻ കെ വി ഗംഗാധരൻമാഷിനെ ലാഹോറിലെ എയർഫോഴ്സ് യൂണിറ്റിൽ കണ്ടുമുട്ടി. എം പി ശങ്കരനാരായണൻ സെക്രട്ടറിയായി കമ്യൂണിസ്റ്റുപാർട്ടി ശാഖയുണ്ടാക്കി എടത്തിരുത്തി ചുവന്ന വിവരം ഗംഗാധരൻമാഷിലൂടെ അറിഞ്ഞു. ക്യാമ്പുകൾ മാറിക്കൊണ്ടിരുന്നതിനാൽ കത്തുകൾ കിട്ടാൻ പ്രയാസമായിരുന്നു.

പോസ്റ്റിങ്

ട്രെയിനിങ്ങിനുശേഷം 1943 ജൂൺമാസത്തിൽ നാഗാലാന്റിലെ കോഹിമയിലായിരുന്നു പോസ്റ്റിങ്. യുദ്ധവിമാനങ്ങളുടെ ചിറകുകൾ കട്ടികൂടിയ ക്യാൻവാസ് തുണികൊണ്ടാണ് നിർമ്മിച്ചിരുന്നത്. അതിന്റെ നിർമ്മിതിയും അറ്റകുറ്റപ്പണികളും നിർവ്വഹിക്കുന്ന തസ്തികയായ 'ഫാബ്രിക്ക്വർക്കർ' എന്ന കേഡറിൽ കൊള്ളാവുന്ന ശമ്പളത്തോടെ വൈമാനിക നിർമ്മാണ ജോലിയാരംഭിച്ചു. യുദ്ധം കൊടുമ്പിരിക്കൊണ്ടപ്പോൾ അസ്വസ്ഥനായി, പ്രണയിനിയെ കാണണമെന്ന കലശലായ മോഹം മനസ്സിൽ മുളയ്ക്കുകയും ചെയ്തു. സർദാറും സുധാകരനും തമ്മിൽ പാരമ്പര്യത്തിന്റെ ജീർണ്ണിച്ച വേലിയില്ലാതെ പ്രണയം, രതി, സദാചാരം പോലുള്ള വിഷയങ്ങളിൽ സംവാദങ്ങൾ നടന്നിരുന്നു. ഇന്ത്യൻ നേവിയിൽ ക്ലാർക്കായിരുന്ന സുധാകരനോട് കൊച്ചിയിലേക്ക് ട്രാൻസ്ഫെറിനായി ബോംബെ ഓഫീസുമായി ബന്ധപ്പെടാൻ അഭ്യർത്ഥിച്ചു

സുധാകരന്റെ ശ്രമങ്ങൾ അനുകൂലമായപ്പോഴേക്കും യുദ്ധത്തിന്റെ തിരശ്ശീല വീഴുന്നു, നിരവധി യൂണിറ്റുകളെ പിരിച്ചുവിട്ടു, അതിൽ സർ

ദാറും ഉൾപ്പെട്ടിരുന്നു. കോഹിമയിൽനിന്നു ബോംബെയിൽ സർദാർ തിരിച്ചെത്തിയപ്പോഴേക്കും സുധാകരൻ ഇറാനിൽ ജോലികിട്ടിപ്പോയിരുന്നു. സുധാകരന് താനെഴുതിയ കത്തിനു വന്ന മറുപടി പോക്കറ്റിൽ വെച്ചതെടുത്ത് ഒന്നുകൂടി വായിച്ചു.

കത്തും മണിയോർഡറും

'പ്രിയപ്പെട്ട ഗോപെളേശൻ,
ജോലി പോയതിൽ എളേശന് വേദനിക്കാനില്ലല്ലോ? ഹിറ്റ്ലറുടെ ഫാസിസ്റ്റ് ജർമ്മനിയെ മുട്ടു കുത്തിച്ചില്ലേ? അതിനല്ലേ എളേശൻ എയർഫോഴ്സിൽ ചേർന്നത്? ദൗത്യം വിജയമല്ലേ?
ഈ വിജയം ഇന്ത്യൻ സ്വാതന്ത്ര്യലബ്ധിക്ക് അനുകൂലമാകും എന്നു പ്രതീക്ഷിക്കാം.
ഇവിടെ, വിശേഷമൊന്നുമില്ല. എളേശൻ ആവശ്യപ്പെട്ടതനുസരിച്ച് ചെറിയ തുക ഇതോടൊപ്പം മണിയോർഡറായി അയച്ചിട്ടുണ്ട്..
നാട്ടിലെ പ്രവർത്തനങ്ങളിൽ സജീവമാവുക എന്ന മനഃസാക്ഷിയുടെ അഭിപ്രായം സ്വീകരിക്കുക തന്നെയായിരിക്കും ഉചിതമെന്നു തോന്നുന്നു...
സ്നേഹപൂർവ്വം, സ്വന്തം സുധാകരൻ (ഒപ്പ്)"

എഴുത്ത് പോക്കറ്റിൽവെച്ച് വാതിൽപൂട്ടി സർദാർ പുറത്തേക്കിറങ്ങി. ഉത്സവംകഴിഞ്ഞ പൂരപ്പറമ്പുപോലെ നഗരം, തിരക്കൊഴിഞ്ഞു, അസാധാരണ ശാന്തതയോടെ അലസമായി കിടന്നു. യുദ്ധകാലങ്ങളിൽ കിലോമീറ്ററുകൾക്കപ്പുറത്തുനിന്ന് ജർമ്മനിയിലെ കോൺസെൻട്രേഷൻ ക്യാമ്പുകളിൽ ശ്വാസംമുട്ടിപിടഞ്ഞു മരിക്കുന്ന ആയിരങ്ങളുടെ ദീനരോദനങ്ങൾ, പശ്ചാത്തല സംഗീതമായി, മൗനമായി ഒഴുകിവരുന്നതു പോലെ!

സത്യത്തിൽ എന്തിനായിരുന്നു യുദ്ധം? "കനകംമൂലം കാമിനിമൂലം കലഹം പലവിധമുലകിൽ സുലഭം" - എന്നും സാർത്ഥകമാവുന്ന വ്യാഖ്യാനം. ലോകം മുഴുവൻ തന്റെ കാല്ക്കീഴിലാക്കാനുള്ള ഹിറ്റ്ലറുടെ അധികാരമോഹത്തെ പ്രതിരോധിക്കാതെ ലോകം കീഴടങ്ങിയിരുന്നെങ്കിൽ മഹായുദ്ധം ഉണ്ടാകുമായിരുന്നില്ല. ഓർമ്മകൾ യുദ്ധകാലത്തേക്കുള്ള പിൻനടത്തമായിരുന്നു.

ഇംഫാൽ കോഹിമയുദ്ധം

1941-42 കാലത്ത് ജപ്പാന്റെ പ്രധാന വിജയങ്ങളിലൊന്നാണ് ബ്രിട്ടീഷ് ഭരണത്തിലായിരുന്ന ബർമ്മയിലേക്കുള്ള ജാപ്പനീസ് അധിനിവേശം. പുതിയ ബെറ്റാലിയനെയെടുത്ത് ട്രെയിനിങ് നല്കി റോയൽ എയർഫോഴ്സ് വികസിപ്പിച്ചതിന്റെ പ്രേരണ, ബർമ്മ തിരിച്ചുപിടിക്കുകയെന്ന ബ്രിട്ടീഷുകാരുടെ ഇച്ഛാശക്തിയായിരുന്നു. റോയൽ ഇന്ത്യൻ എയർഫോഴ്സും ആർമിയും നാഗാലാന്റിലേക്കും ആസാമിലേക്കും

തിരിക്കുന്നത് അപ്രതീക്ഷിതമായുണ്ടായ ജപ്പാൻ ആക്രമണത്തെ നേരിടാൻ ബ്രിട്ടീഷുകാർ തയ്യാറെടുത്തതുകൊണ്ടാണ്. ബർമ്മയെ ജപ്പാൻ കീഴടക്കിയതോടെ പലതരത്തിലുള്ള ആക്രമണങ്ങൾ സഖ്യകക്ഷികൾ ജപ്പാനെതിരെ ആരംഭിച്ചിരുന്നു.

1943 ൽ ജൂൺ മാസത്തോടെ ട്രെയിനിങ് പൂർത്തിയാക്കി, റോയൽ എയർഫോഴ്സിന്റെ ഭാഗമായി കോഹിമയൂണിറ്റിൽ സർദാർ എത്തുമ്പോൾ, അവിടെ യുദ്ധത്തിന്റെ പ്രത്യക്ഷാന്തരീക്ഷം ഉണ്ടായിരുന്നില്ല. 1944 ന്റെ തുടക്കത്തിൽ, സഖ്യകക്ഷികൾ ജപ്പാൻകാർക്കെതിരെ ബർമ്മ കേന്ദ്രീകരിച്ച് യുദ്ധം തുടങ്ങിയിരുന്നു.

1944 മാർച്ച് മുതൽ ജൂലൈ വരെ വടക്കുകിഴക്കൻ ഇന്ത്യയിലെ മണിപ്പൂരിന്റെ തലസ്ഥാനമായ ഇംഫാൽ നഗരത്തിനുചുറ്റുമുള്ള പ്രദേശത്താണ് ‘ഇംഫാൽയുദ്ധം’ പൊട്ടിയത്. ഫെബ്രുവരി-മാർച്ചു മാസങ്ങളിൽ ബ്രിട്ടീഷിന്ത്യൻ സൈന്യത്തിനുനേരെ ബർമ്മ കേന്ദ്രീകരിച്ചു ജപ്പാൻ സംഹാരതാണ്ഡവമാടി. ലോകത്തിന്റെ ഇതരഭാഗങ്ങളിൽനിന്നും ഭക്ഷണം യുദ്ധസമയത്ത് എത്തിക്കാൻ കഴിയാതായപ്പോൾ സായുധസേനയിലെ അംഗങ്ങൾക്കുപോലും ആവശ്യത്തിനു ഭക്ഷണം കിട്ടാതായി. ഭക്ഷണപ്രശ്നം ജപ്പാൻ സായുധസേനയെയും ജനങ്ങളെയും പ്രതികൂലമായി ബാധിച്ചു. പട്ടിണിയുടെ കൊടുങ്കാറ്റിൽ നിരവധിപേരുടെ ജീവൻ പൊലിഞ്ഞു.

ആർമിയിലെ മുന്നണിപ്പോരാളികൾക്ക് ശത്രുവിന്റെ ആക്രമണരീതികൾ സമയാസമയങ്ങളിൽ അറിയിക്കുക, മാർഗ്ഗരേഖകൾ നല്കുക, യുദ്ധോപകരണങ്ങളും സാധനസാമഗ്രികളും എത്തിക്കുക, പ്രതിരോധ-ആക്രമണമാർഗ്ഗങ്ങൾ ഉപദേശിക്കുക, ക്യാമ്പിലെ പോരാളികളെ ശത്രുക്കളിൽനിന്നും ചാരന്മാരിൽ നിന്നും സംരക്ഷിക്കുകയെല്ലാമാണ് സർദാറിന്റെ യൂണിറ്റ് ചെയ്തിരുന്നത്.

പിടഞ്ഞുവീഴുന്ന മനുഷ്യർ അർദ്ധജീവനുമായി മല്ലടിക്കുന്ന യുദ്ധത്തിന്റെ നേർക്കാഴ്ചകൾ സർദാറിന്റെ അനുഭവമണ്ഡലത്തെ പിടിച്ചുലയ്ക്കുന്നുണ്ടായിരുന്നു. ഈ അനുഭവങ്ങൾ, വ്യക്തിപരമായി സർദാർ അറിയാതെതന്നെ ആത്മശക്തിയായി പരിവർത്തിക്കപ്പെടുന്നുണ്ടായിരുന്നു. ജപ്പാനെ തോല്പിക്കാനും, ഇന്ത്യയെ സംരക്ഷിക്കാനുംവേണ്ടി ‘റോയൽ എയർഫോഴ്സി’ൽ ചേർന്ന സർദാറിന് യുദ്ധത്തിന്റെ നേരനുഭവങ്ങളിലെ ഹൃദയരാഹിത്യത്തെ അംഗീകരിക്കാനായില്ല. സൈനികർ ജനതയോട് പ്രകടിപ്പിക്കുന്ന അക്രമങ്ങൾ ഹൃദയഭേദകമായിരുന്നു. ദിവസേനയുള്ള അനുഭവങ്ങളുടെ ബീഭത്സതകൾ അസ്സഹനീയമായിരുന്നു. എല്ലാം ഉപേക്ഷിച്ചു മടങ്ങാൻതോന്നിയപ്പോഴാണ് നാട്ടിലേക്കു ട്രാൻസ്ഫറിനായി സുധാകരന് കത്തെഴുതിയത്. ജപ്പാനെ പ്രതിരോധിക്കണം എന്ന ലക്ഷ്യം മുന്നിലുണ്ടല്ലോ; യുദ്ധം കൊടുമ്പിരികൊള്ളുമ്പോൾ യുദ്ധത്തിൽനിന്നു പിന്മാറുന്നത് യുദ്ധത്തിന്റെ നീതിശാസ്ത്രങ്ങൾക്കു നിരക്കുന്നതുമല്ല, സംഘർഷം മുറുകി..

വിങ്ങുന്ന വേദനകളും ഭീകരമായ രാപകലുകളും സമ്മാനിച്ച ആ നാളുകളധികം നീണ്ടുപോയില്ല. കനത്ത നഷ്ടങ്ങൾ വരുത്തിക്കൊണ്ട് റോയൽ എയർഫോഴ്സും ആർമിയും മുന്നേറിയപ്പോൾ കോഹിമയിലും ഇംഫാലിലുമുണ്ടാക്കിയ തോല്‌വിയുടെ ആഘാതം ജപ്പാനു താങ്ങാനായില്ല. മേയ് ഒന്നാം തീയതിയോടെ എല്ലാ ജാപ്പനീസ് ആക്രമണങ്ങളും നിലച്ചു. അതിനെത്തുടർന്ന് നീണ്ടുനിന്ന മഴക്കാലം വന്നതോടെ അശാന്തിയും വിഹ്വലതകളും നിഷ്ക്രമിക്കുകയും മനസ്സിന്റെ താഴ്‌വരകളിൽ സമാധാനത്തിന്റെ കുളിർകാറ്റ് തഴുകാനും തുടങ്ങി. ഒഴിവുസമയങ്ങളിൽ വായിക്കാനും സഹപ്രവർത്തകരുമായി സംവാദങ്ങളിൽ ഏർപ്പെടാനും തുടങ്ങി...

സൈക്കിളിന്റെ ശബ്ദംകേട്ട് നോക്കിയപ്പോൾ പോസ്റ്റ്മാൻ പടിക്കൽ നിന്നൊരെഴുത്ത് നീട്ടുന്നു. മരുഭൂമിയിലെ മഴപോലെ വല്ലപ്പോഴും വരുന്ന എഴുത്തുകൾ കുളിരായിരുന്നു. എഴുത്തുവാങ്ങി വിലാസം നോക്കി, കുഞ്ഞേട്ടന്റേതാണ്.

നാട്ടിലേക്കു വരൂ...

"പ്രയപ്പെട്ട ഗോപൂ,
നിന്റെ കത്തുവായിച്ചു. യുദ്ധക്കളത്തിൽ നീ ജോലി ചെയ്യുമ്പോൾ, ഓരോ നിമിഷവും ഞങ്ങൾ തീതിന്നുകയാണെന്നും, നീ നാട്ടിലേക്കുവരണമെന്നും എഴുതിയത് ഞങ്ങൾ സഹോദരങ്ങളുടെ സംയുക്താഭിപ്രായമായിരുന്നുവെന്നു സൂചിപ്പിച്ചിരുന്നുവല്ലോ.
നീ പോയതോടെ ധർമ്മവിലാസം സ്കൂൾ നടത്തിക്കൊണ്ടു പോകാൻ പ്രയാസമായി. സ്കൂളൊരു ബന്ധുവിനു കൊടുത്തു. അടുത്തകൊല്ലം മൂന്നുപേർക്കു സ്കൂളിൽ പോകണം. സാമ്പത്തിക ഞെരുക്കത്തിനിടയിൽ നീ ആവശ്യപ്പെട്ട പണം അയച്ചു തരാൻ കഴിയുന്നില്ലല്ലോ ഗോപൂ, എന്റെ നിസ്സഹായാവസ്ഥ മനസ്സിലാക്കുമെന്നു കരുതുന്നു...!
ബോംബെയിൽ നീ അലഞ്ഞു തിരിയേണ്ടതില്ല. നാട്ടിലേക്കുവരൂ, കഞ്ഞിയോ ചോറോ ഇവിടെയുള്ളതെന്തായാലും നിനക്കും ഉണ്ടാവും, നമുക്കൊരുമിച്ചു കഴിക്കാം.
മൂന്നരവർഷമായില്ലേ പോയിട്ട്, നിന്നെ നേരിൽ കാണാൻ തോന്നുന്നുണ്ട്. സസ്നേഹം, സ്വന്തം കുഞ്ഞേട്ടൻ (ഉണ്ണ്യേപ്പൻ).

സങ്കടംതോന്നി, പണം കുഞ്ഞേട്ടനോട് ആവശ്യപ്പെടേണ്ടിയിരുന്നില്ല, പണമയച്ചുതരാൻ കഴിയാത്തതിൽ മൂപ്പർക്കുണ്ടാവുന്ന വിഷമം ആലോചിച്ചിരുന്നില്ല. ഉത്തർപ്രദേശുകാരൻ ഭയ്യാ വന്നപ്പോൾ, ചപ്പാത്തിയും പരിപ്പുകറിയും കഴിച്ചു. കടുകെണ്ണയിൽ താളിച്ച പരിപ്പുകറി ആദ്യമൊന്നും മനസ്സിനു പിടിച്ചിരുന്നില്ല. എയർഫോഴ്സിൽ തുടർന്നതോടെ എല്ലാ രുചികളും ഹൃദ്യമായിത്തുടങ്ങിയിരുന്നു. എല്ലാ പ്രാദേ

ശീയ ഭക്ഷണങ്ങളെയും സ്വീകരിക്കാനും ദഹിക്കാനുള്ള ശേഷി, നാവും ആമാശയവും ആർജ്ജിച്ചു കഴിഞ്ഞിരിക്കുന്നു. ഭിന്ന ആഹാരങ്ങളെ സ്വീകരിക്കാൻ മാനസികമായി തയ്യാറാവുന്നതോടെ എല്ലാ മനുഷ്യരെയും സംസ്കാരത്തെയും അറിയാനും അംഗീകരിക്കാനും ഉൾക്കൊള്ളാനും കഴിയുന്നുണ്ട്. ബഹുരുചികളെ സ്വീകരിക്കാൻ ശാരീരികമായി തയ്യാറാവുമ്പോൾ അത് സാംസ്കാരിക വികാസത്തെ സഹായിക്കുന്നുണ്ടെന്നും അനുമാനിക്കാം.

വൈകാതെ ഒരു തീരുമാനത്തിലെത്തണം, ചിന്തയൊരു പുഴ പോലെയൊഴുകുകയാണ്. സന്ധ്യക്ക്, പാന്റ്സും ഷർട്ടുമെടുത്തിട്ട് പുറത്തേക്കിറങ്ങി. ആളൊഴിഞ്ഞ തെരുവീഥികളിലൂടെ അല്പദൂരം നടന്നു. റോന്തുചുറ്റുന്ന പൊലീസുകാർ കാല്നടക്കാരെ വീട്ടിലിരിക്കാൻ ഉപദേശിക്കുന്നു, യുദ്ധംതോർന്നുവെങ്കിലും ഭീതിയിനിയും പെയ്യുകയാണ്. ഇനി മുന്നോട്ടു നീങ്ങിയാൽ പൊലീസുകാരന്റെ ശകാരം കേൾക്കേണ്ടി വരും, വീട്ടിലേക്കുതന്നെ തിരിച്ചുനടന്നു. നഗരം വേഗമുറങ്ങാൻ കിടന്നു, നഗരം ഒരു തുറന്ന ജയിലിനകത്തേക്ക് ചുരുങ്ങിയതുപോലെ...

ഹിറ്റ്ലറുടെ വിനയം

1945 ഏപ്രിൽ അവസാനത്തോടെ രണ്ടാംലോകമഹായുദ്ധത്തിന്റെ തിരശ്ശീലവീണു. ഏപ്രിൽ 25 ന് ഇറ്റാലിയൻ ഏകാധിപതി ബെനിറ്റോ മുസ്സോളിനിയെ ഇറ്റലിക്കാർ പിടികൂടുകയും തൂക്കിലേറ്റുകയും ചെയ്തതോടെ അച്ചുതണ്ടുശക്തികളുടെ ഒരു ചിറകരിഞ്ഞു. അടുത്ത ഊഴം ഹിറ്റ്ലറുടേതായിരുന്നു. ലോകത്തെ കാല്ക്കീഴിലാക്കുമെന്നു വീമ്പിളക്കിയ ഹിറ്റ്ലർ കമ്യൂണിസ്റ്റ് റഷ്യയുടെ ചുവന്ന വളണ്ടിയർമാർ ജർമ്മനിയുടെ തലസ്ഥാനം വളഞ്ഞപ്പോൾ തന്നെ, പരാജയം മണക്കുകയും നിമിഷങ്ങൾക്കകം നഷ്ടപ്പെടുന്ന രാജ്യത്തിന്റെ അധികാരം വിശ്വസ്ത മന്ത്രി സഫ്ഗീബല്സിനെ ഏല്പിച്ചു. നഷ്ടപ്പെടുന്ന അധികാരത്തിനു വിലയില്ലല്ലോ. അതു ദാനംചെയ്യാൻ എളുപ്പമാണ്, വിലപിടിച്ചതു ദാനം ചെയ്യാനാണ് പ്രയാസം. അടുത്തദിവസം തന്റെ പങ്കാളിയായ ഇവാ ബ്രൗണിനൊപ്പം 1945 ഏപ്രിൽ 30 ന് അഡോൾഫ് ഹിറ്റ്ലർ ആത്മഹത്യയിലൊളിച്ചു, എന്നെന്നേക്കുമായി അധികാരമൊഴിഞ്ഞു, അയാൾ വിനയാന്വിതനായി...

ജപ്പാൻയുദ്ധം തുടരുകയായിരുന്നു. 1945 ജൂലൈ 26 ന് അമേരിക്കൻ ഹാരി എസ് ട്രൂമാൻ, ബ്രിട്ടീഷ് പ്രധാനമന്ത്രി വിൻസ്റ്റൺ ചർച്ചിൽ, ചൈനീസ് പ്രസിഡന്റ് ചിയാങ് കെയ്-ഷെക്ക് എന്നിവർ സംയുക്തമായി ചേർന്ന പോട്സ്ഡാം സമ്മേളനത്തിൽ, ജപ്പാനോടു കീഴടങ്ങാനും, ഇല്ലെങ്കിൽ, സമ്പൂർണ്ണ നാശം നേരിടേണ്ടിവരുമെന്നും അന്ത്യശാസനം നല്കി. അതും ജപ്പാൻ അവഗണിച്ചപ്പോൾ ആഗസ്ത് 6 ന് ജപ്പാനിലെ ഹിരോഷിമയിലും ആഗസ്ത് 9 നു നാഗസാക്കിയിലും അമേരിക്കയുടെ അണുബോംബു മഴപെയ്തു. ആഗസ്ത് 15 ന് ജപ്പാൻ കീഴടങ്ങിയതായി

പ്രഖ്യാപിച്ചു. വിരോധാഭാസമാകാം, ജനലക്ഷങ്ങളുടെ മരണത്തിൽ ലോകം വിജയം ആഘോഷിച്ചു ..... !

സായുധസേനകൾ പിരിച്ചുവിടുന്നു

ആയുധക്കരുത്തിലഹങ്കരിച്ചും വ്യാജ അവകാശവാദങ്ങൾ മുഴക്കിയും നുണനിർമ്മിതികളിലൂടെയും ഭൂമിയെ കാല്ക്കീഴിലിട്ട് ഞെരുക്കാമെന്ന ഫാസിസ്റ്റുകളായ ഹിറ്റ്ലർ-മുസ്സോളിനിമാരുടെ വ്യാമോഹം സഖ്യകക്ഷികളുടെ സംഘടിതനീക്കങ്ങൾക്കുമുന്നിൽ തകർന്നു തരിപ്പണമായി. ജോസഫ് സ്റ്റാലിൻ നയിക്കുന്ന റഷ്യയുടെ അനുപമമായ സൈനിക ഇടപെടലും പ്രതിബദ്ധതയും ആർജ്ജവുമായിരുന്നു, ജർമ്മനിയെ കീഴ്പ്പെടുത്താൻ കഴിഞ്ഞതെന്നു കമ്യൂണിസ്റ്റു വിരുദ്ധപത്രങ്ങൾ പോലും എഴുതി. ഫാസിസത്തിന്റെ പിൻസീറ്റിലിരുന്ന് രാഷ്ട്രീയം നിയന്ത്രിക്കുന്നത് കോർപ്പറേറ്റുമൂലധന ശക്തികളുമാണെന്നറിയുകയും, അവരെ തോല്പിക്കാൻ ജനകീയശക്തിക്കാണ് കഴിയുകയെന്നും കമ്യൂണിസ്റ്റുപ്രസ്ഥാനം തെളിയിച്ചു. സമഗ്രാധിപത്യത്തിന്റെ ഏതു പ്രകമ്പനങ്ങളെയും തിരിച്ചറിയാനും ഇല്ലാതാക്കാനും കമ്യൂണിസ്റ്റു പ്രസ്ഥാനത്തിനു കഴിയും- ഇതായിരുന്നു ചിന്താലോകത്ത് പൊന്തിവന്ന നിരീക്ഷണങ്ങൾ.

യുദ്ധം അവസാനിച്ചതോടെ ആർമിയുടെയും റോയൽ എയർ ഫോഴ്സിന്റെയും പല യൂണിറ്റും പിരിച്ചുവിട്ടു. എയർഫോഴ്സിലെ സഹപ്രവർത്തകനായ യു പിക്കാരൻ ഭയ്യയോടൊപ്പം സർദാർ ബോംബെയിലെത്തി. ഭയ്യായുടെ കുടുംബാംഗങ്ങൾ, അയാളുടെ വരവ് കാത്തുനില്ക്കുകയായിരുന്നു. അവർ വന്നതിനുശേഷം, ഭയ്യായുടെ മാതാപിതാക്കൾ, ഉത്തർപ്രദേശത്തേക്കു പോയപ്പോൾ, ഭയ്യായുടെ അച്ഛൻ അവരുടെ നായയെ സർദാറിനെ ഏല്പിക്കുകയുണ്ടായി.

ഇരുണ്ട ദിനരാത്രങ്ങളുടെ ഭീകരാന്തരീക്ഷത്തിലൂടെ ഒച്ചിനെപ്പോലെ ഇഴഞ്ഞുനീങ്ങുന്ന ജീവിതത്തിന് ഉണർവ്വിന്റെ ഗതിവേഗം വർദ്ധിക്കുന്നതു സർദാറിനു അനുഭവപ്പെടാൻ തുടങ്ങിയിരുന്നു. യുദ്ധകാല ഭീകരതകൾ മൂടിയ ഇരുളിനെ വകഞ്ഞുമാറ്റി, ആത്മവിശ്വാസത്തിന്റെ പ്രകാശലോകത്തേക്കു കടക്കാൻ എപ്പോഴാണ് തുടങ്ങിയത്? സർദാർ ആലോചനയിലായിരുന്നു, ചിന്തകൾ വാളയാർചുരവും കടന്നു നക്ഷത്രവേഗത്തിൽ പായുകയാണ്, മാമലകൾക്കപ്പുറത്ത് മരതകപ്പട്ട് പുതച്ചുകിടക്കുന്ന തീരദേശ ഗ്രാമം...

നാട്ടിലേക്ക്

ബോംബെയിലെ മാട്ടുങ്ങയിലെ മുറിയിൽനിന്നും പെട്ടിയും സാമാനങ്ങളുമെടുത്ത് ഭയ്യായോടു യാത്ര പറയുമ്പോൾ അയാൾ മുഷ്ടിചുരുട്ടി സാവേശം അഭിവാദ്യംചെയ്തു. കഴിഞ്ഞ മൂന്നര വർഷത്തോളം ഒരുമിച്ചു പ്രവർത്തിക്കുകയും ജീവിക്കുകയും ചെയ്ത ആ സഖാവിൽനിന്നും പിരി

യുകയാണ്. വേർപാടിലും മുറിയാത്ത സ്നേഹം, മൗനവേദനയിൽ മൃദുലതന്ത്രികൾ തേങ്ങി. ബോംബെ വിക്ടോറിയ ടെർമിനൽസിൽ നിന്നു മദ്രാസ് മെയിലിൽ കയറി ജോലാർപേട്ടയിലിറങ്ങാം. ഭയ്യായുടെ കുടുംബം സർദാറിനു സമ്മാനിച്ച നായയ്ക്കു "ബ്റൂസ്" എന്നു പേരു വിളിച്ചു. ബ്രൂസിനെ സീറ്റിന്റെ താഴേക്കു ഒതുക്കിയിരുത്തിയിട്ട് ഭയ്യ സർദാറിനെ അഭിനന്ദിച്ചു:

"ആപ്പ് മഹാൻ ഹൈ, സർദാർ..."

"എനിക്കോ, അതെന്ത് മഹത്വമാണ് ഭയ്യാജി?"

'ബ്രൂസു... നമ്മളെ ഭരിച്ചിരുന്ന ബ്രിട്ടീഷ് സായിപ്പിന്റെ പേര്, വളർത്തു നായയെ വിളിക്കുന്നു! അടക്കി ഭരിക്കുന്നതിലുള്ള പ്രതിഷേധം.. താങ്കളോടെനിക്ക് ബഹുമാനം ഇരട്ടിക്കുകയാണ്! സർദാർ, താങ്കളൊരു വല്ലാത്ത മനുഷ്യനാണ്....!.'

സർദാർ ഒന്നു പുഞ്ചിരിച്ചപ്പോൾ ആ കനത്ത മീശയുടെ രണ്ടുഭാഗങ്ങളും അനങ്ങി. അയാൾ സർദാറിന്റെ കൈപിടിച്ചു കുലുക്കി. മദ്രാസ് മെയിലിന് പച്ച സിഗ്നൽ കിട്ടിയപ്പോൾ ട്രെയിൻ നീങ്ങി. പോക്കറ്റിൽ നിന്നും ചുവന്ന തൂവാലയെടുത്ത് ഭയ്യാ ഉയർത്തിപ്പിടിച്ചുവീശി, ബ്രോഡ്ഗേജിൽ ട്രെയിൻ നീങ്ങിയപ്പോൾ അയാളുടെ രൂപം ഒരു തൂവാലപോലെ ചുരുങ്ങി, ക്രമേണ കണ്ണിൽനിന്നു മറഞ്ഞു ....

ജോലാർപേട്ടയിലിറങ്ങി, അവിടെ നിന്നു കോയമ്പത്തൂർവഴി ഷൊർണ്ണൂർക്കും ഷൊർണ്ണൂരിൽ നിന്നു തൃശ്ശൂർക്കും ട്രെയിൻ മാറിക്കയറണം. ലഗ്ഗേജ് സീറ്റിനടിയിൽ വെച്ചപ്പോൾ ബ്രൂസു ഒതുങ്ങിയിരുന്നു. ജോലാർപേട്ടയിലേക്ക് രണ്ടുനാളുകൾ. ബ്രൂസിനു തിന്നാൻ കരുതിയിരുന്ന ബിസ്ക്കറ്റെടുത്ത് വായിൽ വെച്ചു കൊടുത്തു അവന്റെ മുതുകിലൊന്നു വാത്സല്യത്തോടെ തടവി...

"ബ്രൂസു, നിന്നോടു ഞാനിനി മലയാളമേ പറയൂ. നിന്നെ ഞാനെന്റെ മാതൃഭൂമിയിലേക്കു കൊണ്ടുപോവുകയാണ്."

ഓരോ സ്റ്റേഷനിൽനിന്നും മറ്റു സ്റ്റേഷനുകളിലേക്ക് വേണ്ടി അനേകം ടിക്കറ്റുകൾ, ചാർജ്ജടക്കമുള്ള വിവരങ്ങൾ അച്ചടിച്ച്, കട്ടിക്കടലാസിൽ വെവ്വേറെ തയ്യാറാക്കി സൂക്ഷിക്കുകയും ആവശ്യാനുസരണം കൊടുക്കുകയുമായിരുന്നു പതിവ്. അവയിൽ തീയതി രേഖപ്പെടുത്തി നല്കാൻ ടിക്കറ്റു കൗണ്ടറുകളിൽ പ്രത്യേകം പഞ്ചിങ് പ്രസ്സുകൾ ഉണ്ടായിരുന്നു.

ഇന്ത്യയുടെ ഹൃദയം

നാട്ടിൽനിന്നു ബോംബെയിലേക്കും ബോംബെയിൽ നിന്നു ലാഹോറിലേക്കും, അവിടെനിന്നു ഡൽഹി വഴി നാഗാലാന്റിലെ കോഹിമയിലേക്കും ട്രെയിനിൽ പോയപ്പോൾ സർദാർ കണ്ടത് ഇന്ത്യൻ ഗ്രാമങ്ങളുടെ നഗ്നതയായിരുന്നു. രാഷ്ട്രത്തിന്റെ വിവിധ ഭാഗങ്ങളിൽ നിന്നായി എത്തിച്ചേർന്ന എയർഫോഴ്സ് ജീവനക്കാരും വിദ്യാഭ്യാസമുള്ളവരായിരുന്നു.

അവരുമായുണ്ടായ സംവാദങ്ങളും, കൈമാറിയ ഗ്രന്ഥങ്ങളുമാണ് സർദാറിന്റെ സമീപകാല രാഷ്ട്രീയത്തിന് ആശയപരമായ കരുത്ത് വർദ്ധിപ്പിക്കുന്നത്.

ഇന്ത്യയുടെ ഹൃദയം ഗ്രാമങ്ങളിലാണെന്ന ഗാന്ധിജിയുടെ വാക്കുകൾ വസ്തുതാപരമാണ് എന്നറിയുന്നത് ഈ നേർക്കാഴ്ചയിലൂടെയാണ്. ഭീകരവും ബീഭത്സവും വികൃതവുമായ ദാരിദ്ര്യം നേരിട്ടു കാണണമെങ്കിൽ, ഇന്ത്യൻ ഗ്രാമങ്ങളിലേക്കിറങ്ങിയാൽ മതി..

രാപകലുകളിലൂടെ നീണ്ട ട്രെയിൻയാത്രകളിൽ ജാലകപ്പഴുതിലൂടെ, അറ്റമില്ലാത്ത ഗോതമ്പുപാടങ്ങളും, ചോളവയലുകളും. നീണ്ടു പരന്നുകിടക്കുന്ന ആ കൃഷിയിടങ്ങളും.. പണിയെടുക്കുന്ന മനുഷ്യജന്മങ്ങൾക്കു നാണംമറയ്ക്കാൻ പോലുമാകാത്ത ഒരു കോണകം മാത്രം.! താമസം മരച്ചുവട്ടിലും ഗുഹകളിലുമാണ്. പട്ടിണിക്കാരായിരുന്നു, കൂലിയില്ലാ, ജോലി കഴിഞ്ഞുപോകുമ്പോൾ ജന്മി ഒരുപിടി ധാന്യങ്ങൾ തരും. ഒന്നോ രണ്ടോ ദിവസങ്ങൾ കഴിഞ്ഞാൽ പിന്നെ അതിസുന്ദരമായ പട്ടിണിയാണ്. ചിലപ്പോൾ വേട്ടയ്ക്ക് പോകും, എന്തെങ്കിലും മൃഗങ്ങളെ കിട്ടാം, ഭാഗ്യമുണ്ടെങ്കിൽ വന്യമൃഗങ്ങൾക്കു ഭക്ഷണമായെന്നും വരാം, ഈ ദുരിത ജീവിതത്തേക്കാൾ ഭേദം അതാണ്.

തൊഴിലാളി ജീവിതം, എന്നും ദാരിദ്ര്യത്തിന്റെ അമാവാസികളാണ്. ജോലിക്കു കൂലിയെന്നത് ജന്മിയുടെ കടമയും തൊഴിലാളിയുടെ അവകാശവുമാണെന്ന് പോലുമറിയില്ല; ആരെങ്കിലും കൂലി ചോദിച്ചാൽ, അതോടെ കഴിഞ്ഞു അയാളുടെ കഥ.

എല്ലാ യാത്രകളിലേയുംപോലെ, സർദാർ ഇടതുവശം ചേർന്നിരുന്നു, ജാലകപ്പഴുതിലൂടെ വിദൂരതയിലേക്കു കണ്ണുംനട്ടിരുന്നു. ആന്ധ്രയുടെ പുറംനാട്ടിലൂടെ ട്രെയിൻ താളത്തിൽ ചൂളമടിച്ചു നീങ്ങി. പച്ചപ്പുകൾ അന്യമായ, വെള്ളമില്ലാതെ വരണ്ടുണങ്ങിയ നാട്ടിൻപുറങ്ങൾ...

ബാല്യം

ജനനം

പൊനത്തിൽ കോതമ്മയുടെയും കുമ്പളപറമ്പിൽ ആലക്കോടു ചാത്തുണ്ണിയുടെയും ഒമ്പതുമക്കളിൽ എട്ടാമനായി ഗോപാലകൃഷ്ണൻ ജനിക്കുന്നത് 1914 ലാണ്. കുമാരൻ, ലക്ഷ്മി, ഉണ്ണി, ഗോപാലൻ, രാമൻ, ഉണ്യേപ്പൻ, പാർവതി, ഗോപാലകൃഷ്ണൻ (സർദാർ), ശ്രീധരൻ-അവരെപ്പറ്റി ഒരു പാട്ടുണ്ടായിരുന്നു:

"കുമാരൻ ഉണ്ണി ഗോപാലൻ/
രാമൻ ഉണ്യേപ്പു കൃഷ്ണനും
ശ്രീമൻ ശ്രീധരനും പിന്നെ/
ലക്ഷ്മീ പാർവതിസോദരീം.." (കൃഷ്ണൻ-ഗോപാലകൃഷ്ണൻ)

അവർണ്ണരായി മുദ്രകുത്തപ്പെട്ട ഈഴവനായിരുന്നെങ്കിലും കുമ്പള പറമ്പിൽ ചാത്തുണ്ണി അക്ഷരംപഠിച്ച അപൂർവ്വരിൽ ഒരാളായിരുന്നു. ആധാരമെഴുത്തുകാരനും നിയമജ്ഞനുമായിരുന്ന അദ്ദേഹം ജന്മിയായ പാണ്ടികശാല അഹമ്മുസാഹിബ്ബിന്റെ വ്യവഹാരങ്ങളുടെ നടത്തിപ്പുകാരനായിരുന്നു. സവർണ്ണരെന്നവകാശപ്പെടുന്ന നായന്മാരുടെയടക്കം ഭൂമിസംബന്ധമായ വ്യവഹാരങ്ങൾ തീർപ്പാക്കുന്ന നാട്ടുമദ്ധ്യസ്ഥനുമായിരുന്നു. സമുദായത്തിലെ പ്രശ്നങ്ങൾ പരിഹരിക്കുന്ന പ്രമുഖ വ്യക്തികൾക്കു സർക്കാർ നല്കുന്ന 'തണ്ടയാൻ' പദവി ലഭിച്ച നാട്ടികമണപ്പുറത്തെ ആദരണീയ വ്യക്തിത്വമായിരുന്നു. സ്വന്തമായി ജന്മം ഭൂമിക്കുപുറമെ എടത്തിരുത്തി പാടത്തിന്റെ ഗണ്യമായ ഭാഗം ചാത്തുണ്ണിക്കു പാട്ടഭൂമിയുമുണ്ടായിരുന്നു. വിരിപ്പും മുണ്ടകനും പുഞ്ചയും കൊയ്തു കഴിഞ്ഞാൽ നെല്ലറകളും പത്തായങ്ങളും നിറയും. ഒപ്പം നടക്കാനും ആഹാരം കഴിക്കാനും എപ്പോഴും കുറെ ആളുകളുണ്ടാവും..

പൊനത്തിൽ-കൊല്ലറ-കുമ്പളപറമ്പിൽ വീട്ടുകാർ ഇടകലർന്നാണ് ജീവിച്ചിരുന്നത്. കൊല്ലറക്കാരുടെയും കുമ്പളപറമ്പിൽക്കാരുടെയും പൂർവ്വികർ വടക്കേതോ ദേശത്തുനിന്നുവന്ന രണ്ടു സഹോദരന്മാരായിരുന്നുവെന്നുപറയുന്നു. സർദാറിന്റെ വടക്കേതിൽ കൊല്ലറ മാണിക്യൻ വൈദ്യരും,. ക്ഷേത്രവും. കിഴക്കേതിൽ കോരുക്കുട്ടിയും തെക്കേതിൽ ശങ്കരപ്പൻതറയിൽ കുഞ്ഞിക്കിട്ടുവും വേലായുധനും, പടിഞ്ഞാറേതിൽ, പാടത്തിനക്കരെ ശങ്കുണ്ണിയും, ബാലകൃഷ്ണനും ചാത്തുവും രാഘവൻ വൈദ്യരും - വീടിനുചുറ്റും എല്ലാവരും കൊല്ലറക്കാർ തന്നെ...

ഉച്ചാറൽ മഹോത്സവം

സർദാറിന്റെ വടക്കെ വേലിക്കപ്പുറത്തുള്ള കൊല്ലറക്കാരുടെ 'തെക്കിട്ട'യിലെ അമ്പലത്തിൽ മുത്തപ്പനാണ് പ്രതിഷ്ഠ. മകരമാസത്തിലെ 28നു ഉച്ചാറൽ മഹോത്സവം പ്രസിദ്ധമാണ്. 'ഉച്ചാറൽ' മഹോത്സവനാളിൽ രാവിലെ ആറുമണിക്ക് മേളം കേട്ടാണ് കുട്ടിയായ സർദാർ ഉണർന്നത്. സർദാറും ശങ്കരനാരായണനും വടക്കേതിലേക്കുള്ള വഴിയിൽ ചെന്നുനിന്നു. അമ്പലത്തിലേക്കു നോക്കി. വല്യേട്ടന്റെ മകൻ ശങ്കരനാരായണന് സർദാറിന്റെ സമപ്രായമാണ്, ഒരുമിച്ചു ഉണ്ണുകയും ഉറങ്ങുകയും ചെയ്യുന്ന ആത്മസൗഹൃദം..

മഹോത്സവത്തിന്റെ സമാരംഭമാണ്. പൈനാണിക്കാർ നേരത്തേ വന്നു കച്ചവടസാമാനങ്ങൾ വില്പനയ്ക്കായി നിരത്തിവെച്ചിട്ടുണ്ട്. നന്തുണിപാട്ട്, തായമ്പക, നാഗസ്വരം, പലനിറത്തിലുള്ള പൊടികൾകൊണ്ടലങ്കരിച്ച കളംവരക്കൽ... നാട്ടുകാരെല്ലാവരും അണിഞ്ഞൊരുങ്ങി വരും ഉത്സവം കാണാൻ. ഉച്ചയ്ക്കു വെളിച്ചപ്പാട് 'അവിലുവാരൽ' തുടങ്ങി. ഊണുകഴിഞ്ഞപ്പോൾ അച്ഛൻ, സർദാറിനെയും ശങ്കരനാരായണനേയും വിളിച്ചു, കുഞ്ഞായ ശ്രീധരനെ ഒക്കത്തും വെച്ചു ഉത്സവപ്പറമ്പിൽ പോയി ബലൂണും പീപ്പിയും പട്ടവും വാങ്ങിക്കൊടുത്തു, കുഞ്ഞുപെങ്ങൾ പാർവതിക്കു നിറക്കൂട്ടുകളുള്ള കുപ്പിവളകളും റിബണും, വീട്ടിലേക്കു ഈന്തപ്പഴവും ഓറഞ്ചും ഉഴുന്നുവടയും പൊരിയും വാങ്ങി... കൈനിറയെ സന്തോഷമായിരുന്നു..

നൂലിന്റെ അറ്റം കൈയിൽപിടിച്ചു ആകാശത്തിന്റെ ഉയരങ്ങളിലേക്കു പറന്നുപോകുന്ന പട്ടത്തോടൊപ്പം നീലാകാശത്ത് വിരിയുന്ന നിറഭേദങ്ങളുടെ ലാവണ്യമധുരമാസ്വദിച്ചപ്പോൾ സർദാറിന്റെ ഭാവനയും ചിറകുവിടർത്തി പറന്നുയരാൻ തുടങ്ങി...

ഉച്ചയാറിക്കഴിഞ്ഞാൽ വെളിച്ചപ്പാടുകൾ വന്ന് അരമണിയും ചിലങ്കയും കെട്ടി, ചുരികയും വാളുംപിടിച്ച് അമ്പലനടയിൽ പ്രാർത്ഥിച്ചു നിന്നു, ചെണ്ടമേളം മുറുകുകയാണ്... വെളിച്ചപ്പാടുകളിൽ പ്രധാനി, പൂജാരികൂടിയായ മാണിക്യൻ വൈദ്യരാണ്. മേളംമുറുകി, അരമണി കെട്ടി മുത്തപ്പന് തുള്ളാൻ നിന്ന മാണിക്യൻ വൈദ്യർക്കു കലികയറി...

പട്ടരത്തിക്കാപ്പിലേക്ക്

മാണിക്യൻ വൈദ്യർ വിറച്ചു തുള്ളുകയാണ്. എന്നോ ജീവിച്ചു മരിച്ചുപോയ ഒരു മുത്തപ്പന്റെ പ്രേതം വെളിച്ചപ്പാടിന്റെ ശരീരത്തിൽ ആവാഹിക്കുകയാണ്. ആർപ്പുവിളിയായി, ഉടൻ തുള്ളിക്കൊണ്ടു കുതിച്ചത്, നേരെ പടിഞ്ഞാറ് പാടത്തിനപ്പുറമുള്ള 'പട്ടരത്തിക്കാപ്പി'ലേക്കാണ്.

പണ്ടെന്നോ നടന്നതാണെന്ന് പറയുന്നു, ജാതീയപീഡനങ്ങൾ തീവ്രമായി അവർണ്ണരെ ആക്രമിച്ചിരുന്ന കാലം. ഒരു പട്ടർ നടന്നുവരുമ്പോൾ എതിരെവരുന്ന അയിത്തമുള്ള ഈഴവനായ വഴിപോക്കനോടു വഴിമാറി നടക്കാൻ 'ഹോയ്. ഹോയ്.' എന്നുപറഞ്ഞു. അതുകേട്ട ഭാവമില്ലാതെ വഴിപോക്കൻ വഴിയിൽത്തന്നെ നിന്നു, കോപാകുലനായ പട്ടർ സകല കോപവും ആവാഹിച്ചു അലറി:

“ഹോയ്.. ഹോയ്.. അയിത്തം, ഓടി പോയ്ക്കൊള്ളാ...”

വഴിപോക്കൻ കുലുങ്ങാതെ പറഞ്ഞു:

“തമ്പ്രാനു പോണെങ്കിൽ വഴിയിൽ ഇടമുണ്ടല്ലോ, പൊയ്ക്കൂടേ? എനിക്കു തീണ്ടലൊന്നുമില്ല.”

അതും പറഞ്ഞു അയാൾ പട്ടരുടെ മുന്നിലൂടെ നടക്കാൻ തുനിഞ്ഞപ്പോൾ പട്ടർ, വഴിയരികിലെ മരക്കൊമ്പെടുത്തു വഴിപോക്കനെ ക്രൂരമായി മർദ്ദിച്ചു, ശരീരം ചുവന്നു പൊട്ടിയൊലിച്ചു. അയാൾ, ചേറ്റുകത്തികൊണ്ടു ഒറ്റവെട്ടിനു പട്ടരുടെ തലയെടുത്തു, അവിടെയടുത്തുണ്ടായിരുന്ന ആ വലിയ കുളത്തിൽ കെട്ടിത്താഴ്ത്തി. “പട്ടരെ വെട്ടി കെട്ടിത്താഴ്ത്തിയ കുളം” എന്നതിനാൽ, ആ കുളത്തിനെ 'പട്ടരത്തിക്കാപ്പു' എന്നു വിളിക്കാൻ തുടങ്ങി. ആ വഴിപോക്കൻ കൊല്ലറക്കാരനായിരുന്നു. വർഷങ്ങൾ കുറെ കൊഴിഞ്ഞുവീണു...

അച്ഛൻ ഈ കഥ പറഞ്ഞുതന്നപ്പോൾ ജാതിയിൽ താഴ്ന്നവനു വഴി നടക്കാൻ കഴിയാത്ത അവസ്ഥയുടെ പൊരുൾ എന്താണെന്നാലോചിച്ചിട്ടും ഉത്തരം കിട്ടിയില്ല.

കൊല്ലപ്പെട്ട പട്ടരുടെ ശാപമില്ലാതിരിക്കാൻ കൊല്ലംതോറും മുത്തപ്പനു തുള്ളുമ്പോൾ മാണിക്യൻ വൈദ്യർ പട്ടരത്തിക്കാപ്പിൽ വന്നുമുങ്ങി, ഈറനുമായി പ്രാർത്ഥിച്ച് കൊല്ലപ്പെട്ട പട്ടരോടു കുറ്റസമ്മതം നടത്തി അമ്പലത്തിലേക്കു തുള്ളിക്കൊണ്ടു വരവായി...

പന്തീരാഴി വാരൽ

ഇനി, കല്പനയാണ്.. പഴയകാലത്തെ മുത്തപ്പന്റെ ഭാഷ തമിഴുചുവയുള്ള മലയാളമാണ്. മറ്റൊരു വെളിച്ചപ്പാട് ഉയരത്തിൽ ചാടിത്തുള്ളി തലയാട്ടി നേരെ പായസം തിളയ്ക്കുന്ന വാർപ്പിനടുത്തേക്കു കുതിച്ചു. വെളിച്ചപ്പാട് കൈനീട്ടിയപ്പോൾ സഹായി തണുത്തവെള്ളം ഒഴിച്ചു കൊടുത്തു. കത്തിയെരിയുന്ന വിറകിന്റെ മേലെയുള്ള അടുപ്പിലിരിക്കുന്ന ഉരുളിയിൽ പായസം തിളച്ചുമറിയുകയാണ്. വെളിച്ചപ്പാട് കുനിഞ്ഞു

നിന്നു. ഉരുളിയുടെ നടുവിൽ തിളച്ചുമറിയുന്ന പായസമാണ് പന്തീരാഴി. രണ്ടു കൈകൊണ്ട് പന്തീരാഴി വാരിയെടുത്തു ചുറ്റും നില്ക്കുന്നവരുടെ കൈയിലുള്ള വാഴയിലയിലേക്കു വെച്ചുകൊടുക്കുന്നത് വിസ്മയത്തോടെയാണ് കണ്ടുനിന്നത്. തിളയ്ക്കുന്ന പന്തീരാഴി കൈയിലെടുക്കുന്നത് നേരിൽ കാണുന്നത് ആദ്യമായിരുന്നു. ആ സാഹസികമായ കാഴ്ച കാണാൻ നൂറുകണക്കിനാളുകളോടൊപ്പം കുട്ടികളായ സർദാറും സഹോദരങ്ങളും ശ്വാസമടക്കിപ്പിടിച്ചു നിന്നു. തിളയ്ക്കുന്ന പായസം കൈയിൽ കോരിയിട്ടും എന്തേ കൈ പൊള്ളുന്നില്ല!?

വൈകുന്നേരം നാഗസ്വരം വായനയും കഴിഞ്ഞപ്പോൾ അച്ഛനും അമ്മയും സഹോദരന്മാരോടൊപ്പം കൊയ്ത്തുകഴിഞ്ഞ പാടത്തു പായ വിരിച്ചു സുന്ദരാംബാളുടെ ഹരികഥ കേട്ട്, അമ്മയുടെ മടിയിൽ കിടന്നു എപ്പോഴോ മയങ്ങിപ്പോയി...

പുത്തനുടുപ്പുണിഞ്ഞ്, സ്ലേറ്റും കൈയിൽ പിടിച്ച് കാട്ടൂർസ്കൂളിൽ ചേരാനായി കുഞ്ഞുപെങ്ങളോടും ശങ്കരനാരായണനോടും കുഞ്ഞേട്ടനോടുമൊപ്പം അച്ഛന്റ വിരൽത്തുമ്പിൽ തൂങ്ങി നടന്നുപോകുന്ന ഓർമ്മ ചിത്രം മനസ്സിലെപ്പോഴും ഒളിമങ്ങാതെ കിടപ്പുണ്ട്. വീർപ്പുമുട്ടിച്ചുക്കളയുന്ന സാന്ദ്രാനുഭവമായിരുന്നു അച്ഛന്റെ സ്നേഹം...

മലബാറിന്റെ കാല്പാടുകൾ

ടിപ്പുസുൽത്താൻ 'പടയോട്ട'ത്തിലൂടെ കൈവശമാക്കിയ കോഴിക്കോട് രാജ്യത്തിലെ പ്രദേശങ്ങളാണ്. മലബാർ എന്നറിയപ്പെട്ടിരുന്നത്. മൈസൂർ യുദ്ധത്തിൽ ടിപ്പുവിനെ തോല്പിച്ചു 1792 ഫെബ്രുവരി 22, മാർച്ച്-18 എന്നീ തീയതികളിൽ ഉണ്ടാക്കിയ ഉടമ്പടിപ്രകാരം ബ്രിട്ടീഷുകാർ മലബാർ പിടിച്ചെടുത്തു, 1800 ൽ ബോംബെയിൽനിന്നും മാറ്റി മദ്രാസ് പ്രസിഡൻസിയുടെ ജില്ലയായി മലബാർ മാറി.

മലബാർജില്ലയിലാണ് സർദാർ ജനിച്ചത്. കണ്ണൂർ, കോഴിക്കോട്, വയനാട്, മലപ്പുറം, പാലക്കാട് (ചിറ്റൂർ താലൂക്കിന്റെ ചില പ്രദേശങ്ങൾ ഒഴികെ), പൊന്നാനി താലൂക്കിന്റെ തെക്കുള്ള ചാവക്കാട് താലൂക്ക്, കൊടുങ്ങല്ലൂർ താലൂക്കിന്റെ ചില ഭാഗങ്ങൾ ഫോർട്ടു കൊച്ചിപ്രദേശം എന്നിവ ഉൾപ്പെടുന്നതായിരുന്നു മലബാർ ജില്ല. കർണ്ണാടകവും കൊച്ചിയുമായിരുന്നു ഈ ജില്ലയുടെ അതിരുകൾ. കിഴക്കു കനോലി പുഴയും പടിഞ്ഞാറ് അറബിക്കടലും, ഇതിനിടയിലാണ് മലബാർ.

ബ്രിട്ടീഷ് ഭരണകാലത്ത് കോട്ടപ്പുറം കായലിൽനിന്ന് വടക്കോട്ടു ഒരുൾനാടൻ ഗതാഗതം ആരംഭിക്കുന്നതിനായി, ഏലത്തൂർ പുഴയെ കോഴിക്കോട് കല്ലായിപുഴയോടും ബേപ്പൂർപുഴയോടും ബന്ധിപ്പിച്ചു ബ്രഹത്തായ ഒരു പുഴവെട്ടുക എന്ന പദ്ധതിക്കു രൂപകല്പനചെയ്തത്

എച്ച് എസ് ഗ്രെമെ എന്ന മലബാർ കമ്മീഷണറായിരുന്നു. 1822 ൽ ആരം ഭിച്ച ഈ പദ്ധതി പൂർത്തിയാക്കിയത് മലബാർ കളക്ടർ കനോലി സായി പ്പായിരുന്നതിനാൽ, ഈ പുഴയെ 'കനോലിപുഴ'യെന്നുവിളിച്ചു. ജല ഗതാഗതം സുഗമമായെങ്കിലും അതിരിൽ ഇങ്ങനെയൊരു പുഴവന്നത് മണപ്പുറത്തുനിന്നു തൃശ്ശൂർ, ഇരിഞ്ഞാലക്കുട പട്ടണങ്ങളിലേക്ക് റോഡ് ഗതാഗതത്തിന് ഈ പുഴയെന്നും തടസ്സമായിനിന്നു. അതു വിദ്യാഭ്യാസ- വ്യാപാര- വ്യവസായ രംഗങ്ങളെ പ്രതികൂലമായി ബാധിക്കുകയുണ്ടായി.

തെക്കേ മലബാറിലെ പൊന്നാനിതാലൂക്കിന്റെ തെക്കേ അറ്റമാണ് നാട്ടികഫർക്ക. ഫർക്കയെന്നാൽ ഉപജില്ലയെന്നർത്ഥം. കോട്ടപ്പുറം ചേറ്റുവറോഡും, അതിനു സമാന്തരമായി കിഴക്കു ടിപ്പുസുൽത്താൻ റോഡുവെട്ടിയുണ്ടാക്കി ഗതാഗത സൗകര്യം വികസിപ്പിച്ചത് ടിപ്പുവിന്റെ ഭരണകാലത്തായിരുന്നു.

ഏങ്ങണ്ടിയൂർ, വാടാനപ്പള്ളി, തളിക്കുളം, നാട്ടിക, വലപ്പാട്, എട ത്തിരുത്തി, കൈപ്പമംഗലം, പെരിഞ്ഞനം, മതിലകം, ശ്രീനാരായണപുരം, എന്നീ പഞ്ചായത്തുകൾ വരിയായി കിടക്കുന്നതാണ് നാട്ടികഫർക്ക. ചേറ്റുവ മുതൽ ആലവരെ നീണ്ടുകിടക്കുന്ന പ്രദേശമായ നാട്ടികഫർ ക്കയിൽ, പൈനൂർ, കുട്ടമംഗലം, എടത്തിരുത്തി, മധുരമ്പിള്ളി, ചെന്ത്രാ പ്പിന്നി, ചാമക്കാല പ്രദേശങ്ങൾ ഉൾപ്പെടുന്നു, എടത്തിരുത്തി പഞ്ചായത്ത്. ഈ പഞ്ചായത്തിലെ പൈനൂർ, കുട്ടമംഗലം, എടത്തിരുത്തി, മധുരമ്പിള്ളി ഭാഗങ്ങളിലെ മണ്ണ്, മണപ്പുറത്തിന്റെ പൊതുസ്വഭാവമായ പഞ്ചാരപ്പൂഴി ആയിരുന്നില്ല, അധികം കറുപ്പില്ലാത്ത ഇരുനിറമുള്ള വളക്കൂറുള്ള തായിരുന്നു. ബാക്കി ഭാഗങ്ങളെല്ലാം, പഞ്ചാരപ്പൂഴികൊണ്ടു വിരിച്ച ഒരു മണൽമെത്തയാണെന്നു തോന്നും. കടലിലെ പഞ്ചാരമണൽ സുലഭമായി മേൽപ്പരപ്പിൽ വിരിച്ചിട്ടതിനാൽ മണപ്പുറ (മണൽപ്പുറം) മെന്നു അറി യപ്പെടാൻ കാരണമായെന്ന് തോന്നുന്നു.

മണപ്പുറത്തിന്റെ നെല്ലറയെന്നാണ് എടത്തിരുത്തിയെ വിശേഷിപ്പി ച്ചിരുന്നത്. പൈനൂർ, കുട്ടമംഗലം, എടുത്തിരുത്തി, മധുരമ്പിള്ളി എന്നി വിടങ്ങളിലെ നോക്കെത്താത്ത ദൂരത്തോളം പൊൻകതിരുകളുടെ ചെമ്പു തപ്പണിഞ്ഞു നീണ്ടുപരന്നുകിടന്നിരുന്ന നെല്പാടങ്ങളും നിറകുംഭങ്ങ ളുടെ ഭാരമേറ്റി വൃശ്ചികക്കാറ്റിൽ തലയാട്ടിനിന്നിരുന്ന തെങ്ങിൻതോപ്പു കളും ഗ്രാമത്തിന്റെ ധന്യതയായിരുന്നു. കിഴക്കു കനോലിപുഴയോടു ചേർന്നു കൊച്ചിരാജ്യത്തിലെ കാട്ടൂർ ഗ്രാമമാണ് വടക്കു മുനയവും. മുനയംപുഴ കടന്നാൽ കിഴക്കു കീഴ്പുള്ളിക്കരയും കരാഞ്ചിറയും, വടക്കു പെരിങ്ങോട്ടുകരയും. മുനയം പടിഞ്ഞാറ് പൈനൂരും അതിന്റെ പടി ഞ്ഞാറേ അതിർത്തിയിൽ വലപ്പാട് പഞ്ചായത്തും. പൈനൂരിന്റെ വടക്കു തൃപ്രയാറും. എടത്തിരുത്തിയുടെ പടിഞ്ഞാറു എടമുട്ടവും, എടമുട്ടത്തു

നിന്നു പടിഞ്ഞാറു കഴിമ്പ്രം അറബിക്കടൽത്തീരമാണ്. തെക്കുള്ള ചെന്ത്രാപ്പിന്നി, എടത്തിരുത്തി പഞ്ചായത്തിൽ ഉൾപ്പെടുന്നു ചെന്ത്രാപ്പിന്നിയുടെ തെക്കു കൈപ്പമംഗലമാണ്.

പെരുവനം ദേവസ്വത്തിന്റെ പടിഞ്ഞാറേ അതിർത്തിയിലുള്ള ഈ ദേശത്തെ ക്ഷേത്രത്തിലെ മുഖ്യപ്രതിഷ്ഠ അയ്യപ്പനും ഉപപ്രതിഷ്ഠ ശിവനുമാണ്. പതിവിനു വിപരീതമായി, ശിവനെ ഇടതുവശത്തു ഇരുത്തിയതുകൊണ്ടാണ് 'ഇടത്തിരുത്തി' എന്ന പേരുവന്നതെന്നും അതു പിന്നീട് 'എടത്തിരുത്തി' എന്നായതെന്നും ഒരു ഐതീഹ്യം. യുക്തിക്കും ശാസ്ത്രീയാവബോധത്തിനും നിരക്കാത്ത നിരവധി ഐതീഹ്യങ്ങൾ നാട്ടിലലഞ്ഞു നടക്കുന്നുണ്ട്. അതിനെ ചരിത്രമായി ആഘോഷിച്ചു ആശയക്കുഴപ്പമുണ്ടാക്കാൻ ആഗ്രഹിക്കുന്നില്ല. ഭൂമി ഇടയ്ക്കിടെ തുരുത്തുകളും തോടുകളും ഇടചേർന്നു കിടക്കുന്നതിനാൽ 'ഇടത്തുരുത്തു' എന്ന പേരുവന്നുവെന്നും, അതു ക്രമേണ 'ഇടത്തിരുത്തി'യും 'എടത്തിരുത്തി'യും ആയെന്നും മറ്റൊരഭിപ്രായം.

ബ്ലാഹേയിൽ അധികാരി

സാമൂതിരിയുടെ കീഴിൽ അയിരൂർ സ്വരൂപവും, വെള്ളോസു നമ്പൂതിരിയുടെയും അധീനതയിലായിരുന്നു മുമ്പ് ഈ പ്രദേശം. നാടുവാഴികളുടെ ആശ്രിതരായിരുന്ന ബ്ലാഹേയിൽ തറവാട്ടുകാർ തൃപ്രയാർ, വലപ്പാട്, എടത്തിരുത്തി എന്നിവിടങ്ങളിലായി താമസിച്ചിരുന്നു. പണ്ടു പണ്ട്, ഈ തറവാട്ടുകാർ ആയുധധാരികളായ പണിയാളുകളേയും കൂട്ടി തൃപ്രയാർ നിന്നു തെക്കോട്ടു കൃഷിഭൂമി കയ്യേറി നീങ്ങി. എതിർക്കാൻ വന്നവരെ ആക്രമിച്ചും കൊന്നും അവർ ഭൂമി പിടിച്ചെടുത്തുവെന്നു പറയപ്പെടുന്നു. തെക്ക് ചെന്ത്രാപ്പിന്നി കരുത്തരായ കുറമങ്ങാട്ടു പണിക്കന്മാരുടെയും കൊട്ടേക്കാട്ടു മേനോന്മാരുടെയും അധികാരപരിധിയിലായിരുന്നു. ബ്ലാഹേക്കാർക്ക് അവർ വേണ്ടപ്പെട്ടവർ ആയിരുന്നതിനാലും, കരുത്തരായ അവരോടു ഏറ്റുമുട്ടൽ ഒഴിവാക്കുന്നതാണു ബുദ്ധിയെന്ന തിരിച്ചറിവുണ്ടായതിനാലും ചെന്ത്രാപ്പിന്നിയിൽവെച്ചു ഭൂമിവെട്ടിപ്പിടിക്കൽ നിർത്തി. അന്നുപിടിച്ചെടുത്ത ഭൂമിയെല്ലാം ബ്ളാഹേയിൽ തറവാട്ടുവക സ്വത്തായി മാറുകയാണുണ്ടായത്. നാടിന്റെ പാട്ടവും നികുതിയും പിരിച്ചെടുക്കുന്ന അധികാരിയായി ബ്ലാഹേയിൽ തറവാട്ടു കാരണവരെ നാടുവാഴിയാൽ നിയമിക്കപ്പെടുകയും ചെയ്തു. രാജാധികാരം പോലെ തലമുറകളായി ഈ അധികാരം തുടർന്നുപോന്നു.

കുടിയാന്മാരെ നിയന്ത്രിക്കുന്നതിനും അടിമപ്പണി ചെയ്യിപ്പിക്കുന്നതിനും തമ്പുരാക്കന്മാരുടെ പ്രതിനിധിയായ കാര്യസ്ഥന്മാരുടെ അധികാര പ്രമത്തതയുടെ ആഘോഷകാലമായിരുന്നു. അധികാരികൾക്കുവേണ്ടി

രാവന്തിയോളം പണിചെയ്യുന്നവർക്കു അഷ്ടിക്കുള്ള കൂലിപോലുമില്ല. ജാതീയമായ അയിത്തം കല്പിച്ചു മൃഗതുല്യമായ ജീവിതമാണ് ദളിതരുടെ വിധി. ഭൂസ്വത്തിന്റെ അവകാശിയും തമ്പുരാൻ തന്നെയായിരുന്നു. തമ്പുരാന്റെ ഭൂമി കൃഷിചെയ്യാൻ പാട്ടം നിശ്ചയിച്ചു എടുക്കുന്ന കർഷകൻ തമ്പുരാനു നിശ്ചിത പറനെല്ലും, പണവും പാട്ടമായും വർഷംതോറും നല്കണം. ഈ തമ്പുരാനെ തീറ്റിപ്പോറ്റാൻ രാപകൽ അദ്ധ്വാനിച്ച അടിയാളന്റെ എല്ലാ വരുമാനവും പിടിച്ചു പറിച്ചുകൊണ്ട്, അദ്ധ്വാനത്തിന്റെ മൂല്യവും വിശപ്പിന്റെ വിലയുമറിയാത്ത ജന്മിവർഗ്ഗം എല്ലാജീവിത സൗഭാഗ്യവും ആസ്വദിക്കാൻ നിയോഗിക്കപ്പെട്ടവരും 'ദൈവത്തിന്റെ പ്രതിപുരുഷനു' എന്ന സ്വയംപ്രഖ്യാപിത പ്രതീതി നിർമ്മിച്ചു ജീവിതം നയിച്ചുപോന്നു.

ബ്ലാഹേയിൽ മഠത്തിലെ തമ്പുരാക്കന്മാർക്കും പൂർവ്വികർക്കും കുറ്റകൃത്യങ്ങൾ ബാധകമായിരുന്നില്ല. എന്തുകുറ്റം ചെയ്താലും അവരുടെ പേരിൽ പരാതികൾ പാടില്ലായിരുന്നു. അവർക്കു നാട്ടുകാരെ ശിക്ഷിക്കാനും, കൊല്ലിനും കൊലയ്ക്കുംവരെ അധികാരമുണ്ടായിരുന്നു. നാടിന്റെ സകല പുരോഗമന പ്രവർത്തനങ്ങൾക്കും തുരങ്കംവെക്കുന്നതിന്റെയും, സാധുക്കളും കർഷകരും ഭൂരഹിതരുമായ മനുഷ്യരെ ഞെക്കിപ്പിഴിഞ്ഞു ചോരകുടിക്കുന്നതിന്റെയും കേന്ദ്രമായിരുന്നു ബ്ലാഹേയിൽ അധികാരിയുടെ ഓഫീസ് എന്നുപറയുന്നു...

എടമുട്ടം, കഴിമ്പ്രം, ചെന്ത്രാപ്പിന്നി, ചാമക്കാല, കൂരിക്കുഴി, കൈപ്പമംഗലം ഭാഗങ്ങളിൽനിന്നും എടത്തിരുത്തി ചന്തയിലേക്കുപോയി സാമാനങ്ങൾ വാങ്ങിവരുന്നവരുടെ സാമാനപ്പൊതികൾ പരിശോധിക്കുകയും, ഇറച്ചി, മീൻ, കായക്കുല മുതലായവ ഉണ്ടെങ്കിൽ നിർബ്ബന്ധമായും അതിൽ നിന്നൊരു ഭാഗം ബ്ലാഹേയിൽ തറവാട്ടിനു വീതംവെക്കണമെന്നും അലിഖിതനിയമമുണ്ടായിരുന്നു. അതു നടപ്പിലാക്കാൻ ബ്ലാഹേയിലെ കാര്യസ്ഥന്മാരും തടിമാടന്മാരായ ശിങ്കിടികളും പടിക്കൽ കാവൽ നിന്നിരുന്നു. അസംഘടിതരും അജ്ഞരും ആത്മാഭിമാനം വികസിക്കാത്തതുമായ അവർണ്ണസമൂഹം എല്ലാ അനീതികളും നിശ്ശബ്ദമായി അനുസരിച്ചുപോന്നു.

ജാതീയതയും വിദ്യാഭ്യാസവും

സംഘകാലത്തോടെ ബുദ്ധ-ജൈന മതാനുയായികളായിരുന്ന കേരളീയജനതയെ ആറാം നൂറ്റാണ്ടിൽ ബ്രാഹ്മണമതം സ്വാധീനിക്കാൻ തുടങ്ങുകയും ഒമ്പതാം നൂറ്റാണ്ടിൽ ശങ്കരാചാര്യരുടെ കാലത്തോ അധിനിവേശാനന്തരം ബ്രാഹ്മണാധിപത്യവ്യവസ്ഥകളായ ചാതുർവർണ്യ നിയമങ്ങൾ നടപ്പിലാക്കുവാൻ തുടങ്ങി. ചരിത്രം ചക്രംപോലെ പിന്നി

ലേക്കു തിരിയുകയും അതിനു മുമ്പുണ്ടായിരുന്ന സംഘകാല ജനതയെ സമൂഹത്തിന്റെ അടിത്തട്ടിലേക്കു ചവുട്ടിത്താഴ്ത്തി. അഖിലേന്ത്യാ തലത്തിൽ നാടുവാഴി ഭരണത്തിൽ അച്ചടക്കത്തോടെ നിലനിർത്തിക്കൊണ്ടുപോകാനും, അതിലൂടെ സാമ്പത്തിക ചൂഷണത്തിനു വിധേയമാക്കാനും ഭരണവർഗ്ഗവും ബ്രാഹ്മണമതവും തമ്മിലുള്ള കൂട്ടു കച്ചവടം ആരംഭിച്ചു. ഉത്തരേന്ത്യയിൽ പ്രയോഗിച്ച *മനുസ്മൃതി*യിലെ ചാതുർവർണ്യനിയമങ്ങൾ പ്രാദേശിക മാറ്റങ്ങളോടെ കേരളത്തിൽ നടപ്പിലാക്കി.

ബ്രാഹ്മണൻ, ക്ഷത്രിയൻ, വൈശ്യൻ, ശൂദ്രൻ എന്നീ നാലു ജാതികളിലും കേരളീയർ ഉൾപ്പെട്ടില്ല. ബ്രാഹ്മണർ, രാജാക്കന്മാരെ ചാതുർവർണ്യനിയമപ്രകാരം ഉപനയനം കഴിച്ചു ക്ഷത്രിയരാക്കി (ചിലർ വിസമ്മതിച്ചു). ബൗദ്ധ-ജൈനമത കേന്ദ്രങ്ങളെ പിടിച്ചടക്കി ക്ഷേത്രങ്ങളാക്കി, അവയുടെ ഭരണവും താന്ത്രിക അധികാരവും കൈയടക്കി.

പുരോഹിതനാണ് നാടിന്റെ നിയമങ്ങൾ നിശ്ചയിച്ചതും നിയന്ത്രിച്ചതും നയിച്ചതും. അവരുടെ ലൈംഗിക ആവശ്യങ്ങൾക്ക്, അരിയും ധാന്യങ്ങളും സമ്പത്തും നല്കി സ്ത്രീകളെ വശത്താക്കിയെടുത്തു. ബ്രാഹ്മണർക്കു വിധേയരാവുന്ന സ്ത്രീകളുടെ കുടുംബാംഗങ്ങൾക്കു ക്ഷേത്രങ്ങളിലും നാടുവാഴികളുടെ ഓഫീസുകളിലും ദേവസ്വങ്ങളിലും പട്ടാളത്തിലും ജോലികൊടുത്തു. അവരെയെല്ലാം ബ്രാഹ്മണരുടെ സേവകരാക്കി മാറ്റി. മൂന്നു നൂറ്റാണ്ടുകൾ പിന്നിട്ടതോടെ, പന്ത്രണ്ടാം നൂറ്റാണ്ടോടെ ബ്രാഹ്മണരുടെ ആജ്ഞാനുസരണം പ്രവർത്തിക്കുന്ന 'നായർ' എന്ന ജാതിയെ ബ്രാഹ്മണർ സൃഷ്ടിച്ചു. അധികാരത്തോടു ചേർന്നുനിന്ന് ഭൗതികജീവിതം മെച്ചപ്പെടുത്താൻ നായർസമുദായത്തിന് കഴിഞ്ഞെങ്കിലും അവരെയും ശൂദ്രരായി തന്നെയാണ് ബ്രാഹ്മണ്യം പരിഗണിച്ചത്. ക്ഷേത്രപ്രവേശനം, നായർ സമുദായത്തിന് അനുവദിച്ചില്ല. ഇതര സമുദായങ്ങൾക്കുമീതെ അധികാരവും അറിവും സമ്പത്തും നേടി പ്രബലശക്തിയായി നായർസമൂഹം വളർന്നു. ഭാഷയും സാഹിത്യവും പഠിച്ച് ആവിഷ്കാരം നടത്തിയ നായർ സമുദായത്തിലെ പണ്ഡിതശ്രേഷ്ഠനായ തുഞ്ചത്തെഴുത്തച്ഛനെ ശൂദ്രനായി പരിഗണിച്ചു ചാതുർവർണ്യനിയമം അടിച്ചേല്പിച്ച പീഡനങ്ങൾ ചരിത്രമാണല്ലോ. ജനനം, വിവാഹം, മരണം, ആഹാരം, വസ്ത്രം, ഭാഷ, തൊഴിൽ, വീട് മുതലായ ജീവിതത്തിന്റെ സമസ്തമേഖലകളിലും ജാതീയനിയമങ്ങളും നിബന്ധനകളും മനുഷ്യനെ വരിഞ്ഞുമുറുക്കി.

സാമ്പത്തിക സാംസ്കാരിക ചൂഷണത്തിനു ജാതി ഉപകരണമായി പ്രയോഗിച്ചു. അവർണ്ണരായി മുദ്രകുത്തപ്പെട്ട സമുദായങ്ങൾക്ക്, അടിമത്തം എല്ലാ മേഖലകളിലും ഭീകരമായിരുന്നു. പത്തൊൻപതാം നൂറ്റാണ്ടോടെ, വ്യാപകമായി മുതലാളിത്തവികാസത്തിന്റെ ഭാഗമായി ബ്രിട്ടീഷ്

ആധിപത്യത്തിൽ, ക്രിസ്ത്യൻ മിഷനറിമാരിലൂടെയാണ് കേരളം അക്ഷരം പഠിക്കുന്നത്. അതിനുമുമ്പ് ബൗദ്ധപാരമ്പര്യത്തിലൂടെ വൈദ്യവും സംസ്കൃത വിദ്യാഭ്യാസവും ഉണ്ടായിരുന്നെങ്കിലും ബ്രാഹ്മ ണാധിനിവേശത്തോടെ, ബൗദ്ധരായിരുന്ന ഈഴവരാദി ജനതയെ ജാതീ യമായി അവർണ്ണരാക്കി താഴ്ത്തിക്കെട്ടി പാർശ്വങ്ങളിലേക്കു മാറ്റി നിർത്തി.

ടിപ്പുസുൽത്താനോട് അവർണ്ണസമുദായങ്ങൾ നന്ദി പറയേണ്ടതുണ്ട്. വടക്കുനിന്നും പടനയിച്ചു വന്നപ്പോൾ ബ്രിട്ടീഷുകാർക്കൊപ്പം ഉത്തരമലബാറിലെ ബ്രാഹ്മണരാണ് ടിപ്പുവിനെതിരെ ഏറ്റുമുട്ടിയത്. പരാജിതരായ ബ്രാഹ്മണരിൽ മിക്കവരും കൊച്ചിയിലേക്കും തിരുവിതാം കൂറിലേക്കും പലായനം ചെയ്തു. അതുകൊണ്ട് ബ്രാഹ്മണർ കൊച്ചി യിലും തിരുവിതാംകൂറിലും നടപ്പിലാക്കിയ ചാതുർവർണ്യ നിയമങ്ങൾ ടിപ്പുവിന്റെ മലബാറിൽ അതേ കാഠിന്യത്തോടെ നടപ്പിലാക്കാനായില്ല. അങ്ങനെ ബ്രാഹ്മണാധിപത്യത്തിന്റെ തീവ്രത കുറയ്ക്കാനും മലബാറിൽ കുറച്ചെങ്കിലും അവർണ്ണർക്കു വിദ്യയും ഉദ്യോഗവും നേടാനും കഴിഞ്ഞത് ടിപ്പുവിന്റെ ഭരണംമൂലമാണ്. ടിപ്പുവിനെ കീഴടക്കി മലബാർ ഭരിച്ച ഇംഗ്ലീഷുകാർക്ക് ബ്രാഹ്മണരുടെ ജാതീയ ചൂഷണം അജണ്ടയിലി ല്ലാതിരുന്നതിനാൽ, അവർണ്ണരുടെ വിദ്യാഭ്യാസം അവരും തടഞ്ഞില്ല. ഭരണരംഗത്തു വിദ്യാഭ്യാസമുള്ളവർ ആവശ്യമായതിനാൽ പൊതു വിദ്യാ ഭ്യാസം അവർ പ്രോത്സാഹിപ്പിക്കുകയാണുണ്ടായത്. എന്നാൽ, സമൂ ഹത്തിന്റെ താഴെ തട്ടിലേക്കു തള്ളിമാറ്റപ്പെട്ട അവർണ്ണർ ദാരിദ്ര്യത്തിന്റെ പടുകുഴിയിലായിരുന്നതിനാൽ ചെറിയൊരു ശതമാനം പേർക്കേ വിദ്യാ ഭ്യാസം നേടാനായുള്ളൂ. ദളിതരുടെ അവസ്ഥ ഏറ്റവും ദയനീയമായി രുന്നു.

ഔപചാരിക വിദ്യാഭ്യാസം ആരംഭിക്കുന്നതിനുമുമ്പ് പത്തൊൻ പതാം നൂറ്റാണ്ടിൽ അക്ഷരജ്ഞാനമുള്ളവർ വീടിനോടനുബന്ധിച്ചു സ്വയം നടത്തുന്ന കുടിപ്പള്ളിക്കൂടങ്ങളിലൂടെയായിരുന്നു അവർണ്ണർ വിദ്യാഭ്യാസം നേടിയിരുന്നത്. എടത്തിരുത്തിയിൽ കൊല്ലാറവേലപ്പ നാശാൻ കുടിപ്പള്ളിക്കൂടം നടത്തിയിരുന്നു. കാട്ടൂരിൽ 1887 ൽ പോംപേ സെന്റുമേരീസ് സ്കൂൾ ആരംഭിച്ചത് എടത്തിരുത്തിയിലുള്ളവർക്കു ഏറെ സഹായകമായി. 1888 ൽ എടത്തിരുത്തിയിലെ ക്രിസ്ത്യൻപള്ളിയുടെ കീഴിൽ ആർ സി സ്കൂളും ആരംഭിച്ചു.

ഒരു വൻമരം കടപുഴകുന്നു...

അച്ഛൻ അപ്രതീക്ഷിതമായി കടപുഴകിവീണത് അപരിഹാര്യമായ ആഘാതമായിരുന്നു. അമ്മയോടൊപ്പം രാത്രി ഉറങ്ങാൻ കിടന്നതാണ്.

പിറ്റേന്നുരാവിലെ അച്ഛനുണർന്നില്ല, അമ്പതു വയസ്സായിരുന്നു. സർദാറിനന്ന് ആറുവയസ്സ്. വെള്ളത്തുണിയിൽ പൊതിഞ്ഞു കിടത്തിയ അച്ഛനെ ചേട്ടന്മാർക്കൊപ്പം താനും അച്ഛനെ പൊക്കിയെടുത്ത് തെക്കേപ്പുറത്തേക്കു കൊണ്ടുപോയി ചിതയിൽവെച്ചു തീ കൊടുത്തു. കൂട്ടക്കരച്ചിലിന്റെ പശ്ചാത്തലത്തിൽ ചിതയുടെ അഗ്നിനാളങ്ങൾ ആകാശത്തിലേക്കു പറക്കുന്നത് നോക്കിനില്ക്കുമ്പോൾ ഹൃദയമുരുകിയ കണ്ണുനീർ ഒഴുകിവരുന്നുണ്ടായിരുന്നു. ശങ്കരനാരായണനെയും ശ്രീധരനെയും കെട്ടിപ്പിടിച്ചു കിടന്ന രാവുകൾ. വിദൂരമായ ഓർമ്മകളായി സ്മൃതിപഥങ്ങളിൽ ശ്ലഥചിത്രങ്ങളായി കിടക്കുന്നുണ്ട്...

പടർന്നുപന്തലിച്ച വടവൃക്ഷം തലതല്ലിവീഴുകയായിരുന്നു. അച്ഛനാർജ്ജിച്ച പേരും പ്രശസ്തിയും ബാക്കിയായി. അഞ്ചുവർഷം കഴിഞ്ഞപ്പോൾ കുടുംബസ്വത്ത് ഭാഗംവെച്ചു. മൈനർമാർ ഭൂസ്വത്തിനുടമയാവുമ്പോൾ അവരുടെ സ്വത്തുക്കൾ സംരക്ഷിക്കാനും, വിദ്യാഭ്യാസം നല്കാനും, പതിനെട്ടു വയസ്സുവരെ സംരക്ഷിക്കാനും, മുതിർന്ന കുടുംബാംഗങ്ങളിൽ ഒരാളെ രക്ഷിതാവായി (Guardian) സർക്കാർ നിയമിക്കും. മൈനർമാരായിരുന്ന ഉണ്ണ്യേപ്പന്റെയും പാർവതിയുടെയും രക്ഷിതാവായി ഗോപാലൻ വൈദ്യരെയും, സർദാറിന്റെയും ശ്രീധരന്റെയും രക്ഷിതാവായി കെ സി രാമൻമാഷേയും സർക്കാർ നിയമിച്ചു. അതനുസരിച്ചു ഉണ്ണ്യേപ്പന്റെയും പാർവതിയുടെയും ഭൂസ്വത്തുക്കൾ സംരക്ഷിച്ചതും വിദ്യാഭ്യാസച്ചെലവുകളും പുസ്തകങ്ങളുമെല്ലാം നല്കിയിരുന്നതും ഗോപാലൻ വൈദ്യരുടെ ഉത്തരവാദിത്വത്തിലും, സർദാറിന്റെയും ശ്രീധരന്റെയും ചുമതലകൾ നടത്തിയിരുന്നത് കെ സി രാമൻമാഷുമായിരുന്നു.

കൗമാരപാഠങ്ങൾ

ജാതീയവിവേചനം

എടത്തിരുത്തിയുടെ കിഴക്കു കനോലിപുഴയ്ക്കപ്പുറം കൊച്ചി സംസ്ഥാനത്തിൽ ഉൾപ്പെടുന്ന കാട്ടൂരിലാണ് സ്കൂളുള്ളത്. സ്കൂൾ നടത്തുന്നതു ക്രിസ്ത്യാനികളാണെങ്കിലും ഈഴവരടങ്ങുന്ന എല്ലാ അവർണ്ണരോടും ജാതീയവിവേചനം പ്രകടിപ്പിച്ചിരുന്നു. ഒരുദിവസം സർദാറിന്റെ കുഞ്ഞേട്ടൻ, ഉണ്ണ്യേപ്പനെ ഫീസുകൊടുക്കാൻ വൈകിയതിനു മുഴുവൻ ദിവസവും അദ്ധ്യാപകൻ പുറത്തുനിർത്തി. വിവരമറിഞ്ഞ ഉണ്ണിച്ചേട്ടൻ കൊടുംകാറ്റായി, കുതിരപ്പുറത്തുകയറി സ്കൂളിൽ ചെന്നു. ഹെഡ്മാസ്റ്ററുടെ മുറിയിൽ കയറി വീഴ്ചവന്ന മാസത്തെയും അടുത്തമാസത്തെയും ഫീസുകൊടുത്തു. എന്നിട്ടു ഹെഡ്മാഷുടെ ഷർട്ടിന്റെ കോളറിൽ പിടിച്ച് വലതു കൈവീശി കരണക്കുറ്റിക്കു ഒരടിവെച്ചു കൊടുത്തു. കവിളിൽ നിന്നു പൊന്നീച്ച പറന്നപ്പോൾ കൊടുംകാറ്റു തുടർന്നു:

> നിനക്കു നായരു കുട്ട്യോളും മേനോൻ കുട്ട്യോളും ഫീസു കൊടുക്കാൻ ഒരുമാസം വൈകിയാലും ഒരു കൊഴപ്പോല്യ.. ചോച്ചെക്കനായ ഉണ്ണ്യേപ്പൂ ഫീസു കെട്ടാൻ ഒരുദിവസം വൈകിയാൽ, അവനെ ക്ലാസിൽനിന്നു പൊറത്തുനിർത്തും, ല്ലേ? നീയൊക്കെ മാഷായിട്ടെന്താ കാര്യം, കുട്ട്യോളോടു മനസ്സിലിത്തിരി അലിവുണ്ടാവണം, അയിനെങ്ങന്യാ, ജാതീടെ കുഷ്ടമെല്ലേ മനസ്സിൽ...?

കൊടുംകാറ്റു തിരിച്ചുനടന്നു, സ്കൂൾ കെട്ടിടമൊന്നു കുലുങ്ങി. ജാതി ഒരു പീഡനമാണെന്നും ഭീകരതയാണെന്നും ക്രൂരമാണെന്നും അതിനോടു പ്രതികരിക്കാതെ അതില്ലാതാക്കാൻ കഴിയില്ലെന്നും കുട്ടിയായ

ഉണ്ണിച്ചേട്ടന്റെ പ്രവൃത്തിയിലൂടെ സർദാർ അറിയാൻ തുടങ്ങുകയായിരുന്നു...

മനുഷ്യനെ കാണാത്ത ജാതിയും മതവും

സർദാർ പൊതുവെ പ്രസാദാത്മകമായ ഭാവമായിരുന്നു, വേദനിക്കുന്നവരും സർദാറിന്റെ സാന്നിദ്ധ്യത്തിൽ എല്ലാം മറന്നു പോകും. സ്നേഹപൂർവ്വം ഇടപഴകുകയും അപരന്റെ നൊമ്പരങ്ങളെ അതിവേഗം തിരിച്ചറിയാനും അതിനോടു താദാത്മ്യം പ്രാപിക്കാനുമുള്ള ആർദ്രഹൃദയനായിരുന്നു.

ജാതിയെന്ന വിഷമവൃത്തത്തിനുള്ളിൽ കിടന്നു മനുഷ്യൻ ശ്വാസം മുട്ടുകയാണ്. കുട്ടികൾ തമ്മിൽ സ്വതന്ത്രമായി ഇടപഴകുന്നതിനു ജാതിമതിലുകൾ തടസ്സമുണ്ടാക്കുമ്പോൾ ആ ബാലൻ വ്യസനിക്കുമായിരുന്നു. അമ്പലപരിസരത്തുകൂടെ വഴിനടക്കാനാവില്ല. പുലയനും വേട്ടുവനും വിദ്യയില്ല, ജന്മികുടുംബങ്ങളിൽ കഞ്ഞികൊടുക്കുന്നതു മണ്ണിൽ കുഴികുത്തിയിട്ടാണ്. ഉയർന്ന ജാതിക്കാരിൽനിന്നും അകന്നുനടക്കണം, അവരുമായി കളിക്കാനും കൂട്ടുകൂടാനുമാവില്ല. ജാതിമതിലുകളിൽനിന്നും എങ്ങനെ മോചിതരാവണമെന്ന അന്വേഷണം ചെറുപ്പത്തിലേ തുടങ്ങിയിരുന്നു.

സർദാറും ശങ്കരനാരായണനും, അടുത്ത തോഴൻ കുമ്പളപറമ്പിൽ അങ്ങട്ടയിലെ കൃഷ്ണകുഞ്ചന്റെ മകൻ കെ കെ രാമനും ചേരുമ്പോൾ 'മൂവർസംഘ'മായി. അവരുടെ അടുത്തവീട്ടിലുള്ള കുമ്പളപറമ്പിൽ കൃഷ്ണൻമാഷ് മുതിർന്നതാണെങ്കിലും പ്രായഭേദമന്യേ ഇടപഴകുമായിരുന്നു. നാടുകടന്നുപോയ നാൾവഴികളിൽ, ശ്രീനാരായണഗുരുവിന്റെ മാസ്മരശക്തിയുള്ള വാക്കുകൾ സുഗന്ധം വിതറിയ നവോത്ഥാന ഗാഥകൾ അദ്ദേഹത്തിൽനിന്നാണു 'മൂവർസംഘം' കേൾക്കുന്നത്.

ശ്രീനാരായണ ഗുരുസ്വാമികളുടെ സാന്നിദ്ധ്യം

കെ വി കൃഷ്ണൻമാഷിൽനിന്നു കിട്ടിയ അറിവുകളിൽ കൂടുതലും ശ്രീനാരായണഗുരു മൂന്നു കിലോമീറ്റർ ദൂരെയുള്ള കൊച്ചിസംസ്ഥാനത്തിലെ പെരിങ്ങോട്ടുകരയിൽ വന്നതും അവിടെ നടത്തിയ നവോത്ഥാന പ്രവർത്തനങ്ങളുമായിരുന്നു.

ടിപ്പുവിനെ കീഴടക്കി ബ്രിട്ടീഷ് ഭരണം തുടങ്ങിയതോടെ മണപ്പുറം ചലനമറ്റുപോയിരുന്നു. ശ്രീനാരായണഗുരുവിന്റെ സന്ദർശനത്തോടെയാണ് സമീപപ്രദേശങ്ങൾ സാംസ്കാരികമായും ബൗദ്ധികമായും ഉണരാനും സാമൂഹിക ചലനങ്ങൾക്കു വിധേയമായി പ്രവർത്തിക്കാനും തുടങ്ങിയത്. നാട്ടുപ്രമാണിയായ കാരാട്ടുപറമ്പിൽ കൃഷ്ണൻ, മൂത്തകുന്നത്ത് വിശ്രമിച്ചിരുന്ന ശ്രീനാരായണഗുരുവിനെ സമീപിച്ചു പെരിങ്ങോട്ടുകരയിലേക്കു വരണമെന്ന് അപേക്ഷിക്കുകയും ക്ഷണം സ്വീക

രിച്ച സ്വാമികൾ, മഹാകവി കുമാരനാശാനേയും കൂട്ടി 1903 ജനുവരി 28 നു പെരിങ്ങോട്ടുകരയിൽ വന്നു താമസിക്കുകയും ചെയ്തു.

സ്വാമികൾ വലിച്ച ഓരോ ശ്വാസവും, മനുസ്മൃതിമൂലം തകർന്ന് മൃഗതുല്യരായി ജീവിക്കേണ്ടിവന്ന സമുദായങ്ങളെ സമൂഹത്തിന്റെ മുഖ്യ ധാരയിലേക്കു കൊണ്ടുവരാനും ആധുനിക മനുഷ്യരായി ഉയർത്തുന്നതിനുവേണ്ടിയുമുള്ള പ്രയത്നത്തിനും വേണ്ടിയായിരുന്നു, തിരുവിതാംകൂറിൽ തുടങ്ങിവെച്ചത് പെരിങ്ങോട്ടുകരയിലും തുടരുകയായിരുന്നു.

പെരിങ്ങോട്ടുകരയിലെ ക്ഷേത്രങ്ങളിൽ കളംപാട്ടിനോടനുബന്ധിച്ചുണ്ടായിരുന്ന ഇരുന്നൂറുകോഴികളെ വീതം കഴുത്തറുത്തു കുരുതികൊടുക്കുന്ന പതിവും, പ്രാകൃതപൂജാവിധികളും ആദ്യം തന്നെ നിർത്തലാക്കി, ആ ക്ഷേത്രം അടച്ചിട്ടു. ജാതിയാണ് അന്ധവിശ്വാസമെന്നും ജാതിക്കതീതമായി പ്രാർത്ഥനാവകാശം എല്ലാവർക്കുമുണ്ടെന്നും സ്വാമികൾ ഉദ്ബോധിപ്പിച്ചു. അത്തരമൊരു ക്ഷേത്രനിർമ്മാണത്തിനായി സി എം എസ് പ്രൈമറി സ്കൂളിൽ കുമാരനാശാന്റെ അദ്ധ്യക്ഷതയിൽ യോഗംകൂടി 'ശ്രീനാരായണഗുരുസ്മാരക സമാജം' രൂപീകരിച്ചു.

എസ് എൻ ഡി പി യോഗം തിരുവിതാംകൂറിൽ 1903 ൽ (1078 ധനു 23 ന്) രജിസ്റ്റർ ചെയ്യാനായി അപേക്ഷിച്ച കാലത്തുതന്നെയായിരുന്നു ഇതും നടക്കുന്നത്. പെരിങ്ങോട്ടുകരയിൽ അടുത്തവർഷം ഒരു ക്ഷേത്രവും സമീപത്ത് ആശ്രമവും സ്ഥാപിച്ചു. ഈ ആശ്രമത്തിൽ നിരന്തരം സ്വാമികൾ വന്നു താമസിക്കുകയും, അദ്ദേഹത്തെ സന്ദർശിക്കുന്നവർക്ക് ആത്മീയ-ഭൗതിക രംഗങ്ങളിൽ മാറാല പിടിച്ചുകിടക്കുന്ന അന്ധവിശ്വാസങ്ങളെ നീക്കി യുക്തിബോധത്തോടെ ജീവിക്കാനുള്ള ഉദ്ബോധന പ്രകാശം ചൊരിഞ്ഞു. മണപ്പുറത്തേക്കും തൃശ്ശൂരിന്റെ ഇതര ഭാഗങ്ങളിലേക്കും സ്വാമികളുടെ നവോത്ഥാന സന്ദേശങ്ങൾ വ്യാപിക്കാൻ തുടങ്ങി....

ആരാധനാസ്വാതന്ത്ര്യം നിഷേധിക്കപ്പെട്ട കാലത്ത് ജനങ്ങളുടെ ആത്മാഭിമാനം തകർന്നുപോയിരുന്നു. സ്നേഹസൗഹാർദ്ദങ്ങളോടെ ഇടകലർന്നു ജീവിക്കാൻ സ്വാതന്ത്ര്യമുണ്ടായിരുന്നില്ല. കൊച്ചിസർക്കാരിന്റെ ചില കടുംപിടുത്തങ്ങൾമൂലം പതിനാറു വർഷങ്ങക്കു ശേഷമാണ് 1919 ൽ ശ്രീനാരായണഗുരു സോമശേഖരക്ഷേത്രപ്രതിഷ്ഠ നിർവ്വഹിച്ചത്. വിദ്യാഭ്യാസവും വൃത്തിയും വെടിപ്പുമുള്ള ജീവിതവും അവർണ്ണർക്കന്യമായിരുന്നു. ദളിതർക്ക്, ക്ഷേത്രപരിസരത്തുവരാനും ഉത്സവങ്ങളിൽ പങ്കെടുക്കാനും പാടില്ലായിരുന്നു. പെരിങ്ങോട്ടുകര സോമശേഖരക്ഷേത്രത്തിൽ ജാതിവിവേചനരഹിതമായി ദളിതർക്കും ആരാധനാസ്വാതന്ത്ര്യമനുവദിച്ചു. പെരിങ്ങോട്ടുകര ഉത്സവത്തിലൂടെയാണ് കൊച്ചിയിൽ ദളിതർക്കു ആദ്യമായി ഉത്സവത്തിൽ പങ്കെടുക്കാൻ അവസരം ലഭിച്ചത്. വിദ്യാഭ്യാസത്തിലൂടെ, ശുചിത്വവും വൃത്തിയുമുള്ള പരിഷ്കൃത ജീവിതത്തിലേക്കു ജനതയെ സ്വാമികൾ നയിക്കുകയായിരുന്നു.

ഫ്യൂഡൽ അധികാരവും സാമൂഹികവ്യവസ്ഥയും ഉറപ്പിച്ചു നിർത്താനുള്ള ഉപകരണമായി ബ്രാഹ്മണ്യം ക്ഷേത്രത്തെ ഉപയോഗിച്ചിരുന്നു. മൃഗബലി, കുരുതികൾ, മന്ത്രവാദം, താന്ത്രിക വിദ്യകൾ, പ്രാകൃതമായ ഇതര ആരാധനാരീതികൾ എന്നിവയായിരുന്നു അവർണ്ണർക്കായി അനുവദിക്കപ്പെട്ട പൗരോഹിത്യ വിധികൾ. അവയെല്ലാം ഉപേക്ഷിക്കാനും അന്ധവിശ്വാസ ജടിലമായ ബ്രാഹ്മണ്യ പൗരോഹിത്യ താന്ത്രികവിദ്യകളെ അകറ്റിനിർത്താനും സ്വാമികൾ തന്റെ ശിഷ്യരെ പ്രത്യേകം ഓർമ്മിപ്പിച്ചിരുന്നു അരുവിപ്പുറത്തുനിന്നാരംഭിച്ച എല്ലാ ക്ഷേത്രസ്ഥാപനത്തിലും നവീനമായ ഒരു ക്ഷേത്ര സംസ്കാരത്തിനു രൂപം കൊടുക്കാൻ സ്വാമികൾ ശ്രദ്ധിച്ചിരുന്നു.

മണപ്പുറത്തെ സമുദായപ്രമാണികളായ അടിപറമ്പിൽപാറൻ, ചാത്തുണ്ണി, തണ്ടയാംപറമ്പിൽ വേലപ്പൻ, ബാലൻ, പൊക്കാഞ്ചേരി ചന്തു വൈദ്യർ, ചോലയിൽ കുഞ്ഞുമാമിവൈദ്യർ, ഇട്ടിവൈദ്യർ, കുമ്പളപറമ്പിൽ ചാത്തുണ്ണി, പണിക്കശ്ശേരി ശങ്കുണ്ണി തുടങ്ങി പ്രമുഖരെല്ലാവരും സ്വാമികളുടെ അനുകർത്താക്കളായി. മണപ്പുറത്തും തൃശ്ശൂർ ജില്ലയുടെ ഇതരഭാഗങ്ങളിലും പെരിങ്ങോട്ടുകരയിലെ 'ശ്രീനാരായണഗുരുസ്മാരകസംഘം'എന്ന സംഘടനയിലൂടെയായിരുന്നു നവോത്ഥാന പ്രവർത്തനങ്ങൾ നയിച്ചത്. സ്വാമികളെ സന്ദർശിച്ചു ഉദ്ബുദ്ധരാവുന്ന ഓരോ വ്യക്തിയും അവരവരുടെ വീട്ടിലും നാട്ടിലും പുരോഗമനപരമായ ആശയങ്ങൾ പ്രചരിപ്പിക്കാനുള്ള പ്രവർത്തനങ്ങൾ ഏറ്റെടുക്കാൻ തുടങ്ങി. സ്വാമികളെക്കുറിച്ചു കൂടുതൽ കേൾക്കാനും അറിയാനും മൂവർസംഘത്തിനു താല്പര്യമേറി വന്നു..

'വിദ്യകൊണ്ട് സ്വതന്ത്രരാവുക'

'വൈദ്യരിൽ കുഞ്ഞുമാമി' എന്നാണ് സ്വാമികൾ വൈദ്യർക്കു നല്കിയ യോഗ്യതാപത്രം. കുഞ്ഞുമാമി വൈദ്യരുടെ അഭ്യർത്ഥന പ്രകാരമാണ് എടമുട്ടം ചോലയിൽ ശ്രീസുബ്രഹ്മണ്യക്ഷേത്രം സ്വാമികൾ സ്ഥാപിച്ചത്. തുടർന്നു ചെന്ത്രാപ്പിന്നി കണ്ണംപുള്ളിപ്പുറത്തും ആലയിലും കാരമുക്കിലും ക്ഷേത്രങ്ങൾ സ്ഥാപിച്ചു.

പിന്നീട്, വിദ്യാലയങ്ങൾ സ്ഥാപിക്കാൻ ആഹ്വാനം ചെയ്തു. സമൂഹം ഇരുട്ടിലാണെന്നും, വെളിച്ചമാണുവേണ്ടതെന്നും, അതിലൂടെയാണു മനുഷ്യനെ ചുറ്റിവരിഞ്ഞു നില്ക്കുന്ന ജാതിബോധങ്ങളിൽനിന്നും അന്ധവിശ്വാസങ്ങളിൽനിന്നും മോചനം നേടാനാവൂ എന്നും സ്വാമികൾ ഉദ്ബോധിപ്പിച്ചു. മനുഷ്യൻ ദുർബ്ബലനാവുന്നത് അജ്ഞതമൂലമാണ്, അറിവാണ് ശക്തിയും സ്വാതന്ത്ര്യവും.

"വിദ്യകൊണ്ടു സ്വതന്ത്രരാവുക" - ഗുരു ഉപദേശിച്ചു. "ഇനി ദേവാലയങ്ങളല്ല, വിദ്യാലയങ്ങളാണുണ്ടാവേണ്ടത്, നമുക്കു ദേവാലയങ്ങൾ സ്ഥാപിക്കണം." "വായിച്ചു അറിവുണ്ടാക്കാൻ വായനശാലകൾ സ്ഥാപിക്കണം."

സ്വാമികളുടെ ഈ ആഹ്വാനങ്ങൾ ജനം ഏറ്റെടുക്കുകയായിരുന്നു. തണ്ടയാംപറമ്പിൽ വേലപ്പൻമാസ്റ്റർ, 1911 ൽ എടമുട്ടം യു പി സ്കൂളും പണിക്കശ്ശേരി ശങ്കുണ്ണി എങ്ങണ്ടിയൂരിൽ 'ശ്രീനാരായണ യു പി സ്കൂളും', 'സി കൃഷ്ണൻ സ്മാരകവായനശാല'യും അതോടനുബന്ധിച്ചു "നിശാപാഠശാല"യും ആരംഭിച്ചു. അദ്ധ്യാപകവൃത്തിയിലേർപ്പെടാനും സ്കൂളുകളും വായനശാലകളും സ്ഥാപിക്കാനും വിദ്യാസമ്പന്നരുടെ ആരോഗ്യകരമായ മത്സരമായിരുന്നു തുടർന്നങ്ങോട്ടുണ്ടായത്.

1916 ൽ സ്വാമികളുടെ ഷഷ്ഠിപൂർത്തി ആഘോഷങ്ങളുടെ ഭാഗമായി സർക്കാർസ്കൂൾ (ഇപ്പോഴത്തെ മോഡൽ ഗവ. എൽ പി സ്കൂൾ) കിഴുപ്പിള്ളിക്കരയിൽ എസ് എൻ എസ് എ എൽ പി സ്കൂൾ എന്നീ വിദ്യാലയങ്ങൾ സ്ഥാപിക്കപ്പെട്ടു. അദ്ധ്യാപകരാവാനുള്ള വിദ്യാഭ്യാസയോഗ്യതയും, ഒരു സ്ഥലവും ഷെഡ്ഡുകെട്ടാനുള്ള സാമ്പത്തികശേഷിയുമുള്ളവർ വിദ്യാലയങ്ങൾ തുടങ്ങി. നൂറിലേറെ മണപ്പുറത്തുള്ള വിദ്യാലങ്ങളിൽ ബഹുഭൂരിപക്ഷവും ആരംഭിക്കാനുള്ള പ്രേരണ സ്വാമികളുടെ ആഹ്വാനമായിരുന്നു.

തളിക്കുളം-ശ്രീനാരായണ കൃപാലയം

മണപ്പുറത്ത് ഗുരുജയന്തിയാഘോഷങ്ങളുടെ ഭാഗമായി സ്വാമികൾ കൊളുത്തിയ നവോത്ഥാനത്തിന്റെ ദീപശിഖയേറ്റെടുക്കാൻ തളിക്കുളം മുന്നോട്ടുവന്നു. നാട്ടിക മൂന്നു പീടികയിൽനിന്നു മഞ്ഞക്കൊടിയും പിടിച്ചു ആരംഭിക്കുന്ന പ്രകടനം, ബീച്ചുറോഡിലൂടെ തളിക്കുളം, വാടാനപ്പള്ളി, ഏങ്ങണ്ടിയൂർ ഭാഗങ്ങൾ ചുറ്റി, ടിപ്പുസുൽത്താൻ റോഡിലൂടെ തളിക്കുളം സെന്ററിൽ എത്തി പ്രസംഗങ്ങളും കലാപരിപാടികളുമായിട്ടാണ് ജയന്തിയാഘോഷങ്ങൾ നടത്തിയിരുന്നത്.

സാമൂഹികപരിഷ്കരണ പ്രസ്ഥാനത്തിന്റെ ആഭിമുഖ്യത്തിൽ അയിത്തത്തിനും തൊട്ടുകൂടായ്മയ്ക്കുമെതിരെ 'ശ്രീനാരായണ കൃപാലയം' ആരംഭിച്ചു. അതിലൂടെ മിശ്രഭോജനം, പൊതു സമ്മേളനങ്ങൾ എന്നിവയിലൂടെ അയിത്തത്തെ ആട്ടിയോടിച്ചപ്പോൾ മാമൂലുകളെയും അന്ധവിശ്വാസങ്ങളെയും വലിച്ചെറിഞ്ഞ് മാനവികതയുടെ നവചരിത്രം രചിച്ചു. സിലോൺ മലയാളികളുടെ സാന്നിദ്ധ്യം ശക്തമായതോടെ വിദ്യാലയങ്ങളും വായനശാലകളും മുളച്ചുപൊന്തി. തൊഴുത്തും പറമ്പിൽ ഉണ്ണീരിമാസ്റ്റർ, ആപ്പറമ്പത്ത് അപ്പുമാസ്റ്റർ, ടി കെ രാമൻ, എങ്ങൂർ അപ്പുമാസ്റ്റർ, ഡോ. ഇ ആർ ബാലകൃഷ്ണൻ, പൽപ്പുട്ടി വൈദ്യർ, വേളേക്കാട്ടു രാമകൃഷ്ണൻവൈദ്യർ, ഇ ആർ പുഷ്പാംഗദൻ, ഇ പി കെ ശങ്കരനാരായണൻ മുതലായവർ പ്രവർത്തകരായിരുന്നു. തളിക്കുളം സെന്ററിനുസമീപം ശ്രീനാരായണ കൃപാലയം എൽ പി സ്കൂൾ, എങ്ങൂർ അപ്പുമാസ്റ്ററുടെ ശ്രീനാരായണവിലാസം എൽ പി സ്കൂൾ, തളിക്കുളം പബ്ലിക്ക് ലൈബ്രറി എന്നിവ തുടങ്ങുന്നതോടെ ഒരു ജനതയെ ഇരുളിൽനിന്നും വെളിച്ചത്തിലേക്കു നടത്തുകയായിരുന്നു. പരിസര

പ്രദേശങ്ങളായ വാടാനപ്പള്ളി, തളിക്കുളം ഭാഗങ്ങളിലേക്കും അറിവിന്റെ വെളിച്ചം വീശാൻ തുടങ്ങി.

തൊണ്ണൂറ്റൊമ്പതിലെ വെള്ളപ്പൊക്കം

മലയാളവർഷം 1099 ൽ വെള്ളപ്പൊക്കം സംഹാരതാണ്ഡവമാടുമ്പോൾ, 1924 ൽ സർദാർ പ്രൈമറി ക്ലാസിൽ പഠിക്കുകയായിരുന്നു. കതിരണിഞ്ഞ നെല്പാടങ്ങൾ വെള്ളത്തിനടിയിലായി. അവശ്യസാമാനങ്ങൾ കൊണ്ടുവരാൻ വഞ്ചി വേണ്ടിവന്നു, രാപകലുകളറിയാതെ മഴപെയ്തുകൊണ്ടിരുന്നു.

ഇടവഴികൾ തോടുകളായി, അരയ്ക്കുമീതെ വെള്ളം കയറിയപ്പോൾ സ്കൂളുകളും അങ്ങാടിയും പൂട്ടി, മുറ്റം കവിഞ്ഞു വീടിന്റെ ചവിട്ടു പടിവരെ വെള്ളംകയറി. അടുത്തുള്ള തുരുത്തുകളിൽ താമസിക്കുന്നവരുടെ വീടുകളിൽ വെള്ളം കയറിയപ്പോൾ കോഴികളെയും ആടുകളെയും പശുക്കളെയും വള്ളത്തിൽ കയറ്റി മേപ്പുറത്തെ സ്കൂളുകളിൽ നാട്ടുകാർ അഭയംതേടി. കുടിലുകളിലെ ചട്ടികളും കലങ്ങളും പായകളും ചത്ത നായ്ക്കളും പശുക്കളും ആടുകളും കോഴികളും മലവെള്ളത്തിൽ ഒഴുകി നടന്നു.

കൃഷിപ്പണിക്കാരും പാവങ്ങളും സർദാറിന്റെ വീട്ടിൽ അഭയംതേടി വന്നു. ചായ്പ്പുമുറികൾ അവർക്കു താമസിക്കാനായി അമ്മ ഒഴിഞ്ഞു കൊടുത്തു. പുറത്തെ വിറകുപുരയിൽനിന്നു വിറകുകൾ മാറ്റി. വീട്ടിലുള്ളവർക്കും അഭയാർത്ഥികൾക്കുമുള്ള ആഹാരം അമ്മയും പണിക്കാരികളും ചേർന്നുണ്ടാക്കി. വീട്ടിൽ ആളുകൾ നിറഞ്ഞപ്പോൾ വടക്കേതിലെ കൊല്ലറ മാണിക്യൻ വൈദ്യരുടെ വീട്ടിലും അമ്പലത്തിലും അഭയം കൊടുത്തു. വെള്ളത്തോടൊപ്പം നാട്ടിൽനിറഞ്ഞു കവിഞ്ഞതു ഭീതിയായിരുന്നു. മൂന്നാഴ്ചയോളം അഭയാർത്ഥികൾ വീട്ടിൽ താമസിച്ചു. എല്ലാവർക്കും ഭയവും സങ്കടവുമായിരുന്നു.

1924 ജൂലൈ മദ്ധ്യത്തിൽ (1099 കർക്കിടകം ഒന്നു മുതൽ) ആരംഭിച്ച് ആഗസ്റ്റ് ആദ്യവാരം വരെ മൂന്നാഴ്ച നീണ്ടുനിന്ന പേമാരിയിൽ മുല്ലപ്പെരിയാർ നദി കരകവിഞ്ഞൊഴുകിയാണ് വെള്ളപ്പൊക്കമുണ്ടായതെന്നു പറയപ്പെടുന്നു. താഴ്ന്ന ഭാഗങ്ങളായ മദ്ധ്യതിരുവിതാംകൂറിലെയും തെക്കേ മലബാറിലെയും തീരദേശങ്ങളാണ് മാരകമായി ബാധിച്ചത്. തെങ്ങുകളും മരങ്ങളും വീടുകൾക്കു മേലേ കടപുഴകിവീണു. ആ ദുരന്തത്തിൽനിന്നും സമൂഹത്തിനു കരകയറാൻ മാസങ്ങൾ വേണ്ടി വന്നു.

ദേവി കിണറ്റിൽ, ഒരു വിദ്യാലയവും

കുമ്പളപറമ്പിൽ, വമ്പറമ്പലെ ചാത്തുണ്ണി കുഞ്ചൻ, ഗുരുദർശനത്തിൽ ആകൃഷ്ടനായിരുന്നു. പാപ്പാടത്തുള്ള 'വല്ലിട്ടത്തറ' എന്ന സ്ഥലത്ത് ഗോത്രാചാരമനുസരിച്ച് കുടുംബത്തിനു ഒരു മുല്ലത്തറയും പ്രതിഷ്ഠയും ഉത്സവവുമുണ്ടായിരുന്നു. ആ പ്രതിഷ്ഠയെ ആധുനികീകരിച്ച് പരിഷ്

കൃതയും സാംസ്കാര സമ്പന്നയുമായ 'അന്നപൂർണ്ണേശ്വരി' എന്നൊരു ദേവിയെ ചാത്തുണ്ണി കുഞ്ചൻ തറവാടിന്റെ മൂല സ്ഥലത്ത് പ്രതിഷ്ഠിച്ചു, നിശ്ചിത ദിവസങ്ങളിൽ വിളക്കുവയ്ക്കുക മുതലായ കർമ്മങ്ങൾ അദ്ദേഹം തന്നെ ചെയ്യുമായിരുന്നു. കൊല്ലംതോറും നടത്തുന്ന ഉത്സവ ദിവസം ഒറ്റപ്പാലത്ത് ഒരു കേസുണ്ടായതിനാൽ ചാത്തുണ്ണി കുഞ്ചൻ ഉത്സവം മാറ്റിവെച്ചു, കേസിനുപോയി. ഉത്സവം മാറ്റിവെച്ച വിവരം കുടുംബക്കാരെ അറിയിക്കാൻ സഹോദരന്റെ മകൻ കെ വി കൃഷ്ണൻമാഷെ ചുമതലപ്പെടുത്തിയിരുന്നുവെങ്കിലും കൃഷ്ണൻ മാഷ് ആരെയും അറിയിച്ചില്ല, പകരം കെ വി കൃഷ്ണൻ മാഷ് ഉത്സവം നടത്തി.

കൊട്ടും മേളവും തുടങ്ങി. അമ്മയും പെങ്ങളും എല്ലാ കുടുംബാംഗങ്ങളും അണിഞ്ഞൊരുങ്ങി, ശങ്കരനാരായണനും ശ്രീധരനുമൊപ്പമാണ് സർദാർ നിന്നത്. ചാത്തുണ്ണി കുഞ്ചനില്ലാതെ ഉത്സവം നടത്തിയതിനെ ച്ചൊല്ലി കുടുംബാംഗങ്ങൾ തമ്മിൽ നടന്ന വഴക്കു രണ്ടു ഭാഗങ്ങളായി വളർന്നു തർക്കമായി മൂർച്ഛിച്ചു. കുഞ്ചൻ കേസുകഴിഞ്ഞു മടങ്ങിവന്നപ്പോഴേക്കും ഉത്സവം നടന്നു കഴിഞ്ഞിരുന്നു, കൂട്ടത്തിൽ വഴക്കുമുണ്ടായി...

തന്റെ കുടിയിരുപ്പിൽ, താൻ വിളക്കുവെച്ച്, പരിപാലിക്കുന്ന അമ്പലത്തിൽ, തന്റെ അഭിപ്രായം ധിക്കരിച്ച്, അസാന്നിദ്ധ്യത്തിൽ ഉത്സവം നടത്തിവഴക്കുണ്ടാക്കിയതു ചാത്തുണ്ണി കുഞ്ചന്റെ ആത്മബോധത്തിനു അംഗീകരിക്കാൻ കഴിഞ്ഞില്ല. അവഗണനയിൽ നീറുന്ന മനസ്സുമായി ചാത്തുണ്ണി കുഞ്ചൻ വിഗ്രഹത്തിനടുത്തേക്കു ചെന്നു, വിഗ്രഹമിളക്കി നോക്കി, ഇളക്കമില്ല. ശക്തിയോടെ വിഗ്രഹം ഇളക്കിപ്പറിച്ചെടുത്തു, ആ വിഗ്രഹം ഉയർത്തിപ്പിടിച്ച് കുടുംബാംഗങ്ങളെ അഭിസംബോധന ചെയ്തു:

> ഈ കല്ല് ദേവിയാണെന്നാണു സങ്കല്പം. കുടുംബാംഗങ്ങൾ തമ്മിൽ സ്നേഹിക്കാനും ഐക്യത്തിനുമാണ് ദേവിയും ദൈവവുമെല്ലാം. എന്നാൽ, നമ്മൾ തമ്മിൽ കലഹിക്കുകയാണെങ്കിൽ ദേവിക്കെന്തു ചൈതന്യമാണുള്ളത്? ദേവി കാരണം വാഴക്കാണുണ്ടാവുന്നതെങ്കിൽ നമുക്കീ ദേവി വേണ്ട..

അദ്ദേഹം അടുത്തുള്ള കിണറ്റിനടുത്തേക്കു അതിവേഗം നടന്നടുക്കുകയും ആ ദേവീവിഗ്രഹം കിണറ്റിലേക്കു ആഞ്ഞെറിയുകയും ചെയ്തപ്പോൾ കിണറ്റിലെ വെള്ളം 'ബ്ലൂം' എന്ന് മുരണ്ടു, അദ്ദേഹം തിരിഞ്ഞു നടന്നു... എല്ലാവരും ആ രംഗത്തിന്റെ നാടകീയ തീവ്രതയിൽ സ്തബ്ധരായി നിന്നുപോയി...

മക്കളായ ബാലകൃഷ്ണനെയും വിജയരാഘവനെയും വിളിച്ചു പറഞ്ഞു:

"മക്കളെ, അടിച്ചുപൊട്ടിക്കാടാ ഈ അമ്പലം, നമുക്കിനി അമ്പലം വേണ്ട..."

ബാലകൃഷ്ണനും വിജയരാഘവനും കൂട്ടുകാരെയും കൂട്ടി കോടാ

ലിയും പാരയുമെടുത്ത് ക്ഷേത്രംപൊളിച്ചു വാളും ചിലങ്കയും ഇതര സാമ ഗ്രികളും തട്ടിൻപുറത്തേക്കെടുത്തു കൊണ്ടുപോയി വെച്ചു.

വിദ്യാഭ്യാസവും വിവരവുമുള്ളവർ, ചാത്തുണ്ണി കുഞ്ചന്റെ പ്രവൃത്തി കളോട് യോജിക്കുകയാണുണ്ടായത്. കുട്ടിയായ സർദാറിന്റെ മനസ്സിൽ ചാത്തുണ്ണി കുഞ്ചനു എന്തെങ്കിലും തരത്തിലുള്ള ദൈവകോപമുണ്ടാ വുമോ എന്ന ആശങ്കയുണ്ടായിരുന്നു. എന്നാൽ, കാലാന്തരത്തിൽ അത്തരം ഭീതികൾ അകന്നുപോവുകയും ദൈവമെന്നതു കേവലമൊരു വിശ്വാസം മാത്രമാണെന്നും, അതിനപ്പുറം മനുഷ്യജീവിതത്തിൽ ഗുണ മായോ ദോഷമായോ ദൈവത്തിനു ഒന്നും ചെയ്യാനില്ലെന്നുമുള്ള അവ ബോധം വളരുകയുംചെയ്തു. കാണുവാനോ ബോദ്ധ്യപ്പെടാനോ കഴി യാത്ത ദൈവമെന്ന സങ്കല്പത്തെക്കുറിച്ച് ചിന്തിച്ചു വേവലാതിപ്പെടേ ണ്ടതില്ല എന്നും തിരിച്ചറിയുവാൻ ഈ സംഭവം പ്രേരണയാകുകയാ യിരുന്നു.

"നമുക്കിനി വേണ്ടത് ദേവാലയങ്ങളല്ല, വിദ്യാലയങ്ങളാണ്" എന്ന ശ്രീനാരായണഗുരുവാക്യം സാർത്ഥകമാക്കാൻ ചാത്തുണ്ണി കുഞ്ചൻ ഒരു പ്രൈമറിവിദ്യാലയം അതേ പറമ്പിൽ തുടങ്ങി. അതിന്റെപേരാണ്, 'ഹിന്ദുബാലബോധിനി സ്കൂൾ.' പൂർവ്വീകമായി ബൗദ്ധപാരമ്പര്യമാണ് എല്ലാ ഈഴവർക്കുമുണ്ടായിരുന്നതെന്നും, ഈഴവർക്കു ഹിന്ദുമതവുമായി ബന്ധമില്ലെന്നും, ജാതീമത വിഭാഗീതകൾക്കതീതമായിരിക്കണം തന്റെ സ്കൂൾ എന്നുമുള്ള തീരുമാനപ്രകാരം, സ്കൂളിന്റെ പേരിൽനിന്നു 'ഹിന്ദു' ഒഴിവാക്കി, 'ബാലബോധിനിപ്രൈമറി സ്കൂൾ' എന്നാക്കിമാറ്റുകയും നാലാംക്ലാസുവരെ സ്കൂൾ വികസിപ്പിക്കുകയും ചെയ്തു അങ്ങനെ ചാത്തുണ്ണി കുഞ്ചൻ ചാത്തുണ്ണിമാഷായി..

സ്കൂളിലും ജാതി

ഔപചാരികവിദ്യാലയങ്ങൾ വരുന്നതിനുമുമ്പ് 'ആശാൻപള്ളിക്കൂട' ങ്ങളിലൂടെയായിരുന്നു വിദ്യാഭ്യാസം. 1912 ൽ മലബാർ ഡിസ്ട്രിക്ട് ബോർഡ് ചെന്ത്രാപ്പിന്നിയിൽ സ്ഥാപിച്ച പെരുമ്പടപ്പു ബോർഡ് എൽ പി സ്കൂളാണ്.

ചെന്ത്രാപ്പിന്നിയിൽ ക്രിസ്ത്യൻപള്ളിക്കാർ നടത്തുന്ന വിദ്യാലയ ത്തിൽ അദ്ധ്യാപകനായിരുന്ന സർദാറിന്റെ സഹോദരൻ രാമൻമാഷുക്ക്, പള്ളിക്കാർ സ്കൂൾ വിറ്റ് ശിവരാമവിലാസം സ്കൂൾ സ്ഥാപിച്ചു. താഴെ യുള്ള, ഉണ്ണ്യേപ്പൻമാഷ് തേഡുഫോറം പാസായി അതേ സ്കൂളിൽ അദ്ധ്യാപകനായി.

കൂടുതൽ വിദ്യാർത്ഥികളെ ചേർത്ത്, അദ്ധ്യാപകരെ നിയമിച്ചു യു പി സ്കൂളാക്കി ഉയർത്തുകയും ചെയ്തു. രാമൻമാഷും ഉണ്ണ്യേപ്പൻമാഷും നടത്തുന്ന സ്കൂളിന്റെ വളർച്ചയിൽ ഒരുവിഭാഗം പള്ളിക്കാരിൽ അസൂയ വളർന്നപ്പോൾ പള്ളിക്കാർ സ്കൂൾ തിരിച്ചുവേണമെന്നാവശ്യപ്പെട്ടു. വിലകൊടുത്തുവാങ്ങി അദ്ധ്വാനിച്ചു വലുതാക്കിയ സ്കൂൾ പള്ളിക്കാർക്കു

വിട്ടുകൊടുക്കാൻ കെ സി രാമൻമാഷ് വിസമ്മതിച്ചു, പള്ളിക്കാർ കേസു കൊടുത്തു. കേസും അപ്പീലുമായി ഏറെക്കാലം കഷ്ടപ്പെട്ടെങ്കിലും കെ സി രാമൻ മാഷ് കേസ് ജയിച്ചു.

ജാതിപോലെ അപരമതത്തിലെ വ്യക്തിയോടുള്ള അസൂയയും അസ്സഹിഷ്ണുതയും സ്പർദ്ധയുംമൂലം, കലഹിക്കാനും കേസിനു പോകാനും തയ്യാറാവുന്ന പള്ളിയിൽ പ്രകാശിക്കുന്നത് ക്രിസ്തുവ ല്ലെന്നും സ്വാർത്ഥനായ മനുഷ്യന്റെ സങ്കുചിതതാല്പര്യമാണ് പ്രകടമാ വുന്നതെന്നും ഈ ജാതിവെറുപ്പിലൂടെ യുവാവായിരുന്ന സർദാർ പഠി ക്കുകയായിരുന്നു.

നവോത്ഥാന മുന്നേറ്റങ്ങൾ

പ്രകാശഗോപുരത്തിന്റെ അസ്തമയം

ആയിരത്തി തൊള്ളായിരത്തി ഇരുപത്തിയെട്ട് സെപ്തംബർ 20 ന് (കന്നി 5) ലോകം മുഴുവൻ വെളിച്ചം പൊഴിക്കുന്ന പ്രകാശഗോപുരം കെട്ടു. ശ്രീനാരായണഗുരുവിന്റെ മരണവാർത്ത ഏറ്റെടുക്കാൻ മലയാളിക്കായില്ല. വിളക്കുകെട്ടുപോയ വീടുപോലെ കേരളം മൂകമായി. സ്വന്തം കാരണവരുടെ നഷ്ടമായിട്ടാണ് ജനങ്ങൾക്കനുഭവപ്പെട്ടത്. അപ്പോൾ സർദാർ തേഡുഫോറത്തിൽ പഠിക്കുകയായിരുന്നു.

ശിവഗിരിയിൽനിന്നു സ്വാമികളുടെ സംസ്കാരച്ചടങ്ങുകൾ കഴിഞ്ഞു ചോലയിൽ കുഞ്ഞുമാമിവൈദ്യർ എടമുട്ടത്തു വന്നു. തന്റെ ആശ്രമത്തിൽ സംഘടിപ്പിച്ച അനുസ്മരണ സമ്മേളനത്തിൽ പങ്കെടുക്കാൻ രാമൻവൈദ്യരുടെയും ഗോപാലൻ വൈദ്യരുടെയും കൂടെ മൂവർ സംഘവും പോയിരുന്നു. മിതവാദി കൃഷ്ണൻവക്കീൽ, ചോലയിൽ കുഞ്ഞുമാമിവൈദ്യർ, എ സി ശങ്കരനാരായണൻ, ഭ്രാതാവേലുക്കുട്ടി മാസ്റ്റർ മുതലായവരുടെ അനുസ്മരണ പ്രഭാഷണങ്ങൾ സ്വാമികളുടെ മഹത്തായ ജീവിതചിത്രം സർദാറിന്റെ മനസ്സിൽ വരച്ചിട്ടു. ചിലർ സ്വാമികളെ ദൈവമായി ചിത്രീകരിക്കാനും അദ്ദേഹത്തിന്റെ ദിവ്യത്വം ഉദ്ഘോഷിക്കാനും ശ്രമിച്ചു. ഗുരുശിഷ്യനും യുക്തിവാദിയുമായ മിതവാദി കൃഷ്ണൻവക്കീലിന്റെ യാഥാർത്ഥ്യബോധത്തോടെയുള്ള അപഗ്രഥനമായിരുന്നു സർദാറിനെ കൂടുതലാകർഷിച്ചത്. ആധുനിക കേരളത്തിന്റെ രൂപകല്പനയും സൃഷ്ടിയും നിർവ്വഹിച്ച സാമൂഹിക ശില്പിയായിരുന്നു സ്വാമികളെന്ന അഭിപ്രായം സർദാറിന്റെ മനസ്സിൽ തറച്ചു.

എടത്തിരുത്തി സൗത്തിൽ എസ് എൻ വി എൽ പി സ്കൂൾ, വെസ്റ്റിൽ എസ് എൻ വി എൽ പി സ്കൂൾ, ബാലബോധിനിസ്കൂൾ,

കഴിമ്പ്രത്ത് എസ് എൻ ഡി പി ഹൈസ്കൂൾ, കഴിമ്പ്രം വി പി എം. ശ്രീനാരായണ ഹൈസ്കൂൾ, കഴിമ്പ്രം ധർമ്മവിലാസം യു പി സ്കൂൾ, പെരുമ്പടപ്പ് യു പി സ്കൂൾ, പെരിഞ്ഞനം സ്മാരകം സ്കൂൾ മുതലായ വിദ്യാലയങ്ങൾ മണപ്പുറത്തു നിറയാൻ തുടങ്ങിയതിന്റെ പട്ടികനീളുകയാണ്....

കൃഷിക്കാരൻ

കാട്ടൂർസ്കൂളിലെ തേഡുഫോറം പഠനം (ഏഴാം ക്ലാസ്) പൂർത്തിയായി, ഇനിയെന്ത്? തല്ക്കാലം കൃഷികാര്യങ്ങൾ നോക്കുകതന്നെ. തറവാട്ടിൽ നിന്നു മൂത്ത മൂന്നു സഹോദരന്മാരും വീടു വെച്ചു താമസം മാറിയിരുന്നു. പടിയൂരിലെ കാവല്ലൂർരാമൻ, പെങ്ങൾ പാർവതിയെ കല്യാണം കഴിച്ചു. കെ സി രാമൻമാഷ്, ഉണ്ണ്യേപ്പൻമാഷ്, സർദാർ, പ്രൈമറി വിദ്യാർത്ഥിയായ ശ്രീധരൻ എന്നിവർ അമ്മയോടൊപ്പം തറവാട്ടിൽ.

ചിന്തകളെ ഓമനിക്കുന്ന ശീലമുണ്ടായിരുന്നു. ഏകാന്തതയുടെ മൗനതീരങ്ങളിലൂടെ അനന്തതയിലേക്കു മനസ്സു സഞ്ചരിക്കുമ്പോൾ സർദാറിന്റെ മുന്നിൽ ഉത്തരത്തിനു പിടിതരാതെ നിറയെ ചോദ്യശരങ്ങളുയരുകയും ഇതികർത്തവ്യമൂഢനാവുകയും ചിന്തകൾ നിശ്ചലനാവുകയും ചെയ്യുന്ന സന്ദർഭങ്ങൾ ഉണ്ടാകാറുണ്ട്. അത്തരം അപരിചിത മേഖലകളിലെ അസ്വസ്ഥതകളിലുഴലുമ്പോൾ എഴുന്നേറ്റു നടക്കും. പടിഞ്ഞാറു പാടത്ത്, ഒഴുക്കില്ലാതെ ശാന്തമായി കിടക്കുന്ന പട്ടരത്തി കാപ്പിന്റെ ചിറയിൽ ചെന്നു നില്ക്കും. വടക്കു വലിയവരമ്പിനപ്പുറത്തേക്കും പോകുന്ന പാടശേഖരം. കൊയ്ത്തു കഴിഞ്ഞ പാടത്തു പൈക്കുട്ടികളെയും ആട്ടിൻകുട്ടികളെയും എരുമകളെയും തീറ്റി നടക്കുന്ന പാവപ്പെട്ടവരുടെ ലോകം ...

വയലുകളിൽ വിയർപ്പൊഴുക്കുന്നവരുടെ ജീവിതമെന്നും അരങ്ങിന്റെ പിന്നാമ്പുറങ്ങളിൽത്തന്നെ. അരങ്ങിനുവേണ്ടി എന്നും പിന്നണിയിൽനിന്നു ചമയങ്ങൾ ഒരുക്കുന്നവർ. രംഗത്തു വരാനോ ആടാനോ പാടാനോ അവസരം നിഷേധിക്കപ്പെട്ടവരുടെ ദുസ്സഹമായ ജീവിതം. എല്ലാം വിധികല്പിതമാണെന്ന പൗരോഹിത്യ വ്യാഖ്യാനം ചതിയുടെ നിർവ്വചനങ്ങളാണ്. അവരുടെ ജീവിതം ഉയർത്തിയെടുക്കാൻ വഴികളാലോചിച്ചു നടക്കും. ഗ്രാമങ്ങളുടെ നാഡിഞരമ്പുകളിലൂടെ പൂഴി പുതച്ചു കിടക്കുന്നപാതകളിൽ കാലൂന്നിയുള്ള യാത്രകളാണ് സർദാറിലെ വ്യക്തിയെ വികസിപ്പിച്ചതെന്നുതോന്നുന്നു. വിവിധ വ്യക്തികളെ പരിചയപ്പെടാനും ബഹുസ്വരതയുടെ സംഘർഷങ്ങളിൽ സൗന്ദര്യദർശനം സാദ്ധ്യമാകുന്ന ഭാവുകത്വ പരിണാമത്തെ ആശ്ലേഷിക്കാനും സാഹചര്യമൊരുങ്ങുകയായിരുന്നു. ആർത്തിയോടെ വായിക്കുന്ന പുസ്തകപ്പുഴുവായിരുന്നില്ലെങ്കിലും ആവശ്യത്തിനു വായിക്കുന്ന സ്വഭാവമായിരുന്നു. കൃഷിക്കാര്യങ്ങൾ കഴിഞ്ഞാൽ കൈനിറയെ സമയമുണ്ടാവും.

നെല്ലും തെങ്ങുമാണ് പ്രധാനകൃഷി. ഞാറുനടാനും കളപറിക്കാനും കൊയ്ത്തിനും പാടത്തുപോകണം. പറമ്പുകളിൽ വളമിടണം, വേനൽക്കാലത്ത് തെങ്ങിന് നനയ്ക്കാൻ, പനയുടെ തടി നീളത്തിൽ മുറിച്ച്, ചോറുകളഞ്ഞ് പാത്തിയുണ്ടാക്കി കുളത്തിൽ നാലുകാലിൽ കെട്ടിനിർത്തിയ മുളത്തട്ടിൽനിന്നും, തേക്കുകുട്ട വെള്ളത്തിലേക്കിട്ടു വെള്ളം നിറച്ചു കൈകൊണ്ടുയർത്തി, പാത്തിയിലൊഴിക്കുമ്പോൾ, പറമ്പിൽ വെട്ടിയുണ്ടാക്കിയ ചാലുകളിലൂടെ വെള്ളം തെങ്ങിന്റെ ചുറ്റുമുണ്ടാക്കിയ തടത്തിലേക്കു ഒഴുകിയെത്തും. വെള്ളം തേവാൻ പണിക്കാരുണ്ടെങ്കിലും രാവിലെ എഴുന്നേറ്റു ചേട്ടന്മാരോടൊപ്പം സർദാറും കുറെനേരം മാറിമാറി നിന്ന് തേക്കുനടത്തും.

തെങ്ങുകയറുമ്പോൾ കണക്കെഴുതണം, നാളികേരം പെറുക്കിക്കൂട്ടണം, എണ്ണമെടുത്തു കൊപ്രാവെട്ടുകാരൻ ദേവസ്സിമാപ്ലയ്ക്കു വില പറഞ്ഞു വില്ക്കണം. സ്കൂൾ പഠനകാലത്ത് എല്ലാം വന്നു കാണുമായിരുന്നു. വല്ലപ്പോഴുമൊക്കെ മാത്രമാണ് ഉത്തരവാദിത്വം ഏല്ക്കുന്ന സന്ദർഭങ്ങൾ ഉണ്ടായിരുന്നത്. കൃഷിക്കാര്യങ്ങൾ ഏറ്റെടുത്തതോടെ കാണാത്ത പാഠങ്ങൾ പലതും പഠിക്കുകയായിരുന്നു.

തൊഴിലാളികൾ ഞാറ്റുവേലകളിൽ മുഴുകുമ്പോൾ അവർ അറിയാതെ തൊണ്ടയിൽ നിന്നൊഴുകുന്ന ഞാറ്റുപാട്ടുകളും കൊയ്ത്തു പാട്ടുകളും വാനിലേക്കുയരും. അടുത്തുള്ള പാടങ്ങളിലുള്ളവരും പാട്ടുകൾ ഏറ്റുപാടും. പാട്ടിൽ ലയിക്കുന്നതോടെ എല്ലാ വേദനകളും ആവിയാവുകയായിരുന്നു. പുത്തൂരംവീട്ടിലെ ആരോമൽചേകവരും ഉണ്ണിയാർച്ചയും, തച്ചോളി ഒതേനനും എടത്തിരുത്തിപാടത്തെ അങ്കത്തട്ടിൽ അങ്കം കുറിക്കും. വാളും ചുരികയും എടുത്ത് ജീവനർപ്പിക്കുന്ന അങ്കം...! പാണനാര് അവരെ പ്രകീർത്തിച്ചു പാടിനടക്കും. ഐതിഹാസികമായ പോരാട്ടഗാഥകൾ അതീവവശ്യതയും ഹൃദ്യവുമായ സ്വരത്തിൽ ആലാപനം ചെറുപ്പക്കാരിയായ കാളിപ്പെണ്ണാണ്, വയസ്സായെങ്കിലും വാർദ്ധക്യത്തെ വെല്ലുവിളിച്ചുകൊണ്ട് കുഞ്ഞയ്യപ്പന്റെ സഹധർമ്മിണി കുഞ്ഞീലിയും ഇടയിൽ മൂളിവരും. ആ വടക്കൻ പാട്ടുകളുടെ അർത്ഥതാളലയങ്ങളിൽ സർദാർ ലയിച്ചു നില്ക്കാറുണ്ടായിരുന്നു...

തെക്കേച്ചാലിൽ പുഞ്ചയ്ക്ക് നിലം ഉഴുതുമറിക്കുകയാണ്, തൊട്ടടുത്തുള്ള പാടത്തേക്കു ചക്രംചവുട്ടി വെള്ളം കയറ്റണം. ഇരുന്ന ഇരുപ്പിൽ ചക്രം ചവുട്ടാനിരുന്നാൽ രണ്ടുമൂന്നു മണിക്കൂറുകൾ സർദാർ ഒറ്റയ്ക്ക് ചക്രംചവുട്ടി വെള്ളംകയറ്റും. മധുരമ്പിള്ളിയിൽനിന്നും ഏറുകളുമായി വരുന്ന അഹമ്മുവും ആലിയുമാണ് അടുത്ത കണ്ടത്തിൽ കന്നുപൂട്ടുന്നത്. പൂട്ടുന്നതിനിടയിൽ അഹമ്മുവിനൊരു തലകറക്കം വന്നു. അയാൾ വരമ്പത്തു പോയി വിശ്രമിക്കുന്നത് സർദാർ ശ്രദ്ധിക്കുന്നുണ്ടായിരുന്നു. കുറച്ചുകഴിഞ്ഞ് ഒരു ഗ്ലാസു വെള്ളം കുടിച്ചു അഹമ്മു വീണ്ടും കന്നുപൂട്ടാൻ പാടത്തിറങ്ങിയപ്പോൾ സർദാർ തടഞ്ഞു:

"അഹമ്മുക്കാ, തലചുറ്റു തോന്നുന്നുണ്ടെങ്കിൽ ഇന്നിനി നിങ്ങൾ പൂട്ടണ്ടാ, വിശ്രമിക്കൂ, ഞാൻ പൂട്ടിക്കൊള്ളാം."

സർദാർ ചക്രത്തിൽ നിന്നിറങ്ങി മുണ്ടു മടക്കിക്കുത്തി ചാട്ടവാർ വാങ്ങി കന്നുപൂട്ടാൻ തുടങ്ങി. "അഹമ്മുക്കാ, വീട്ടിൽപൊയ്ക്കോ, ഏറു ഞാൻ വീട്ടിൽ കൊണ്ടുപോകാം."

അന്നു വൈകുന്നേരംവരെ സർദാർ തന്നെ കന്നുപൂട്ടിയശേഷം, കന്നുകാലികളെ വീട്ടിലേക്കു കൊണ്ടു വന്നു. അതുകണ്ട് അന്തം വിട്ടു നിന്ന അമ്മ ചോദിച്ചു:

"എന്താ ഗോപൂ, നീ ഏറുപൂട്ടാനും തൊടങ്ങ്യോ?"

"അഹമ്മുക്കാക്കു തലചുറ്റിയമ്മേ, അയാളുടെ ഒരുദിവസത്തെ കൂലി അയാൾക്കു പോകില്ലേ? അപ്പൊ, അയാളെ വീട്ടിലേക്കു പറഞ്ഞയച്ചു ഞാൻപൂട്ടി. പാവം, അയാൾക്കു കൂലി കൊടുക്കാം."

"ഊം... അച്ഛന്റെ മുഖംമാത്രമല്ല, മനസ്സും നിനക്കുകിട്ടിയിട്ടുണ്ട്.."

മൂരികളെ തൊഴുത്തിൽ കൊണ്ടുകെട്ടി. വൈക്കോലും വെള്ളവും പിണ്ണാക്കും കൊടുത്തു. അയാൾക്കെന്താണസുഖം? മൂന്നുദിവസം മുമ്പു പണികഴിഞ്ഞ നേരത്തും ഇതുപോലൊരു തലചുറ്റുണ്ടായി. അസുഖത്തിനു ചികിത്സിക്കണമെന്നൊന്നും ഇവർക്കറിയില്ല. പാവം, അയാൾ ഒരാളുടെ വരുമാനത്തിലുള്ള ഏക അച്ചുതണ്ടിലാണ് ആ കുടുംബം കറങ്ങുന്നത്. അയാൾക്കെന്തെങ്കിലും സംഭവിച്ചാൽ? നേരം വെളുക്കട്ടെ, നാളെ അയാളെ ഗോപാലച്ചേട്ടനെ കാണിച്ചു മരുന്നുകൊടുക്കണം. ഉറക്കം വരാതെ അയാളെക്കുറിച്ചു ചിന്തിച്ചു തിരിഞ്ഞും മറിഞ്ഞും കിടന്നു. പിറ്റേദിവസം രാവിലെ അഹമ്മുക്കയുടെ മരണവാർത്ത കേട്ടാണുണർന്നത്.

ട്രെയിനിങ്

കുഞ്ഞേട്ടനും ശ്രീധരനുമൊപ്പം സർദാർ അടുക്കളക്കെട്ടിലുള്ള വരാന്തയിലിരുന്നു ഊണു കഴിക്കുകയായിരുന്നു. രാമച്ചേട്ടൻ ഒരു സന്തോഷവാർത്തയുടെ അടപ്പുതുറന്നു, അവിടം മുഴുവൻ സുഗന്ധം പരന്നു:

"നമ്മുടെ സ്കൂളിൽ രണ്ടു വേക്കൻസി വരുന്ന കൊല്ലം ഉണ്ടാവുന്നുണ്ട്. ഗോപുവും ശങ്കരനാരായണനും ഉള്ളതുകൊണ്ട് വേറെ ആരെയും ഞാൻ അപ്പോയിന്റു ചെയ്യുന്നില്ല.. നീയെന്തു പറയുന്നു ഗോപൂ?"

അമ്മ വിളമ്പിയ പുളിശ്ശേരിയും ചോറും തമ്മിൽ സർദാർ യുദ്ധത്തിലായിരുന്നു. അമ്മ ഇടപെട്ടു:

"അവനെന്തു പറയാനാ രാമാ? അവനിങ്ങനെ പാടോം പറമ്പും നോക്കിനടന്നാൽ മത്യോ? പഠിച്ചതല്ലേ? രാമാ, നീയൊന്നും ആലോചിക്കേണ്ട, നിന്റേം ഉണ്ണ്യേപ്പന്റേം പോലെ അവനും മാഷാവട്ടെ, അല്ലേടാ ഗോപൂ?"

"അതെ, എനിക്ക് സന്തോഷമാണു ചേട്ടാ.."

"നിനക്കിഷ്ടമാണെങ്കിൽ ശരി. ഗോപൂ, ഉടൻതന്നെ കോഴിക്കോടു

പോയി ഹയർസ്കൂൾ ട്രെയിനിങ്ങിനു ചേരണം, ഞാനും കൂടെവരാം. അടുത്തവർഷം ശിവരാമവിലാസത്തിൽ നീ അദ്ധ്യാപകനാണ്."

അടുത്തദിവസം ട്രെയിനിങ്ങിനു ചേരാൻ രാമച്ചേട്ടനോടും ശങ്കരനാരായണനോടുമൊപ്പം സർദാർ കോഴിക്കോട്ടേക്കു യാത്രയായി.

ശ്രീനാരായണഗുരു സമാജം

ശ്രീനാരായണഗുരു 1926 ൽ സിലോൺ സന്ദർശിച്ചപ്പോൾ പണിക്കശ്ശേരി (വി പി സി) രാമനും കൂട്ടുകാരും എടത്തിരുത്തിയുടെ പുരോഗതിയെക്കുറിച്ച് സ്വാമികളോടുപദേശം തേടിയിരുന്നു. സ്വാമികൾ ഉപദേശിച്ചു:

"പരിസരപ്രദേശങ്ങളിൽ ആവശ്യത്തിനു ദേവാലയങ്ങളും സ്കൂളുകളും സ്ഥാപിക്കപ്പെട്ട സ്ഥിതിക്ക് ഇനി വേണ്ടത് സാധുജനങ്ങൾക്കു പഠിക്കാൻ നിശാപാഠശാലയും ഒരു വായനശാലയുമാണ്, പുസ്തകങ്ങൾ വായിച്ചു എല്ലാവരുടെയും മനസ്സുകൾ വികസിക്കട്ടെ.."

സിലോൺ മലയാളികൾ നാട്ടിൽ വന്നു, 1928 സെപ്തംബർ 30 ന് പെരുമ്പടപ്പിൽ ശ്രീനാരായണ ഗുരു സമാജം രൂപീകരിച്ചു. പതിമൂന്നുപേർ ഓരോ രൂപവീതമെടുത്തു ചേർന്നു രൂപീകരിച്ച സമാജത്തിന്റെ പ്രസിഡന്റ് പണിക്കശ്ശേരി രാമനായിരുന്നു. സിലോൺ മലയാളികൾ തിരിച്ചു പോകുമ്പോൾ സമാജത്തിന്റെ പ്രവർത്തനങ്ങൾ നാട്ടിലുള്ളവർ നടത്തുന്നുണ്ടായിരുന്നു. സ്വാമികളുടെ ആശയങ്ങൾ പ്രചരിപ്പിക്കുക, ജാതിയെ ഇല്ലാതാക്കുക, അന്ധവിശ്വാസങ്ങളിൽനിന്നും മോചിപ്പിക്കുക മുതലായ ദൗത്യവും സമാജം ഏറ്റെടുത്തിരുന്നു.

അദ്ധ്യാപകൻ

1930 ൽ ചേട്ടന്മാരെപ്പോലെ പതിനാറാം വയസ്സിൽ സർദാറും അദ്ധ്യാപക വേഷമണിഞ്ഞു...! ഹയർ ട്രെയിനിങ് പൂർത്തിയാക്കി ശിവരാമവിലാസത്തിൽ ജോലിയിൽ പ്രവേശിച്ചപ്പോൾ ശങ്കരനാരായണൻ അപ്പർപ്രൈമറി ക്ലാസിലും സർദാർ എൽ പി ക്ലാസിലുമാണ് പഠിപ്പിച്ചത്. കൗമാര കാലത്തുതന്നെ സർദാർ ഒത്തപുരുഷന്റെ ശാരീരിക വളർച്ചയെത്തിയിരുന്നു. ആറടി ഉയരവും ഉറച്ചശരീരവും അതിനോടൊത്ത തലയെടുപ്പും കൈവീശിയുള്ള നടപ്പും; ഇടതുവശത്തോടു പാളിയിട്ടു വലത്തോട്ടു ഈരി വെക്കുന്ന ചുരുണ്ടമുടിയുമുള്ള സർദാറിനെ ആരുമൊന്നു നോക്കിപ്പോകുന്ന ആകർഷകമായ ആണഴകായിരുന്നു. രണ്ടു ചേട്ടന്മാരും മുണ്ടും ഷർട്ടും പ്രത്യേകം സമ്മാനിച്ചു. തൂവെള്ളമുണ്ടും ഷർട്ടും, തോളിലൊരു രണ്ടാംമുണ്ടും ധരിച്ചു പടികളിറങ്ങി, അദ്ധ്യാപക ജീവിതമാരംഭിച്ചു. മൂന്നു പേർക്കുമുള്ള ചോറു ടിഫിൻ കേരിയറിലാക്കി, കരിങ്ങാലിവെള്ളം തിളപ്പിച്ചു കുപ്പിയിലാക്കി വീട്ടിലെ ജോലിക്കാരുടെ കൈയിൽ അമ്മയേല്പിക്കും. അവർ ആ കുട്ട ചുമന്നു ഉച്ചയ്ക്കു ബെല്ലടിക്കുമ്പോഴേക്കും ശിവരാമവിലാസം സ്കൂളിലെത്തിക്കും. മൂന്നുപേരും

ഒരുമിച്ചാണ് ഊണുകഴിക്കുക.

കുട്ടികളെ ഹൃദയത്തോടു ചേർത്തുവെച്ചു സ്നേഹിക്കുന്ന സർദാർ വേഗംതന്നെ നാട്ടുകാർക്കിടയിൽ പ്രിയപ്പെട്ട മാഷായി ഉയർന്നു...

നിശാപാഠശാല

പെരുമ്പടപ്പിലൂടെയാണ്, സ്കൂളിലേക്കുള്ളവഴി.. ആ കാലത്താണ് പെരുമ്പടപ്പിൽ ശ്രീനാരായണഗുരു സമാജത്തിന്റെ പ്രവർത്തനം ആരംഭിച്ചത്. ശ്രീനാരായണ ദർശനം സർദാറിനെ അവരുമായി അടുപ്പിച്ചു. ചിങ്ങമാസത്തിലെ ജയന്തിയാഘോഷങ്ങളോടനുബന്ധിച്ചു, ഗുരുവാക്യങ്ങളുടെ പ്ലക്കാർഡുകളും മഞ്ഞക്കൊടിയും പിടിച്ച് ആബാലവൃദ്ധം ജനങ്ങൾ ജാതിഭേദമില്ലാതെ പ്രകടനവും പ്രഭാഷണങ്ങളും കലാപരിപാടികളും നടത്താൻ സർദാർ മുന്നിൽത്തന്നെ നിന്നു.

അധഃസ്ഥിതരുടെ ഉന്നമനത്തിനായി, സ്വാമികൾ വർക്കലയിൽ ആരംഭിച്ച 'നിശാപാഠശാല'യെ മാതൃകയാക്കി ഇവിടേയും ഒന്നാരംഭിക്കണമെന്ന് സർദാറിനു തോന്നിയിരുന്നു. വിഷയം സമാജം മീറ്റിങ്ങിൽ ഉയർത്തിയതും, സന്തോഷത്തോടെ അവിടത്തെ അദ്ധ്യാപകന്റെ ഉത്തരവാദിത്വം ഏറ്റെടുത്തതും സർദാറായിരുന്നു.

നാലുമണിക്ക് സ്കൂൾവിട്ടാൽ, വൈകുന്നേരങ്ങളിൽ പെരുമ്പടപ്പു ഈസ്റ്റ് യു പി സ്കൂളിൽ 'നിശാപാഠശാല' ആരംഭിക്കുന്നു. എടത്തിരുത്തി, ചെന്ത്രാപ്പിന്നി, മേപ്പുറം, പുളിഞ്ചോടു ഭാഗത്തുനിന്നുള്ളവർ ഉത്സാഹത്തോടെ എത്തിത്തുടങ്ങി. പാമ്പൂരി കുഞ്ഞിരാമൻ, തേവർപുരയ്ക്കൽ വേലായുധൻ, അയിനിക്കാട്ടു കോരൻ, കോരന്റെ മകൻ വി കെ ചാത്തൻ, എം എ അയ്യപ്പൻ തുടങ്ങിയവർ തുടക്കംമുതലേ പഠിക്കാൻ ഉണ്ടായിരുന്നു.

അക്ഷരം പഠിപ്പിക്കുന്നതോടൊപ്പം ജാതി, അയിത്തം, അന്ധവിശ്വാസം എന്നിവക്കെതിരെ തന്റെ മുന്നിലിരിക്കുന്ന വിജ്ഞാനദാഹികളെ ബോധവല്ക്കരിക്കുന്ന ദൗത്യംകൂടി സർദാർ ഏറ്റെടുത്തിരുന്നു. സാമൂഹിക അനീതികളെ ചോദ്യംചെയ്യാനുള്ള അറിവും ആത്മവിശ്വാസവും വിവേചനബോധവും അവരിൽ വർദ്ധിച്ചുവരാൻ തുടങ്ങി. ജാതിമതപ്രായഭേദമില്ലാതെ എല്ലാവർക്കും അന്ധകാരത്തിൽനിന്നും കരകയറാനുള്ള വിളക്കാണ് അവിടെ പ്രകാശിച്ചത്.

മണ്ണിൽ ഇലയിട്ടു വിളമ്പുന്നു

അച്ഛന്റെ മരണശേഷം അമ്മ കല്യാണങ്ങൾക്കൊന്നും പോകാറില്ല. വീട്ടിൽ ആരെങ്കിലും പോകും. ഉപ്പുംതുരുത്തിയിൽ ഒരു ഈഴവത്തറവാട്ടിലെ കല്യാണത്തിന്റെ ക്ഷണം കിട്ടിയപ്പോൾ കല്യാണത്തിനു പോകാൻ മുതിർന്നവർ സർദാറിനെ നിയോഗിച്ചു. താലികെട്ടു കഴിഞ്ഞു, സദ്യയുണ്ടു വീട്ടിലേക്കു മടങ്ങുന്നതിനുമുമ്പായി സർദാറും കെ കെ രാംമാഷും മറ്റു ചില സുഹൃത്തുക്കളുമായി നാട്ടുകാര്യം സൊള്ളുന്ന

തിനിടയിൽ പന്തലിന്റെ പുറത്ത്, പിൻഭാഗത്തായി രണ്ടുമൂന്നു ദളിതരെ കൊണ്ടുവന്നു, സദ്യയിലെ ഒരു വിളമ്പുകാരൻ മണ്ണിൽ ഇലയിട്ടു.

"ഇതാ, ഇവിടിരുന്നോ.."

എന്നും പറഞ്ഞു അയാൾ പോയി. ഈ കാഴ്ച സർദാറിന്റെ കണ്ണുകളിൽ ഉടക്കി. സർദാർ അങ്ങോട്ടു പറക്കുകയായിരുന്നു. ഇലയുടെ പിന്നിൽ ഇരിക്കാനൊരുങ്ങുന്ന ദളിതരെ നോക്കി തോളിൽ കിടക്കുന്ന ഷാൾ എടുത്തു നിവർത്തിക്കൊണ്ടു പറഞ്ഞു:

"ഒരു മിനിറ്റു നില്ക്കൂ.. ആ ഇലകളൊന്നു എടുത്തു മാറ്റൂ, എന്നിട്ടു നിങ്ങൾ ഇതൊന്നു പിടിക്കൂ."

അവർ ഇലയെടുത്തപ്പോൾ, ഷാളിന്റെ ഒരുഭാഗം സർദാറിന്റെ കൈകളിലും മറ്റേഭാഗങ്ങൾ അവരിലൊരാളുടെ കൈയിലും കൊടുത്തശേഷം അതു നിലത്തുവിരിച്ചു. അതിനുമുകളിൽ ഇല വിരിച്ചു. അപ്പോഴേക്കും വിളമ്പുകാരൻ വന്നു, അവിടെ പ്രത്യക്ഷമായ മാറ്റങ്ങൾ ശ്രദ്ധിച്ചു. അടുത്തുനില്ക്കുന്ന സർദാറിനെയും കെ കെ രാംമാഷേയും കണ്ടു, ഒന്നും മിണ്ടാതെ, ഇലയിൽ ചോറും കറികളും വിളമ്പി, അവർ ഊണു തുടങ്ങിയപ്പോൾ സർദാറും കെ കെ രാംമാഷും മടങ്ങിപ്പോന്നു.

പത്രമാധ്യമങ്ങളൊന്നും പ്രചാരത്തിലില്ലാത്ത ആ കാലത്ത്, ഈ സംഭവത്തിന്റെ പ്രചാരണം നാട്ടുകാർതന്നെ ഏറ്റെടുത്തു. അതോടെ, മണ്ണിൽ ഇലയിട്ടു ദളിതർക്കു വിളമ്പുന്ന സമ്പ്രദായം ഇല്ലാതായി.

സഹോദരന്റെ പ്രവർത്തനങ്ങൾ

കെ സി രാമൻമാഷുടെ ഭാര്യാസഹോദരൻ കൊടുങ്ങല്ലൂരിലെ നാലുമാക്കൽ രാമൻവൈദ്യർ സർദാറിന്റെ സമപ്രായക്കാരനായിരുന്നു. ഇടയ്ക്കിടെ അദ്ദേഹം എടത്തിരുത്തിയിൽ സഹോദരിയുടെ വീട്ടിൽവരാൻ തുടങ്ങിയതോടെ സർദാറും നാലുമാക്കാൽ രാമൻവൈദ്യരും തമ്മിലുള്ള സൗഹൃദം വളർന്നു. ചെറായി സ്വദേശമായ സഹോദരൻ അയ്യപ്പന്റെ ഐതിഹാസികമായ സമരചരിത്രം രാമൻവൈദ്യരിൽ നിന്നാണു സർദാർ വ്യക്തമായി അറിഞ്ഞത്:

ശ്രീനാരായണഗുരുവിനെ അയ്യപ്പൻ സന്ദർശിച്ചപ്പോൾ, അദ്ദേഹം ഉപദേശിച്ചു:

> അയ്യപ്പാ, ഇങ്ങനെ പ്രസംഗിച്ചുനടന്നാൽ പോര, ജാതിക്കെതിരെ പ്രവർത്തിക്കണം. ജാതി പോകണം അയ്യപ്പാ, ജാതിപോകണം, ശ്രീശങ്കരൻ അദ്വൈതത്തെ ജാതി സ്ഥാപിക്കാനായി ഉപയോഗിക്കുകയായിരുന്നു, എന്നാൽ നാം അദ്വൈതദർശനത്തെ ജാതിയില്ലാതാക്കാൻ ഉപയോഗിക്കുകയാണ്, അതിനിയും മുന്നോട്ടു കൊണ്ടുപോകണം.

> അയ്യപ്പൻ ആലോചിച്ചുറച്ചു. കലരാൻപാടില്ല എന്നനുശാസിക്കുന്ന ജാതികൾ തമ്മിൽ കലരണം. മിശ്രഭോജനത്തിലൂടെയും മിശ്ര

വിവാഹത്തിലൂടെയും ജാതികൾ തമ്മിൽ കലരണം. അവർണ്ണർക്കു എല്ലാ വഴികളിലൂടെയും സഞ്ചാരസ്വാതന്ത്ര്യം ഉണ്ടാവണം. 1917 മെയ്മാസം 29 ന് വൈകുന്നേരം മൂന്നുമണിക്കു ചെറായിയിലെ തുണ്ടറപ്പറമ്പിൽവെച്ചു മിശ്രഭോജനയോഗം നടത്താൻ നോട്ടീസടിച്ചു. യോഗമാരംഭിച്ചു. മിശ്രഭോജനത്തിന്റെ ലക്ഷ്യവും പ്രസക്തിയും വിശദീകരിക്കുന്ന എഴുതിത്തയ്യാറാക്കിയ പ്രസംഗത്തിനുശേഷം, ജാതിവ്യവസ്ഥ ഇല്ലാതാക്കാൻ താൻ പ്രവർത്തിക്കുമെന്ന സത്യപ്രതിജ്ഞ അയ്യപ്പൻ ചൊല്ലിക്കൊടുത്തു. സദസ്സ് അതേറ്റു ചൊല്ലി. ആ കടലാസിന്റെ ചുവട്ടിലായി ഓരോരുത്തർ പേരെഴുതി ഒപ്പുവെക്കുന്നു. അനന്തരം, പള്ളിപ്പുറത്തുകാരൻ അയ്യരു എന്ന ഒരു പുലയക്കുട്ടി വിളമ്പിയ കടലയും ചക്കക്കുരുവും ചേർത്തുണ്ടാക്കിയ കറിയും ചോറും വിളമ്പി, അവിടെ കൂടിയവരെല്ലാവരും കഴിച്ചു. ഇന്ത്യാ ചരിത്രത്തിലെ അവിസ്മരണീയമായ സംഭവമായിരുന്നു അത്.

ശൃംഗപുരം റോഡിൽ അവർണ്ണർ

ശൃംഗപുരത്തെ ഗൗഡസാരസ്വതബ്രാഹ്മണർ നടത്തിയിരുന്ന കച്ചവടങ്ങൾക്കു അയിത്തമാകാതിരിക്കാൻ, ചേറ്റുവ-കോട്ടപ്പുറം റോഡിലെ കൊടുങ്ങല്ലൂരിലെ ശൃംഗപുരം റോട്ടിൽ, ഈഴവരടങ്ങുന്ന അവർണ്ണർക്കു സഞ്ചാരസ്വാതന്ത്ര്യം നിഷേധിച്ചിരുന്നു. സഹോദരസംഘത്തിന്റെ ഒരു വലിയ ജനാവലി ശൃംഗപുരത്തുവന്നു വൈക്കോൽകൊണ്ട് ഒരു ജാതിരാക്ഷസന്റെ രൂപം കെട്ടിയുണ്ടാക്കി. അതു ചുമന്നു വാദ്യഘോഷങ്ങളോടെ തെക്കുനിന്നു വടക്കോട്ടു ശൃംഗപുരം റോഡിലൂടെ നീങ്ങുകയും കാവിൽ അമ്പലമൈതാനത്തുവെച്ചു യോഗംകൂടി അയ്യപ്പന്റെ ജാതിവിരുദ്ധപ്രഭാഷണത്തിനുശേഷം വാദ്യഘോഷങ്ങളുടെയും വെടിക്കെട്ടിന്റെയും പശ്ചാത്തലത്തിൽ കെട്ടിയുണ്ടാക്കിയ ജാതിരാക്ഷസരൂപത്തെ തീയിലിട്ടു കത്തിച്ചു. അതിനുശേഷമാണ്, കൊടുങ്ങല്ലൂരിലുണ്ടായിരുന്ന അയിത്തംമൂലമുള്ള സഞ്ചാരവിലക്കു ഇല്ലാതായതും, ജാതിഭേദമന്യേ ആ റോഡിലൂടെ എല്ലാവർക്കും സഞ്ചരിക്കാനുള്ള സ്വാതന്ത്ര്യമുണ്ടായതും.

കാവുതീണ്ടൽ വിരുദ്ധസമരം

കൊടുങ്ങല്ലൂർ ഭരണിയോടനുബന്ധിച്ച് വിവിധഭാഗങ്ങളിൽനിന്നും വരുന്ന ജനങ്ങൾ മദ്യപിക്കുകയും തെറിപ്പാട്ടു പാടുകയും ജന്തുബലി ചെയ്തും പുലഭ്യം പറഞ്ഞുമുള്ള ആഘോഷമാണ് കാവുതീണ്ടൽ. അതു നിർത്താനായി അയ്യപ്പനും സഹോദരപ്രസ്ഥാനത്തിലെ പ്രവർത്തകരും കോതപറമ്പിൽനിന്നും കാവുതീണ്ടൽ വിരുദ്ധഗാനങ്ങൾ ആലപിച്ച് ഒരു ഘോഷയാത്രയായി കൊടുങ്ങല്ലൂർ അമ്പലത്തിന്റെ വടക്കേ നടയിലെത്തി.

"ഭരണിക്കു പോകല്ലേ സോദരരെ/
ഭരണിക്കു പോകല്ലേ നിങ്ങളാരും
കനിവറ്റു ജീവിയെ കൊന്നിടുന്ന/
മടിവിട്ടു മദ്യംകുടിച്ചിടുന്ന
തെറി പാടി ലോകം കെടുത്തിടുന്ന/
നരകത്തിൻവാതിൽ ഭരണിയോർപ്പിൻ"

ഉടൻതന്നെ ഈ ഘോഷയാത്രക്കെതിരെ കല്ലേറും മർദ്ദനവും തുടങ്ങി. സഹോദരനും സുഹൃത്തുക്കൾക്കും മർദ്ദനമേറ്റു, കൂടുതൽ മർദ്ദനം ഏല്ക്കുംമുമ്പ് സഹോദരനു ചുറ്റും ഒരു വലയമുണ്ടാക്കി നേതാക്കളെ വടക്കോട്ടു കൊണ്ടുപോയി. അവിടെയുണ്ടായിരുന്ന ഒരു മുസ്ലീം സഹോദരൻ അയാളുടെ കടയിലേക്കു അവരെ കയറ്റിയിരുത്തി അഭയം കൊടുത്തു. അക്രമികൾ അവിടെയും വന്നപ്പോൾ ആ മുസ്ലീം സഹോദരൻ ആയുധമെടുത്തു വീശി അവരെ പിരിച്ചയച്ചു.

ഒരു മനുഷ്യജീവിതത്തിൽ അനുഭവിക്കാത്ത തരത്തിലുള്ള ത്യാഗങ്ങളാണ് സഹോദരനയ്യപ്പന് ഇതിനെല്ലാംവേണ്ടി സഹിക്കേണ്ടിവന്നത്. തന്റെ നാടായ എടത്തിരുത്തിയിൽനിന്നും ഇരുപതു കിലോമീറ്റർ മാത്രം ദൂരെയുള്ള കൊടുങ്ങല്ലൂരിന്റെ സമരചരിത്രം സർദാറിനെ ആവേശഭരിതനാക്കി.

ദളിതമർദ്ദനം പ്രതിഷേധം

നിശാപാഠശാലയിൽ പഠിക്കുന്ന പറയൻകടവിലെ അയ്യപ്പൻ എന്ന യുവാവിനെ ഒരു ജന്മി വഴിയിലിട്ടു മർദ്ദിച്ചു. ചാലിശ്ശേരി ഔസേപ്പുമാപ്പിളയുടെ വീട്ടിൽ പണിക്കു വിളിച്ചിട്ടു പോയില്ല എന്നതിന്റെ പേരിലാണ് ആ സാധുവായ വേട്ടുവയുവാവിനെ മർദ്ദിച്ചവശനാക്കിയത്. അക്കാലത്ത് ദളിതമർദ്ദനം ഒരു വാർത്തയേ അല്ല. വിവരമറിഞ്ഞ സർദാർ നിശാപാഠശാലയിൽ പാവപ്പെട്ടവന്റെ ആത്മാഭിമാനത്തെ തട്ടിയുണർത്തി ശക്തമായി പറഞ്ഞു:

"ജോലിക്കു പോകണോ പോകാതിരിക്കണോ എന്നതു തൊഴിലാളിയുടെ തീരുമാനമാണ്. ജന്മിമാർക്കു തട്ടിക്കളിക്കാനുള്ള ഫുട്ബോളല്ല ഹരിജനങ്ങൾ. ഒരു പുലയനും വേട്ടുവനുമെതിരെ ഇനിമേലിൽ ആരുടേയും കൈ ഉയരരുത്."

ആ വാചകം പൂർത്തിയാക്കിയത് കെ കെ രാംമാഷായിരുന്നു:

"കൈ ഉയർന്നാൽ, നമ്മൾ തിരിച്ചടിക്കും."

"വരൂ, നമ്മുടെ സംഘടിതശക്തി കാണിച്ചുകൊടുക്കണം."

സർദാറിന്റെ അഭിമാനം സ്ഫുരിക്കുന്ന വിളികേട്ട് സായാഹ്ന ക്ലാസിലുള്ളവരെല്ലാവരും ചാടിയെഴുന്നേറ്റു. സ്കൂൾ പരിസരത്തുനിന്നു അയ്യപ്പനെ മുന്നിൽനിർത്തി പ്രകടനമാരംഭിച്ചു. സ്കൂൾ പരിസരത്തുണ്ടായിരുന്ന ശ്രീനാരായണഗുരു സ്മാരകസംഘം പ്രവർത്തകരും ചേർന്നു. സർദാറും കെ കെ രാംമാഷും അയ്യപ്പനോടൊപ്പം ഉശിരോടെ മുഷ്ടിചുരുട്ടി

മുദ്രാവാക്യം വിളിച്ചു. അക്കൂട്ടത്തിൽ അയിനിക്കാട്ടുകോരനും കുടുംബാംഗങ്ങളും ഉത്സാഹത്തോടെ പങ്കെടുത്തിരുന്നു..

ദളിതമർദ്ദനത്തിനെതിരെ ശക്തമായ പ്രതിഷേധമാണ് പ്രകടനത്തിൽ മുഴങ്ങിക്കേട്ടത്. പ്രകടനം, പെരുമ്പടപ്പിൽനിന്നും മധുരമ്പിള്ളി വഴിപറയൻകടവിലുള്ള ജന്മിയുടെ വീടിന്റെ മുന്നിൽ ചെന്നു മുദ്രാവാക്യം വിളിച്ചും തിരിച്ചും പ്രകടനമായിത്തന്നെ മടങ്ങിപ്പോന്നു. നാടാകെ ഇളകിമറിഞ്ഞ ഇടിവെട്ടുന്ന പ്രകടനമായിരുന്നു അത്. ഹരിജനങ്ങളെ ആക്രമിക്കുന്നത് അവസാനിപ്പിക്കണമെന്നും, മറിച്ചു ഇതാവർത്തിച്ചാൽ കായികമായിത്തന്നെ പകരംവീട്ടുമെന്നും മുന്നറിയിപ്പു നല്കിക്കൊണ്ടായിരുന്നു പ്രകടനം. എടത്തിരുത്തിയുടെ ചരിത്രത്തിൽ ആദ്യമായിട്ടാണ് മർദ്ദനത്തിനെതിരെ ഒരു പ്രതിഷേധപ്രകടനം ഉണ്ടാവുന്നത്. ഈ പ്രകടനം കാണാൻ വീടുകളിൽനിന്നു വഴിയരുകിലേക്ക് ആളുകൾ കൗതുകത്തോടെയാണെത്തിയത്.

സാംസ്കാരിക പരിവർത്തനം

മാറുമറയ്ക്കാൻ സമരം

വായനശാലയിൽനിന്നു ഒന്നരകിലോമീറ്റർ വടക്ക്, കുട്ടമംഗലത്തു പുലയന്മാർ കൂട്ടമായി താമസിക്കുന്ന സ്ഥലമാണ് വള്ളോൻകാട്. വള്ളോൻകാട്ടുകാരെ അയിനിക്കാട്ടുകാരെന്നും വിളിക്കും. അയിനിക്കാട്ടു കാർക്കു കൊടുങ്ങല്ലൂരിലെ പ്രസിദ്ധമായ ചേരമാൻ പെരുമാളുടെ പൈതൃ കമുണ്ടെന്നു പറയപ്പെടുന്നു. അയിനിക്കാട്ടുകോരൻ, സഹോദരൻ കുഞ്ചാ ത്തൻ, മകൻ വി കെ ചാത്തൻ, മരുമകൻ എം എ അയ്യപ്പൻ എന്നി വരുടെ തലച്ചോറിൽ 'അയ്യപ്പൻ മർദ്ദനപ്രതിഷേധപ്രകടനം' ഉണ്ടാക്കിയ ആവേശം കത്തിപ്പടർന്നു.

വള്ളുവൻകോട്ടുകാർ ബ്ലാഹേയിൽ തറവാട്ടുകാരുടെ തൊഴിലാ ളികളുമായിരുന്നു. ശ്രീനാരായണഗുരുവും അയ്യങ്കാളിയും ഉയർത്തിയ വിമോചനമുന്നേറ്റത്തിന്റെ ആവേശകരമായ കഥകൾ വള്ളോൻകാട്ടിലു മെത്തിയിരുന്നു. അയ്യപ്പന്റെ 'മർദ്ദനപ്രതിഷേധപ്രകടനം' കോരനിൽ ഒരു പുതിയ ആശയമുദിച്ചു. എല്ലാ കുടിലിലുമുള്ള സ്ത്രീകൾക്കണിയാൻ കോരൻ റൗക്ക വാങ്ങിക്കൊടുത്തു. പിറ്റേദിവസം 'അയ്യപ്പൻകാവി'ന്റെ സമീപമുള്ള പാടത്ത് വള്ളോൻകാട്ടിലെ പെണ്ണുങ്ങൾ കൊയ്യാൻവന്നത്, റൗക്കചുറ്റി മാറുമറച്ചുകൊണ്ടായിരുന്നു. കുടയുംചടി, കുടവയറിൽ തിരുമ്മി രണ്ടാം മുണ്ടുചുറ്റി, കൊയ്ത്തുപാടത്തുവന്ന ബ്ലാഹേയിൽ മൂപ്പിൽനായർ കണ്ടത് റൗക്കചുറ്റി കൊയ്യുന്ന പെണ്ണുങ്ങളെയാണ്. പെണ്ണു ങ്ങൾ മാറുമറയ്ക്കുന്നത് ധിക്കാരമാണ്, നിയമവിരുദ്ധമാണ്, ബ്ലാഹേലെ തടിമാടന്മാരെ വരുത്തി പണിക്കാരെ മുഴുവൻ പൊതിരെ തല്ലാൻ ഏർപ്പാടുചെയ്തു.

കൊയ്തു നിന്നിരുന്ന കോരൻ അടിയുടെയും തിരിച്ചടിയുടെയും ബഹളം കേട്ടയുടനെ കുഞ്ചാത്തനെയും വി കെ ചാത്തനെയും എം എ അയ്യപ്പനെയും പേങ്ങുട്ടിയെയും കൂട്ടി കറ്റചുമക്കാനുള്ള മുളയുടെ കാവെടുത്തു വീശി. കൊഴുത്തു തടിച്ച തടിമാടന്മാരെയും ബ്ലാഹേൽ മൂപ്പരുടേയും നടുമ്പുറം നോക്കി ഇടവുംവലവും തല്ലി നിരപ്പാക്കി. കൈത്തണ്ടയുറച്ച പുലയന്റെ അടികൊണ്ട ബ്ലാഹേൽ നായരും തടിമാടന്മാരും പാടത്തുകൂടെയോടി നിലത്തുവീണു. പിന്നാലെയോടിച്ചെന്ന കോരനും കൂട്ടരും വീണ്ടുമടിച്ചു, അവർ ജീവനും കൊണ്ടോടിയ പാടത്തു പിന്നീടു പുല്ലുമുളച്ചിട്ടില്ല എന്നാണ് ജനസംസാരം...

ബ്ലാഹേൽക്കാരുടെ ജോലിയിൽനിന്നു വള്ളോൻകോടുകാരെ ഒന്നിച്ചുപുറത്താക്കിയപ്പോൾ ജോലിയൊരു പ്രശ്നമായി. കുട്ടമംഗലത്തെ കുന്നത്തുപടി റസാക്കു മുതലാളി കൃഷിപ്പണികൊടുത്തു സഹായിച്ചു. കോരനും കുടുംബാംഗങ്ങളും സർദാറിന്റെ അനുകർത്താക്കളായി, അത് ആത്മബന്ധമായി വളരുകയും, ബന്ധം രാഷ്ട്രീയത്തിലേക്കു വികസിക്കുകയും ചെയ്തു. വി കെ ചാത്തൻ, എം എ അയ്യപ്പൻ എന്നിവർ സർദാറിന്റെ നിത്യസഹചാരികളായി മാറി.

ചൊവ്വയും വെള്ളിയും വരുന്ന പ്രേതങ്ങൾ

കൃഷ്ണൻ കുഞ്ചന്റെ മകൻ കൊച്ചാപ്പുചേട്ടൻ (കെ കെ രാംമാഷുടെ ചേട്ടൻ) അവരുടെ തറവാടിന്റെ തെക്കേ അതിർത്തിയിൽ ഒരു ചായപ്പീടിക തുറന്നിട്ടുണ്ട്. അതാണ് എടത്തിരുത്തിക്കാരുടെ 'വാർത്താ വിതരണതലസ്ഥാനം.' ആട്ടിൻകുട്ടിയുടെ പേറു മുതൽ ബ്രിട്ടീഷുകാരുടെ ഭരണപരിഷ്കാരങ്ങൾവരെയുള്ള വാർത്തകൾ ഈ ചായപ്പീടികയിൽ നിന്നാണ് ആദ്യം പ്രക്ഷേപണം ചെയ്യുന്നത്. അടുത്തുള്ള വിഷക്കാവിൽ പ്രേതം തീപ്പന്തവുമായി ആളുകളെ കൊല്ലാൻ ഇറങ്ങിയിട്ടുണ്ടെന്ന് ഒരു വാർത്ത ആരോ പ്രക്ഷേപണം ചെയ്തു. കൊല്ലറ കൊരുക്കുട്ടിയുടെ വീടിന്റെ വടക്കേപറമ്പിൽ ഒരു വിഷക്കാവുണ്ടായിരുന്നു. അവിടെ വിഷപ്പാമ്പുകളും പ്രേതങ്ങളും തമ്മിൽ പ്രണയസല്ലാപമാണത്രേ...

വാർത്തകേട്ടപ്പോൾ സർദാറിനെ നോക്കി രാംമാഷൊന്നു കണ്ണിറുക്കി. അർദ്ധരാത്രിയിൽ എഴുന്നേറ്റു ശബ്ദമില്ലാതെ വാതിലിന്റെ സാക്ഷ തുറന്നുപുറത്തുകടന്നു. കൈയിൽ അഞ്ചുകട്ട ബാറ്ററിയിട്ട ഒരു ടോർച്ചും ഒരുമുട്ടൻ വടിയുമായി തലയിലൊരു കെട്ടുംകെട്ടി വിഷക്കാവിലേക്കു നടന്നു. സമീപത്തുള്ള ഇടവഴിയിൽ രാംമാഷും വടിയും പിടിച്ചു നില്ക്കുന്നുണ്ടായിരുന്നു. കാൽനിലത്തു ചവിട്ടുന്ന ശബ്ദം നായ്ക്കളുടെ കാതിൽ വീണാൽ അവ കുരച്ചു കോലാഹലമാക്കും. പതുക്കെ നടന്നു കാവിലെത്തി. കനത്ത നിശ്ശബ്ദത. പടർന്ന വള്ളികൾ വകഞ്ഞുമാറ്റി രണ്ടുപേരും കാടിനുള്ളിൽ കടന്നു. കണ്ണിൽ തുളച്ചു കയറുന്ന കൂരാക്കുരിരുട്ടിൽ, വന്യമായ ഭീകരത ചുറ്റിവലിഞ്ഞു നില്ക്കുന്നു. ശ്രീനാരായണഗുരു ചാത്തനു കത്തുകൊടുത്തു വിട്ട് ചാത്തന്റെ ബാധയൊഴിപ്പിച്ച

കഥ കേട്ടിട്ടുണ്ട്, അതിനാൽ പ്രേതമില്ലെന്നറിയാമെങ്കിലും എന്താണവിടെയുള്ളതെന്നറിയണം. പാമ്പും പെരുച്ചാഴിയും മരപ്പട്ടിയുമുണ്ടാവും, സൂക്ഷിക്കണം. രാംമാഷ് സർദാറിന്റെ കൈയിൽ പിടിച്ചിട്ടുണ്ട്. ശ്വാസമടക്കി പ്പിടിച്ചു നോക്കി,. അടുപ്പിൽ ഒരുകുടം, അതിനടിയിൽ വിറകു കത്തുന്നുണ്ട്, ആരുമില്ല. അകത്തു കടന്നു ടോർച്ചടിച്ചപ്പോൾ എന്തോ ഓടിമറയുന്നു. മരത്തിന്റെ മറവിൽ എന്തോ അനങ്ങുന്നു. സർദാർ ഓടിച്ചെന്നപ്പോൾ, രണ്ടു പ്രേതങ്ങൾ ഒളിച്ചിരിക്കുകയാണ്. പ്രേതങ്ങൾ തൊഴുതു കാല്ക്കൽ വീണു, ഉപദ്രവിക്കരുതെന്നു യാചിച്ചു. രാംമാഷുടെ കൈവീശിയൊരടി കവിളിൽ വീണപ്പോൾ സത്യം പുറത്തുചാടി, പ്രേതങ്ങൾ കള്ളച്ചാരായം വാറ്റുകയായിരുന്നു.

ഗുരുവായൂർ സത്യഗ്രഹത്തിന്റെ മറുപുറം

1903 ൽ പെരിങ്ങോട്ടുകരയിൽ ആരംഭിച്ച ശ്രീനാരായണഗുരു സ്മാരകസംഘത്തിനു തിരുവിതാംകൂറിലെ എസ് എൻ ഡി പിയുമായി ബന്ധമുണ്ടായിരുന്നില്ല. ശ്രീനാരായണഗുരു സ്മാരകസംഘത്തെ മണപ്പുറത്തേക്കു വ്യാപിപ്പിക്കുന്നതിനു നേതൃത്വം കൊടുത്തത് എ സി ശങ്കരനാരായണൻ ആയിരുന്നു. കെ കെ രാംമാഷും സർദാറുമായി ചർച്ച ചെയ്തു എടത്തിരുത്തിയിലും അതിന്റെ ശാഖ രൂപീകരിക്കുകയും ചെയ്തു. എടത്തിരുത്തിയിലെ സാരഥി കെ കെ രാംമാഷായിരുന്നു.

1931-33 വർഷങ്ങളിൽ അവർണ്ണർക്കു നിഷേധിക്കപ്പെട്ടിരുന്ന ക്ഷേത്രപ്രവേശനം അനുവദിക്കാൻവേണ്ടി കോൺഗ്രസ് നടത്തിയ സമരമായിരുന്നു ഗുരുവായൂർ സത്യഗ്രഹം. ഈ സമരത്തിനിടയിൽ കോൺഗ്രസ് നേതാവായിരുന്ന എ പി രാമന്റെ സഹപ്രവർത്തകനായ സി എസ് ഗോപാലൻ സമരം ശക്തിപ്പെടുത്തുന്നതിനുവേണ്ടി വളണ്ടിയർമാരെ തിരക്കി എടത്തിരുത്തിയിലും വന്നിരുന്നു. കെ കെ രാംമാഷേയും സർദാറിനെയും സമീപിച്ച് ക്ഷേത്രപ്രവേശന സമരത്തിൽ പങ്കെടുത്തു വിജയിപ്പിക്കണമെന്ന് അഭ്യർത്ഥിച്ചു.

അയിത്തത്തിന്റെയും അശുദ്ധിയുടെയും പേരിൽ അവർണ്ണനു ക്ഷേത്രപ്രവേശനം നിഷേധിക്കുന്നത് നികൃഷ്ടമാണെന്നും നീതിനിഷേധവും പൗരാവകാശലംഘനവുമാണെന്ന നിലപാടായിരുന്നു ശ്രീ നാരായണഗുരു ജീവിച്ചിരുന്നപ്പോൾ എടുത്തിരുന്നത്. അയിത്തത്തിന്റെ പേരിൽ യാതൊരു വിവേചനത്തെയും സ്വാമികൾ അംഗീകരിച്ചിട്ടില്ല. തിരുവിതാംകൂറിലെ എസ് എൻ ഡി പിയും എൻ എസ് എസും ഈ സമരത്തിനു ഐക്യദാർഢ്യം പ്രകടിപ്പിച്ചിരുന്നു. അതുതന്നെയായിരുന്നു മണപ്പുറത്തെ ഗുരുസ്മാരക സംഘത്തിന്റെയും നിലപാട്.

സാമ്രാജ്യത്വ അടിമത്തവും ജാതീയ അടിമത്തവും ഒരുപോലെ ഭീകരമാണ്. സ്വാതന്ത്ര്യാനന്തരം സവർണ്ണ മേല്ക്കോയ്മയുള്ള ഇന്ത്യൻ നാഷണൽ കോൺഗ്രസ്, അവർണ്ണർക്കുനേരെയുള്ള സവർണ്ണാധി പത്യം തുടരുമെന്നതിനാൽ അവർണ്ണ സമുദായങ്ങൾ സാമ്രാജ്യത്വവിരുദ്ധ

സമരത്തിൽനിന്നു മാറിനില്ക്കണമെന്ന നിലപാടായിരുന്നു ഒരു വിഭാഗം എസ് എൻ ഡി പി പ്രവർത്തകർക്കിടയിലുണ്ടായിരുന്നത്.

ജാതീയമായ വിവേചനങ്ങളും സഞ്ചാര സ്വാതന്ത്ര്യനിഷേധങ്ങളും അസ്സഹനീയമാണെന്നും ഈ വിഷയത്തിൽ കോൺഗ്രസ് ഇടപെടണമെന്നും നിരന്തരമായി ഗുരുശിഷ്യനായ ടി കെ മാധവൻ ആവശ്യപ്പെട്ടതിന്റെ ഫലമായിട്ടാണ് കോൺഗ്രസിന്റെ സഹായത്തോടെ 1924-26 ൽ വൈക്കം ക്ഷേത്രത്തിന്റെ മുന്നിലൂടെയുള്ള വഴിയിലൂടെ അവർണ്ണർക്കു സഞ്ചാരസ്വാതന്ത്ര്യം അനുവദിക്കണമെന്നാവശ്യപ്പെട്ട് സത്യഗ്രഹം നടത്തിയത്. വൈക്കം സത്യഗ്രഹത്തിൽ കോൺഗ്രസ് സ്വീകരിച്ച അവർണ്ണ സമുദായ അനുകൂല സമീപനത്തിന്റെ ഫലമായി ജാതീയത മൂലം അതുവരെ അകന്നുനിന്നിരുന്ന അവർണ്ണർ കോൺഗ്രസിലേക്കു അടുത്തുവരുന്നുണ്ടായിരുന്നു. അവർണ്ണരുടെ പൂർണ്ണ പങ്കാളിത്തം നേടിയെടുക്കാൻ അവരുടെ പ്രശ്നങ്ങളിൽ ഇടപെട്ട് അവകാശങ്ങൾ നേടിയെടുക്കണമെന്ന സദുദ്ദേശ്യം കോൺഗ്രസിനുണ്ടായിരുന്നു. എസ് എൻ ഡി പി മുന്നോട്ടുവെച്ച പൗരസമത്വവാദത്തെ അനുകൂലിച്ചുകൊണ്ട് അയിത്തത്തിന്റെ പേരിൽ അകറ്റി നിർത്തപ്പെടുന്ന അവർണ്ണർക്കുവേണ്ടി സമരം ചെയ്യുന്നതിലൂടെ അവരുടെ പിന്തുണയും പങ്കാളിത്തവും ബ്രിട്ടീഷ് വിരുദ്ധ സമരത്തിലേക്കു ഉറപ്പിക്കാൻ വേണ്ടിയായിരുന്നു കോൺഗ്രസ് ആ സമരം ആസൂത്രണം ചെയ്തത്. വാസ്തവത്തിൽ അതിനു പിന്നിലുള്ള വൈപരീത്യം കോൺഗ്രസ് തിരിച്ചറിഞ്ഞിരുന്നില്ല. കേവല രാഷ്ട്രീയ ലക്ഷ്യംമാത്രം ഉന്നംവെക്കുന്ന കോൺഗ്രസ് മതപരമായ അപകടത്തെക്കുറിച്ചു തലപുകഞ്ഞിട്ടില്ല. സവർണ്ണാധിപത്യ സാംസ്കാരികബോധത്തിന് വഴങ്ങിനില്ക്കുന്നു എന്ന ആരോപണം കോൺഗ്രസിനു നേരെയുണ്ടായി.

സമരത്തിൽ പങ്കെടുക്കണമെന്ന അഭ്യർത്ഥനയുമായി വന്ന സി എസ് ഗോപാലനോട് കെ കെ രാംമാഷും സർദാറും വിശദീകരിച്ചു:

> അവർണ്ണരെന്നു മുദ്രകുത്തപ്പെട്ടവർക്കു ക്ഷേത്രപ്രവേശനം നിഷേധിക്കരുത്. അതിനർത്ഥം അവർണ്ണരെല്ലാവരും സവർണ്ണക്ഷേത്രങ്ങളിൽ പോകണമെന്നല്ല. അവർക്കു പോകാനും പോകാതിരിക്കാനുമുള്ള സ്വാതന്ത്ര്യം അയിത്തംമൂലം നിഷേധിക്കരുത്. സ്വാമികൾ സ്ഥാപിച്ച തൊണ്ണൂറോളം അമ്പലങ്ങൾ കേരളത്തിലുണ്ട്. അവർണ്ണർക്കു പ്രാർത്ഥിക്കാൻ ക്ഷേത്രങ്ങളില്ലാഞ്ഞിട്ടല്ല ക്ഷേത്രപ്രവേശനനിരോധനം പിൻവലിക്കാൻ ആവശ്യപ്പെടുന്നത്. പ്രാർത്ഥനയും ഭക്തിയും നിഷേധിക്കപ്പെട്ട സമൂഹത്തിൽ ആ പൗരാവകാശ ലംഘനത്തിനെതിരെയാണ് അരുവിപ്പുറത്തു സ്വാമികൾ ശിവപ്രതിഷ്ഠ നടത്തിയത്. ജാതീയത പരിഗണിക്കാതെ ഏതൊരാൾക്കുംവരാം, പ്രാർത്ഥിക്കാം, അതിനപ്പുറം പൗരോഹിത്യം നടത്തുന്ന ആത്മീയവിപണമോ ജാതിവ്യവസ്ഥയുടെ

സ്ഥാപനമോ അന്ധവിശ്വാസ ജടിലമായ പൂജാവിധികളോ മന്ത്രതന്ത്ര വിധികളോ അവിടെ ഉണ്ടായില്ല.

ബ്രാഹ്മണ പൗരോഹിത്യത്തിന്റെ സൃഷ്ടികളായ ജാതിവ്യവസ്ഥ യിലെ മനുഷ്യത്വരാഹിത്യം തിരിച്ചറിയാത്ത നിരക്ഷരരും അജ്ഞ രുമായ അവർണ്ണ വിഭാഗങ്ങളെ തള്ളിവിട്ടാൽ പൗരോഹിത്യ ത്തിന്റെ ഗൂഢതാല്പര്യങ്ങളിലേക്ക് അവർ തലകുത്തിവീഴുകയും അതിലൂടെ ബ്രാഹ്മണ്യം തലമുറകളിലൂടെ നിർമ്മിച്ചെടുക്കുന്ന യുക്തിരഹിതമായ ആചാരങ്ങളിലേക്കും ഐതിഹ്യങ്ങളിലേക്കും വീണ്ടും നിപതിക്കുകയായിരിക്കും ഫലം. അവിടെ പുരോഹിത ബ്രാഹ്മണ്യം നടത്തുന്ന ശത്രുസംഹാരപൂജയും സർവൈശ്വര്യ പൂജയും തുടങ്ങി ആത്മീയതയുടെ യുക്തിക്കുപോലും യോജി ക്കാത്ത എന്തെല്ലാം വിപണനമാണ് നടക്കുന്നത്. യുക്തിബോധ ത്തിലേക്കും ശാസ്ത്രീയ ചിന്തയിലേക്കും വളരുന്ന മനുഷ്യൻ വീണ്ടും അന്ധവിശ്വാസത്തിന്റെയും അനാചാരങ്ങളുടെയും അഴുക്കു ചാലിലേക്കുവീഴാൻ സാദ്ധ്യതയുണ്ട് എന്നതാണ് പ്രശ്നം. അതോടെ വീണ്ടും ബ്രാഹ്മണ്യത്തിന് അതിന്റെ സാംസ് കാരികാധിപത്യം വീണ്ടെടുക്കാൻ കഴിഞ്ഞെന്നുവരും. അവർണ്ണർ വീണ്ടും ജാതീയ അടിമകളാവാനും, മനുഷ്യൻ വീണ്ടും മതപൗ രോഹിത്യത്തിനുള്ളിൽക്കിടന്ന് നരകിക്കാനും സാഹചര്യമൊരുങ്ങി യെന്നും വരം..

അതുകൊണ്ട്, മനുഷ്യത്വരഹിതമായ അയിത്തത്തിനെതിരെയുള്ള ഗുരുവായൂർ ക്ഷേത്രപ്രവേശനസമരത്തോടു ഞങ്ങൾക്കു ധാർമ്മി കപിന്തുണയുണ്ട്. ഐക്യദാർഢ്യം... അതിനപ്പുറം സവർണ്ണ ക്ഷേത്രങ്ങളിൽ പോയി ആത്മീയസാക്ഷാൽക്കാരം നേടുന്നത് ഞങ്ങളുടെ ലക്ഷ്യമല്ലാത്തതിനാൽ സമരത്തിൽ പങ്കെടുക്കാനോ സമരത്തിന്റെ മുന്നണിയിലേക്കുവരാനോ ഞങ്ങൾക്കു താല്പര്യ മില്ല.

സർദാറും രാംമാഷും നിലപാട് വ്യക്തമാക്കിയപ്പോൾ സി എസ് ഗോപാലൻ മടങ്ങിപ്പോയി. സമരം 1933 ൽ ഗാന്ധിജിയുടെ നിർദ്ദേശ പ്രകാരം നിർത്തിവെച്ചു.

ഈഴവർ ബുദ്ധമതാനുയായികളായിരുന്നുവെന്നും ഒരുകാലത്തും ഹിന്ദുക്കളായിരുന്നിട്ടില്ലെന്നും, അയിത്തവും അടിച്ചമർത്തലും സഹിച്ചു ഹിന്ദുമതത്തിന്റെ അടിത്തട്ടിൽ കഴിയേണ്ട കാര്യമില്ലെന്നുമുള്ള ചർച്ചകൾ *മിതവാദി, കേരളകൗമുദി, സഹോദരൻ* മുതലായ നവോത്ഥാന പ്രസി ദ്ധീകരണങ്ങളിൽ തുറന്ന സംവാദങ്ങൾ നടക്കുന്നുണ്ടായിരുന്നു. ബുദ്ധമതമോ ക്രിസ്തുമതമോ കൂട്ടമായി സ്വീകരിക്കാൻപോലും ഈഴ വർ തയ്യാറാവണമെന്നു സഹോദരൻ അയ്യപ്പൻ, സി വി കുഞ്ഞിരാമൻ,

സി കൃഷ്ണൻ വക്കീൽ തുടങ്ങിയവരുടെ അഭിപ്രായങ്ങൾ സവർണ്ണ നേതൃത്വത്തിനിടയിൽ ഉൾക്കിടിലമുണ്ടാക്കാൻ കാരണമായിട്ടുണ്ട്. ഗണ്യ സമുദായമായ പിന്നോക്കക്കാർക്കു ക്ഷേത്രപ്രവേശനം നല്കിയാൽ ന്യൂന പക്ഷമായ ഹിന്ദുമതത്തെ ഭൂരിപക്ഷമാക്കി ഉയർത്താമെന്ന ദീർഘവീക്ഷ ണമാണ് 1936 ൽ തിരുവിതാംകൂർ രാജാവിന് ക്ഷേത്രപ്രവേശനവിളം ബരം നടത്താൻ പ്രേരണയായതെന്നും നിരീക്ഷണമുണ്ട്. 1947 ൽ ക്ഷേത്രവാതിലുകൾ തുറന്നതോടെ ഇസ്ലാം-ക്രൈസ്തവരൊഴികെ യുള്ളവരെല്ലാം ഒറ്റയടിക്ക് ഹിന്ദുക്കളായി മാറി...

കാദരിക്കയുടെ സ്നേഹം

സ്കൂൾവിട്ടു വരുമ്പോൾ എടമുട്ടം സെന്ററിലേക്കു വരുന്ന കാദർ ഭൂവുടമയായ 'ബിർള കൃഷ്ണനെ' കണ്ടയുടനെ തോൾമുണ്ടെടുത്തു അരയിൽകെട്ടി ഓച്ഛാനിച്ചുനിന്നു നമസ്കരിച്ചു. സർദാറിനെ കണ്ടപ്പോൾ അയാൾ വീണ്ടും ഓച്ഛാനിക്കാൻ പോയതായിരുന്നു, സർദാർ അയാളെ തടയുകയും അടുത്തു വിളിച്ചു സ്നേഹപൂർവ്വം ഉപദേശിക്കുകയും ചെയ്തു.

"കാദറിക്കാ, നിങ്ങൾക്കു മീൻ കച്ചോടമല്ലേ ജോലി?"

"അതെ..?"

"പണിയെടുത്തുജീവിക്കുന്നതിൽ നിങ്ങൾ അഭിമാനിക്കുന്നില്ലേ?"

അഭിമാനത്തിന്റെ അർത്ഥമറിയാതെ അയാൾ ചിരിച്ചതേയുള്ളൂ...

"ജോലി ചെയ്തുജീവിക്കുന്ന നിങ്ങൾ ആരുടേയും ആശ്രിതനല്ല എന്നതിൽ അഭിമാനിക്കണം. ഈ അനാവശ്യമായ അടിമത്തവും അമിത വിനയവും നിങ്ങളെ എന്നും അടിമയാക്കും, കാദറിക്കാ."

"അതുപിന്നെ... എല്ലാർക്കും മീൻ കൊടുക്കണ്ടേ, അപ്പൊ, ഒന്നു താഴ്ന്നു കൊടുക്കണതാ.."

"കച്ചവടത്തിനു വിനയം നല്ലതാണ്. പക്ഷേ, ഓച്ഛാനിച്ചു നിന്നാൽ അത് ദാസ്യവൃത്തിയായി പരിഗണിക്കും. ആരോടും ഓച്ഛാനിച്ചുനിന്ന് നട്ടെല്ലു വളച്ചു ബഹുമാനം കൊടുക്കേണ്ടതില്ല. നിങ്ങൾക്കു പണമല്ലാതെ മറ്റൊരു കുറവുമില്ല. സ്നേഹിക്കാനും ബഹുമാനിക്കാനും കഴിയുന്ന നിങ്ങൾ സമ്പന്നനാണു കാദറിക്കാ."

കാദറിന്റെ തലയിൽ ആത്മബോധത്തിന്റെ ഇടിവാൾ വെട്ടി. അയാൾ അറിയാതെ പറഞ്ഞു പോയി:

"ശരി ഗോപുച്ചോനെ." കുനിഞ്ഞുനിന്ന അയാളുടെ തല പതുക്കെ യൊന്നു ഉയർത്തിയ ശേഷം മുഷിഞ്ഞ മുണ്ടുടുത്ത അയാളെ സർദാർ ചേർത്തു നിർത്തി.

"നമുക്കു സ്നേഹിക്കാൻ ജാതിയും മതവുമൊന്നും വേണ്ട കാദ രിക്കാ, എന്നെ പേരു വിളിച്ചോളൂ.. അല്ലെങ്കിൽ മാഷെന്നു വിളിച്ചോളൂ.."

ജാതിയെയും മതത്തെയും ദൂരെനിർത്തിയ സർദാറിന്റെ മുഴുവൻ ശരീരവും സ്നേഹമായിരുന്നു. കാദർ അതനുഭവിക്കുകയായിരുന്നു.

'തണ്ടാരെ'

സർദാർ ജനങ്ങളോടടുക്കുകയായിരുന്നു. ദളിതർ സവർണ്ണരെ 'തമ്പുരാനേ' എന്നും ഈഴവരെ 'തണ്ടാരേ', 'അച്ഛാ' എന്നുമുള്ള അഭിസംബോധനയിൽ നാടുവാഴിത്ത സംസ്കാരത്തിന്റെ അടിമത്തം പ്രതിഫലിച്ചിരുന്നു. പാമ്പൂരികുഞ്ഞയ്യപ്പൻ 'തണ്ടാരേ' എന്നു വിളിച്ചപ്പോൾ സർദാർ പറഞ്ഞു:

"കുഞ്ഞയ്യപ്പാ, ഞാൻ തണ്ടയാനല്ല. തണ്ടയാനാണെങ്കിൽ നിങ്ങളുടെമേൽ എനിക്കു അധികാരമുണ്ടാവണമല്ലോ, ല്ലേ? അതൊന്നുമില്ലാത്ത എന്നെയെന്തിനാ തണ്ടാരാക്കുന്നത്? ഈ 'തണ്ടാരെ' വിളി നിർത്തുമോ?"

ചിരിച്ചുകൊണ്ടു സർദാർ ചോദിച്ചപ്പോൾ ആകാശം ചിരിച്ചതു പോലെ കുഞ്ഞയ്യപ്പനു തോന്നി. കുഞ്ഞയ്യപ്പനു എന്തുപറയണമെന്നറിയാത്ത മൗനം. സർദാർ തോളിൽ തട്ടിക്കൊണ്ടു തുടർന്നു:

"നമ്മൾ സമപ്രായക്കാരല്ലേ, കുഞ്ഞയ്യപ്പാ എന്നെ പേരുവിളിച്ചാൽ മതി."

"അയ്യയ്യോ അതിനൊന്നും ഞാനായിട്ടില്ല.."

"എന്നാലൊരു കാര്യം ചെയ്യാം, മാഷേന്നു വിളിച്ചൂടെ?"

വീണ്ടും സർദാർ പൊട്ടിച്ചിരിച്ചപ്പോൾ ഭൂമികുലുങ്ങി കുഞ്ഞയ്യപ്പൻ വിളിച്ചു:

"മാഷേ...."

നാട്ടിൽ വേറെയും മാഷന്മാർ ഉണ്ടായിരുന്നെങ്കിലും 'മാഷ്' എന്ന പദം സർദാറിന്റെ പര്യായമായി മാറുകയായിരുന്നു...

വേഷത്തിലും മീശയിലും രാഷ്ട്രീയം

ശിവരാമവിലാസത്തിലെ ജോലിവിട്ട് കഴിമ്പ്രം ധർമ്മവിലാസം സ്കൂളിൽ ജോലിക്കു ചേർന്നു. ധർമ്മവിലാസം സ്കൂളിന്റെ മാനേജരായിരുന്ന പാഞ്ചാലിടീച്ചറെ ഉണ്ണ്യേപ്പൻമാഷ് വിവാഹം കഴിച്ചു. ഗോപാലൻ വൈദ്യർ തറവാടിന്റെ തെക്കേപറമ്പിലും, അതിന്റെ കിഴക്കേതിൽ രാമൻ മാഷും, രാമൻമാഷുടെയും തറവാട്ടു പറമ്പിന്റെയും ഇടയിലുള്ള ഭൂമിയിൽ വീടു പണിത് ഉണ്ണ്യേപ്പൻമാഷും താമസമാക്കിയിരുന്നു. തറവാട് ഇളയമകൻ ശ്രീധരനാണ്, സർദാറിനു കിട്ടിയ ഭാഗം സഹോദരന്മാർക്കു കൈമാറ്റം ചെയ്തു അല്പം തെക്കോട്ടുനീങ്ങി ഒരുവീടും പറമ്പും വാങ്ങി. ശ്രീധരൻമാഷ് സിക്സ്ത്ഫോറം (പത്താം ക്ലാസ്) പൂർത്തിയാക്കി, ശിവരാമ വിലാസം സ്കൂളിൽ അദ്ധ്യാപകനായി.

മനസ്സിൽ ജാതിവ്യവസ്ഥയോടുള്ള പ്രതിഷേധം പുകയുന്ന കാലമായിരുന്നു. ബ്രിട്ടീഷ് വിരുദ്ധസമരത്തിന്റെ ഭാഗമായി വിദേശവസ്ത്രങ്ങൾ ഉപേക്ഷിക്കുവാനുള്ള ഗാന്ധിജിയുടെ ആഹ്വാനം ജനം സ്വീകരിച്ചു. സ്വദേശിവസ്ത്രങ്ങൾ ഉപയോഗിക്കുന്നതിലൂടെ ദേശീയബോധവും

ആത്മാഭിമാനവും വളർത്തുക എന്നതിലപ്പുറം ബ്രിട്ടീഷുകാരോടുള്ള സാമ്പത്തിക പ്രതിരോധവും അതിലടങ്ങിയിരുന്നു. അദ്ധ്യാപകനായപ്പോൾ വെള്ള വസ്ത്രം ശീലമാക്കുകയും ബ്രിട്ടീഷ് വിരുദ്ധനിലപാടു വളർന്നതോടെ സർദാർ ഖദറിലേക്കു മാറുകയും ചെയ്തു.

കുറെദിവസം ഷേവുചെയ്യാതെ വളർന്ന താടിയും മീശയും ഷേവു ചെയ്തു കണ്ണാടിയിലേക്കു നോക്കിയപ്പോൾ കറുത്തു തടിച്ചു വടി പോലൊരു മീശ തന്നെ നോക്കിച്ചിരിക്കുന്നു.

കൊള്ളാം അതങ്ങനെത്തന്നെയിരുന്നാലോ? ആ കനത്തമീശയിലൊരു നിഷേധം ഒളിച്ചിരിക്കുന്നില്ലേ?

പ്രതിഷേധത്തിന്റെ സൂചകമായി ഈ മീശ അങ്ങനെ തന്നെ നില്ക്കട്ടെ. റഷ്യയിലെ സ്റ്റാലിന്റെ മീശ പോലെ..!

നിഷേധികളുടെ മീശ...!

കുളികഴിഞ്ഞു കഞ്ഞികുടിക്കാനിരിക്കുമ്പോൾ പ്ലാവിലയിൽ ഈർക്കിൽ കുത്തി നിന്ന അമ്മ ചിരിച്ചു കൊണ്ടു ചോദിച്ചു:

“ഗോപൂ, ഇതെന്താടാ ഇങ്ങനെ മുഖം നിറഞ്ഞുനില്ക്കുന്ന മീശ..?”

“അതു ബ്ലാഹേലെ നായരെ പേടിപ്പിക്കാനാണമ്മേ.”

“ബ്ലാഹേലെ നായരോ? അയാൾ പേടിച്ചതുതന്നെ.. അയാൾക്കു ദേഷ്യമാണുണ്ടാവാ..”

“അയാൾക്കു ദേഷ്യം തോന്ന്യാൽ എനിക്കെന്താമ്മേ?”

“ദേ.. നീയോരോന്നു പറയുമ്പോ സൂക്ഷിക്കണം ട്ടോ, എന്തായാലും നിനക്കീ മീശ നല്ല അഴകുണ്ട്.” സർദാർ ചിരിച്ചു...

“ഓ..എന്നാൽ അതങ്ങനെയിരിക്കട്ടെ.”

നാടുവാഴിത്ത കാലത്ത് മീശവെക്കുന്നത് അനുസരണക്കേടായിരുന്നു. സർദാറിന്റെ മൂക്കിനുതാഴെ വളർന്നുനിന്ന കനത്ത രോമങ്ങൾക്കു വ്യവസ്ഥാവിരുദ്ധതയുടെ രാഷ്ട്രീയമുണ്ടായിരുന്നു. .ആ മീശ അധികാരത്തോടുള്ള പ്രതിഷേധമായിരുന്നു, നാടുവാഴിവ്യവസ്ഥക്കെതിരെയുള്ള മൗനമായ വെല്ലുവിളിയായിരുന്നു.

ധർമ്മഭട സേന

മണപ്പുറത്ത് പലയിടത്തും അവർണ്ണ മർദ്ദനവും പീഡനവും തുടരുന്നുണ്ടായിരുന്നു. എ സി ശങ്കരനാരായണന്റെ നിർദ്ദേശപ്രകാരം സവർണ്ണരുടെ ഈ ധിക്കാരത്തെ കായികമായി പ്രതിരോധിക്കാൻ ‘ശ്രീനാരായണഗുരു സ്മാരകസംഘ’ത്തിന്റെ കീഴിൽ ധർമ്മഭടസംഘമുണ്ടാവണം. ചിറക്കൽ ഇഴുവൻ പറമ്പിൽ കുടുംബത്തിൽനിന്നും സന്ന്യാസിയായി മാറിയ ബോധാനന്ദസ്വാമികളാണ് ധർമ്മഭടസേന രണ്ടു പതിറ്റാണ്ടുകൾക്ക് മുമ്പുണ്ടാക്കിയത്. എ സി ശങ്കരനാരായണൻ ശ്രീനാരായണ സ്മാരകസംഘം പ്രവർത്തകരോടു ഈ കഥകൾ ചുരുക്കി പറഞ്ഞു:

അവർണ്ണർക്കു നല്ല വസ്ത്രം ധരിക്കാനോ വഴിനടക്കാനോ സ്വാതന്ത്ര്യമില്ല. സവർണ്ണർ 'ഹോയ്' വിളിക്കുമ്പോൾ വഴിയിൽ നിന്നോടിപ്പോയില്ലെങ്കിൽ മർദ്ദനവും ശിക്ഷയുമുണ്ടായിരുന്നു. ബോധാനന്ദസ്വാമി ജാതീയ അയിത്തവും വിവേചനവും ഇല്ലാതാക്കാൻ ഒരു രഹസ്യസേനയുണ്ടാക്കി. ആയോധനകല സ്വായത്തമാക്കി സവർണ്ണരുടെ മർദ്ദനത്തെ നേരിടുക എന്നതായിരുന്നു ലക്ഷ്യം. വീടുവീടാന്തരം കയറിയിറങ്ങി ജാതിയിൽ താഴ്ന്നവരെന്നു മുദ്രകുത്തപ്പെട്ടതിൽ വിഷമിക്കരുതെന്നും ആത്മാഭിമാനം ഉണ്ടാവണമെന്നും ഉദ്ബോധിപ്പിച്ചു. സവർണ്ണരുടെ 'ഹോയ്' വിളികേൾക്കുമ്പോൾ മാറിക്കൊടുക്കരുതെന്നും അവർ ആക്രമിച്ചാൽ അതിശക്തമായി തിരിച്ചടിക്കുവാനും ഉപദേശിച്ചു. അതിനുവേണ്ടി ഒരു സേനയുണ്ടാക്കി ആയോധനകല പരിശീലിപ്പിച്ചു. അതനുസരിച്ചു അവർണ്ണർ വഴിമാറാതെവന്നപ്പോൾ പലേടത്തും സവർണ്ണർ ആക്രമിക്കുമ്പോൾ ഒന്നിനു രണ്ടടിവെച്ചു ധർമ്മഭടസേന തിരിച്ചടിക്കുകയും ചെയ്തു. ഈ സേനയുടെ പ്രവർത്തനം ചിറക്കലിൽ നിന്നു കരാഞ്ചിറ, കാട്ടൂർ, താണിശ്ശേരി, പൊഞ്ഞനം, എടത്തിരുത്തി, നാട്ടിക, തൃപ്രയാർ, വലപ്പാട് എന്നിവിടങ്ങളിലേക്കു വ്യാപിച്ചിരുന്നു.

തൃപ്രയാർ തേവരുടെ പൂരം എഴുന്നള്ളിച്ചു ആറാട്ടുപുഴയിലേക്കു പോകുന്ന പൂരഘോഷയാത്ര കടന്നുപോകുന്ന പാതയുടെ ഇരുവശത്തുള്ള ഈഴവരും പുലയ-വേട്ടുവരടങ്ങുന്ന അധഃസ്ഥിതരും, തീണ്ടൽ ഒഴിവാക്കാൻ വീടുവിട്ടു പോകണമെന്നാണ് നിയമം. ബോധാനന്ദസ്വാമികളുടെ നേതൃത്വത്തിൽ വീടുവിട്ടുപോവുകയോ വഴിമാറിക്കൊടുക്കുകയോ ചെയ്യില്ലെന്നു ധർമ്മഭടാംഗങ്ങളെക്കൊണ്ടു പ്രതിജ്ഞയെടുപ്പിച്ചു. അങ്ങോട്ടു ആക്രമിക്കരുതെന്നും, മറിച്ച് ഇങ്ങോട്ടാക്രമിച്ചാൽ ശക്തിയായി തിരിച്ചടിക്കണമെന്നും ബോധാനന്ദസ്വാമികൾ ആഹ്വാനം ചെയ്തു.

ഘോഷയാത്ര പൊലീസ് സന്നാഹത്തോടെ ആരംഭിച്ചു. പെരിങ്ങോട്ടുകരയിലും ചിറക്കലും ധർമ്മഭടന്മാർ റോഡരുകിൽ നല്ല വസ്ത്രങ്ങളണിഞ്ഞ് ധീരമായി നിലയുറപ്പിച്ചു, 'ഹോയ്' പറഞ്ഞു വന്ന സവർണ്ണഗുണ്ടകൾ അടിക്കാൻ തുടങ്ങി, പിന്നെ ധർമ്മഭടസേനയുടെ അടിയുടെ പൂരമായിരുന്നു. അവസാനം പൊലീസുദ്യോഗസ്ഥന്മാർ ബോധാനന്ദസ്വാമികളുമായി ഒത്തുതീർപ്പുണ്ടാക്കി, ഘോഷയാത്ര ആറാട്ടുപുഴ ക്ഷേത്രത്തിലെത്തിച്ചു. തുടർന്നുള്ള വർഷങ്ങളിൽ സംഘർഷം കുറയുകയും തീണ്ടൽ അവസാനിക്കുകയും ചെയ്തു. ഇതുനടന്ന വർഷം 1910-11 കാലമായിരുന്നു

താണിശ്ശേരി ലഹള

മരണപ്പെട്ടാൽ ബ്രാഹ്മണർക്കു പത്തും, നായർക്കും ഈഴവർക്കും പതിനാറും, പുലയർക്കു മുപ്പത്തിരണ്ടും, മറ്റു അധഃസ്ഥിതർക്ക് അറുപത്തിനാലുദിവസവും ആയിരുന്നു ബ്രാഹ്മണ്യം നിശ്ചയിച്ച പുലകുളി ആചാരങ്ങൾ. പത്തു ദിവസം പുലകുളി മതിയെന്ന ശ്രീനാരായണഗുരുവിന്റെ നിർദ്ദേശം ഈഴവ സമൂഹം ഏറ്റെടുത്ത കാലമായിരുന്നു അത്.

1919 ൽ കാട്ടൂരിനപ്പുറം താണിശ്ശേരിയിൽ മേനോത്തു കൊച്ചുകൃഷ്ണൻ എന്നയാൾ മരിച്ചപ്പോൾ ബന്ധുവായ ബോധാനന്ദസ്വാമികൾ മരണവീടു സന്ദർശിച്ചു പത്തു ദിവസത്തെ പുല ആചരിച്ചാൽ മതിയെന്നു നിർദ്ദേശിക്കുകയും ചെയ്തു. ഇതറിഞ്ഞു ഹാലിളകിയ ജന്മി, നെടുമ്പുള്ളി തരണനെല്ലൂർ മനയിലെ തന്ത്രി മരണംനടന്ന വീട്ടിലെ കുടുംബനാഥനായ ഐപ്പുണ്ണിയെ വിളിച്ചുവരുത്തി കല്പിച്ചു:

"പത്തുദിവസത്തെ ആചാരം നമ്പൂതിരിമാർക്കു അവകാശപ്പെട്ടതാണ്. ഈഴവർ ഈ ആചാരം ലംഘിക്കരുത്, ഞങ്ങൾ എന്തു വിലകൊടുത്തും അത് തടയും, നിങ്ങളതു ലംഘിച്ചാൽ തടയാനാവാത്ത കലാപമുണ്ടാവും, ധിക്കാരം കൈയിലിരിക്കട്ടെ."

"എന്തു വിലകൊടുത്തും ഗുരുസ്വാമികളുടെ നിർദ്ദേശം ഞാൻ അനുസരിക്കും."

ഐപ്പുണ്ണി മറുപടി നല്കി.

ശ്രീനാരായണഗുരുവിന്റെ ശിഷ്യനായതോടെ ബോധാനന്ദസ്വാമി ധർമ്മഭടസേന പിരിച്ചുവിട്ടിരുന്നു. വിവരമറിഞ്ഞപ്പോൾ അദ്ദേഹം നേരിട്ടുവന്നു താണിശ്ശേരിക്കു പുറമെ, എടത്തിരുത്തി, പെരിഞ്ഞോട്ടുകര, കാട്ടൂർ, വെള്ളാനി, ചിറക്കൽ ഭാഗങ്ങളിലെ ഈഴവരെ സംഘടിപ്പിച്ച്, സവർണ്ണരെ നേരിടാൻ തയ്യാറായി. അടിയന്തിരദിവസം മേനോത്തു വീട്ടിലേക്കു ധർമ്മഭടസേനയും സായുധസന്നാഹങ്ങളോടെ സവർണ്ണസേനയും മുഖാമുഖം.

ധർമ്മഭടസേനയിലെ കളരിമുറയഭ്യസിച്ച ആജാനബാഹുവായ തൊപ്പിയിൽ ബാഹുലേയന്റെ കൈപിടിച്ചു കുലുക്കിക്കൊണ്ടു സവർണ്ണസേനാനായകൻ പറഞ്ഞു:

"നമ്മൾ തമ്മിൽ വഴക്കിനല്ല, ആരൊക്കയുണ്ടെന്നറിയാൻ വന്നതാണ്."

അവർ തിരിഞ്ഞുനടന്നു. ധർമ്മഭടസേനയും തിരിഞ്ഞു നടന്നപ്പോൾ ഓർക്കാപ്പുറത്തു പിന്നിൽ നിന്നും അടി വീണു. പിന്നെ, ധർമ്മഭടസേനാംഗങ്ങളും തിരിഞ്ഞുനിന്നു സവർണ്ണരുമായി പൊതിരെ തല്ലുനടന്നു.. സവർണ്ണർ ചിന്നിച്ചിതറിയോടി. പിന്നാലെ ചെന്നടിച്ചു. അവസാനത്തെ കൂട്ടർ തോറ്റോടിയത് അടുത്തടുത്തുള്ള വീടുകളിലേക്കായിരുന്നു. അവിടെയും കയറി അവരെ തല്ലി, തല്ലിന്റെ പൂരമായിരുന്നു....!

ലഹളയിൽ പങ്കെടുത്തതിനു അഞ്ചുപേരെ കഠിനശിക്ഷയ്ക്കു വിധി

ച്ചുവെങ്കിലും അതൊന്നും സേനാംഗങ്ങൾക്കു പ്രശ്നമായിരുന്നില്ല. അതോടെ അവർണ്ണർക്കു നേരെയുള്ള സവർണ്ണരുടെ കുതിരകയറ്റത്തിനു അന്ത്യം വന്നല്ലോ എന്നു സാമാധാനിച്ചു.

എ സി ശങ്കരനാരായണൻ ചരിത്രം പറഞ്ഞവസാനിപ്പിച്ചു. എല്ലാവരും കൂടി തീരുമാനിച്ചു ചെറുത്തുനില്പിനു ഒരു സേനയുണ്ടാക്കണം – 'ധർമ്മഭടസേന.'

തൃപ്രയാർ പരേഡ്

മണപ്പുറത്ത് വിവിധ പഞ്ചായത്തുകളിൽ വടകരയിൽനിന്നും പ്രതിഫലം കൊടുത്ത് ഗുരുക്കളെ വരുത്തി ആയോധനമുറകൾ പരിശീലിപ്പിച്ചു. പ്രാദേശികമായ പരിശീലനത്തിനു പെരിങ്ങോട്ടുകരയിൽനിന്നും തൊപ്പിയിൽ ബാഹുലേയൻ വന്നു. (1924 ൽ വൈക്കം സത്യഗ്രഹത്തിൽ പങ്കെടുത്തു സവർണ്ണ ഗുണ്ടകളുടെ മർദ്ദനത്തെ ചെറുത്തുനിന്ന പോരാളിയാണ് തൊപ്പിയിൽ ബാഹുലേയൻ).

എടത്തിരുത്തിയിൽ സർദാറും കെ കെ രാംമാഷും ചേർന്നു സേനാംഗങ്ങളെ സംഘടിപ്പിച്ചു. ബാല ബോധിനി സ്കൂളിന്റെ കിഴക്ക്, ഒഴിഞ്ഞു കിടന്ന ഞാറ്റുപട്ടികയിലായിരുന്നു പരിശീലനം. മാരാത്തു നാരായണൻ, കിട്ടപ്പായി, വാസുദേവൻ, പാറുക്കുട്ടി എന്നിവരും, പണിക്കെട്ടിൽ ശങ്കരൻ, കൊരട്ടി ഗോപാലൻ, ശങ്കരൻ, കുഞ്ഞണ്ടൻ, ചെറാക്കോലിൽ വേലായുധൻ, പൊനത്തിൽ വേലപ്പക്കുട്ടി, കേശവൻ, കുമാരൻ, വാഴപ്പിള്ളി വേലായുധൻ, ശേഖരൻ, ഊരാളത്തു കുഞ്ഞയ്യപ്പക്കുട്ടി തുടങ്ങി നിരവധിപേർ ധർമ്മഭടസേനാംഗങ്ങളായി. വലപ്പാടു ബീച്ചിൽ നിന്നു കോതകുളം വഴി തൃപ്രയാറിലേക്കു നീങ്ങിയ പരേഡിൽ ചുവന്ന കുപ്പായവും കാക്കി ട്രൗസറും മഞ്ഞത്തൊപ്പിയുമണിഞ്ഞ ആയിരം സേനാംഗങ്ങൾ പങ്കെടുത്തു; എടത്തിരുത്തി സേനയുടെ ക്യാപ്റ്റൻ സർദാറായിരുന്നു.

രാഷ്ട്രീയദിശയിൽ

ശ്രീനാരായണ വായനശാല

ആയിരത്തി തൊള്ളായിരത്തി ഇരുപത്തിയെട്ടിൽ ആരംഭിച്ച ശ്രീനാരായണഗുരു സമാജം പ്രവർത്തനം അഞ്ചുവർഷത്തിനിടയിൽ സിലോണിൽനിന്നും സമാഹരിച്ച പണവുമായി നാട്ടിൽവന്നു കൊല്ലറ മാണിക്യൻവൈദ്യരുടെ കൈയിൽനിന്നു നൂറുരൂപയ്ക്കു പതിമൂന്നര സെന്റുഭൂമി വിലയ്ക്കുവാങ്ങി. മൂന്നുവർഷം കഴിഞ്ഞപ്പോൾ എ സി ശങ്കരനാരായണൻ വായനശാല മന്ദിരത്തിന്റെ ശിലാസ്ഥാപനം നിർവ്വഹിക്കുകയുംചെയ്തു. പൊനത്തിൽ വേലുവും പണിക്കശ്ശേരി രാമനും ചേർന്നു നിർമ്മാണച്ചുമതല നിർവ്വഹിച്ചു. 1937 നവംബർ 29 ന് നവോത്ഥാന നായകൻ സഹോദരനയ്യപ്പന്റെ അദ്ധ്യക്ഷതയിൽക്കൂടിയ യോഗത്തിൽ മലബാർ ഡിസ്ട്രിക്ട് ബോർഡ് പ്രസിഡന്റ് കെ കേളപ്പൻ ശ്രീനാരായണ വായനശാല ഉദ്ഘാടനം ചെയ്തു.

പൊനത്തിൽ രാമൻ, പണിക്കശ്ശേരിരാമൻ, കൊല്ലറ ചാത്തുണ്ണിക്കുട്ടി, കെ വി രാമൻ, പൊനത്തിൽ രാമകൃഷ്ണൻ, മേനോത്തു ശങ്കരൻ, സഹോദരന്മാരായ പാറൻ, മാണിക്യൻ മുതലായവർ വായനശാലയ്ക്കു വേണ്ടി അക്ഷീണം പ്രയത്നിച്ചവരാണ്. വായനശാലയുടെ പ്രഥമ പ്രസിഡന്റായി കെ വി കൃഷ്ണൻമാഷേയും സെക്രട്ടറിയായി മുറ്റിച്ചൂർ രാഘവൻമാഷേയും തെരഞ്ഞെടുത്തു. ചേറ്റുവ മുതൽ ആലവരെയുള്ള പ്രദേശത്തെ വായനക്കാർ മെമ്പർഷിപ്പെടുത്തിരുന്നു. ഓരോ വീട്ടിലും പുസ്തകങ്ങൾ എത്തിച്ചു കൊടുക്കാനുള്ള സംവിധാനവുമുണ്ടായിരുന്നു.

അധഃസ്ഥിതർ എഴുതാനും വായിക്കാനും പഠിച്ചതോടെ 'നിശാപാഠശാല'യിലെ പഠനം സാഹിത്യകൃതികളിലേക്കും വ്യാപിക്കാൻ

തുടങ്ങി. *മാതൃഭൂമി* ആഴ്ചപ്പതിപ്പും, സി കൃഷ്ണൻ വക്കീൽ നടത്തിയിരുന്ന *മിതവാദി*യും വായിച്ചിരുന്ന സർദാർ സാഹിത്യത്തിലെ നവമുകുളങ്ങളുടെ തുടിപ്പുകൾ ശ്രദ്ധിക്കാറുണ്ടായിരുന്നു.

കൊച്ചിയിലും മലബാറിലും ദളിതവീടുകളിൽ നാമംചൊല്ലുന്നതു പോലെ ചൊല്ലിയിരുന്ന പണ്ഡിറ്റ് കറുപ്പന്റെ *ജാതിക്കുമ്മി*യും കെ എസ് കെ തളിക്കുളത്തിന്റെ *അമ്മുവിന്റെ ആട്ടിൻകുട്ടി*യും കുമാരനാശാന്റെ *ദുരവസ്ഥ*യും *ചണ്ഡാലഭിക്ഷുകി*യും പഠിപ്പിച്ചു.

'ചത്തുചത്തില്ലായെന്നുള്ള നിലയിലായ്/
വൃദ്ധനൊരുത്തൻ കിടന്നീടുന്നു,
എല്ലുകളൊക്കെ പെറുക്കിയെടുത്തിടാ-/
മില്ല ശരീരത്തിൽത്തെല്ലുമാംസം
ഇക്കണ്ട ലോകത്തു സ്വത്തായി വൃദ്ധനു/
വക്കുപൊളിഞ്ഞൊരു ചട്ടിമാത്രം..'

ദാരിദ്ര്യത്തിന്റെ നേർചിത്രം അക്ഷരങ്ങളിൽ വരയ്ക്കുന്ന കെ എസ് കെയുടെ ഈ വരികൾ സർദാർ വിശദീകരിച്ചപ്പോൾ പഠിതാക്കൾ ലയിച്ചിരുന്നുപോയി.

തണൽ തരുന്ന മരം

അമ്മ വാർദ്ധക്യത്തിന്റെ വാതിൽ കടന്നിട്ടു വർഷങ്ങളായി. ഒപ്പം അസുഖവും അമ്മയോടൊപ്പം കൂടിയിട്ടുണ്ട്. വാതത്തിനു ഗോപാലൻ വൈദ്യരുടെ കഷായവും തൈലവും കുറെനാളായി തുടരുന്നുണ്ടായിരുന്നു. സാഹചരാദി തൈലത്തിന്റെയും രാസ്നാദി കഷായത്തിന്റെയും ഗന്ധം എപ്പോഴും വീട്ടിൽ തളംകെട്ടി നിന്നു. പൂർണ്ണമായും പരസഹായം ആവശ്യമായില്ലെങ്കിലും വീട്ടുജോലികളൊന്നും ചെയ്യാൻ കഴിയാതായി.

ധർമ്മവിലാസം സ്കൂളിൽ ഊണുകഴിഞ്ഞു വിശ്രമിക്കുമ്പോഴാണ് തെങ്ങുകയറ്റക്കാരൻ കോരൻ വളഞ്ഞു കുത്തിപ്പാഞ്ഞുവരുന്നതു കണ്ടത്. കോരൻ പറഞ്ഞൊപ്പിച്ചു:

“ചാട്ട്യാർക്കു സുഖമില്ല, വേഗംവരണം” സ്കൂളിൽ ലീവു പറഞ്ഞിറങ്ങി..

കാലുവെച്ചാൽ പൂണ്ടുപോകുന്ന പൂഴിപ്പരപ്പിലൂടെ നടക്കുകയായിരുന്നില്ല, അക്ഷരാർത്ഥത്തിൽ ഓടുകയായിരുന്നു. രാമച്ചക്കാടുകളും കശുമാവിൻതോപ്പുകളും നെല്പാടങ്ങളും തെങ്ങിൻതോപ്പുകളും പിന്നിലേക്കോടി..

അമ്മയുടെ മുറിയിൽ എല്ലാവരും നിറഞ്ഞുനില്ക്കുന്നു. പാർവതിയുടെ കണ്ണിൽനിന്നും നീർച്ചാലൊഴുകുന്നുണ്ട്. സ്റ്റൂളിലിരുന്നിരുന്ന ഉണ്ണിച്ചേട്ടൻ വായിൽ കരണ്ടിയിൽ വെള്ളമിറ്റിക്കുന്നുണ്ട്, ഉണ്ണിച്ചേട്ടൻ എഴുന്നേറ്റ് സർദാറിനെ അവിടെയിരുത്തി. അർദ്ധബോധത്തിൽ അനന്തത

യിലെവിടെയോ സഞ്ചരിക്കുകയായിരുന്ന അമ്മയുടെ കണ്ണുകൾ സർദാറിനെ കണ്ടപ്പോൾ ചലിച്ചു. അമ്മയുടെ കൈകൾ കൈയിലെടുത്തു. വാക്കുകൾ തൊണ്ടയിൽ കുടുങ്ങി, സർദാർ വിളിച്ചു:

"അമ്മേ.."

അമ്മ 'ഗോപൂ' എന്നു വിളിച്ചുവെങ്കിലും ആ വാക്കുകൾ ദുർബ്ബലമായിരുന്നു, ശബ്ദം പുറത്തുവന്നുവോ? അവസാനമായി കാണാൻ കഴിഞ്ഞതിലുള്ള സംതൃപ്തിയോ, ഈ ജീവിതവേഷം അന്തിമമായി അഴിച്ചുവെക്കുന്നതിലെ സങ്കടമോ എന്തായിരുന്നു ആ വാക്കുകളിലെ വികാരമെന്നൂഹിക്കാനായില്ല. സർദാറും കരണ്ടിയിൽ വെള്ളമെടുത്തു അമ്മയുടെ വായിലേക്കൊഴിച്ചു. അമ്മ ശ്വാസം വലിക്കാൻ പാടുപെടുന്നത് കണ്ടുനില്ക്കാനായില്ല, എഴുന്നേറ്റു മാറിനിന്നു.

ആ കണ്ണുകൾ എന്നെന്നേക്കുമായി അടഞ്ഞുപോകുമ്പോൾ കൂട്ടനിലവിളിയുയർന്നു. വികാരങ്ങൾ അനിയന്ത്രിതമായി പൊട്ടിച്ചിതറി അണപൊട്ടിയൊഴുകുകയായിരുന്നു. അറബിക്കടലിൽ തിരമാലകൾ ആകാശത്തേക്കു കുതിച്ചുയർന്നു.

അമ്മ....! വാത്സല്യത്തിന്റെ സ്നിഗ്ദ്ധരൂപമായിരുന്ന അമ്മ. യൗവനത്തിൽ ഭർത്താവ് മരണപ്പെട്ടപ്പോൾ കുടുംബഭാരം ചുമലിലേറിനടന്ന അമ്മ... സങ്കടങ്ങൾ ഉള്ളിലൊതുക്കി നെല്ലുണക്കാനും പശുക്കൾക്കു വൈക്കോൽ കൊടുക്കാനും നിശ്ശബ്ദമായി നടന്ന അമ്മ..പതനത്തിൽ തളരാതെ ജീവിതം പൊരുതിക്കയറിയ അമ്മ...

മുറിയിൽപ്പോയി കിടക്കയിൽ മലർന്നുകിടന്ന്, കൊച്ചുകുട്ടിയെപോലെ പൊട്ടിക്കരഞ്ഞു.... അമ്മയുടെ ചിത്രങ്ങൾ ഓർമ്മകളിലൂടെ തെളിഞ്ഞുവരുകയായിരുന്നു...

നെല്ലുപുഴുങ്ങി, മുറ്റത്ത് ചിക്കപ്പായ വിരിച്ച്, നെല്ലുണക്കാൻ വേലക്കാരോടൊപ്പം നില്ക്കുന്ന അമ്മ... കാക്കയിൽനിന്നും കോഴിയിൽനിന്നും നെല്ലുനോക്കാൻ കുട്ടികളെ ഇറയത്തിരുത്തി കൈയിലൊരു കോലു കൊടുക്കുന്ന അമ്മ... തുറുവിൽനിന്നു വൈക്കോൽ പറിച്ചെടുത്തു പശുക്കളോടു വർത്തമാനം പറഞ്ഞു നടക്കുന്ന അമ്മ....

വൈക്കോലു തല്ലാനും തുറുവിടാനും നെല്ലു പുഴുങ്ങാനും പറമ്പു കിളയ്ക്കാനും കൈതോലയുഴിഞ്ഞു പായനെയ്യാനും വരുന്ന പണിക്കാർക്കു സമയാസമയങ്ങളിൽ കഞ്ഞിയും ചോറും വിളമ്പുന്ന അമ്മ...

രോഗംവന്നാൽ മക്കളുടെ അടുത്തുനിന്നു മാറാതെ കഷായവും അരിഷ്ടവും കൊടുക്കാനും പൊടിയരിക്കഞ്ഞിയും പപ്പടം ചുട്ടതും നല്കുന്ന അമ്മ...

തന്റെ ഹൃദയത്തുടിപ്പുകൾ പറയാതെ അറിയുന്ന വ്യക്തിയായിരുന്നു അമ്മ. അമ്മയായിരുന്നു തണൽ മരം, ആ മരം കടപുഴകിയിരിക്കുന്നു...

കമ്യൂണിസ്റ്റുപാർട്ടി

സ്വാതന്ത്ര്യസമരം നടത്തുന്ന കോൺഗ്രസിനോട് അനുഭാവമായിരുന്നു. അതേസമയം, 1917 ൽ സോവിയറ്റ് റഷ്യയിൽ നടന്ന ഒക്ടോബർ വിപ്ലവത്തിലൂടെ സാർവ്വദേശീയമായി കമ്യൂണിസം ആവേശകരമായി മനുഷ്യനെ സ്വാധീനിക്കുന്നത് അക്ഷരങ്ങളിലൂടെ സർദാർ അറിയുന്നുണ്ടായിരുന്നു. ഇന്ത്യയിൽ 1920 ൽത്തന്നെ കമ്യൂണിസ്റ്റു ആശയങ്ങളോടെ പ്രവർത്തിക്കുന്ന പ്രസ്ഥാനം രൂപംകൊള്ളാൻ തുടങ്ങി. അതിനോടായിരുന്നു ആഭിമുഖ്യം..

ആദ്യകാലങ്ങളിൽ കൃഷിഭൂമി കർഷകന്, വിദേശസാമ്രാജ്യത്വ മൂലധനം ദേശസാല്ക്കരിക്കുക, പ്രായപൂർത്തിവോട്ടവകാശം, രാഷ്ട്ര സമ്പത്ത് രാഷ്ട്രത്തിന്റെ കൈകളിൽ, എട്ടുമണിക്കൂർ പ്രവൃത്തി ദിവസം, സംഘടിക്കാനും യോഗംചേരാനും പ്രകടനം നടത്താനും പണിമുടക്കാനുമുള്ള ജനാധിപത്യപരമായ അവകാശം, അയിത്തജാതിക്കാർക്കു സാമൂഹ്യനീതി എന്നീ ആവശ്യങ്ങൾ ഉന്നയിക്കാൻ തുടങ്ങി. നിയമപരമായ വിലക്കുകളിലൂടെയും ക്രിമിനൽ പ്രോസിക്ക്യൂഷനുകളിലൂടെയും പ്രത്യയശാസ്ത്രത്തെ കഠിനമായി അടിച്ചമർത്തപ്പെട്ടു. ഒടുവിൽ ഈ പ്രസ്ഥാനം ദേശീയരാഷ്ട്രീയത്തിൽ വേരുകൾ ഉറപ്പിച്ചു, നിരവധി രാഷ്ട്രീയ ശാഖകൾ മുളച്ചു.

1924 ൽ കോൺഗ്രസ് "സ്വരാജ്യം" എന്ന മുദ്രാവാക്യം ഉയർത്തിയിരുന്നില്ല. ആദ്യമായി ഇന്ത്യയിൽ സ്വരാജ്യം വേണമെന്നാവശ്യപ്പെട്ടുകൊണ്ട് കാൺപൂരിൽ നടന്ന കമ്യൂണിസ്റ്റ് പ്രക്ഷോഭണത്തെ ബ്രിട്ടീഷ് സർക്കാർ 'കാൺപൂർ ഗൂഢാലോചന'യെന്നപേരിൽ, എസ് എ ഡാങ്കെ, ഷൗക്കത്തു ഉസ്മാനിയ എന്നീ നേതാക്കളെ അറസ്റ്റു ചെയ്തു ജയിലിലടച്ചു.

1925 ഡിസംബർ 26 മുതൽ 28 വരെ നീണ്ടുനിന്ന യോഗത്തിൽ വെച്ചു ബ്രിട്ടീഷിന്ത്യയിലെ വിവിധ കമ്യൂണിസ്റ്റുസംഘങ്ങളുടെ ആദ്യത്തെ സമ്മേളനം നടത്തി കമ്യൂണിസ്റ്റുപാർട്ടി ഓഫ് ഇന്ത്യ (സി പി ഐ) രൂപീകരിച്ചു. എസ് വി ഘാട്ടെ ആയിരുന്നു ആദ്യ ജനറൽ സെക്രട്ടറി. ഇന്ത്യയിൽ കമ്യൂണിസ്റ്റ് സൂര്യന്റെ ഉദയം പ്രഖ്യാപിക്കപ്പെടുകയും, പാർട്ടിഭരണഘടന അംഗീകരിക്കുകയും ചെയ്തു. മുസാഫിർ അഹമ്മദ്, ശിങ്കാരവേലുചെട്ടിയാർ, ഹസറത്തു മൊഹാനി, ജാനകി പ്രസാദ്, നിംബക്കർ, ജോഗ്ലേക്കാർ എന്നിവർ ആദ്യത്തെ നേതാക്കൾ.

1928 മുതൽ സി പി ഐ നിരവധി പുരോഗമന മുദ്രാവാക്യങ്ങൾ ഉയർത്തിയതിനാൽ പല നിരോധനങ്ങളും പാർട്ടിക്കുമേൽ ഉണ്ടായിരുന്നു. അഖിലേന്ത്യ വർക്കേഴ്സ് ആൻഡ് പെസന്റ്സ് പാർട്ടി എന്ന പേരിലായിരുന്നു പ്രവർത്തിച്ചിരുന്നത്. യു പിയിൽ പി സി ജോഷി, ബംഗാളിൽ മുസഫിർ അഹമ്മദ്, മഹാരാഷ്ട്രയിൽ എസ് എ മിറാജ്, പഞ്ചാബിൽ

സോഹൻസിങ് ജോഷ് എന്നിവരുടെ നേതൃത്വത്തിൽ തൊഴിലാളി കർഷകസമരങ്ങൾ സംഘടിക്കപ്പെട്ടു. 1929 ൽ മീററ്റ് ഗൂഢാലോചന ആരോപിച്ചു നേതാക്കളെ അറസ്റ്റുചെയ്തു, 1933 ൽ നേതാക്കൾ പുറത്തുവന്നതിനുശേഷമാണ് വ്യക്തമായ ഒരു പാർട്ടിയായി രൂപപ്പെടുന്നതും പ്രവർത്തനം വികസിപ്പിക്കുന്നതും. 1934 ൽ കമ്യൂണിസ്റ്റുപാർട്ടി കോൺഗ്രസിൽ സോഷ്യലിസ്റ്റ് ഗ്രൂപ്പായി പ്രവർത്തിക്കാൻ തുടങ്ങിയതോടെ സർദാറിന്റെ ചിന്തകളും സോഷ്യലിസ്റ്റ് ഗ്രൂപ്പിനോടൊപ്പം നീങ്ങാൻ തുടങ്ങി. കമ്യൂണിസ്റ്റുകാരുമായി സൗഹൃദം വളർന്നതോടെ ഇടതുപക്ഷ സാംസ്കാരിക പ്രവർത്തനങ്ങളുമായി സഹകരിക്കാൻ തുടങ്ങി.

പാട്ടബാക്കി

പൊന്നാനി താലൂക്കിലെ കരിഞ്ഞുയൂരിൽ കർഷകസംഘം സമ്മേളനത്തിൽ അവതരിപ്പിക്കാനായി ഇ എം എസ് അടക്കമുള്ള നേതാക്കളുടെ അഭ്യർത്ഥനപ്രകാരം, കെ ദാമോദരൻ 1937 ൽ രചിച്ച നാടകമാണ് *പാട്ടബാക്കി.* വെറും ഒരാഴ്ചയ്ക്കുള്ളിൽ ഒരു നാടകം എഴുതുകയും അതു റിഹേഴ്സലുകൾക്കുശേഷം കർഷകസംഘം സമ്മേളനത്തിൽ അരങ്ങേറുകയും ചെയ്ത *പാട്ടബാക്കി*യാണ് കേരളത്തിലെ ആദ്യ രാഷ്ട്രീയനാടകം. കുടികിടപ്പുകാരന്റെ ജീവിതം സത്യസന്ധമായി ഇതിൽ അവതരിപ്പിക്കുന്നുണ്ട്.

എത്ര പണിയെടുത്താലും പാട്ടം കൃത്യമായി കൊടുക്കാനാവാത്ത സാധുവായ കിട്ടുണ്ണിയുടെ വീട്ടിൽ പാട്ടബാക്കി പിരിക്കാൻ മനക്കലെ കാര്യസ്ഥൻ വരുകയും സഹോദരിയെ അധിക്ഷേപിക്കുകയും ചെയ്യുന്നു. സഹികെട്ട കിട്ടുണ്ണി കാര്യസ്ഥനെ അടിക്കുന്നു. കുടുംബം രക്ഷിക്കാൻ കിട്ടുണ്ണി അരി മോഷ്ടിക്കുന്നു. കേസായി, ജയിലിലുമായി. ബലാത്സംഗത്തിനു ശ്രമിക്കുന്ന കാര്യസ്ഥനിൽനിന്നു സഹോദരി രക്ഷപ്പെട്ടെങ്കിലും കുടിയിറക്കപ്പെട്ടപ്പോൾ അവൾ ശരീരംവിറ്റു ജീവിക്കാൻ നിർബ്ബന്ധിതയാവുന്നു. ജയിൽ മോചിതനായ കിട്ടുണ്ണി വരുമ്പോൾ വിവരങ്ങൾ അറിയുന്നു. സാമ്പത്തികമായ ഇല്ലായ്മകളാണ് സാംസ്കാരികമായും സാമുദായികമായും മനുഷ്യൻ തകർന്നു പോകുന്നതെന്ന പാഠം തിരിച്ചറിയുന്ന കിട്ടുണ്ണി സഹോദരിയെ കുറ്റപ്പെടുത്താതെ അവരേയും ഈ ചൂഷണവ്യവസ്ഥക്കെതിരെയുള്ള പോരാട്ടത്തിൽ പങ്കുചേർക്കുന്നു.

നാടകത്തെക്കുറിച്ചു എം പി ദാസുമാഷാണ് സർദാറിനോട് പറഞ്ഞത്. കുന്നംകുളത്തിനടുത്ത് അരങ്ങേറിയപ്പോൾ എം പി ദാസുമാഷോടൊപ്പമാണ് സർദാർ പോയി നാടകം കണ്ടത്. വീട്ടിൽവന്നിട്ടും മനസ്സിന്റെ അരങ്ങിൽ നാടകം തുടരുകയായിരുന്നു...

നാട്ടികഫർക്ക ഹരിജനസംഘം

സാമ്പത്തികമായി അടിത്തട്ടിൽ കിടന്നിരുന്ന ദളിതർ ഏറ്റവുമധികം അടിമത്തവും ദുരിതങ്ങളും അനുഭവിച്ചിരുന്നു. ജാതീയമായും സാമ്പത്തികമായും സാമൂഹികമായും ദളിതർ അടിമകളാണ്. അവർക്കു ഭൂമിയില്ല, താമസിക്കുന്നതു കുടികിടപ്പുകളിലാണ്. കുടികിടപ്പുകാർക്കു ഭൂവുടമയുടെ ജോലികൾ ചെയ്തുകൊടുക്കാൻ ബാദ്ധ്യത നിശ്ചയിച്ചിട്ടുണ്ട്. വിവരവും വിദ്യാഭ്യാസവുമില്ലാത്ത ഇരുളിന്റെ മാറാലപിടിച്ച ലോകത്താണവർ.

വലപ്പാടുള്ള കുമാരൻമാഷുമായി പരിചയപ്പെടുന്നതോടെയാണ് ഹരിജന സംഘാടനത്തിന് സർദാർ മുൻകൈയെടുക്കുന്നത്.

ഹരിജനങ്ങൾക്കു നേതൃത്വം നല്കാനായി അവരിൽനിന്നുതന്നെ ഒരാളെ കണ്ടെത്തണം. അറിവും കഴിവും ധീരതയുമുള്ള വി കെ ചാത്തനെ ആ ഉത്തരവാദിത്വം ഏല്പിക്കാം. മണപ്പുറത്തെ എല്ലാ പ്രദേശങ്ങളേയും ഉൾപ്പെടുത്തി ചെന്ത്രാപ്പിന്നിയിലെ തലാപുരം മൈതാനത്തിൽ ഒരു യോഗം സംഘടിപ്പിച്ചു.

സർദാറിനും കുമാരൻമാഷുക്കും പുറമെ വി കെ ചാത്തൻ, എ ആർ രാമൻ, എം എ അയ്യപ്പൻ, ഇട്ടിക്കോരൻ മാഷ്, കെ കെ രാംമാഷ് തുടങ്ങിയവർ ആ യോഗത്തിൽ സജീവമായിരുന്നു. കെ കെ രാംമാഷ് പ്രസിഡന്റും വി കെ ചാത്തൻ സെക്രട്ടറിയുമായി 'നാട്ടികഫർക്ക ഹരിജനസംഘം' രൂപീകരിച്ചു.

ഹരിജനമുന്നേറ്റ മെമ്മോറാണ്ടം

കുടിയൊഴിപ്പിക്കൽ പ്രശ്നങ്ങൾ, ജന്മിമാരുടെ മർദ്ദനങ്ങൾ, തൊഴിൽ രംഗത്തെ അസ്ഥിരത, വിദ്യാഭ്യാസം ചെയ്യാനുള്ള അവസരങ്ങൾ തുടങ്ങി തലമുറകളായി ഹരിജനങ്ങൾ അനുഭവിക്കുന്ന പ്രശ്ങ്ങൾക്കു പരിഹാരം കണ്ടെത്തണം എന്ന ആവശ്യങ്ങൾ മുന്നോട്ടുവെച്ചുകൊണ്ടു ബൃഹത്തായ മെമ്മോറാണ്ടം തയ്യാറാക്കി, മദ്രാസിൽനിന്നു സംസ്ഥാന തൊഴിൽ വകുപ്പുമന്ത്രി വന്നപ്പോൾ വലപ്പാട് കച്ചേരിയാഫീസിൽ സർദാറിന്റെ നേതൃത്വത്തിൽ ഹരിജനസംഘം അംഗങ്ങൾ പ്രകടനമായി ചെന്നു മന്ത്രിയെ കാണുകയും മെമ്മോറാണ്ടം കൊടുക്കുകയും വിഷയങ്ങൾ പഠിച്ചു വേണ്ടതുചെയ്യാമെന്നു മന്ത്രി ഉറപ്പുനല്കുകയും ചെയ്തു.

അദ്ധ്യാപകപ്രസ്ഥാനം

വിദ്യാഭ്യാസമുള്ളവർ സർക്കാരിന്റെ സുഗമമായ പ്രവർത്തനങ്ങൾക്കാവശ്യമായതിനാൽ ബ്രിട്ടീഷ് മദ്രാസ് സർക്കാർ വിദ്യാഭ്യസം പ്രോത്സാഹിപ്പിക്കാൻ തീരുമാനിച്ചു. 1934 ൽ സ്കൂൾ സ്ഥാപിക്കാൻ താല്പര്യമുള്ള ആർക്കും 80 രൂപ വാർഷിക അലവൻസും, അദ്ധ്യാപകർക്കു ശമ്പളവും

നല്കാമെന്നു സർക്കാർ ഉത്തരവു പുറപ്പെടുവിച്ചു. അതോടെ മലബാറിലെ തീരദേശ ഗ്രാമങ്ങളിൽ സ്കൂളുകൾക്കു ചാകരയായിരുന്നു. കുറഞ്ഞത് പത്തുവർഷം അദ്ധ്യാപനപരിചയമുള്ളവർക്ക്, തേഡുഫോറം അഥവാ ഇ എസ് എൽ സി പാസായവർക്കു പത്താംക്ലാസ് പരീക്ഷയ്ക്കു ഹാജരാകാമെന്നു സർക്കാർ ഉത്തരവുണ്ടായതും അദ്ധ്യാപകർക്കു ഗുണകരമായി.

ധർമ്മവിലാസം എൽ പി സ്കൂളിലേക്കു ജോലിമാറിയതോടെ സർദാറിന്റെ പരിചയവൃന്ദം വികസിക്കാൻ തുടങ്ങിയിരുന്നു. ബന്ധുക്കൾ, സുഹൃത്തുക്കൾ, സഹപ്രവർത്തകർ എന്നിങ്ങനെ നിരവധി പേരുമായി അടുക്കാനും പൊതുപ്രവർത്തനങ്ങളുടെ ചാലകചേതന വർദ്ധിക്കാനും സഹായിച്ചു. കലാ സാഹിത്യ വായനശാലരംഗങ്ങളിലും സാമുദായിക രംഗത്തും സജീവമായ സർദാറുമായി വിവിധ മേഖലകളിലുള്ളവർ അടുക്കുകയായിരുന്നു. നാട്ടികയിലെ മാനങ്ങത്ത് എം പി ദാസ് മാഷ് സർദാറിനെ വന്നു കണ്ടു:

“മാഷേ, രാമൻകുട്ടിമാഷെ നാട്ടിക സ്കൂളിൽനിന്നും മാനേജർ പിരിച്ചുവിട്ടു. നമുക്കെന്തു ചെയ്യാൻ കഴിയും മാഷെ?”

“സമരം ചെയ്യണം. സംഘടിച്ചു ശക്തരാവണം. അകാരണമായി പിരിച്ചുവിടുന്നത് അംഗീകരിക്കാനാവില്ല.”

സർദാറിന്റെ ഉത്തരം കേട്ടിട്ടും ദാസ് മാഷിനു സംശയം ബാക്കിയായി. :

“അതിന് അദ്ധ്യാപകർ സംഘടിതരല്ലല്ലോ?”

“നമുക്കു സംഘടിപ്പിക്കണം, മാഷുണ്ടോ എന്റെ കൂടെ?”

“ഞാനുണ്ട് മാഷെ...”

അവർ രണ്ടുപേരും കൈകൂട്ടിപ്പിടിച്ചു. അന്നു മുതൽ അദ്ധ്യാപക സംഘാടനം തുടങ്ങി.

ഇരുപതാം നൂറ്റാണ്ടിന്റെ ആരംഭത്തിലാണ് മണപ്പുറത്ത് ഔദ്യോഗിക വിദ്യാഭ്യാസം തുടങ്ങുന്നത്. ഒരു ജീവിതമാർഗ്ഗവും അന്തസ്സും ആഭിജാത്യവുമുള്ള സേവനം എന്ന നിലയിലും വിദ്യാസമ്പന്നർ അന്നു സ്കൂൾ നടത്തിയിരുന്നു. ഫ്യൂഡൽ വ്യവസ്ഥിതിയെ നിയന്ത്രിക്കുന്ന അധികാരിവർഗ്ഗത്തിന്റെ ഭീകരമായ ചൂഷണമാണ് അന്നത്തെ സംസ്കാരത്തിന്റെ മുഖമുദ്ര. ഈ സംസ്കാരവുമായി പൊരുത്തപ്പെടുകയും സഹകരിക്കുകയും സ്വാർത്ഥനേട്ടങ്ങൾക്കായി ചൂഷണവും മർദ്ദനവും ഉപയോഗിക്കുകയും ചെയ്യുന്ന മാടമ്പികളായിരുന്നു അവർ. ‘അഭിജാതർ, തറവാട്ടുകാർ‘ മുതലായ അലങ്കാരപദങ്ങളാൽ ആദരിക്കപ്പെടുകയും ആഘോഷിക്കപ്പെടുകയും ചെയ്തിരുന്നു. ഇത്തരത്തിലുള്ള ചില മാടമ്പികൾ സ്കൂൾ മാനേജർമാരിലും ഉണ്ടായിരുന്നു. അദ്ധ്യാപനമെന്ന സേവനത്തിന്റെ മഹത്ത്വമോ അതിന്റെ അനുഭൂതിയോ അനുഭവിക്കാത്ത

ഇവർ അടിമകളായിട്ടാണ് അദ്ധ്യാപകരെ പരിഗണിച്ചിരുന്നത്. മാനേജ രുടെ വീട്ടിലേക്കു മീൻവാങ്ങി കൊടുക്കുക, തെങ്ങു കയറ്റിക്കുക, പാടത്തു കൊയ്ത്തിനു മേൽനോട്ടം വഹിക്കുക, കുട്ടികളെ ചുമന്നു സ്കൂളിൽ ആക്കുക മുതലായ ജോലികളും അദ്ധ്യാപകരെക്കൊണ്ടു ചെയ്യിക്കാറുണ്ട്. രജിസ്റ്ററിൽ ഒപ്പിടുന്ന തുകയ്ക്കുള്ള ശമ്പളം കൊടു ക്കാതെ, അതിൽ നിന്നു ഒരു ഭാഗം മാനേജർ പിടുങ്ങുക, ജോലിക്കു ചേരുമ്പോൾ, ഒരു തുക മാനേജർ ആവശ്യപ്പെടുക തുടങ്ങി നിരവധി പ്രശ്നങ്ങൾ അദ്ധ്യാപകർക്കുണ്ട്. സർക്കാർ നിശ്ചയിച്ച ശമ്പളം കുടും ബാവശ്യങ്ങൾക്കു തികയുന്നുമില്ല. ആധുനിക തൊഴിൽ നിയമ മാന ദണ്ഡങ്ങൾ പ്രകാരമുള്ള പ്രോവിഡന്റ് ഫണ്ട്, ഗ്രാറ്റുവിറ്റി മുതലായ ജീവ നക്കാരുടെ ആനുകൂല്യങ്ങൾ അനുവദിക്കുക തുടങ്ങി ആയിരം പ്രശ് നങ്ങൾ ഉണ്ട്. സംഘടനാ ബോധമില്ലാതെ അദ്ധ്യാപകർ അനുസര ണയോടെ നീങ്ങുകയാണ്. അവർക്കു വാക്കുകളില്ല, വ്യവസ്ഥയെ ചോദ്യംചെയ്യാൻ നാക്കില്ലാ. അവരുടെ വാക്കും നാക്കുമായി സർദാർ മുന്നോട്ടു വരുകയായിരുന്നു.

ഇടതുപക്ഷപ്രസ്ഥാനം നേതൃത്വം കൊടുത്തുകൊണ്ട് സ്വതന്ത്ര മായി പ്രവർത്തനമാരംഭിച്ച 'മലബാർ ടീച്ചേഴ്സ് യൂണിയൻ' മണപ്പുറത്തു രൂപീകരിക്കാൻ തീരുമാനിച്ചു. അദ്ധ്യാപകരുടെ പ്രശ്നങ്ങൾ ഉൾപ്പെ ടുത്തി ഡിമാന്റ് ഡ്രാഫ്റ്റ് എഴുതിയുണ്ടാക്കി, അത് പ്രിന്റ് ചെയ്ത കോപ്പി കളുമായി ഓരോ സ്കൂൾ അദ്ധ്യാപിക-അദ്ധ്യാപകരേയും സമീപിച്ചു. എല്ലാ അദ്ധ്യാപകരും ആവേശത്തോടെയാണ് എതിരേറ്റത്. സംഘടി ച്ചാൽ, മാനേജർ ജോലിയിൽനിന്നും പിരിച്ചുവിടുമോ എന്ന ഭയമുണ്ടാ യിരുന്നവർ യൂണിയനിൽ ചേരാൻ മടിക്കുകയുണ്ടായി. യാതൊന്നു കൊണ്ടും ഭയപ്പെടാനില്ലെന്നും പിരിച്ചുവിട്ടാൽ അവരുടെ പ്രശ്നം യൂണിയൻ ഏറ്റെടുക്കുമെന്നും സർദാർ ഉറപ്പുകൊടുത്തപ്പോൾ അവരും യൂണിയനിൽ ലയിച്ചുചേരാൻ തുടങ്ങി. മാസങ്ങളുടെ കഠിനാദ്ധ്വാനത്തിനു ശേഷമാണ് ആലമുതൽ ചേറ്റുവാവരെയുള്ള സ്കൂളുകളിലെ അദ്ധ്യാ പകരെ ഏറക്കുറെ യൂണിയനിൽ ചേർക്കാൻ സർദാറിനും എം പി ദാസ് മാഷ്ക്കും കഴിഞ്ഞത്. സി ചന്തുനായരായിരുന്നു മലബാർടീച്ചേഴ്സ് യൂണിയന്റെ ജില്ലാ സെക്രട്ടറി. ഈ സംഘടനയാണ്, പിന്നീട് കെ പി ടി യു ആയി പരിണമിച്ചത്.

സമ്മേളനങ്ങൾ പ്രകടനങ്ങൾ

അദ്ധ്യാപക സംഘാടനം വിപുലമാവുന്നതോടെ സംഘടനയിലേക്കു നിരവധി പ്രമുഖർ കടന്നുവന്നിരുന്നു. ടി സി നാരായണൻ നമ്പ്യാർ, പി എം കുഞ്ഞിരാമൻ നമ്പ്യാർ, പി ആർ നമ്പ്യാർ മുതലായ പ്രഗത്ഭ അദ്ധ്യാപകനേതാക്കൾ ആ സമയത്താണ് പൊതുരംഗത്തു വരുന്നത്.

പൊന്നാനി കേന്ദ്രീകരിച്ച ഈ കേന്ദ്രസംഘടനയുടെ ഇതരനേതാക്കൾ വള്ളത്തോൾ കുമാരമേനോൻ, ഇ ടി ഊക്കുറുമാഷ്, വി കെ ഗോപി നാഥൻമാഷ് എന്നിവരായിരുന്നു.

അദ്ധ്യാപിക-അദ്ധ്യാപകന്മാർ പങ്കെടുത്ത പ്രകടനങ്ങളും വിശദീ കരണയോഗങ്ങളും മണപ്പുറത്തിന്റെ പലഭാഗങ്ങളിലും നടത്തുകയു ണ്ടായി. വലപ്പാട് ചന്തപ്പടിയിൽ നിന്നാരംഭിച്ച പ്രകടനം എടമുട്ടം, ചെന്ത്രാ പ്പിന്നിവഴി എടത്തിരുത്തി അങ്ങാടിയിൽ സമാപിച്ച് സമ്മേളനം നടത്തി. ജാഥയിൽ കൊടിയുമേന്തി ആവേശകരമായി മുദ്രാവാക്യം വിളിച്ച് സർദാർ, എം പി ദാസ് മാഷു, സി ചന്തുനായർ മുതലായ നേതാക്കൾ മുന്നിൽ നിന്നു. അദ്ധ്യാപക ഐക്യം പ്രഖ്യാപിക്കുന്ന പ്രകടനം വഴി യരികിൽനിന്നു ജനങ്ങൾ ആവേശപൂർവ്വം കണ്ടു. തുടർന്നു വിശദീക രണയോഗം നടത്തി വൈകുന്നേരം മീറ്റിങ് പിരിഞ്ഞു. ഇതുപോലെ തളി ക്കുളത്തും പെരിഞ്ഞനത്തും പ്രകടനവും പൊതുയോഗവും നടത്തു കയുണ്ടായി.

സർക്കാരിന്റെ മുന്നിൽവെച്ച ആവശ്യങ്ങൾ ക്രമേണ പരിഹരിക്കാ മെന്ന അനുകൂലമായ മറുപടിയും ലഭിക്കുകയുണ്ടായി. മാനേജർമാരോ ടുള്ള സർക്കാരിന്റെ സാമ്പത്തിക സമീപനത്തിലും പ്രശ്നങ്ങൾ ഉണ്ടാ യിരുന്നു. വർഷത്തിലൊരിക്കൽ മെയിന്റനൻസ് ഗ്രാന്റായിട്ടായിരുന്നു അദ്ധ്യാപകർക്കുള്ള ശമ്പളവും മാനേജർമാരുടെ അലവൻസും ലഭിച്ചി രുന്നത്. അദ്ധ്യാപകരുടെ ശമ്പളം ചില മാനേജർമാർ കൈയിൽ നിന്നെ ടുത്തു കൊടുക്കുകയും വാർഷിക ഗ്രാന്റുകിട്ടുമ്പോൾ അതു തിരിച്ചെ ടുക്കുകയുമാണ് ചെയ്തിരുന്നത്. അതിനുള്ള ശേഷിയില്ലാത്ത മാനേജർ മാരിൽനിന്നും അദ്ധ്യാപകർക്ക് പ്രതിമാസം ശമ്പളം കിട്ടിയിരുന്നില്ല. അദ്ധ്യാപകയൂണിയൻ സർക്കാരിൽ ആവശ്യം ഉന്നയിച്ചതിന്റെ ഫലമായി കൊല്ലത്തിൽ മൂന്നുമാസം കൂടുമ്പോൾ മെയിന്റനൻസ് ഗ്രാന്റ് അനു വദിച്ചുകിട്ടിയതു മാനേജർമാർക്കും അദ്ധ്യാപകർക്കും ഒരുപോലെ ആശ്വാസമായി.

അദ്ധ്യാപകരുടെ വിഷമതകൾ നേരിട്ടു മാനേജർമാരുടെ മുന്നിൽ വെച്ച്, അദ്ധ്യാപകർക്കുനേരെ മാന്യമായ പെരുമാറ്റം അനിവാര്യമായി ഉണ്ടാവണമെന്നും മാനേജർമാരെക്കൊണ്ട് അംഗീകരിപ്പിക്കാൻ കഴിഞ്ഞു. സർക്കാർ നിശ്ചയിച്ച ശമ്പളമാണ് അദ്ധ്യാപകർ ഒപ്പിടുന്നതെന്നും അത് നിർബ്ബന്ധമായും അദ്ധ്യാപകന്റെ കൈയിൽ കൊടുത്തില്ലെങ്കിൽ സർ ക്കാരിലേക്കു പരാതി കൊടുക്കാൻ യൂണിയൻ നിർബ്ബന്ധിതരാവുമെന്നും പറഞ്ഞപ്പോൾ മാനേജർമാർക്കു വഴങ്ങേണ്ടിവന്നു. അദ്ധ്യാപകരോടു മാന്യമായ രീതിയിൽ പെരുമാറുന്ന മാനേജർമാരിൽനിന്നു പൂർണ്ണ പിന്തുണ ലഭിക്കുകയുണ്ടായി.

യാതൊരുതരത്തിലും അടുക്കാതെ മർക്കടമുഷ്ടി ചുരുട്ടിനിന്ന അപൂർവ്വം ചിലരുടെ അടുത്ത് സമരായുധം തന്നെ പ്രയോഗിക്കേ

ണ്ടിവന്നു. അനുകൂലനിലപാടിലെത്താൻ. നിരവധി ത്യാഗവും യാത്രകളും സർദാറും സഹപ്രവർത്തകരും നടത്തിയതിന്റെ ഫലമായി അദ്ധ്യാപകർക്കു സംഘടിക്കാനും സംഘടനയിലൂടെ ശക്തരായി കുടക്കീഴിൽ അണിനിരക്കാനും കഴിഞ്ഞു. സുശക്തമായി വളർന്ന കേരളത്തിലെ അദ്ധ്യാപകപ്രസ്ഥാനത്തിന്റെ ആദ്യകാലസംഘടനാ പ്രവർത്തനങ്ങൾക്ക് അടിത്തറയിടാനും പ്രസ്ഥാനം മുന്നോട്ടു കൊണ്ടുപോകാനുമുള്ള കാലത്തിന്റെ ദൗത്യം സർദാർ ഏറ്റെടുക്കുകയായിരുന്നു.

വായനയും സ്വാധീനവും

വായനശാലാ പ്രവർത്തനങ്ങളിൽ ഇഴുകിച്ചേർന്നതോടെ ചരിത്രം, സംസ്കാരം, രാഷ്ട്രീയം എന്നിവയുടെ വായനയും സംവാദങ്ങളും സർദാറിന്റെ ജീവിതവീക്ഷണത്തെ തേച്ചുമിനുക്കി. മലബാറിൽ രൂപംകൊണ്ട കമ്യൂണിസ്റ്റുപാർട്ടിയുടെ ലഘുലേഖകളും കാൾ മാർക്സ്, എംഗൽസ് ലെനിൻ എന്നിവരുടെ കൃതികളും ലഘുലേഖകളും സർദാറിനെ തേടിയെത്തിയിരുന്നു. വാതായനങ്ങൾ തുറന്നിട്ട ഈ വായനാലോകത്തിലൂടെ സഞ്ചരിക്കുമ്പോൾ കാറ്റും വെളിച്ചവും കടന്നുവരുന്ന പുതിയൊരു ലോകത്തിന്റെ കേളികൊട്ടായിരുന്നു. ചുവന്ന പ്രഭാതങ്ങൾ സ്വപ്നം കാണുവാനും പുതിയ വസന്തങ്ങളെ വരവേല്ക്കാനും അനുഭവിക്കാനും അപരന്റെ വാക്കുകൾ കവിതയായി ആസ്വദിക്കാനും കഴിയുന്ന സമഭാവനയുടെ ലോകം...

സാർവ്വദേശീയ തൊഴിലാളികളേയും ആവേശഭരിതരാക്കിക്കൊണ്ട് ഒക്ടോബർ വിപ്ലവത്തിലൂടെ റഷ്യയിൽ ബോൾഷെവിക്ക് നേതാവ് ലെനിന്റെ നേതൃത്വത്തിൽ തൊഴിലാളിവർഗ്ഗം അധികാരത്തിലേറിയ ഐതിഹാസികചരിത്രം പുളകമണിഞ്ഞാണ് വർഷങ്ങൾക്കുമുമ്പ് വായിച്ചത്. വിദേശി വസ്ത്രങ്ങൾ ഉപേക്ഷിക്കുക, വസ്ത്രങ്ങൾ സ്വയം നിർമ്മിക്കുക, അതിലൂടെ സ്വയംപര്യാപ്തതയും ആത്മാഭിമാനവും വർദ്ധിപ്പിക്കുക. നിസ്സഹകരണപ്രസ്ഥാനം, ഉപ്പുസത്യഗ്രഹം മുതലായ സമരങ്ങളിലൂടെ കോൺഗ്രസിന്റെ ദേശീയ പ്രസ്ഥാനം മുന്നോട്ടുനീങ്ങുന്നു..

മനുഷ്യനെ ഭിന്നിപ്പിക്കുകയും പല തട്ടുകളിലാക്കി വിഭജിക്കുകയും മൃഗതുല്യരാക്കി നിശ്ചയിക്കുകയും ചെയ്ത ജാതിവ്യവസ്ഥയിൽ കെട്ടിപ്പടുത്ത ജന്മിത്വസമ്പ്രദായത്തോടാണ് നവോത്ഥാന പ്രസ്ഥാനങ്ങൾ അഭിസംബോധന ചെയ്യുന്നത്. മഹത്തായ നവോത്ഥാനപ്രവർത്തനങ്ങളുടെ ദൗത്യം ഇനിയും പൂർത്തിയാകാനുണ്ട്, എന്നാൽ, കേവലം സാമുദായിക പ്രശ്നങ്ങളിൽ മാത്രം ഊന്നിനിന്ന് പ്രവർത്തിക്കുന്നതിലൂടെ സാമൂഹികപുരോഗതി ആർജ്ജിക്കാനാവില്ലെന്നും, വർഗ്ഗസമരത്തിലൂടെയോ സോഷ്യലിസ്റ്റുസ്വപ്നങ്ങൾ സാക്ഷാൽക്കരിക്കാനാവൂ എന്നും സർദാർ തിരിച്ചറിയുന്നു. അങ്ങനെ കോൺഗ്രസിലെ സോഷ്യ

ലിസ്റ്റ് ഗ്രൂപ്പുമായി അടുത്തു പ്രവർത്തിക്കാൻ സാഹചര്യം ഒരുങ്ങുകയായിരുന്നു.

ഇടതുപക്ഷത്തേക്ക്

സാമുദായിക സമത്വത്തിനുവേണ്ടിയുള്ള പ്രവർത്തനങ്ങളുടെ പരിമിതികൾ സർദാർ തിരിച്ചറിയുന്നുണ്ടായിരുന്നു. സമുദായങ്ങൾ തമ്മിൽ ജാതിമതിലുകൾ ഭേദിച്ചു ഇടപഴകാൻ മിശ്രഭോജനം പോലെ മറ്റൊരുമാർഗ്ഗം സഹോദരൻ അയ്യപ്പൻ കണ്ടെത്തിയത് 'മിശ്രവിവാഹം' ആയിരുന്നു. മിശ്രഭോജനത്തിന്റെ പ്രയോഗത്തിലും ഫലത്തിലും പരിമിതികളുമുണ്ട്. ഒരു സ്ഥലത്തിരുന്നു എല്ലാ ജാതിക്കാരും ഊണു കഴിക്കാൻ പാടില്ലാ എന്ന ജാതി നിയമം ലംഘിക്കുന്നതിലൂടെ, സമൂഹങ്ങൾ തമ്മിൽ ഇടപഴകിക്കൂടാ എന്ന ജാതിനിബന്ധനയെ കാറ്റിൽ പറത്താനും മനുഷ്യനിൽ നിലനില്ക്കുന്ന ജാതിബോധത്തിന്റെ ബാഹ്യരൂപത്തെ മറികടക്കാനും കഴിയുന്നുണ്ട്. സഞ്ചാരസ്വാതന്ത്ര്യം നിഷേധിക്കുന്ന പൊതുവഴികളിലൂടെ അവർണ്ണർ സഞ്ചരിക്കുമ്പോഴും പ്രത്യക്ഷത്തിൽ ജാതിയെ ബാഹ്യമായി അതും തകർക്കുന്നുണ്ട്. ഇന്ത്യൻ സമൂഹത്തിൽ ചാതുവർണ്യം വിതച്ച ജാതിബോധത്തിന്റെ നാരായവേരുകൾ പിഴുതെടുക്കാൻ അതിനൊന്നും കഴിയുന്നില്ല, കാരണം ജാതിവ്യവസ്ഥയിൽ സാമൂഹിക ഘടകം മാത്രമല്ല, സാമ്പത്തിക ഘടകവും പ്രവർത്തിക്കുന്നുണ്ട്.

രണ്ടു സമുദായങ്ങളിലായി ജനിച്ചവരുടെ ജാതിസങ്കല്പങ്ങളെ പൊളിച്ചെഴുതാതെ ഒരു മിശ്രവിവാഹം നടത്താനോ കുടുംബ ജീവിതത്തിനോ സാദ്ധ്യമല്ല. അവർണ്ണനായ ഒരു പുലയനോ വേട്ടുവനോ സവർണ്ണ - നായർ - നമ്പൂതിരി സമുദായത്തിൽ പെട്ടവരുമായി വിവാഹം നടത്താനുള്ള സാമ്പത്തികവും സാംസ്കാരികവും വിദ്യാഭ്യാസപരവുമായ സമത്വം നേടിയെടുക്കുകയെന്നതിന് നിരവധി കടമ്പകളുണ്ട്. അവർണ്ണരുടെ സാമ്പത്തികസ്ഥിതി അത്യധികം ദയനീയമാണ്. അതുകൊണ്ട് ജാതിക്കതീതമായ ഒരു സമൂഹം അഥവാ പൗരസമത്വവാദം എന്ന ശ്രീനാരായണ ദർശനം മുന്നോട്ടുവെച്ച സാമൂഹിക സമത്വം പ്രായോഗികമാവണമെങ്കിൽ, സാമ്പത്തികസമത്വവും അതോടൊപ്പം വരുന്ന സാംസ്കാരിക സമത്വവും അനിവാര്യമാണ്. സാമ്പത്തിക സമത്വം ആർജ്ജിക്കാനുള്ള മാർഗ്ഗം, രാഷ്ട്രീയ വ്യവസ്ഥയുടെ സോഷ്യലിസ്റ്റു പരിവർത്തനമാണ്. അത്തരം രാഷ്ട്രീയ പരിവർത്തത്തിനു കമ്യൂണിസ്റ്റുപാർട്ടി നടത്തുന്ന വർഗ്ഗസമരങ്ങളിൽ തൊഴിലാളിവർഗ്ഗം അണിചേരുകയാണ് വേണ്ടത്. കുടിയൊഴിപ്പിക്കൽ, തൊഴിലാളിമർദ്ദനം, പാട്ടം വർദ്ധനയിലെ കർഷകദ്രോഹം മുതലായവക്കെതിരെ സംഘടിതവർഗ്ഗ സമരങ്ങൾ കമ്യൂണിസ്റ്റുപാർട്ടി ഏറ്റെടുക്കുന്നത് അതിനു വേണ്ടിയാണ്. കമ്യൂണിസ്റ്റു പ്രത്യയശാസ്ത്രവുമായി യോജിക്കുന്നതും അതാണ്

തനിക്ക് അനുയോജ്യമെന്നു തിരിച്ചറിയുന്നതും, പ്രസ്ഥാനത്തോട് അടുത്തു പ്രവർത്തനങ്ങളിൽ അണിചേരുന്നതും അങ്ങനെയാണ്.

കേരളത്തിൽ കമ്യൂണിസ്റ്റ് പാർട്ടി

തിരുവനന്തപുരത്ത് മാർക്സിസത്തിൽ ആകൃഷ്ടരായ അഞ്ചുപേർ ചേർന്നു എൻ പി കുരുക്കൾ സെക്രട്ടറിയായി, പൊന്നറ ശ്രീധരൻ, എൻ സി ശേഖർ, തിരുവട്ടാർ നാരായണപിള്ള, ശിവശങ്കരപ്പിള്ള മുതലായവർ ചേർന്നു 1931 ൽ രൂപീകരിച്ച രാഷ്ട്രീയ സംഘടനയാണ് കമ്യൂണിസ്റ്റുലീഗ്. അവർ നഗരത്തിൽ കമ്യൂണിസത്തിനായി പ്രചരണം നടത്തുകയും പത്രപ്രവർത്തകർക്കിടയിൽ ഒരു ട്രേഡ് യൂണിയൻ സംഘടിപ്പിക്കുകയും ചെയ്തു. മാർക്സിയൻ ദർശനം പ്രയോഗവല്ക്കരിക്കാനുള്ള പദ്ധതികളോ ഇതര കമ്യൂണിസ്റ്റ് ഗ്രൂപ്പുകളുമായി സമ്പർക്കമോ പുലർത്തിയിരുന്നില്ല എന്നതായിരുന്നു ഇവരുടെ പരിമിതി..

കേരളത്തിൽ കോൺഗ്രസ് പാർട്ടിയിൽ ഒരു സോഷ്യലിസ്റ്റു ഗ്രൂപ്പു രൂപംകൊണ്ടത് 1934 ഒക്ടോബർ 13 ന് കോഴിക്കോടു ടൗൺഹാളിൽവെച്ചായിരുന്നു. അടുത്തവർഷം പി കൃഷ്ണപിള്ള, ഇ എം എസ്, എ കെ ജി, കെ ദാമോദരൻ മുതലായവർ ചേർന്നു കോൺഗ്രസ് കേരളഘടകത്തെ ഈ സോഷ്യലിസ്റ്റു ഗ്രൂപ്പു പിടിച്ചടക്കുകയുണ്ടായി. അഖിലേന്ത്യാതലത്തിൽ രൂപീകരിക്കപ്പെട്ടിരുന്ന കമ്യൂണിസ്റ്റ് പാർട്ടിയെ നിരോധിച്ചതനുസരിച്ച് പാർട്ടിയുടെ രഹസ്യലഘുലേഖകൾ, പുസ്തകങ്ങൾ, നോട്ടീസുകൾ എന്നിവ കേരളത്തിലെ കോൺഗ്രസ് സോഷ്യലിസ്റ്റു ഗ്രൂപ്പിൽ പ്രചരിപ്പിക്കുകയും ക്രമേണ അഖിലേന്ത്യാ നേതൃത്വവുമായി അടുക്കുകയും ചെയ്തു. ഇതിനു നേതൃത്വം നല്കിയത് പി കൃഷ്ണപിള്ളയായിരുന്നു.

രൂപീകരണം

1937 ൽ കോഴിക്കോടുവെച്ചു മാർക്സിസത്തിൽ വിശ്വസിക്കുന്ന നാലുപേർ ചേർന്ന് ഒരു യോഗം കൂടുകയും കമ്യൂണിസ്റ്റ് ഗ്രൂപ്പ് രൂപീകരിക്കുകയും ചെയ്തു. പി കൃഷ്ണപിള്ള, ഇ എം എസ്, എ കെ ജി, കെ ദാമോദരൻ മുതലായവരായിരുന്നു അവർ. അതിനെത്തുടർന്നു കമ്യൂണിസ്റ്റ് ലീഗിന്റെ സ്ഥാപകനേതാവായ എൻ സി ശേഖറും കമ്യൂണിസ്റ്റ് ഗ്രൂപ്പിൽ ലയിച്ചു. അഖിലേന്ത്യാ കമ്യൂണിസ്റ്റു പാർട്ടി നേതാക്കളായ എസ് വി ഘാട്ടെ, പി സുന്ദരയ്യ എന്നിവർ കോഴിക്കോട്ടെത്തി പി കൃഷ്ണപിള്ള, കെ ദാമോദരൻ, ഇ എം എസ്, എൻ സി ശേഖർ എന്നിവരുമായി രഹസ്യചർച്ച നടത്തി. കർഷകരും തൊഴിലാളികളും സംഘടിച്ച് അവരുടെ ആവശ്യങ്ങളുന്നയിച്ചു സമരം ചെയ്താൽ ഇന്ത്യൻ ജനതയിൽ തൊഴിലാളി - മുതലാളി എന്ന നിലയിൽ ഭിന്നിപ്പുണ്ടാവു

മെന്നും അത് ബ്രിട്ടീഷുകാരുമായുള്ള സ്വാതന്ത്ര്യസമരത്തെ ദുർബ്ബല പ്പെടുത്തുമെന്നും കോൺഗ്രസ് സോഷ്യലിസ്റ്റ് ഗ്രൂപ്പിലെ വലതുപക്ഷം വാദിച്ചപ്പോൾ, ഇടതുപക്ഷം അതിനോടു വിയോജിച്ചു. അതായിരുന്നു ഗാന്ധിസവും സോഷ്യലിസവും തമ്മിലുണ്ടായ ആശയസമരം, കോൺ ഗ്രസും കമ്യൂണിസ്റ്റുപാർട്ടിയും തമ്മിലുള്ള ഭിന്നിപ്പിന്റെ തുടക്കവും അതായിരുന്നു.

1939 ഡിസംബറിൽ കണ്ണൂർ പിണറായിയിലെ പാറപ്പുറത്തുവെച്ചു കോൺഗ്രസ് സോഷ്യലിസ്റ്റ് ഗ്രൂപ്പ് കമ്യൂണിസ്റ്റുപാർട്ടിയായി പ്രവർത്തി ക്കാൻ തീരുമാനിച്ചു. എന്നാൽ 1940 ജനുവരി 26 ന് സംസ്ഥാന കമ്മിറ്റി കൂടിയതോടെ കമ്യൂണിസ്റ്റുപാർട്ടി ഓഫ് ഇന്ത്യയുടെ കേരളഘടകം രൂപീ കരിച്ചതായി ഔദ്യോഗിക പ്രഖ്യാപനം വന്നു, ആദ്യത്തെ സംസ്ഥാന സെക്രട്ടറി പി കൃഷ്ണപിള്ളയായിരുന്നു.

ചാട്ട്യാർ = കുടുംബനാഥ - തണ്ടാർ എന്നതിന്റെ സ്ത്രീലിംഗമായി ഉപയോഗിക്കുന്നു.

രാഷ്ട്രസുരക്ഷയുടെ രാഷ്ട്രീയം

രണ്ടാംലോകമഹായുദ്ധം

ലോകം തന്റെ കാല്ക്കീഴിലിട്ട് ഞെരിക്കണമെന്ന അഡോൾഫ് ഹിറ്റ്ലറുടെ വ്യാമോഹമായിരുന്നു രണ്ടാം ലോകമഹായുദ്ധത്തിന്റെ മൂലകാരണം. അയാളുടെ പിന്നിൽ കോർപ്പറേറ്റുശക്തികളുമുണ്ടായിരുന്നു. 1933 ൽ ജനാധിപത്യമാർഗ്ഗ ദുരുപയോഗത്തിലൂടെ അധികാരത്തിന്റെ ആനപ്പുറത്തുകയറി, പിന്നീടു ജനാധിപത്യവേലികൾ പൊളിക്കുകയാണുണ്ടായത്. അയൽരാജ്യങ്ങളെ ചൊറിഞ്ഞുകൊണ്ടിരുന്ന ഹിറ്റ്ലർ 1939 സെപ്തംബർ ഒന്നിന് പോളണ്ടിനെ അടിച്ചതോടെ രണ്ടാം ലോകമഹായുദ്ധം ആരംഭിച്ചു. തുടർന്ന് ബ്രിട്ടൻ, ഓസ്ട്രിയ, ന്യൂസിലാൻഡ്, ഫ്രാൻസ്, ഇന്ത്യ, ദക്ഷിണാഫ്രിക്ക, കാനഡ തുടങ്ങിയെല്ലാവരും ജർമ്മനിയെ വട്ടമിട്ടുതല്ലി. കൂടെ അമേരിക്കയും റഷ്യയും ചേർന്ന സഖ്യകക്ഷികളും, ജർമ്മനിയും ജപ്പാനും ഇറ്റലിയും ചേർന്ന അച്ചുതണ്ടുശക്തികളും തമ്മിൽ പൊരിഞ്ഞ അടിയായി.

മഹായുദ്ധം പൊട്ടിയപ്പോൾ കമ്യൂണിസ്റ്റുപാർട്ടിയാണ് ആദ്യമായി യുദ്ധവിരുദ്ധ പ്രകടനങ്ങൾ സംഘടിപ്പിച്ചത്. ബോംബെ, കൊൽക്കത്ത, കാൺപൂർ, മദ്രാസ്, ധൻബാദ്, ഡിഗ്ബോയ് തുടങ്ങി നിരവധി വ്യാവസായിക പണിമുടക്കുകൾ സംഘടിപ്പിച്ചു. കൂടാതെ ലക്ഷക്കണക്കിനു തൊഴിലാളി പങ്കാളിത്തവും ഉണ്ടായി. ഈ യുദ്ധവിരുദ്ധ പ്രകടനങ്ങൾക്ക് സുഭാഷ് ചന്ദ്രബോസ് പിന്തുണ നല്കി.

മണപ്പുറത്തെ കമ്യൂണിസം – ടി കെ രാമൻ

മലബാറിന്റെ തെക്കേയറ്റത്തെ പരപ്പനങ്ങാടി മുതൽ ആല-കോതപറമ്പുവരെ നീണ്ടുകിടക്കുന്ന പൊന്നാനി താലൂക്കിന്റെ കമ്യൂണിസ്റ്റു

പാർട്ടിയുടെ പ്രഥമസെക്രട്ടറി കെ ദാമോദരനായിരുന്നു. വോളീബോൾ താരം കുഞ്ഞിക്കളവൻമാഷ്, ടെലിഫിറ്ററായിരുന്ന തണ്ടാശ്ശേരി ഗോപിനാഥുവഴി, കൊച്ചിയിലെ കമ്യൂണിസ്റ്റുനേതാവ് ജോർജ്ജുചടയൻമുറിയെ പരിചയപ്പെട്ടു. കുഞ്ഞിക്കളവൻമാഷ്, ജോർജ്ജുചടയൻമുറിക്കു തളിക്കുളത്ത് ഒളിവുസങ്കേതമൊരുക്കിയത് കോൺഗ്രസ് സോഷ്യലിസ്റ്റു പാർട്ടി നേതാവായിരുന്ന ടി കെ രാമനും ഇ കെ രാമാനുജവും (ഏങ്ങൂർ അപ്പുമാഷ്) ചേർന്നായിരുന്നു. ടി കെ രാമനും, ഏങ്ങൂർ അപ്പുമാഷും ജോർജ്ജു ചടയൻമുറിയുമായി ഉണ്ടായബന്ധം അവരെ പൊന്നാനി താലൂക്കു കമ്യൂണിസ്റ്റുപാർട്ടിയിലേക്ക് അടുപ്പിക്കുകയായിരുന്നു. അങ്ങനെ, പൊന്നാനിതാലൂക്കിലെ ഇന്ത്യൻ കമ്യൂണിസ്റ്റുപാർട്ടിയുടെ സെക്രട്ടറിയായി ടി കെ രാമൻ നിയോഗിക്കപ്പെടുകയായിരുന്നു.

പലചരക്കു വ്യാപാരിയായി ജീവിതമാരംഭിച്ച ടി കെ രാമൻ ശ്രീനാരായണ പ്രസ്ഥാനത്തിലൂടെയാണ് പൊതുപ്രവർത്തനം ആരംഭിക്കുന്നത്. അയിത്തോച്ചാടന പ്രവർത്തനങ്ങൾ, മിശ്രഭോജനം, വിദ്യാലയ സ്ഥാപനം, ഗ്രന്ഥശാലാപ്രവർത്തനം തുടങ്ങി സാമൂഹികനവോത്ഥാനരംഗത്തു യുവാവായിരിക്കുമ്പോൾത്തന്നെ സാന്നിദ്ധ്യം അടയാളപ്പെടുത്തിയിരുന്നു. ഗാന്ധിജിയുടെ നിസ്സഹകരണ പ്രസ്ഥാനത്തിലേക്കു പ്രവേശിച്ച അദ്ദേഹം, ചുരുങ്ങിയ കാലംകൊണ്ട്, പൊന്നാനി താലൂക്കിലെ കരുത്തനായ കോൺഗ്രസ് നേതാവായി മാറി.

കോൺഗ്രസ് സോഷ്യലിസ്റ്റ് ഗ്രൂപ്പ് കമ്യൂണിസ്റ്റു പാർട്ടിയായി പരിണമിച്ചപ്പോൾ സ്വാഭാവികമായി കമ്യൂണിസ്റ്റു പാർട്ടിയുടെ ദൗത്യങ്ങൾ ഏറ്റെടുത്തു.. 1939 ൽ ഇ കെ രാമാനുജം അപ്പുമാഷ്, സി എസ് ഗോപാലൻ, ഇ എസ് കുഞ്ഞിക്കളവൻ മാഷ്, പി എസ് ശങ്കരനാരായണൻ, പി കെ ഗോപാലകൃഷ്ണൻ എന്നിവർ അംഗങ്ങളായും ടി കെ രാമൻ സെക്രട്ടറിയായും നാട്ടികഫർക്കയിൽ കമ്യൂണിസ്റ്റുപാർട്ടി ഗ്രൂപ്പ് ആരംഭിച്ചു. പാർട്ടിക്കു നിരോധനമുണ്ടായിരുന്നതിനാൽ പ്രവർത്തനങ്ങൾ ഒളിവിലായിരുന്നു. ആളുകൾ കൂടുന്നിടത്തെല്ലാം അനുയായികളെയും കൂട്ടി മെഗാഫോണുമായി നടന്ന് ടി കെ രാമൻ ഉറക്കെ മുദ്രാവാക്യം വിളിച്ചു പറയും:

"സാമ്രാജ്യത്വം തുലയട്ടെ, ജന്മിത്വം അറബിക്കടലിൽ"

മെഗാഫോണുമായിട്ടുള്ള ഈ അഭേദ്യബന്ധംമൂലം മണപ്പുറത്തുള്ളവർ മെഗാഫോണിനെ 'ടി കെ രാമന്റെ കുഴൽ' എന്നാണ് വിളിച്ചിരുന്നത്.

നാരായണിയുടെ ഊണ്

ധർമ്മഭടസേനയിൽ അംഗമായിരുന്ന ചാമക്കാലയിലെ സുരേന്ദ്രൻ മിലിറ്ററിയിൽ ജോലികിട്ടി യാത്രയാവുകയാണ്. അയാളെ കണ്ട് ഉച്ചയ്ക്കു

മുമ്പുവീട്ടിലേക്കു മടങ്ങാം എന്നു കരുതിയാണിറങ്ങിയത്. സുരേന്ദ്രന്റെ ഉദ്യോഗലബ്ധിയിൽ അഭിനന്ദിച്ചു മടങ്ങി.

വഴിയരികിൽ സുലഭമായി വളർന്നുനില്ക്കുന്ന കൈതോലകൾ അരിവാൾതോട്ടികൊണ്ട് മുറിച്ചിടുന്നു. കൈതോല ശ്രദ്ധയോടെ കൈയിലെടുത്ത് അടക്കിവെച്ചു കെട്ടുകളാക്കി, മുള്ളുകൾ ചീകിക്കളഞ്ഞു പായ നെയ്യുകയാണ് സ്ത്രീകളുടെ ജോലി. കാലവർഷത്തിൽ പുറത്തിറങ്ങാൻ കഴിയാത്തപ്പോഴാണ് സ്ത്രീകൾ ഈ കുടിൽവ്യവസായത്തിൽ കൂടുതലും ഏർപ്പെടുന്നത്. വീതിയിൽ ചീകിയെടുത്ത ഓലകൾകൊണ്ട് ചിക്കപ്പായയും, വീതികുറഞ്ഞ ഓലകൊണ്ടു പായയും, വട്ടിയും, ഇരിക്കാനുള്ള തടുക്കുകളും, മികച്ച ഓലകൊണ്ട് മെത്തപ്പായയും ഉണ്ടാക്കി ചുരുട്ടിവെച്ച് ചൊവ്വ, ശനി ദിവസങ്ങളിലെ എടത്തിരുത്തി ചന്തയിൽ പോയി വില്ക്കുമ്പോൾ പണം കിട്ടും. സ്ത്രീകൾ പായനെയ്തുകൊണ്ടാണ് പട്ടിണിയെ പുറത്തുനിർത്തിയത്..

പുളിഞ്ചോട് കഴിഞ്ഞ്, കിഴക്കോട്ടിറങ്ങി, വലത്തോട്ടുതിരിഞ്ഞു നടക്കുകയായിരുന്നു. വഴിയിൽ കൈതോല അരിയുന്നവരിൽ പുതുപ്പറമ്പിലെ നാരായണിയുടെ അമ്മ ഉണ്ടായിരുന്നു. സുപരിചിതമായ സ്വരം കേട്ടപ്പോഴാണ് നിന്നത്. സ്ത്രീകളോടൊപ്പം ഓലമുറിച്ചുകൊണ്ടിരുന്ന അവർ പടിക്കൽ നിന്നു ചോദിക്കുന്നു:

"മാഷെ കണ്ടിട്ടൊക്കെ കാലം കുറെയായല്ലോ? ഈ വഴിയെല്ലാം മറന്നൂല്ലേ?"

"ഹാ, ഞാനങ്ങനെ മറക്കുമോ നാരായണിയുടെ അമ്മേ? തിരക്കായിരുന്നു, സ്കൂൾ വിട്ടാൽ, വായനശാല വഴി വീട്ടിൽപോകും."

"ഒന്നു കേറീട്ടുപോ, മാഷെ, നാരായണി അകത്തുണ്ട്....."

നാരായണി...! അമ്മയുടെ സ്നേഹംപതിച്ച വാക്കുകൾ കേട്ട് പുഞ്ചിരിച്ച് പറമ്പിലേക്കുകടന്നു. ഇതുവഴി വന്നിട്ടിപ്പോൾ നാളുകളേറെയായിരിക്കുന്നു.

"നാരായണീ, ഇതാരാന്നു നോക്കിയേ? ആ മാഷ് ചോറുണ്ടോ, ചോറെടുക്കട്ടെ?"

"ഊണിന്റെ സമയമായോ?"

അപ്പോഴേക്കും അകത്തുനിന്നു നാരായണിടീച്ചർ ഓടിവന്നു, സർദാറിനെ കണ്ടതിലുള്ള സന്തോഷം മറച്ചുവെക്കാതെ നിന്നു ചിരിക്കുന്നു... സ്വതസ്സിദ്ധമായ സ്വാതന്ത്ര്യത്തോടെ നാരായണി:

"ഊണിനു സമയമായെന്നോ? മണി രണ്ടാവാൻ പോവ്വാ, വാ.. മാഷു കൈ കഴുകി വാ..."

നാരായണി അതിവേഗത്തിൽ അകത്തേക്കോടി, കിണ്ടിയിൽ വെള്ളം കൊണ്ടുവന്നു മുന്നിലുള്ള തിണ്ണയിൽ വെച്ചു. സർദാർ കൈ കഴുകി വന്നിരുന്നു. അയിലക്കറിയും കായ വലീച്ചതും പപ്പടവും.. കടുകുമാങ്ങ അച്ചാറും. സർദാർ രുചികരമായി ഓരോ ഉരുളയും ഉരുട്ടി വായിലേക്കിടുമ്പോൾ നാരായണി വിളമ്പുകയായിരുന്നു.

നാരായണി ശ്രദ്ധിച്ചത് സർദാറിന്റെ കവിളിലേക്കു വിരിഞ്ഞു കിടക്കുന്ന മീശയിലേക്കായിരുന്നു. മുമ്പും നാരായണിക്ക് ഈ മീശയൊരു വിസ്മയവും ലഹരിയുമായിരുന്നു. അവരുടെ മനസ്സിൽ ഉത്സവമേളത്തിന്റെ കേളികൊട്ടുയർന്നു...

വർഷങ്ങൾക്കു പിന്നിലേക്കു തിരിഞ്ഞുനടക്കുകയായിരുന്നു. വായനശാലയിൽനിന്നു ഒരു പുസ്തകം വായിക്കാൻ കൊടുത്തതിലൂടെയാണ് അടുപ്പം തുടങ്ങിയത്. സ്വതന്ത്രമായി പെരുമാറുന്ന നാരായണി ആശാന്റെയും കുഞ്ഞിരാമൻനായരുടെയും ചങ്ങമ്പുഴയുടെയും കവിതയുടെ ലോകത്തായിരുന്നു അവരെപ്പോഴും. എന്നാൽ കാല്പനികതയുടെ ലോകത്തുമാത്രം നടക്കാൻ തനിക്കാവില്ലെന്ന് സർദാർ തിരിച്ചറിഞ്ഞിരുന്നു. അതേസമയം ഈ സ്നേഹത്തെ നിരാകരിക്കാനും കഴിയുന്നില്ല. എരിയുന്ന വെയിലിൽ പൊരിയുന്ന മണൽത്തരിപോലെ മനസ്സു പൊള്ളുകയായിരുന്നു...

ഊണുവിളമ്പി, നാരായണിയുടെ അമ്മ ഇടവഴിയിലെ ഓലമുറിക്കാൻപോയി. നാരായണി കോലായയിൽ വിരിച്ചു കൊടുത്ത പായയിൽ സർദാർ ഇരുന്നു. വാതിൽപ്പടിയോടുചേർന്ന് സർദാറിന് മുഖാമുഖം നാരായണി ഇരുന്നു. മുമ്പത്തെപ്പോലെ തന്നോടു അടുപ്പം കാണിക്കുന്നില്ലെന്നും കത്തയച്ചിട്ടും ഒരേയൊരു കത്തിനു മാത്രമാണ് മറുപടി അയച്ചതെന്നും ഇത്ര നാളായിട്ടും ഇതുവരെ ഒന്നു വരാനോ കാണാനോ തോന്നിയില്ലെന്നും തന്നെ ഒഴിവാക്കുകയാണോ എന്നുവരെ തോന്നുന്നുണ്ടെന്നും ചുരുട്ടി വെച്ചിരുന്ന പരിഭവങ്ങളുടെ പായക്കെട്ടുകൾ നാരായണി നിവർത്തിയിടുകയായിരുന്നു...

നാരായണിയെ അടിമുടിയൊന്നു നോക്കി. വസന്തം സുഗന്ധം പൊഴിച്ചു പൂത്തുലഞ്ഞു നില്ക്കുകയാണ്. വ്യക്തിപരമായ പരിമിതികളും പരിതഃസ്ഥിതികളും വിശദീകരിക്കാൻ ശ്രമിച്ചു. അതോടൊപ്പംതന്നെ തന്റെ ജീവിതത്തിലേക്കു നാരായണി ഇങ്ങനെ പ്രതീക്ഷയോടെ കാത്തിരിക്കുന്നതു വ്യർത്ഥമാണെന്നും പൊതുപ്രവർത്തകനായ തനിക്കൊരു വിവാഹജീവിതം സ്വപ്നം കാണാൻ കഴിയില്ലെന്നും പറഞ്ഞു. നാലുമണിയോടടുത്തപ്പോൾ എഴുന്നേറ്റു അടുത്തുചെന്നു. അവർ എഴുന്നേറ്റു നിന്നപ്പോൾ ചേർത്തു പിടിച്ചു:

> ടീച്ചർ, എനിക്കു സ്നേഹിക്കാൻ മാത്രമേ കഴിയൂ. കുറെയധികം ഉത്തരവാദിത്വങ്ങൾ എനിക്കുണ്ട്. കുടുംബജീവിതമൊന്നും എനിക്കുള്ളതല്ല. ടീച്ചർ മനസ്സിലാക്കിയത് ശരിയാണ്, എനിക്കു ടീച്ചറെ ഇഷ്ടമാണ്. പക്ഷേ, എന്തു പറയണമെന്നെനിക്കറിയില്ല. വിവാഹമെനിക്കു വളരെയകലെയാണ്, പിന്നെ വരാം.

ഇറങ്ങിനടന്നു...

നാരായണിയുടെ അമ്മയോടു യാത്രപറഞ്ഞു. മുന്നിൽ ഇടത്തോട്ടും വലത്തോട്ടും മുന്നോട്ടും തിരിയുന്ന വഴികൾ.... കാലുകൾ യാന്ത്രികമായി വഴികൾ തെരഞ്ഞെടുത്തു...

നാരായണിയുടെ കണ്ണിലൊരു നീർക്കണം സർദാറിനായി പൊഴിയുന്നുണ്ടായിരുന്നു. സാരിത്തുമ്പുകൊണ്ട് കണ്ണുതുടച്ച് മുറിയിൽപോയിക്കിടന്നു.

“നാരായണീ, നീയൊരു പനിനീർപ്പൂവാണ്.” ഒരിക്കൽ സർദാർ പറഞ്ഞതോർത്തു. സ്വയംമറന്ന സ്നേഹമായിരുന്നു.. മുല്ലപ്പൂപോലെ മധുരമുള്ള സ്നേഹം, തീരാത്ത ദാഹമായിരുന്നു. ഉന്മാദിയായി മാറുന്ന സ്നേഹം. പ്രായോഗിക ജീവിതം അവർക്കൊരു പ്രശ്നമേ ആയിരുന്നില്ല. അനിയന്ത്രിതമായി കടിഞ്ഞാണില്ലാത്ത തീവ്രാനുരാഗം. രാഗമിരമ്പുന്ന തിരമാലകൾ മാനത്തേക്കുയർന്നു പൊങ്ങി.

അധികമാലോചിക്കാത്ത തന്റെ വ്യക്തിജീവിതത്തിലേക്കാണ് സർദാർ ഇറങ്ങിച്ചെന്നത്. ശങ്കരനാരായണന് സർക്കാർ സ്കൂളിൽ ജോലി കിട്ടി, തന്റെ പെങ്ങളുടെ മകൾ ജാനകിയെ ജീവിതസഖിയാക്കി കൈപ്പമംഗലത്തു താമസമാക്കി. കെ കെ രാമാഷ് കല്യാണം കഴിച്ചു, താനിനിയും കല്യാണത്തെക്കുറിച്ചൊന്നും ആലോചിക്കുന്നേയില്ല. മനസ്സിന്റെ താഴ്വരയിലേക്കു പറന്നുവന്ന ഈ പച്ചപ്പനംതത്തയെ എന്തുചെയ്യണം? ഉത്തരമില്ലാത്ത ചോദ്യചിഹ്നമായി നാരായണി സർദാറിന്റെ മനസ്സിൽ പാറിപ്പറന്നു നടന്നു.

കൊടുങ്കാറ്റ്

1940 ലെ വേനൽ പടിയിറങ്ങുകയായിരുന്നു, മെയ് മാസം 25 ന്, കൊല്ലവർഷം, 1115 ഇടവമാസം 12 ന്, സന്ധ്യമയങ്ങിയതോടെ കാറ്റു തുടങ്ങി. ഇടവപ്പാതിയിൽ ആരംഭിക്കുന്ന മഴയ്ക്കു മുന്നോടിയായി വരുന്ന കാറ്റും ഇടിയും മിന്നലും. കാറ്റിന്റെ ശക്തി കൂടിവരാനും ചുഴറ്റിയടിക്കാനും തുടങ്ങി. ഇരുപതാം നൂറ്റാണ്ടുകണ്ട കേരളത്തിലെ ഏറ്റവും വലിയ ചുഴലിക്കാറ്റായിരുന്നു അത്. അപ്പോൾ സർദാർ വായനശാലയിൽ നിന്നു വീട്ടിലേക്കുവരുന്ന വഴിയിലായിരുന്നു. കാലുനിലത്തുവെച്ചാലും ഭൂമിയിലുറയ്ക്കുന്നില്ല. ശരീരത്തെ കാറ്റ് എടുത്തുകൊണ്ടുപോകുമോ എന്നുവരെ തോന്നി. പാടം കഴിഞ്ഞു കയറുന്നത് പണിക്കശ്ശേരി കൊരുക്കുട്ടിയേട്ടന്റെ വീടാണ്. അവിടെയൊരു ചമ്പത്തെങ്ങ് കടപുഴകി കുഞ്ഞിരാമന്റെ കുടിലിലേക്കു വീഴുന്നതു നേരിട്ടുകണ്ടു.... മരങ്ങളുടെ ചില്ലകൾ ഒടിഞ്ഞു താഴെവീഴുകയാണ്. നായ്ക്കൾ ഓരിയിടുന്നുണ്ട്. പശുക്കൾ നിലവിളിക്കുന്നു. ഇടയ്ക്കിടെ മിന്നുന്ന ഇടിവാളിന്റെ വിളക്കിൽ കണ്ണു തെളിയുന്നു. പിന്നിൽ ഒരലർച്ച കേട്ടുനോക്കിയപ്പോൾ കുമ്പളപറമ്പിൽ നാരായണൻമാഷുടെ പറമ്പിലെ എലിഞ്ഞിമരം കടപുഴകി വീഴുന്ന നിലവിളിയായിരുന്നു....

കാറ്റ്, പരമാവധി ശക്തിയോടെ ആരോടോ പകവീട്ടുന്നതുപോലെ സംഹാരതാണ്ഡവമാടുകയാണ്. വീട്ടുപകരണങ്ങളും വസ്ത്രങ്ങളും കുടിലുകളോടൊപ്പം എങ്ങോ പറന്നുപോയി. കലവും ചട്ടിയും ഉരുണ്ടുപോയി ഉടയുന്നു. മരങ്ങളിൽ കൂടുകൂട്ടിയിരുന്ന കിളികൾ ഭയപ്പെട്ടു പറക്കുകയാണ്. കുട്ടികളും വൃദ്ധരും വാവിട്ടു നിലവിളിക്കാൻ തുടങ്ങി. സർദാർ വീട്ടിലെത്തിയപ്പോഴേക്കും ശ്രീധരൻമാഷ് സ്കൂൾവിട്ടു വന്നിട്ടുണ്ടായിരുന്നു. പെങ്ങളും കുട്ടികളും ഭയന്നിരുന്നപ്പോൾ അവർക്കു ധൈര്യം കൊടുത്ത് നേരം വെളുക്കുന്നതുവരെ ഉറങ്ങാതെ കഴിച്ചുകൂട്ടി. നേരം പുലരുന്നത്തോടെ കാറ്റുകുറയാൻ തുടങ്ങി, നിന്നു.

നേരം വെളുത്തപ്പോഴാണ് വിവരങ്ങൾ അറിഞ്ഞത്. സംഭവിച്ച നാശനഷ്ടങ്ങൾ ഭീകരവും വിവരണാതീതവുമാണ്. തീരദേശങ്ങളിലായിരുന്നു കൂടുതൽ അപകടങ്ങളുണ്ടായത്. കല്ലിലുണ്ടാക്കിയ വീടുകളൊഴിച്ചു മിക്കവാറും എല്ലാ കുടിലുകളും തകർന്നുതരിപ്പണമായി. കടകളിലും സ്കൂൾകെട്ടിടങ്ങളിലും വീടുകളിലും മരങ്ങളും തെങ്ങുകളും വീണു തകർന്നു. കൈയുംകാലും ഒടിഞ്ഞു കിടപ്പിലായി. കുറേപ്പേരെ ആശുപത്രിയിലാക്കി. കൃഷിഭൂമിയിൽനിന്നു ഉപജീവനമാർഗ്ഗം കണ്ടെത്താനാവാതെ നാട്ടിലാകെ പട്ടിണിയും പരിവട്ടവുമായി.

ദുരിതാശ്വാസപ്രവർത്തനങ്ങൾ

കൊടുങ്കാറ്റ് സങ്കടങ്ങൾ വിതച്ചപ്പോൾ ദുരിതങ്ങളുടെ ആഴക്കടലിലേക്കു താഴ്ന്നു പോയവർക്കുനേരെ സഹായഹസ്തംനീട്ടി സേവനത്തിനിറങ്ങിയാണ് കമ്യൂണിസ്റ്റുപാർട്ടി ജനഹൃദയങ്ങളിൽ കയറിയിരു ന്നത്. സ് കൂളുകളിലും പൊതുയിടങ്ങളിലും അരിയും സാമാനവും കൊണ്ടുവന്നു കഞ്ഞിയുണ്ടാക്കി പലയിടങ്ങളിലും കഞ്ഞിവീഴ്ത്തു കേന്ദ്രങ്ങൾ തുടങ്ങി.

ഈ ദുരിതാശ്വാസപ്രവർത്തനങ്ങളിൽ ലയിച്ചു ചേർന്നുകൊണ്ടാണു നാട്ടികാഫർക്കയിലെ കമ്യൂണിസ്റ്റുപാർട്ടിയുമായി സർദാർ നേരിട്ടു പ്രവർത്തനം തുടങ്ങുന്നതും പാർട്ടിയിൽ അംഗമായി ചേരുന്നതും. പട്ടിണിയോടൊപ്പം പകർച്ചവ്യാധികളും പടരുകയായിരുന്നു. രോഗികളെ ശുശ്രൂഷിക്കാനും മരുന്നു കൊടുക്കാനും ജീവൻപണയംവെച്ചും മുന്നിൽ നിന്നു.

തലങ്ങും വിലങ്ങും വീണുകിടക്കുന്ന മരങ്ങൾ മുറിച്ചുമാറ്റുവാനും തകർന്ന കുടിലുകളും വീടുകളും നിർമ്മിച്ചു കൊടുക്കാനും വസ്ത്രം, ഭക്ഷണം എന്നിവ നല്കുവാനും, നശിച്ച കൃഷിഭൂമി വീണ്ടും കൃഷിയോഗ്യമാക്കാനും കമ്യൂണിസ്റ്റുപ്രവർത്തകർ ജനങ്ങളുടെ ബന്ധുവായി ഒപ്പം നിന്നു. ചാക്കും വട്ടിയുമായി നാട്ടിലിറങ്ങി നടന്ന് ആഹാരസാധനങ്ങൾ ശേഖരിച്ചു പട്ടിണിക്കാർക്കു വിതരണം ചെയ്തു.

കരിഞ്ചന്ത തടയുന്നു

മനുഷ്യൻ പട്ടിണികിടന്നു. തിന്നാനില്ലാതെ വരുമ്പോൾ വേലിക്കുതറിയിടുന്ന അമ്പഴങ്ങയും അതിന്റെ ഇലയുംവരെ തിന്നിട്ടാണ് വിശപ്പ് മാറ്റിയിരുന്നത്..

"കപ്പലണ്ടിപ്പിണ്ണാക്കില്ലെങ്കിൽ പണ്ടേ ചത്തേനെ -
അതിലൊരു കല്ലുണ്ടെങ്കിൽ പല്ലുംപോയേനെ..."

പാവങ്ങൾ പാടിനടന്ന ഈ പാട്ടിൽ അക്കാലത്തെ ദാരിദ്ര്യത്തിന്റെ വിശ്വരൂപം കാണാം. യുദ്ധവും പ്രകൃതിദുരന്തവും കോളറപോലുള്ള സാംക്രമികരോഗങ്ങളുംമൂലം ജനജീവിതം ദുഃസഹമായി. ഈ വറുതിയുടെ കാലഘട്ടത്തിൽ അവശ്യസാധനങ്ങൾ പോലും സാധാരണക്കാരന് അപ്രാപ്യമായ ദുരിതത്തിന്റെ നാളുകൾ. പൂഴ്ത്തിവെപ്പിനും കരിഞ്ചന്തയ്ക്കുമെതിരായുള്ള സമരം നടത്താൻ കമ്യൂണിസ്റ്റുപാർട്ടിയും കർഷകസംഘവും ആഹ്വാനം ചെയ്തതു. കനോലി കനാൽ വഴി പൊന്നാനിയിലേക്കു കരിഞ്ചന്തയിൽ കടത്തിയിരുന്ന അരിയും ഭക്ഷ്യധാന്യങ്ങളും ടി കെ രാമന്റെ നേതൃത്വത്തിൽ കമ്യൂണിസ്റ്റുകാർ തളിക്കുളം- മുറ്റിച്ചൂർ കടവിൽനിന്നും പിടിച്ചെടുത്ത് നാട്ടുകാർക്ക് വിതരണം ചെയ്തു.

അതിനെത്തുടർന്ന് മലബാർ സ്പെഷ്യൽ പൊലീസ് പൈശാചികമായ നരനായാട്ടാണ് അഴിച്ചുവിട്ടത്. രാജ്യദ്രോഹക്കുറ്റംചുമത്തി ടി കെ രാമനെ അറസ്റ്റുചെയ്തു. തളിക്കുളം മുതൽ വലപ്പാട് പൊലീസുസ്റ്റേഷൻവരെ ഏഴുകിലോമീറ്റർ ദൂരം ഇരുകൈകളും പിറകിൽ ബന്ധിച്ചു, തലമുടിയിൽ പിടിച്ച് റോഡിലൂടെ വലിച്ചിഴച്ചു കൊണ്ടുപോയി. നാഷനൽ ഹൈവേയുടെ ഇരുവശങ്ങളിലുമായി നിസ്സഹായരായി ജനം നോക്കി നിന്നപ്പോൾ പൊലീസ് സഖാവിനെ ക്രൂരമായി മർദ്ദിച്ചു. അടിക്കും തോറും സഖാവ് അലറി വിളിച്ചുകൊണ്ടിരുന്നു:

"ഇൻക്വിലാബ് സിന്ദാബാദ്, കമ്യൂണിസ്റ്റ് പാർട്ടി സിന്ദാബാദ്..."

കൂടെയുള്ള സഖാക്കളെയും അറസ്റ്റുചെയ്തു, അവരുടെ കുടുംബങ്ങളിൽ തെറിവിളിച്ചുകൊണ്ട് കയറിയിറങ്ങി പേപ്പട്ടിയെപ്പോലെ കടിച്ചുകീറി......

കൊച്ചിയിൽനിന്നും കനോലി കനാലിലൂടെ വരുന്ന ചരക്കുവള്ളങ്ങൾ എണ്ണയും പഞ്ചസാരയും കരിച്ചന്തയിൽ വില്ക്കുന്ന വിവരംകിട്ടി. കുട്ടമംഗലത്തു മുസ്ലിംപള്ളിയുടെ പരിസരത്ത് പുഴക്കടവിലുള്ള കണ്ണങ്കിലാത്തുഖാദറും സഹോദരൻ ബീരാനും ഈ വിവരമറിഞ്ഞു. അവർ കൂട്ടുകാരെ അറിയിക്കുകയും വഞ്ചിയിൽനിന്നു എണ്ണടിന്നുകളും പഞ്ചസാരച്ചാക്കുകളും കരിഞ്ചന്ത നടത്താനായി ഇറക്കുന്ന നേരത്ത്, കരിഞ്ചന്തക്കാരൻ മുതലാളിയുടെ ഗുണ്ടകളെ തല്ലികീഴടക്കി, ഉറങ്ങിക്കിടക്കുന്നവരെ വിളിച്ചുണർത്തി എണ്ണയും പഞ്ചസാരയും പട്ടിണിപ്പാവങ്ങൾക്കു വിതരണംചെയ്തു. പിന്നെ പൊലീസിന്റെ തേർവാഴ്ചയായിരുന്നു. ക്രൂരമായ ആക്രമണങ്ങളുടെ അനന്തമായ പരമ്പര...

എ കെ ജിയുടെ പട്ടിണിജാഥ

ദുരിതപരിഹാരത്തിനുള്ള അപേക്ഷകൾക്കു ബ്രിട്ടീഷ് സർക്കാരിൽ നിന്നോ പ്രാദേശിക അധികാരികളിൽനിന്നോ സക്രിയമായ യാതൊരു പരിഹാരനടപടികളൊന്നും ലഭിക്കാതെ വന്നപ്പോൾ കമ്യൂണിസ്റ്റുപാർട്ടി മലബാറിലും മറ്റു പലയിടങ്ങളിലും നിരാഹാരസമരം നടത്തി. കാസർ ഗോഡുനിന്നു തലസ്ഥാനനഗരിയായ മദ്രാസിലേക്കു എ കെ ജിയുടെ 'പട്ടിണിജാഥ' മണപ്പുറത്തുകൂടെ കടന്നുപോയപ്പോൾ മണപ്പുറത്തെ സഖാക്കൾ അണിചേർന്നു. തുടർന്ന് നാട്ടിക ഫർക്ക കമ്മിറ്റി സെക്രട്ടറി ടി കെ രാമനടക്കം പതിനാലു സഖാക്കൾ മറ്റൊരു പട്ടിണിജാഥ നടത്തി. ഈ പ്രകടനങ്ങളെ പൊലീസ് സംശയത്തോടെയാണ് നിരീക്ഷിച്ചത്. രണ്ടു ജാഥയിലുംകൂടി 24 പേർ മണപ്പുറത്തുനിന്നു പങ്കെടുത്തിരുന്നു. ജാഥയിൽ പങ്കെടുത്ത പതിനാലുപേരെ അറസ്റ്റുചെയ്ത് മർദ്ദിച്ചു കേസ് ചാർജ്ജുചെയ്തു കോടതിയിൽ ഹാജരാക്കിയപ്പോൾ പ്രകടനം നടത്തുന്നത് ശിക്ഷിക്കാനുള്ള കുറ്റമാകുന്നില്ലെന്നാണ് കോടതി വിധി കല്പിച്ചത്. അങ്ങനെ അറസ്റ്റു ചെയ്തവരെ വിട്ടയക്കേണ്ടിവന്നു.

ടെക്മാൻ എന്ന ചുമതല

കാജാബീഡിസമരം, പുലാമ്പുഴ ചകിരിത്തൊഴിലാളിസമരം, മത്സ്യ ബന്ധന മേഖലയിലെ അടിമവ്യവസ്ഥയ്ക്കു സമാനമായ ലേലംവിളി വിരുദ്ധസമരം, അമിതപാട്ടത്തിനും ജന്മിത്വത്തിനുമെതിരായ സമരങ്ങൾ, ജാപ്പുവിരുദ്ധ പ്രക്ഷോഭം, സഭയ്ക്കെതിരായ അദ്ധ്യാപകസമരം മുത ലായ സമരങ്ങളെല്ലാം പാർട്ടി നയിച്ചത് ടി കെ രാമന്റെ നേതൃത്വത്തിലാ യിരുന്നു.

തിരുവിതാംകൂർ-വടക്കൻമലബാർ സഖാക്കൾക്കു സുരക്ഷിത ഷെൽട്ടർ ഒരുക്കുന്ന ചുമതല വഹിക്കുന്ന 'ടെക്മാൻ' എന്ന രഹസ്യ ചുമതലയുടെ ഉത്തരവാദിത്വം സെക്രട്ടറിയായ ടി കെ രാമനായിരുന്നു. ഇ എം എസ്, എ കെ ജി, കെ ദാമോദരൻ, സി കെ കുമാരപ്പണിക്കർ, നായനാർ, സി അച്യുതമേനോൻ, സി എച്ച് കണാരൻ, എ വി കുഞ്ഞമ്പു, ഇമ്പിച്ചിബാവ, ജോർജ് ചടയൻമുറി, സുബ്രഹ്മണ്യഷേണായ്, എം കെ കേളു, പന്തളം പി ആർ, കെ പി പ്രഭാകരൻ തുടങ്ങിയവർക്കെല്ലാം ഒളി വിൽ ഇരുന്നുകൊണ്ടുതന്നെ ടി കെ രാമൻ ഒളിത്താവളങ്ങൾ ഒരുക്കി ക്കൊടുത്തിരുന്നു.

ചങ്ങമ്പുഴയുടെ 'വാഴക്കുല'

ബാലാബോധിനി, ശിവരാമവിലാസം, പെരുമ്പടപ്പു യു പി, കഴിമ്പ്രം ധർമ്മവിലാസം എന്നീ സ്കൂളുകളിലും ശ്രീനാരായണ വായനശാല യിലും വാർഷികാഘോഷങ്ങൾ സമുചിതമായിത്തന്നെ ആഘോഷിച്ചു

പോന്നിരുന്നു. അവയുടെയെല്ലാം കലാപരിപാടികളായ നാടോടിനൃത്തം, കർഷകനൃത്തം, ഗാനമേള, ടാബ്ലോ, ഒപ്പന, കഥാപ്രസംഗം, നാടകം എല്ലാം നാട്ടിൽ സജീവമാകുന്ന കാലമായിരുന്നു. ഇവയുടെ നടത്തിപ്പിനു നേതൃത്വമേല്പിക്കുന്നത് സർദാറിനെയാണ്.

ചങ്ങമ്പുഴ പ്രശസ്തിയുടെ എവറസ്റ്റിൽ കയറിനില്ക്കുന്ന കാലം. വായനശാലയുടെ അഞ്ചാം വാർഷികാഘോഷയോഗം ചങ്ങമ്പുഴയെ ക്കൊണ്ടു ഉദ്ഘാടനം നിർവ്വഹിപ്പിക്കാൻ തീരുമാനമെടുത്തു. 1941 മെയ് 12 ന് തിങ്കളാഴ്ചയാണ് പരിപാടി. മണപ്പുറത്തുള്ള ആയിരക്കണക്കി നാളുകൾ പ്രിയകവിയെ ഒരു നോക്കുകാണാനായി വായനശാലാ മൈതാ നത്ത് ഒത്തുകൂടി. യോഗനടപടികൾക്കുശേഷം, ചങ്ങമ്പുഴയെ പരിചയ പ്പെടുത്താൻ അദ്ധ്യക്ഷൻ സർദാറിനെ ക്ഷണിച്ചു.

സ്റ്റേജിലേക്കു സർദാർ കയറിയപ്പോൾ ആ സ്നേഹം പ്രകാശിക്കുന്ന മുഖത്തേക്കു ചങ്ങമ്പുഴ സാർത്ഥകമായി നോക്കി. കവിയെ ഔപചാരി കമായി പരിചയപ്പെടുത്തിയതിനുശേഷം സദസ്സിൽ മുഴുവൻ കണ്ണോടിച്ചു. സർദാർ ചങ്ങമ്പുഴയുടെ *വാഴക്കുല* അവലോകനം ചെയ്തുകൊണ്ടു കവിതയുടെ ഹൃദയം പുറത്തേക്കെടുത്തു: (ചുരുക്കം)

> 'വാഴക്കുല'യിലെ പുലയനും പുലച്ചിയും കുട്ടികളുമെല്ലാം കേരള ത്തിൽ എവിടെച്ചെന്നാലും കാണാവുന്നതാണ്. അവർ സ്വപ്നം കണ്ടു, വെള്ളമൊഴിച്ചു, വളമിട്ടുവളർത്തി വലുതാക്കുന്ന വാഴകൾ കുലച്ചു കായകൾ പഴുക്കുമ്പോൾ, കുട്ടികളുടെ വായിൽ വെള്ള മൂറും. പഴം തിന്നാനാവാതെ ജന്മിയുടെയാളുകൾ വെട്ടിക്കൊണ്ടു പോകുന്ന ഹൃദയഭേദകമായചിത്രം, കുടികിടപ്പുകാരന്റെ പക്ഷത്തു നിന്നുള്ള മലയാളത്തിലെ പ്രഥമരചനയാണ്...

പ്രസക്തമായ വരികൾചൊല്ലി സർദാർ വിശദീകരിച്ചപ്പോൾ ഊർന്നു വീഴുന്ന കണ്ണുനീർ സദസ്സു മുഴുവൻ തുടച്ചു നെടുവീർപ്പിടുകയായിരുന്നു. നാടുവാഴിത്തവ്യവസ്ഥയിൽ കുടികിടപ്പുകാരന്റെ ഹൃദയവേദന യഥാർ ത്ഥമായി അവതരിപ്പിക്കുന്ന ഈ കൃതി, നയിക്കുന്നത് സമഭാവനയുടെ ലോകത്തേക്കാണ്. സ്റ്റേജിൽ കൈയടിയുടെ മാലപ്പടക്കമായിരുന്നു, സദസ്സും വേദിയുമൊന്നടങ്കം കവിയോടൊപ്പം കൈയടിച്ചു. വേദിയിൽ നിന്നു ചങ്ങമ്പുഴ എഴുന്നേറ്റുവന്ന്, സർദാറിനെ കെട്ടിപ്പിടിച്ചു. തന്റെ വരി കൾക്കു സാർത്ഥകമായ വ്യഖ്യാനം നിർവ്വഹിച്ചതിന് അഭിനന്ദനങ്ങൾ അർപ്പിച്ചു.

വെളുത്ത നീണ്ട ജുബ്ബയും തോളിൽ ഷാളുമണിഞ്ഞ് ആജാന ബാഹുവായ ചങ്ങമ്പുഴ വേദിനിറഞ്ഞു നിന്നു. തുടർന്ന്, പ്രഭാഷണകല യുടെ ഹൃദയം പകുത്തെടുക്കുന്ന ആത്മാവിഷ്കാരമായിരുന്നു. അക്ഷ രങ്ങൾക്കു മലരണിക്കാടിന്റെ മാസ്മരഭംഗിയേകി, മരതകകാന്തിയുടെ

ഹരിതശോഭയിൽ അമ്മാനമാടിക്കൊണ്ടും അനർഗ്ഗളമായ വാഗ്ധോരണിയുടെ പൂമഴയായിരുന്നു. നാടുവാഴിത്തവ്യവസ്ഥയുടെ നട്ടെല്ലൊടിക്കാനുള്ള ആഹ്വാനമായിരുന്നു ആ അക്ഷരപ്രവാഹത്തിന്റെ സാരം...

മിശ്രവിവാഹം

സഞ്ചാരസ്വാതന്ത്ര്യം, മിശ്രഭോജനം, മിശ്രവിവാഹം എന്നിവയിലൂടെയാണ് ചാതുർവർണ്യ നിർമ്മിതവേലികൾ പൊളിക്കാൻ കഴിയുകയെന്നതിനാൽ സഹോദരൻ അയ്യപ്പൻ തന്റെ സഹോദര പ്രസ്ഥാനത്തിന്റെ അടുത്ത അജണ്ടയായി മിശ്രവിവാഹം പ്രോത്സാഹിപ്പിക്കാൻ തുടങ്ങിയിരുന്നു. വി ടി ഭട്ടതിരിപ്പാട്, നമ്പൂതിരി സമുദായാംഗങ്ങളെ മനുഷ്യരാക്കി മാറ്റുവാനുള്ള വിപ്ലവപരമായ പ്രവർത്തനങ്ങൾ നടത്തുന്ന കാലമായിരുന്നു. നമ്പൂതിരി സമുദായത്തിൽ നിഷിദ്ധമായിരുന്ന വിധവാവിവാഹവും അഫൻ നമ്പൂതിരിമാർക്കു നിഷിദ്ധമായിരുന്ന സജാതീയ വിവാഹവും നടത്തുവാൻ മുൻകൈയെടുത്ത് വിപ്ലവപരമായി മുന്നേറുകയായിരുന്നു. വി ടിയുടെ ഭാര്യാസഹോദരിയായ നങ്ങേമയെ സുഹൃത്തായ എം ആർ ബിയെക്കൊണ്ട് വിവാഹം കഴിപ്പിച്ച ആദ്യ വിധവാവിവാഹസംരംഭത്തിൽ 1935 ഏപ്രിൽ മാസത്തിൽ നാലപ്പാട്ടു നാരായണമേനോൻ, സഹോദരൻ അയ്യപ്പൻ, എം സി ജോസഫ്, ഇ എം എസ്, മന്നത്തുപദ്മനാഭൻ, കുട്ടികൃഷ്ണമാരാർ, പാർവതി അയ്യപ്പൻ, ആര്യാപള്ളം തുടങ്ങിയവർ പങ്കെടുത്തപ്പോൾ കേരളം മുഴുവൻ ആ സംഭവം ആഘോഷിക്കുകയായിരുന്നു. അഞ്ചുവർഷം കഴിഞ്ഞു 1940 ൽ വി ടി ഭട്ടതിരിപ്പാടിന്റെ സഹോദരി പാർവതിയും നമ്പൂതിരിയേക്കാൾ താഴ്ന്ന ജാതിയായി പരിഗണിക്കുന്ന നായർ സമുദായാംഗമായ രാഘവപ്പണിക്കരുടെയും വിവാഹം ലളിതമായ ചടങ്ങിൽ വെച്ചു കെ കേളപ്പന്റെയും യുക്തിവാദിസംഘം സാരഥി എം സി ജോസഫിന്റെയും സാന്നിദ്ധ്യത്തിൽ നടന്നു. അതിനും വലിയ സാമൂഹികപ്രസക്തിയും പ്രശസ്തിയും കൈവന്നതോടെ നാട്ടിൽ നടക്കുന്ന മിശ്രവിവാഹങ്ങളെ പ്രോത്സാഹിപ്പിക്കാനും ജനശ്രദ്ധയിൽ കൊണ്ടുവരാനും പുരോഗമന പ്രസ്ഥാനങ്ങൾ മുന്നോട്ടു വന്നു.

ശ്രീനാരായണ ദർശനപ്രചാരകനും ഇരിഞ്ഞാലക്കുടയിലെ കമ്യൂണിസ്റ്റുപാർട്ടി നേതാവുമായ പി കെ കുമാരൻ, ശാരദയെന്ന ദളിത് സ്ത്രീയെ മിശ്രവിവാഹം കഴിച്ചു. ഉടൻതന്നെ ഇരിഞ്ഞാലക്കുടയിൽ കെ കെ രാംമാഷോടൊപ്പം പോയി രാമൻവൈദ്യരെ കണ്ടു. അവിടെ നിന്നു പി കെ കുമാരനേയും അദ്ദേഹത്തിന്റെ നവവധുവായ ശാരദയേയും അവരുടെ വീടായ പുല്ലൂരിൽ പോയി നേരിട്ട് സന്ദർശിച്ചു ആശംസകളർപ്പിച്ചു. ഈ സംഭവത്തെ സമൂഹശ്രദ്ധയിലേക്കു കൊണ്ടുവരാനായി ശ്രീനാരായണഗുരു സംഘത്തിന്റെയും ഹരിജനസംഘത്തിന്റെയും സംയുക്താഭിമുഖ്യത്തിൽ വലപ്പാടു ചന്തപ്പടിയിൽ ഒരു സ്വീകരണം

ഒരുക്കുന്നുവെന്നും അതിൽ പങ്കെടുക്കണമെന്നും സർദാറും, കെ കെ രാംമാഷും അഭ്യർത്ഥിച്ചു.

കെ കെ രാംമാഷ്, വി കെ ചാത്തൻ, ഇരിഞ്ഞാലക്കുടയിലെ കമ്യുണിസ്റ്റുനേതാവ് പി കെ ചാത്തൻ മാസ്റ്റർ, വലപ്പാടുനിന്നു കുമാരൻമാഷ്, പുലയമഹാസഭാനേതാവ് ഇട്ടിക്കോരൻ മാഷ് മുതലായവർ സർദാറിനോടൊപ്പം സജീവമായി ആ സ്വീകരണ സമ്മേളനത്തിൽ പങ്കെടുത്തു മിശ്രവിവാഹത്തെ ഒരു ചർച്ചാവിഷയമാക്കി. പാരമ്പര്യവാദികൾ കൊടിച്ചിപ്പട്ടികളെപ്പോലെ വഴിമുടക്കിനിന്നു കുരച്ചെങ്കിലും ആരെയും കൂസാതെ സർദാറും സഖാക്കളും മുന്നോട്ടുതന്നെ പോയി...

ദിശമാറുന്ന രാഷ്ട്രീയം

1941 ൽ സോവിയറ്റ് യൂണിയനെതിരായ ജർമ്മൻ ആക്രമണവും അമേരിക്കക്കെതിരായ ജാപ്പനീസ് യുദ്ധപ്രഖ്യാപനവുംമൂലം, ഫാസിസം ലോകത്തെ വിഴുങ്ങാൻ പോവുകയാണെന്നും അതിനാൽ ആ അപകടത്തിനെതിരെ ജാഗരൂകരാവുന്ന സമീപനം പാർട്ടി കൈക്കൊള്ളുകയായിരുന്നു. ഫാസിസത്തിനെതിരായ സോഷ്യലിസ്റ്റു ചേരിയുടെ പ്രതിരോധകേന്ദ്രവും തകരാത്ത കോട്ടയുമായിരുന്നു സോവിയറ്റ് യൂണിയൻ. അദ്ധ്വാനിക്കുന്ന ജനവിഭാഗങ്ങളുടെ ജീവത്യാഗത്തിൽ കെട്ടിയുയർത്തിയ ലോകത്തിലെ പ്രഥമസോഷ്യലിസ്റ്റ് രാജ്യമായതിനാൽ അതിന്റെ പ്രതിരോധം പാർട്ടിക്കു പരമപ്രധാനമായിരുന്നു. യുദ്ധത്തോടുള്ള നയം പരിഷ്കരിച്ച്, അതിനെ ഒരു ‘ജനകീയയുദ്ധ’മായി പ്രഖ്യാപിക്കുകയും വടക്കുകിഴക്കൻ മേഖലയിലെ ജാപ്പനീസ് സേന മുന്നേറുന്നതിൽനിന്നും ഇന്ത്യയുടെ പ്രതിരോധത്തിനായി അണിനിരക്കുന്നതിന് ഇന്ത്യയിൽ ഒരു ദേശീയ ഗവൺമെന്റ് രൂപീകരിക്കാൻ ബ്രിട്ടീഷുകാരോടു ആവശ്യപ്പെടുകയും ചെയ്തു.

പട്ടാളത്തിൽ ആളെ വേണം. പട്ടിണിയിൽനിന്നു മോചനത്തിനായി പലരും പട്ടാളത്തിൽ ചേർന്നു. കാവല്ലൂർ രാമൻ അസമിലെ മിലിറ്ററി യൂണിറ്റിൽനിന്നു ലീവിനുവന്നു തിരിച്ചുപോയപ്പോൾ അദ്ധ്യാപകനായിരുന്ന ശ്രീധരൻമാഷെയും അസമിലെ യൂണിറ്റിലേക്കു കൂട്ടിക്കൊണ്ടുപോയി. ആറേഴുകൊല്ലം മുമ്പു രൂപീകരിച്ച ‘ധർമ്മഭടസേന’യിൽ ഉൾപ്പെട്ട മിക്കവാറും സേനാംഗങ്ങൾ പട്ടാളത്തിൽ ചേർന്നു.

ജാപ്പുവിരോധം

രണ്ടാംലോകമഹായുദ്ധം ഫാസിസ്റ്റു ജർമ്മനിക്കെതിരെ സോവിയറ്റ് യൂണിയനുമായി ചേർന്നു ബ്രിട്ടീഷുകാർ നടത്തുന്ന യുദ്ധത്തിനു കമ്യൂണിസ്റ്റുപാർട്ടിയുടെ പിന്തുണ പ്രഖ്യാപിച്ചു. അതോടെ സുഭാഷ് ചന്ദ്രബോസിന്റെ ഐ എൻ എയോടും അവരെ സഹായിക്കുന്ന ജപ്പാനോടുമുള്ള സമീപനത്തിലും മാറ്റം വന്നു. കൊടുങ്കാറ്റുണ്ടാക്കിയ ദുരി

തങ്ങളിൽനിന്നും രക്ഷപ്പെടാനും കാർഷിക ഉല്പന്നങ്ങൾ വർദ്ധിപ്പിക്കാനും കമ്യൂണിസ്റ്റുപാർട്ടി ജനങ്ങളോടാഹ്വാനം ചെയ്തു. ഒപ്പം, ജപ്പാൻ വിരുദ്ധപ്രചാരണങ്ങൾ നടത്താനും ഇന്ത്യൻ പ്രതിരോധ പ്രവർത്തനങ്ങളെ സഹായിക്കുന്നതിനായി സൈന്യത്തിലെ ഉദ്യോഗസ്ഥരുമായി ബന്ധം സ്ഥാപിക്കാനും ശ്രമങ്ങളാരംഭിച്ചു.

ബ്രിട്ടീഷ്-സോവിയറ്റ് യൂണിയൻ സഖ്യത്തിനു ശക്തിപകരാൻ കേരളത്തിലെ കമ്യൂണിസ്റ്റുകാരായ നിരവധി യുവാക്കൾ സൈനിക സേവനത്തിനു തയ്യാറായി മുന്നോട്ടുവന്നു. രാഷ്ട്രത്തെ ശത്രുക്കളിൽ നിന്നു പ്രതിരോധിക്കുന്നതാണ് ഏറ്റവും പ്രസക്തവും മഹത്തരവുമായ കാലികരാഷ്ട്രീയമെന്ന കാലത്തിന്റെ വിളി സർദാർ ഏറ്റെടുക്കുകയായിരുന്നു. അദ്ധ്യാപകജോലിയുപേക്ഷിച്ച് എയർഫോഴ്സിൽ ചേരുവാൻ തീരുമാനിച്ചു. 1942 ആദ്യപകുതിയിലെ ഒരു ദിവസം തൃശൂർ റെയിൽവേ സ്റ്റേഷനിൽനിന്നു ബോംബെയിലേക്കു വണ്ടികയറി..

ഭാഗം രണ്ട്

സമരഭൂമിയിൽ

ഖദർമുണ്ടും ഷർട്ടും

എയർഫോഴ്സ് സേവനത്തിനുശേഷം തിരിച്ചുവന്നപ്പോൾ ഉണ്യേപ്പൻമാഷുടെ ക്ഷണം സ്വീകരിച്ച് 'പുത്തൻപുര'യിൽ സർദാർ താമസമാക്കി. നാട്ടിലെത്തിയ വാർത്തയോടൊപ്പം എയർഫോഴ്സിൽനിന്നും കിട്ടിയ 'സർദാർ' എന്നപേരും കാറ്റ് നാട്ടിൽ പരത്തി...

കുടുംബസ്വത്ത് ഭാഗംവെച്ചപ്പോൾ ശ്രീധരൻമാഷുക്കാണ് തറവാട് കിട്ടിയത്. അടുപ്പുകൂട്ടിയതുപോലെ തൊട്ടുതൊട്ടു താമസിക്കുന്ന വീടുകൾ സന്ദർശിച്ച് എല്ലാ കുടുംബാംഗങ്ങളെയും പോയി കണ്ടു. എയർഫോഴ്സിൽ പോയപ്പോഴേ യുദ്ധഭീതിയിൽ കഴിഞ്ഞിരുന്ന വീട്ടുകാർ സർദാറിന്റെ തിരിച്ചുവരവിനെ സന്തോഷത്തോടെ എതിരേറ്റു.

രണ്ടരകിലോമീറ്റർ ദൂരമുള്ള ചെന്ത്രാപ്പിന്നി എ എം എൽ പി സ്കൂളിൽ അദ്ധ്യാപക ജോലിയിൽ ചേർന്നു. തിങ്കളാഴ്ച മുതൽ വെള്ളമുണ്ടും ഷർട്ടും വീണ്ടും അണിയാൻ തുടങ്ങി. കമ്യൂണിസ്റ്റു പൊനത്തിൽ ശേഖരന്റെ വീട്ടിൽയോഗം കൂടുന്നു. ആ യോഗത്തിലേക്കു സർദാറിനെ ക്ഷണിക്കാനുള്ള ചുമതല ശേഖരൻനായരെയാണ് ഏല്പിച്ചത്..

കെ ശേഖരൻനായർ

എടത്തിരുത്തി എടമുട്ടം റോഡിൽ കുമ്പളപറമ്പിൽ സെന്ററിൽനിന്ന് രണ്ടു ഫർലോങ്ങു തെക്കോട്ടുള്ള ഇടവഴിയിലൂടെ പോയാൽ സർദാറിന്റെ വീട്ടിലെത്താം.* കുമ്പളപറമ്പിൽ സെന്ററിൽനിന്നു കിഴക്കോട്ടു

---

* സർദാറിന്റെ വീടിനടുത്തുള്ള ഇടവഴിയെ സർദാറിന്റെ സ്മരണയ്ക്കായി എടത്തിരുത്തി പഞ്ചായത്ത് 'സർദാർ റോഡ്' എന്ന പേരിട്ടു.

നോക്കിയാൽ അഹങ്കരിച്ചു നില്ക്കുന്ന ബ്ലാഹേയിൽ അധികാരിയുടെ തറവാട്. ആ ഇടവഴിയിലൂടെ അരഫർലോങു വടക്കോട്ടുപോയാൽ അയ്യപ്പൻകാവ് ക്ഷേത്രം. ക്ഷേത്രത്തിന്റെ മുന്നിലെ ഇടവഴി കടന്നാൽ, ശേഖരൻനായരുടെ കരാന്തറത്തുവീട്ടിലത്താം. അയൽപക്കത്തെ വലിയ പറമ്പിൽ കുട്ടൻപിള്ളയും സഹോദരൻ നാണുപിള്ളയും ശേഖരൻ നായരുടെ സുഹൃത്തുക്കൾ. അവരുടെ സഹോദരി അമ്മിണിയമ്മയുമായി ശേഖരൻനായർ സ്നേഹത്തിലായി. സ്നേഹിക്കുന്നവരെ എങ്ങനെ യെങ്കിലും അകറ്റുകയെന്നത് നമ്മുടെ സമുന്നതമായ സംസ്കാരമാ ണെന്ന ധാരണയിൽ വീട്ടുകാർ അമ്മിണിയമ്മയെ കോയമ്പത്തൂരുള്ള ബന്ധുവിന്റെ വീട്ടിലേക്ക് മാറ്റി. ക്രമേണ അമ്മിണിയമ്മയുടെ വയറു വളർന്നു വലുതായിവന്നു. വയറു വലുതാവുന്നതിന്റെ കാരണം? സംശ യത്തിന്റെ നെറ്റി ചുളിഞ്ഞു, അമ്മിണിയമ്മ വെളിപ്പെടുത്തി:

"സ്നേഹം.."

"ആരുടെ സ്നേഹം?"

"കരാന്തറത്തു ശേഖരൻനായരുടെ സ്നേഹം.."

വാർത്ത ശേഖരൻനായരുടെ കാതിലെത്തി. ആ പ്രണയനാട കത്തിന്റെ ആദ്യരംഗത്തിന്റെ സസ്പെൻസിന് തീ പിടിപ്പിച്ചുകൊണ്ടു ശേഖരൻനായർ കോയമ്പത്തൂർ പോയി അമ്മിണിയമ്മയെ വിളിച്ചിറക്കി വീട്ടിലേക്കു കൂട്ടിക്കൊണ്ടുവന്നു.

"ധിക്കാരമാണ് ചെയ്തത്?" വീട്ടിലും നാട്ടിലും സംഘർഷം നിറഞ്ഞ അന്തരീക്ഷം, എന്തും സംഭവിക്കാം...

രണ്ടാം രംഗത്തിന്റെ തിരശ്ശീല തുറന്നു. സംഘർഷം പ്രതീക്ഷിച്ച നാട്ടുകാരെ നിരാശരാക്കിക്കൊണ്ട് സമാധാനപൂർണ്ണമായ ഒരു കുടുംബ ജീവിതം അവർ ആരംഭിച്ചു.

അമ്മിണിയമ്മയുടെ സ്നേഹം വളർന്നു മാസങ്ങൾക്കുശേഷം പുറ ത്തുവന്നു, ആ സ്നേഹത്തെ സുശീലയെന്നു വിളിച്ചു.

കോൺഗ്രസിലൂടെയാണ് ശേഖരൻനായർ രാഷ്ട്രീയരംഗത്തുവരു ന്നതെങ്കിലും, പാവപ്പെട്ടവരുടെ പ്രശ്നങ്ങൾക്ക് പരിഹാരം കാണാൻ കോൺഗ്രസിനാവില്ലെന്നു ബോദ്ധ്യമായപ്പോൾ കമ്യൂണിസ്റ്റു പാർട്ടിയിൽ ചേരുകയാണുണ്ടായത്.

എടത്തിരുത്തിയിലെ രാഷ്ട്രീയം

മൂന്നരകൊല്ലംമുമ്പ്, 1942 ആഗസ്ത് ഒമ്പതിന്, സർദാർ എയർഫോഴ് സിലായിരുന്നപ്പോഴാണ് ക്വിറ്റിന്ത്യാസമരം നടക്കുന്നത്. രണ്ടാം ലോക മഹായുദ്ധം സംഹാരതാണ്ഡവമാടുകയായിരുന്നു. ബ്രിട്ടീഷ് സർക്കാരി നെതിരെ ഗാന്ധിജി ക്വിറ്റിന്ത്യാസമരം പ്രഖ്യാപിച്ചു. നാട്ടിക സെയ്തു, വലപ്പാടു കൊച്ചാപ്പു, കെ എസ് വാസുദേവൻ, കാട്ടൂരിൽനിന്നു എ ടി കുഞ്ഞിപ്പാലു തുടങ്ങിയവർ കാട്ടൂർ ഹൈസ്കൂൾ പരിസരത്ത്, ഗാന്ധി ത്തൊപ്പിയും ഖദർ വസ്ത്രവുമണിഞ്ഞു മുദ്രാവാക്യം വിളിച്ചു:

"ക്വിറ്റിന്ത്യാ," "ബ്രിട്ടീഷുകാർ ഇന്ത്യവിടുക...."

ഒപ്പമുണ്ടായിരുന്നവർ അതേറ്റുവിളിച്ചു. ഉച്ചയോടെ ഇരിങ്ങാലക്കുട പൊലീസുവന്നു ജാഥ പിരിച്ചുവിടാൻ ആവശ്യപ്പെട്ടു, ആരും അനങ്ങിയില്ല. എല്ലാവരേയും പൊലീസു പിടിച്ചുകൊണ്ടുപോയി മർദ്ദിച്ചവശരാക്കി പുറത്തുവിട്ടു...

'ക്വിറ്റിന്ത്യാ' സമരത്തോടു കമ്യൂണിസ്റ്റുപാർട്ടി സ്വീകരിച്ച നിലപാട് വ്യത്യസ്തമായിരുന്നു. 1941 ൽ ഹിറ്റ്ലറുടെ ജർമ്മനി, സോവിയറ്റു യൂണിയനെ ആക്രമിച്ചപ്പോൾ ഇന്ത്യൻ കമ്യൂണിസ്റ്റുപാർട്ടിയുടെ ബ്രിട്ടീഷുസമീപനത്തിൽ മാറ്റംവരുത്തി. ബ്രിട്ടീഷുകാർ സാമ്രാജ്യത്വശക്തികളാണെങ്കിലും, അതിനേക്കാൾ വലിയ ശത്രു ഫാസിസ്റ്റു ജർമ്മനിയാണ്. ഫാസിസ്റ്റുരാഷ്ട്രീയത്തിനെതിരെ റഷ്യയും ബ്രിട്ടീഷുകാരും ഒന്നിച്ചപ്പോൾ അതിനോടു ഇന്ത്യൻ കമ്യൂണിസ്റ്റുപാർട്ടിയും ചേർന്നുനിന്നു. അതൊരു രാഷ്ട്രീയ നയമായിരുന്നു. ഈ ഫാസിസ്റ്റു വിരുദ്ധരാഷ്ട്രീയ നിലപാടിനെ, സാമ്രാജ്യത്വ അനുകൂലരാഷ്ട്രീയമാണ് കമ്യൂണിസ്റ്റുകാർ സ്വീകരിക്കുന്നതെന്നു വിമർശിച്ച് പാർട്ടിയെ രാജ്യദ്രോഹികളാക്കി മുദ്രകുത്തി അപകീർത്തിപ്പെടുത്തുന്ന സമീപനമാണ് കോൺഗ്രസ് സ്വീകരിച്ചത്. വലതുപക്ഷ മാധ്യമബുദ്ധിജീവികൾ കമ്യൂണിസ്റ്റു വിരുദ്ധരാഷ്ട്രീയം പ്രചരിപ്പിക്കാനുള്ള ആയുധമായി ഈ സംഭവത്തെ മാറ്റിയെടുത്തപ്പോൾ അരാഷ്ട്രീയക്കാർക്കിടയിൽ ആശയക്കുഴപ്പമുണ്ടാക്കാൻ അത് സഹായകമായി. എന്നാൽ, കമ്യൂണിസ്റ്റുപാർട്ടിയുടെ രാഷ്ട്രീയവിശുദ്ധിയെ തിരിച്ചറിയുന്ന രാഷ്ട്രീയസമൂഹം കോൺഗ്രസ് വിമർശനം അംഗീകരിച്ചില്ല.

പി കൃഷ്ണപിള്ള, എ കെ ജി, കെ ദാമോദരൻ തുടങ്ങിയവരെ ജയിലിലിലടച്ചിരുന്നു. യുദ്ധം അവസാനിച്ചപ്പോഴാണ് അവരെ വിട്ടയച്ചത്. അതാതുകാലങ്ങളിൽ വിവാദപരമായ വിഷയങ്ങളെ വിമർശനപരമായും സ്വയംവിമർശനപരമായും സമീപിക്കുകയും വീഴ്ചകളുണ്ടെങ്കിൽ ജനങ്ങളോടു ഏറ്റുപറയുകയും തിരുത്തുകയുംചെയ്യുന്ന ലെനിനിസ്റ്റു സംഘടനാസിദ്ധാന്തം പാർട്ടി പിന്തുടരുന്നു. അതാണ് പാർട്ടിയുടെ കരുത്ത്...

എടത്തിരുത്തി ചുവക്കുന്നു

1943 ലാണ് എടത്തിരുത്തിയിൽ കമ്യൂണിസ്റ്റുപാർട്ടിയുടെ കൊടി പാറുന്നത്. എടത്തിരുത്തിയുടെ വടക്ക്, പൈനൂരിൽ ജനിച്ച ഡി എം പൊറ്റെക്കാട്ട് പുരോഗമനസാഹിത്യ പ്രസ്ഥാനങ്ങളുമായി ബന്ധപ്പെട്ടു പൈനൂർ കുട്ടമംഗലം ഭാഗത്തെ പ്രവർത്തനത്തിലൂടെയാണ് പാർട്ടിയിലേക്കു വരുന്നത്. യൗവനം കത്തുന്ന പതിനെട്ടാമത്തെ വയസ്സിൽ, ഉയരത്തിൽ കോലുപോലെയുള്ള ഡി എം പൊറ്റെക്കാട്ടു ചെങ്കൊടിയുമേന്തി പൈനൂരിൽനിന്നും ജാഥതുടങ്ങി. നാല് ചെറുപ്പക്കാരായ സഖാക്കളേയും കൂട്ടി മെഗാഫോണിലൂടെ അത്യുച്ചത്തിൽ ആവേശകരമായി മുദ്രാവാക്യം വിളിച്ചുകൊണ്ടാണു വരുന്നത്. കൂടെയുള്ളവർ നാട്ടുകാരെ രോമാഞ്ച

മണിയിച്ചുകൊണ്ട് മുദ്രാവാക്യം ഏറ്റുവിളിക്കും. എടത്തിരുത്തി അങ്ങാടിക്ക് അഭിമുഖമായി നില്ക്കുന്ന സെന്റ് സേവിയേഴ്സ് പള്ളിയുടെ മുന്നിൽ ജാഥവന്നുനിന്നു മുന്നിലേക്കുനീങ്ങി ചെവൂക്കാരന്റെ മില്ലിനടുത്ത് ഒരു പീഞ്ഞപ്പെട്ടി എടുത്തിട്ട് അതിന്മേൽ കയറിനിന്നു മെഗാഫോണിൽ പ്രസംഗിക്കുന്നു: (ചുരുക്കം)

'പ്രിയപ്പെട്ട നാട്ടുകാരെ,

ഞാൻ ഡി എം പൊറ്റെക്കാട്ട്. നിങ്ങൾക്കറിയുമോ റഷ്യ ഭരിക്കുന്നതു ബ്രിട്ടീഷുകാരെപ്പോലെ വിദേശികളല്ലാ, കമ്യൂണിസ്റ്റുപാർട്ടിയുടെ വിപ്ലവം ജയിച്ച തൊഴിലാളിവർഗ്ഗമാണ്. ബ്രിട്ടീഷുകാർ നമ്മളെ അടിമകളാക്കിയാണ് ഭരിക്കുന്നത്. നമ്മൾ സംഘടിക്കണം, ശക്തരാകണം, എന്നിട്ടു ഈ പറങ്കികളെ അവരുടെ നാട്ടിലേക്കു കെട്ടുകെട്ടിക്കണം. നമ്മുടെ രക്തം കുടിക്കുന്ന ജന്മി-മുതലാളിത്ത വ്യവസ്ഥയെ നിലംപരിശാക്കി സോഷ്യലിസം കെട്ടിപ്പടുക്കണം. തൊഴിലാളി മുതലാളി ജന്മിഭേദമില്ലാതെ എല്ലാവരും സമന്മാരായി ജീവിക്കുന്ന അവസ്ഥയാണ് സോഷ്യലിസം. ഉയർച്ച താഴ്ചയില്ലാതെ എല്ലാവരെയും സമഭാവനയോടെ കാണുന്നത് കമ്യൂണിസ്റ്റു പാർട്ടിയാണ്. പാവപ്പെട്ടവർക്കു മോചനമുണ്ടാവാൻ, മർദ്ദന ഭരണത്തിനു അവസാനമുണ്ടാവാൻ കമ്യൂണിസ്റ്റുപാർട്ടി അധികാരത്തിൽ വരണം. ഇവിടേയും പാർട്ടി ഉണ്ടാക്കണം, ഞങ്ങളിനിയും വരും, വീണ്ടും കാണാം. വിപ്ലവാഭിവാദ്യങ്ങൾ..

ഇൻകിലാബ്. സിന്ദാബാദ്... കമ്യൂണിസ്റ്റുപാർട്ടി സിന്ദാബാദ്..

കൊമ്പത്തു പ്രഭാകരൻ

അവരങ്ങനെ മുദ്രാവാക്യം വിളിച്ചു മടങ്ങിപ്പോകും. രാഷ്ട്രീയ പ്രശ്നങ്ങളോടു ഏറ്റവും പുരോഗമനപരമായി പ്രതികരിച്ചിരുന്ന വിഭാഗം ബീഡിത്തൊഴിലാളികളായിരുന്നു. ഡി എം പൊറ്റെക്കാട്ടിന്റെ വാക്കിലും ശബ്ദത്തിലും ശൈലിയിലും, ജന്മി-മുതലാളിത്ത വിരുദ്ധനിലപാടുകളിലും ആകൃഷ്ടരായ ബീഡിത്തൊഴിലാളികൾ, എം പി ശങ്കരനാരായണനും കെ കെ വിജയനും വി കെ ചാത്തനും കൊമ്പത്തു പ്രഭാകരനും ആ ജാഥയിൽ ചേരാൻ തുടങ്ങി. വളഞ്ഞുപുളഞ്ഞുപോകുന്ന ഇടവഴിയിലൂടെ സാവേശം മുദ്രാവാക്യം വിളിച്ചു പള്ളിമുറ്റത്തുവന്നു പ്രസംഗിച്ചു, ജാഥ തിരിച്ചുപോവുകയും ചെയ്തു. കമ്യൂണിസം തിരയടിച്ചുയർന്നു പോകുന്നതുകാണാൻ നാട്ടുകാർ വേലിക്കരുകിൽ രണ്ടു വശവും കാത്തുനിന്നിരുന്നു. ചിലർ തിളച്ചുമറിയുന്ന ആവേശത്തിൽ കൈയുയർത്തി മുദ്രാവാക്യം വിളിച്ചു ഐക്യദാർഢ്യം പ്രഖ്യാപിക്കുകയും ചെയ്തിരുന്നു. ജാഥയിൽ പങ്കെടുത്തതിനു കൊമ്പത്തു പ്രഭാകരനെയും എ എൽ ഫ്രാൻസീസിനെയും എം പി ശങ്കരനാരായണനെയും വി കെ ചാത്തനെയും പൊലീസ് പൈശാചികമായി മർദ്ദിക്കുകയുണ്ടായി.

1921 ലാണ് മലബാറിൽ കോൺഗ്രസ് രൂപംകൊള്ളുന്നത്. 1917 ൽ

ജനിച്ച കൊമ്പത്ത് പ്രഭാകരൻ മലബാറിൽ സ്കൂൾ പഠനകാലത്തുതന്നെ ദേശീയ പ്രസ്ഥാനത്തിലേക്ക് എടുത്തുചാടി, എടത്തിരുത്തിയിൽ കോൺഗ്രസിന്റെ മണ്ഡലംപാർട്ടി കെട്ടിപ്പടുക്കുകയും ചെയ്ത ആദ്യ സ്വാതന്ത്ര്യസേനാനിയാണ്. പിന്നീട് പുരോഗമനഗ്രൂപ്പായ കോൺഗ്രസ് സോഷ്യലിസ്റ്റ് പാർട്ടിയിൽ ചേരുകയും ചെയ്തു.

പൊനത്തിൽ ശേഖരൻ, എൻ സി വേലുക്കുട്ടി, എം പി ശങ്കര നാരായണൻ, എ എൽ ഫ്രാൻസീസ്, വി കെ ചാത്തൻ, കെ കെ വിജയൻ, മുതലായവർ ഡി എം പൊറ്റെക്കാട്ടുമായി ചർച്ചചെയ്ത് എടത്തിരുത്തി യിൽ കമ്യൂണിസ്റ്റുപാർട്ടിക്കു രൂപംകൊടുക്കാൻ തീരുമാനിച്ചു. സൈദ്ധാ ന്തികനായ കെ ദാമോദരനായിരുന്നു പൊന്നാനി താലൂക്കിലെ ആദ്യ കമ്യൂണിസ്റ്റുപാർട്ടി സെക്രട്ടറി. പിന്നീട് പാർട്ടി കെട്ടിപ്പടുക്കാൻ സംസ്ഥാ നകമ്മിറ്റി ചുമതലപ്പെടുത്തിയത് ഇ കെ ഇമ്പിച്ചിബാവയെയായിരുന്നു. തുടർന്ന് ഇമ്പിച്ചിബാവയ്ക്കു, പാർട്ടി വേറെ ഉത്തരവാദിത്വങ്ങൾ ഏല്പി ച്ചതിനാൽ ടി കെ രാമനെ ചുമതലയേല്പിച്ചു. ടി കെ രാമനെ സഹായി ക്കാൻ സി എച്ച് കണാരനെ ചുമതലപ്പെടുത്തി. 1936 കാലത്തു ബീഡി ത്തൊഴിലാളികളെ സംഘടിപ്പിച്ചു തലശ്ശേരിയിൽനിന്നും കുറ്റ്യാടിവരെ നടത്തിയ ജാഥയും "ന്യൂദർബാർ ബീഡിക്കമ്പനി"യിൽനടത്തിയ സമ രങ്ങളും കണാരനെ മികച്ച സംഘാടകനായി ഉയർത്തിയതിന്റെ ഫല മായി പൊന്നാനി താലൂക്കിലും നാട്ടികമണപ്പുറത്തും പാർട്ടി രൂപീകരി ക്കുന്ന ചുമതല ഏല്പിച്ചു.

പൊനത്തിൽ ശേഖരൻ

മലബാർ രാഷ്ട്രീയത്തിൽ ജീവസാന്നിദ്ധ്യമായിരുന്ന സി എച്ച് കണാരൻ നാട്ടികയിലെ പാർട്ടി സെക്രട്ടറി ടി കെ രാമനോടൊപ്പം എടത്തിരുത്തിയിലെ പ്രവർത്തകരുമായി ബന്ധപ്പെട്ടു. പൊനത്തിൽ ശേഖരന്റെ വീട്ടിൽ രാത്രിയിൽ മുട്ടവിളക്കിന്റെ വെളിച്ചത്തിൽ ഒതുങ്ങി ക്കൂടിയിരുന്ന് യോഗംചേർന്നു. പാർട്ടിയുടെ ലക്ഷ്യവും നയങ്ങളും സി എച്ച് കണാരൻ വിശദീകരിച്ചതിനുശേഷം ഒരു കമ്മിറ്റി രൂപീകരി ക്കുകയും, പാർട്ടി സെക്രട്ടറിയായി എം പി ശങ്കരനാരായണനെ തെര ഞ്ഞെടുക്കുകയും ചെയ്തു. അദ്ദേഹം ഉപസംഹരിച്ചു: (ചുരുക്കം)

> മാർക്സിസമെന്നാൽ ഒറ്റവാക്കിൽ, സ്വകാര്യസ്വത്തു സമ്പ്രദായ മില്ലാത്ത രാജ്യമെന്നു പറയാം. അതിലേക്കു സമൂഹത്തെ നയി ക്കുന്ന വാഹനമാണ് കമ്യൂണിസ്റ്റു പാർട്ടി. ബ്രാഞ്ചിനെ നയിക്കു ന്നത് സെക്രട്ടറിയാണ്, ആ ചുമതല നമുക്ക് സഖാവ് എം പി ശങ്കരനാരായണനെ ഏല്പിക്കാം, പാർട്ടിചുമതലകൾ കൂട്ടുത്തര വാദിത്വത്തോടെയാണ് നിറവേറ്റുന്നത്. പാർട്ടി ഭരണഘടന അംഗീ കരിക്കുന്ന ഏതൊരാൾക്കും, ദൈവവിശ്വാസികൾക്കും അവിശ്വാ സികൾക്കും പാർട്ടിയിലേക്കു സ്വാഗതം..

കർഷകരെയും തൊഴിലാളികളെയും സംഘടിപ്പിച്ചു സമൂഹത്തെ രാഷ്ട്രീയവല്ക്കരിക്കാൻ തീരുമാനിച്ചു. പിന്നീട് ശേഖരൻനായരും പാർട്ടിയിൽ ചേർന്നു.

പൊനത്തിൽ ശേഖരന്റെ വീട്ടിൽവെച്ചു കൂടുന്ന കമ്യൂണിസ്റ്റു പാർട്ടിയുടെ യോഗത്തിലേക്കു ശേഖരൻ നായർ സർദാറിനെയും കൂട്ടിച്ചെന്നു. സർദാറിന്റെ പിതൃസഹോദരന്റെ മകൾ നാരായണി ഏടത്തിയുടെ മകനായ പൊനത്തിൽ ശേഖരൻ സർദാറിനു മരുമകനാണ്. സർദാറിനെ സ്നേഹപൂർവ്വം നാരായണിയേടത്തിയും മക്കളായ നാരായണനും ശേഖരനും ക്ഷണിച്ചിരുത്തി. സഖാക്കൾ ഓരോരുത്തരായി കൃത്യസമയത്തു തന്നെ എത്താൻ തുടങ്ങി. എം പി, കെ കെ വിജയൻ, വി കെ ചാത്തൻ, എം എ അയ്യപ്പൻ, ഡി എം പൊറ്റെക്കാട്ട് തുടങ്ങി എല്ലാവരുമുണ്ട്....

പാർട്ടിക്കു ഔദ്യോഗികമായി നിരോധനമില്ലെങ്കിലും സഖാക്കളെല്ലാം പൊലീസിന്റെ സൂക്ഷ്മനിരീക്ഷണത്തിലാണ്. കെ ശേഖരൻനായരുടെ അദ്ധ്യക്ഷതയിൽക്കൂടിയ യോഗത്തിൽ സർദാറിന്റെ തിരിച്ചുവരവിനു ആവേശകരമായ സ്വീകരണമാണ് ലഭിച്ചത്.

എടത്തിരുത്തി-കാട്ടൂർ അങ്ങാടിയിലെ എണ്ണമിൽ തൊഴിലാളികളുടെ ജീവൽപ്രശ്നങ്ങൾ പലതവണയായി മാനേജുമെന്റിന്റെ മുന്നിൽ അവതരിപ്പിച്ചിട്ടും അനുകൂല സമീപനമുണ്ടാകുന്നില്ലെന്നും തൊഴിലാളി കൾ സമരവഴികളിലേക്കു നീങ്ങാൻ നിർബ്ബന്ധിതരാകുകയാണെന്നും യൂണിയൻ സെക്രട്ടറി എം പി (ശങ്കരനാരായണൻ) വിശദീകരിച്ചു. ചർച്ചക്കൊടുവിൽ സമരം പ്രഖ്യാപിച്ചു മുന്നോട്ടു നീങ്ങാനുള്ള തീരുമാനമായി. സമര നാളിൽ പ്രസംഗിക്കാൻ സർദാറിനെയും ചുമതലപ്പെടുത്തി.

എണ്ണമിൽത്തൊഴിലാളി സമരം

എടത്തിരുത്തി ബസാറിൽ പാലത്തിനു വടക്ക്, കനോലിപ്പുഴയുടെ പടിഞ്ഞാറാണു എണ്ണമില്ലുള്ളത്. ഉടമയായ ചേവൂക്കാരൻ ലോനപ്പൻ (ആലപ്പാടൻ) തൃശ്ശൂരുള്ള ഒരാൾക്കു മിൽ വാടകയ്ക്കു കൊടുത്തിരിക്കുകയാണ്. അവിടത്തെ എണ്ണമിൽത്തൊഴിലാളികൾ സമരത്തിനായി ഒരു പന്തലൊരുക്കിയിരുന്നു.

'എണ്ണമിൽത്തൊഴിലാളിസമരം' തുണിയിൽ ബാനറെഴുതി കെട്ടിയിട്ടുണ്ട്. തൊഴിലാളികളുടെ പ്രതീക്ഷയുടെ പ്രതീകമായി പന്തലിനു ചുറ്റും ചെങ്കൊടികൾ പാറിക്കളിക്കുന്നു. ഒരു കൈയിൽ മെഗാഫോൺ പിടിച്ചു മറ്റേ കൈ ആകാശത്തേക്കു ചുരുട്ടിയെറിഞ്ഞു യൂണിയൻ നേതാവായ എം പി വിളിച്ചു കൊടുത്തു.:

ഇൻക്വിലാബ് സിന്ദാബാദ്...
തൊഴിലാളി ഐക്യം സിന്ദാബാദ്..
എണ്ണമിൽ തൊഴിലാളി സമരം വിജയിപ്പിക്കുക
തൊഴിലാളികളുടെ അവകാശങ്ങൾ അനുവദിക്കുക.
ഇൻക്വിലാബ് സിന്ദാബാദ്..

തൊഴിലാളികൾ സാവേശം ഏറ്റുവിളിച്ചു. തുടർന്നു അദ്ധ്യക്ഷൻ പ്രസംഗിച്ചതിനുശേഷം സർദാറിനെ പ്രസംഗിക്കാൻ ക്ഷണിച്ചു. പന്തലിനു പുറത്തുനിന്നു സർദാർ വരുമ്പോഴേക്കും രണ്ടുപൊലീസുകാർ കുതിച്ചു സമരപ്പന്തലിലേക്കു വന്നു. അവർ സമരം ചെയ്യുന്ന തൊഴിലാളിയെ പിടിച്ചുകൊണ്ടുപോകാൻ ശ്രമിക്കുകയാണ്. അപ്രതീക്ഷിതമായ പൊലീസിന്റെ സാന്നിദ്ധ്യം എല്ലാവരിലും ആശങ്കയുളവാക്കി. പെട്ടെന്നെല്ലാവരും ഞെട്ടി എഴുന്നേല്ക്കുന്നു. അന്തരീക്ഷത്തിൽ ഉരുണ്ടുകൂടിയ കനത്ത നിശ്ശബ്ദതയെ തകർത്തുകൊണ്ടു പൊലീസ് സമരംചെയ്യുന്ന തൊഴിലാളിയെ പിടിച്ചുകൊണ്ട് അലറി:

"നടക്കെടാ... നായെ.."

പ്രസംഗവേദിയിലേക്കുനടക്കുന്ന സർദാർ കൈവീശി മുന്നോട്ടു ചടുലമായിവന്ന് പൊലീസിനെ തടഞ്ഞു. അക്കാലത്തു പൊലീസിനെ തടയുക എന്നത് അതിസാഹസികമായ കാര്യമാണ്. എല്ലാവരും അന്തുതപ്പെട്ടു.. പൊലീസിന്റെ മുന്നിൽനിന്നു ശാന്തമായി ചോദിച്ചു:

"എന്തിനാ നിങ്ങൾ വന്നത്?"

പൊലീസലറി..:

"ഇവരെ അറസ്റ്റ്ചെയ്തു കൊണ്ടുപോകാൻ..."

അപ്പോൾ, സർദാറും ശബ്ദമുയർത്തി പറഞ്ഞു:

"ഇവരെ തൊടാൻപോലും ഞാനനുവദിക്കില്ല, അവരെ വിടൂ"

എന്നിട്ടു പൊലീസിന്റെ കൈയിൽനിന്നും സർദാർ തൊഴിലാളികളെ ബലമായി വിടുവിക്കാൻ ശ്രമിച്ചു. പൊലീസും സർദാറും തമ്മിലുള്ള ബലാബലമത്സരമായി. ആ സംഘർഷം ആകാംക്ഷയോടെ സമരക്കാരും നാട്ടുകാരും ശ്വാസമടക്കി നോക്കിനിന്നു. സർദാറിന്റെ ആത്മബലത്തിന്റെയും കൈക്കരുത്തിന്റെയും മുന്നിൽ പരാജിതരായ പൊലീസിന്റെ കൈകൾ അയഞ്ഞു, തൊഴിലാളികൾ സ്വതന്ത്രരായി....

സർദാറിന്റെ സാന്നിദ്ധ്യവും, ധീരവും നാടകീയവുമായ സംസാരവും പൊലീസിന്റെ കൈകളിൽനിന്നും തൊഴിലാളികളെ വിടുവിക്കാൻ കാണിച്ച കൈക്കരുത്തുമെല്ലാം പൊലീസുകാരെ അമ്പരപ്പിച്ചു. അവർ ചുറ്റും നോക്കിയപ്പോൾ എന്തും ചെയ്യാൻ തയ്യാറായി ജനങ്ങൾചുറ്റും കൂടിനില്ക്കുന്നു. ഭയം പൊലീസിനുമുണ്ടായി. അപ്പോൾ എം പിയുടെ ശബ്ദം ഇടിവെട്ടി...:

"ഇൻക്വിലാബ് സിന്ദാബാദ്.."

"തൊഴിലാളി ഐക്യം സിന്ദാബാദ്.."

സഖാക്കൾ ഏറ്റുവിളിച്ചു. അടിമുടി വിറയ്ക്കാൻ തുടങ്ങിയ പൊലീസുകാർ ബലപ്രയോഗത്തിൽനിന്നു പിന്മാറി. അറസ്റ്റു ചെയ്യാൻ വന്നവർ ഭയന്നു, പിന്നെ വാണം വിട്ടതുപോലെ ഒരൊറ്റ ഓട്ടമായിരുന്നു...

അന്നു പൊലീസുകാർ തൊഴിലാളികളെ കൊണ്ടുപോയിരുന്നെങ്കിൽ സമരം ചെയ്യുന്ന തൊഴിലാളികളുടെ ആത്മധൈര്യം ചോർന്നു പോകുമായിരുന്നു. സർദാറിന്റെ ഈ സന്ദർഭോചിതമായ ഇടപെടൽ പിന്നീടുള്ള

തൊഴിലാളിസമരങ്ങൾക്ക് ഉണർവ്വും ഉന്മേഷവും പകരുകയായിരുന്നു. സമരം വിജയക്കൊടി നാട്ടി.

ഈ സംഭവം മണപ്പുറത്തു മുഴുവൻ നാട്ടുകാർ തമ്മിൽതമ്മിൽ പറഞ്ഞു പരന്നു. മൂന്നു പൊലീസുകാരുടെയും പിടിയിൽനിന്നു സമരം ചെയ്യുന്ന തൊഴിലാളിയെ വിടുവിച്ചു എന്നത് കൈക്കരുത്തിന്റെ വിജയം എന്നതിനേക്കാൾ പൊലീസിന്റെ ഇടപെടലിനെ ചോദ്യംചെയ്യാൻ സർദാർ കാണിച്ച ആത്മധൈര്യത്തിന്റെ വിജയമാണ് ചർച്ചചെയ്ത് ആഘോഷിച്ചത്..

കുടിയൊഴിപ്പിക്കൽ

സുദൃഢമായ സൗഹൃദം

എണ്ണമിൽ തൊഴിലാളിസമരത്തിൽ യൂണിയൻ മുന്നോട്ടുവെച്ച ആവശ്യങ്ങൾ മാനേജ്മെന്റ് അംഗീകരിച്ചു, സമരം വിജയിച്ചു. ആവേശഭരിതമായ ഗംഭീര പ്രകടനം നടത്തിയാണ് എണ്ണമിൽതൊഴിലാളികൾ വിജയം ആഘോഷിച്ചത്.

വി കെ ചാത്തനെ കർഷകതൊഴിലാളികളെയും, എം പി ശങ്കരനാരായണനെ ബീഡിത്തൊഴിലാളികളെയും സംഘടിപ്പിക്കാനുള്ള ഉത്തരവാദിത്വവും, ഈ രണ്ടു ദൗത്യങ്ങളുടേയും മേൽനോട്ടം വഹിക്കാൻ കൊമ്പത്തു പ്രഭാകരനെയും ഡി എം പൊറ്റെക്കാട്ടിനെയും നിയോഗിച്ചിരുന്നു. രാഷ്ട്രീയ പ്രവർത്തനങ്ങളിൽ സജീവമായതോടെ കർഷകതൊഴിലാളി സംഘടന കെട്ടിപ്പടുക്കാൻ സർദാറിന്റെ സേവനവും പാർട്ടിയാവശ്യപ്പെട്ടതനുസരിച്ച് ആ ദൗത്യവും ഏറ്റെടുത്തു.

വലിയ പെങ്ങളെ കാണാൻ പോയപ്പോഴാണ് പെരിഞ്ഞനം ആർ എം ഹൈസ്കൂളിൽ പുതിയതായി ചേർന്ന യുവ അദ്ധ്യാപകൻ പി ടി ഭാസ്കരപ്പണിക്കരെ പരിചയപ്പെടുന്നത്. സെക്കന്ററി പരീക്ഷ പാസാകുന്നത് സർദാറിന്റെ അദ്ധ്യാപകജീവിതത്തിനു ഗുണമാകുമെന്നതിനാൽ പി ടി ഭാസ്കരപ്പണിക്കർ നടത്തുന്ന ട്യൂഷൻക്ലാസിൽ ചേർന്നു. ഈ സൗഹൃദത്തിലൂടെ സർദാറിന്റെ ധൈഷണിക പ്രപഞ്ചം ക്രിയാത്മകമായ പരിവർത്തനങ്ങളോടെ വികസിക്കുകയായിരുന്നു.

പാലക്കാടുജില്ലയിൽ അടക്കാപുത്തൂരിൽ 1922 ൽ ജനിച്ച പി ടി ബി എഴുത്തുകാരനും പ്രഭാഷകനുമാണ്. ബി എസ് സി എൽ ടി ബിരുദം കരസ്ഥമാക്കി അദ്ധ്യാപകനായി നിയമനം ലഭിച്ചിട്ടാണ് പെരിഞ്ഞനം ആർ എം ഹൈസ്കൂളിൽ എത്തുന്നത്. വരുന്നതിനുമുമ്പ് ഇ എം

എസിനെ ചെന്നുകണ്ടു യാത്രപറയാൻ പോയി. പെരിഞ്ഞനത്തെ പാർട്ടിയെ ശക്തിപ്പെടുത്താൻ, നാട്ടിക പാർട്ടി സെക്രട്ടറി ടി കെ രാമനെ കാണണമെന്നും പാർട്ടിയെ പ്രത്യയശാസ്ത്ര അടിത്തറയോടെ വളർത്തിയെടുക്കണമെന്നും ഇ എം എസ് ഉപദേശിച്ചിരുന്നു. സ്കൂളിൽ രാഷ്ട്രീയം പറയാതെ, സ്കൂൾവിട്ട് വീടുകളിൽ കയറിയിറങ്ങി, ജനങ്ങളുടെ പ്രശ്നങ്ങളുമായി സംവാദത്തിലേർപ്പെടുകയും അവരെ രാഷ്ട്രീയവല്ക്കരിക്കുകയും ചെയ്യുന്ന വ്യത്യസ്തമായ പ്രവർത്തനശൈലിയായിരുന്നു അദ്ദേഹത്തിന്റേത്.

സെക്കന്ററി ട്രെയിനിങ് പരീക്ഷയ്ക്കുള്ള തയ്യാറെടുപ്പിനായി സ്കൂൾ വിട്ടതിനുശേഷം വൈകുന്നേരങ്ങളിൽ പെരിഞ്ഞനത്ത് പോകുന്നത് സർദാർ പതിവാക്കി. പി ടി ബിയിൽ നിന്നൊഴുകുന്ന ആത്മാർത്ഥതയും കണ്ണുകളിൽ ജ്വലിക്കുന്ന നിശ്ചയദാർഢ്യവും വ്യക്തിത്വത്തിൽ അലിഞ്ഞ പ്രത്യയശാസ്ത്ര വ്യക്തതയും സർദാറിൽ സ്വാധീനം ചെലുത്താൻ തുടങ്ങി. വർഗ്ഗപരമായ തിരിച്ചറിവിലൂടെ ആത്മസൗഹൃദത്തിലേക്ക് ആ ബന്ധം ആഴ്ന്നിറങ്ങുകയായിരുന്നു.

'കുട്ടനെ കെട്ടിയിട്ടു മർദ്ദിക്കുന്നു'

ഒരു ഞായറാഴ്ച, വായനശാലയിലേക്കിറങ്ങിയതായിരുന്നു. രാവിലെ പത്തുമണി കഴിഞ്ഞുകാണും. പാലപെട്ടിയിലെ കെ സി വേലായുധനേയും കൂട്ടി ശരവേഗത്തിൽവന്ന വി കെ ചാത്തൻ വിളിച്ചു:

"മാഷേ? പാലപ്പെട്ടീലെ കുട്ടനെ തെങ്ങിൽകെട്ടിയിട്ടു തല്ലുന്നു.."

"ആര്, ആരാണു തല്ലുന്നത്?"

"അതെങ്ങനെയാ പറയ്യാ?" അപ്പോൾ സർദാർ പൊട്ടിച്ചിരിച്ചു.

"സഖാവു പറയാതെ എനിക്കു മനസ്സുവായിക്കാനറിയില്ലല്ലോ?"

"അതു മാഷുടെ ബന്ധുവാണു.. മൊതലാളി."

"ആരായാലും തെറ്റ് തെറ്റാണ്"

"അങ്ങോരോടു ചോദിക്കാൻ ആരാ.?"

"ഭയമാണല്ലേ?"

"ഉം.." സർദാർ സമാധാനിപ്പിച്ചു:

"ഭയപ്പെടേണ്ട, നമുക്കു ചോദിക്കാം"

സർദാർ അവരേയുംകൂട്ടി കഴിമ്പ്രത്തേക്കു നടന്നു. വല്യേട്ടന്റെ മകളുടെ ഭർത്താവാണ് മുതലാളി, വർഷങ്ങൾക്കുമുമ്പു ജാതീയപീഡനങ്ങൾ ഏറ്റിട്ടുള്ളയാളുമാണ്. കള്ളുഷാപ്പു കരാറുകാരനും ജന്മിയുമാണ്, ആരേയും അനുസരിക്കുന്ന ശീലമില്ല.

നനഞ്ഞ പൂഴിയിലൂടെ നടന്ന് പാലപ്പട്ടി വളവും കണ്ണുവൈദ്യശാലയും പിന്നിട്ട് വലിയൊരുപറമ്പിന്റെ ഗേറ്റുകടന്നു. മരത്തിൽ കെട്ടിയിട്ട കുട്ടന്റെ അടുത്തേക്കു ചെന്നു. അടിയുടെ വടുക്കൾ ദേഹത്തു തടിച്ചു കിടക്കുന്നു, ചോരയൊലിച്ച പാടുകൾ...

"കുട്ടാ.." കുട്ടനെ ചേർത്തുപിടിച്ചു. "നല്ലോണം വേദനിച്ചുവല്ലേ?"

സർദാറിന്റെ വാക്കുകൾ ആർദ്രമായിരുന്നു. സർദാറിന്റെ മുഖത്തുനോക്കി കുട്ടൻ പാളകീറുന്നതു പോലെയൊരു കരച്ചിലായിരുന്നു. സർദാർ കവിളിൽ തലോടി സമാധാനിപ്പിച്ചു. കുട്ടൻ കരച്ചിൽ നിയന്ത്രിച്ചു തുടർന്നു:

"ഇന്നലെ തൊടങ്ങീതാ മാഷേ..."

"എന്താ കുറ്റം?"

"കായക്കൊല മോട്ടിച്ചെന്നു, അടുത്തവീട്ടുകാരു പറഞ്ഞുകൊടുത്തനൊണയാ.."

"കുട്ടൻ മോഷ്ടിച്ചുവോ?" സർദാർ ഉറപ്പുവരുത്തി.

"അമ്മയാണെ ഞാൻ മോട്ടിച്ചില്ല മാഷെ.."

അവരുടെ വരവും സംഭാഷണവും ശ്രദ്ധിച്ചുകൊണ്ട് കരുത്തുറ്റ പേശികളും മുഴുത്ത ശരീരവുമുള്ള മുതലാളി ഗൗരവത്തോടെ കടന്നു വരുന്നു. വി കെ ചാത്തനും കെ സി വേലായുധനും ആദരവോടെ മാറി നില്ക്കുന്നു. മുതലാളി ചെറുപുഞ്ചിരിയോടെ:

"ഗോപു അമ്മാൻ എന്താ പറമ്പിൽ നിക്കണത്? വാ, വീട്ടിലേക്കു വന്നൂടെ? ഭാനൂ, ഇതാരാ, വന്നേക്കണു ഗോപു അമ്മാൻ, ചായയും പലഹാരവുമെടുത്തോ.."

"വേണ്ട മൊതലാളീ.. ഞാൻ ചായ കുടിക്കാനല്ല വന്നത്. നിങ്ങളീ കുട്ടനെ കെട്ടഴിച്ചുവിടണം."

"ഹ ഹ ഹ.. അവൻ കള്ളനാണമ്മാനെ.. തെണ്ടിത്തീനി.."

അപ്പോൾ കുട്ടൻ വിളിച്ചു പറഞ്ഞു:

'ഞാനൊന്നും കട്ടിട്ടില്ല, മാഷെ...'

മുതലാളി അവനെ രൂക്ഷമായി നോക്കിയിട്ടു തുടർന്നു:

"പിന്നെ കായക്കൊല നിന്റെ വീട്ടിലേക്കു നടന്നു പൊക്യൊ? അതവിടെ എങ്ങനെ വന്നു? നിന്നെ ഞാൻ." കൈയോങ്ങി തല്ലാനടുത്തപ്പോൾ സർദാർ കൈ തടഞ്ഞുകൊണ്ട് വിഷയത്തിന്റെ ഗൗരവത്തെ ലഘൂകരിച്ചു പറഞ്ഞു:

"നിങ്ങൾ കണ്ടതു ശരിയാവും. കായക്കൊലയവന്റെ വീട്ടിൽ കണ്ടിട്ടുണ്ടാവും. അവന്റെ വീട്ടിൽ ആരെങ്കിലും കൊണ്ടുവെച്ചതായിക്കൂടെ? കളവു തെറ്റുതന്നെയാണ്. ന്യായീകരിക്കയല്ല. കുട്ടൻ നമ്മുടെ പണിക്കാരനല്ലേ,? നമുക്കവനെ പറ്റിയില്ലെങ്കിൽ ജോലിയിൽ നിന്നൊഴിവാക്കുക. തൊഴിലാളിയെ കെട്ടിയിടാനും തല്ലാനും തൊഴിലുടമക്കധികാരമില്ലല്ലോ? അവനെ കെട്ടഴിച്ചു വിടണം."

മുതലാളിക്കു അതിഷ്ടമായില്ല, എന്നാലും വേലക്കാരനെ വിളിച്ചു കല്പിച്ചു:

"ടാ, ശങ്കരാ..ആ ജേഷ്ടയെ കെട്ടഴിച്ചു വിട്ടോ.."

മുതലാളിയോടായി സർദാർ പറഞ്ഞു:

"മുതലാളി, തൊഴിലാളിയെ തല്ലുന്ന കാലമെല്ലാം കഴിഞ്ഞുപോയെന്നോർക്കുന്നത് നല്ലതാണ്.."

മുതലാളി വീട്ടിനകത്തേക്കു കുതിച്ചുപോയി, ശങ്കരൻ വന്നു കെട്ട

ഴിച്ചുവിട്ട കുട്ടൻ, സർദാറിന്റെ കാലിൽ വീഴുന്നു, സർദാറവനെ എഴുന്നേല്പിച്ചു. നെഞ്ചിൽ ചേർത്തു പിടിച്ചു തിരിച്ചു നടന്നു.

തിരിഞ്ഞുനോക്കിയപ്പോൾ വല്യേട്ടന്റെ മകൾ ഭാനുമതി വാതിൽക്കൽ വന്നു തന്നെ നോക്കുന്നത് സർദാർ കാണുന്നുണ്ടായിരുന്നു. കുട്ടനെ അവന്റെ വീട്ടിലാക്കി മടങ്ങുമ്പോൾ കെ സി വേലായുധനും വി കെ ചാത്തനും പിരിഞ്ഞു, സർദാർ നേരെ കിഴക്കോട്ടു നടന്നു..

ഭാനുവിനു വിഷമംതോന്നിക്കാണും, എന്തുചെയ്യാനാണ്? ഏതാനും മാസങ്ങൾക്കുശേഷം, മാതുവിന്റെ കല്യാണത്തിനു കണ്ടയുടനെ ഭാനു ഓടിവന്നു കൈയിൽ പിടിച്ചപ്പോൾ സർദാർ ചോദിച്ചു:

"ഭാനൂ, കുട്ടന്റെ കാര്യത്തിൽ ഞാൻ ഇടപെട്ടതിൽ നിന്റെ ഭർത്താവിനു ദേഷ്യംവന്നുകാണും അല്ലെ?"

"എന്നോടൊന്നും പറഞ്ഞില്ല. ആദ്യം ദേഷ്യമുണ്ടായെങ്കിലും, പിന്നീടു എളേശൻ പറഞ്ഞത് ശരിയാണെന്നു മനസ്സിലായി.."

മതവും കമ്യൂണിസവും

സർദാർ, കൊമ്പത്തു പ്രഭാകരൻ, ശേഖരൻനായർ എന്നിവരാണു എടത്തിരുത്തിയിലെ കമ്യൂണിസ്റ്റുപാർട്ടി ക്ലാസുകൾ നയിച്ചത്. ഇവർക്കു പുറമെ ടി കെ രാമനും, പി കെ ഗോപാലകൃഷ്ണനും മണപ്പുറത്തെ മറ്റു ബ്രാഞ്ചുകളിലേക്കും ക്ലാസുകൾ നടത്താൻ നിയമിക്കപ്പെട്ടിരുന്നു. 'മതവും കമ്യൂണിസവും' എന്ന വിഷയത്തിൽ കുട്ടമംഗലത്തു ചാത്തന്റെ വീട്ടിൽവെച്ചാണ് സർദാറിന്റെ ക്ലാസു നടന്നത്. കോരന്റെ സഹോദരങ്ങൾ കുഞ്ചാത്താൻ, ചക്കി എന്നിവരും, കോരന്റെ മക്കൾ വി കെ ചാത്തൻ, രാമു, സുമതി, സുലോചന, സത്യൻ, സഹോദരി ചക്കിയുടെ മക്കൾ എം എ അയ്യപ്പൻ, കൊച്ചുപ്പെണ്ണ്, കുഞ്ചാത്തന്റെ മക്കൾ എ സി വേലായുധൻ, കുറുമ്പ, കൊച്ചമ്മു എന്നിവരും അടങ്ങുന്ന ആളുകൾ അന്നു ക്ലാസിലുണ്ടായിരുന്നു. സർദാർ സംസാരിച്ചു: (ചുരുക്കം)

> സഖാക്കളെ, റഷ്യയിൽ നടന്ന വിപ്ലവത്തിൽ മതവിശ്വാസികളുണ്ടായിരുന്നു. മതവിശ്വാസികളെ മാറ്റിനിർത്തിക്കൊണ്ട് കമ്യൂണിസ്റ്റുവിപ്ലവങ്ങൾ നടത്തണമെന്ന് മാർക്സ് ഒരിടത്തും പറഞ്ഞിട്ടില്ല. മാർക്സ് മതത്തെ ഇങ്ങനെ വിശകലനം ചെയ്യുന്നു:
>
> മർദ്ദിതജീവിയുടെ നിശ്വാസമാണ് മതം; ഹൃദയശൂന്യമായ ലോകത്തിന്റെ ഹൃദയമാണ് മതം. ഉന്മേഷരഹിതമായ സാഹചര്യങ്ങളിലെ ലഹരിയും ജനങ്ങൾക്കു മയക്കുമരുന്നുമാണത്.
>
> ഫ്യൂഡൽ മുതലാളിത്ത വ്യവസ്ഥിതിക്കെതിരെ വിശ്വാസികളെയും അവിശ്വാസികളെയും സംഘടിപ്പിച്ചു സമരം ചെയ്യുകയാണ് കമ്യൂണിസ്റ്റുകാരുടെ ദൗത്യം.

മയക്കുമരുന്നിനുപോലെ മായികലോകം സൃഷ്ടിക്കാൻ കഴിവുള്ള തെന്നതിനാലാണ് മാർക്സ് മതത്തെ മയക്കുമരുന്നിനോടുപമിച്ചത്. ഒപ്പം മർദ്ദിതനായ മനുഷ്യന് ആശ്വാസകരമായ ഒന്നുമാണത്. ഹൃദയമില്ലാത്ത ലോകത്തിലെ ഹൃദയവും ഉന്മേഷരഹിതമായ സാഹചര്യത്തിലെ ലഹരിയുമായാണ് മതം മനുഷ്യനിൽ പ്രവർത്തിക്കുന്നത്. തങ്ങൾക്കു മനസ്സിലാക്കാൻ കഴിയുന്നതിന്റെയും നിയന്ത്രിക്കാനാവുന്നതിന്റെയും അപ്പുറത്തെന്നു തോന്നിക്കുന്ന സാഹചര്യങ്ങളിൽ അകർമ്മണ്യതയിലേക്കു പിൻവാങ്ങി എല്ലാം വിധിക്കുവിട്ടുകൊടുത്ത് മയങ്ങിയിരിക്കാൻ ജനങ്ങളെ പ്രാപ്തരാക്കുന്ന മയക്കുമരുന്നായി മതം പ്രവർത്തിക്കുന്നു.

മനുഷ്യരുടെ അസ്തിത്വത്തെ നിർണ്ണയിക്കുന്നത് അവരുടെ ബോധമല്ല, മറിച്ച്, അവരുടെ സാമൂഹിക അസ്തിത്വമാണ് അവരുടെ ബോധത്തെ നിർണ്ണയിക്കുന്നത്.

കുടിയൊഴിപ്പിക്കലും ഒരു രാത്രിയും

കർഷകത്തൊഴിലാളികൾ, ബീഡിത്തൊഴിലാളികൾ, എണ്ണമിൽ തൊഴിലാളികൾ മുതലായ ബഹുജനങ്ങൾ സംഘടിക്കാൻ തുടങ്ങിയതോടെ സമൂഹത്തിലെ അവകാശബോധം വളർന്നുവന്നു. ജന്മി-മുതലാളി വർഗ്ഗങ്ങളുടെ, തൊഴിലാളി വിരുദ്ധനടപടികൾ സ്വാഭാവികമായി ചോദ്യം ചെയ്യപ്പെട്ടുതുടങ്ങി. തൊഴിലാളിവർഗ്ഗം ഉയർത്തിപ്പിടിക്കുന്ന രാഷ്ട്രീയത്തെ എതിർത്തവർ, കുടികിടപ്പുകാരേയും തൊഴിലാളികളേയും ആക്രമിക്കാനും ദുർബ്ബലപ്പെടുത്താനുമുള്ള ശ്രമങ്ങൾ നടത്തി.

ജന്മിത്വം ക്രൂരമായി ആക്രമിച്ചിരുന്നത് കുടികിടപ്പുകാരായ ദളിതരെയായിരുന്നു. മറ്റൊരുവന്റെ പറമ്പിൽ കഴിയുന്ന ഭൂരഹിതനായ അധഃസ്ഥിതനു സ്വന്തമായ അഭിപ്രായങ്ങളില്ല, അനീതികളെ ചോദ്യം ചെയ്യാനവകാശവുമില്ല, അതാണ് ജന്മിത്വനീതി....

ചെന്ത്രാപ്പിന്നി എ എം എൽ പി സ്കൂൾവിട്ട് കൊട്ടുക്കൽ വേലായുധന്റെ കടയിൽ നിന്നു ചായകുടിച്ചു രാഷ്ട്രീയം പറഞ്ഞിരിക്കുകയായിരുന്നു. വി കെ ചാത്തനും എം എ അയ്യപ്പനും കൊച്ചുപെണ്ണും അസ്വസ്ഥരായി വരുന്നതുകണ്ടു.. രക്തം അപ്രത്യക്ഷമായ മുഖമാകെ വിളറിയിട്ടുണ്ട്. എം എ അയ്യപ്പൻ വന്നു സർദാറിന്റെ കൈയിൽപിടിച്ചു:

"മാഷെ, അടിമയുടെ കുടിൽ പൊളിച്ചു, ചട്ടീം കലോമെല്ലാം പുറത്തേക്കെറിഞ്ഞു.."

"വാ, നമുക്കുപോകാം." നടക്കുകയായിരുന്നില്ല, ഓടുകയായിരുന്നു. എടത്തിരുത്തിപള്ളിക്കു സമീപമുള്ള തെക്കിനിയേടത്ത് ഈനാശു മാപ്പിളയുടെ കുടികിടപ്പുകാരനാണ് അടിമ. അങ്ങാടിയുടെ പടിഞ്ഞാറുള്ള കുടികിടപ്പിലാണ് താമസം. എല്ലാവരും കൊയ്യാൻപോയ നേരത്ത്, ഏതാനും സാമൂഹിക വിരുദ്ധർ വന്നു കുടിൽപൊളിച്ച് ചട്ടിയും കലവു

മെല്ലാം തല്ലിത്തകർത്തു ഭീകരസംഘം കടന്നുപോയി.

എല്ലാവരും കുടികിടപ്പിലെത്തി, പൊളിഞ്ഞുകിടക്കുന്ന കുടിലിന്റെ അവശിഷ്ടങ്ങൾ ഛിന്നഭിന്നമായിക്കിടക്കുന്നു. കുടിലിന്റെ അടിത്തറയൊഴിച്ച്, ബാക്കിയെല്ലാം ചിതറിക്കിടക്കുന്നു. സംഹാര താണ്ഡവമാടിയ യുദ്ധക്കളംപോലെ ആ കുടിലിന്റെ പരിസരം ചേതനയറ്റ് മൗനമായി കിടന്നു. ഒരു പാവപ്പെട്ടവന്റെ ജീവിതമാണ് തകർന്നുതരിപ്പണമായത്. അയാളിനി എന്തുചെയ്യും? മനുഷ്യൻ എത്ര ഹൃദയശൂന്യനാണ്?

"പുലരുംമുമ്പ് നമ്മളീ കുടിൽകെട്ടും, എല്ലാവരും തയ്യാറല്ലേ?" സർദാറിന്റെ വാക്കുകളിൽ ആത്മവിശ്വാസവും പ്രതിഷേധവും പ്രതിഫലിച്ചു.

"നമുക്കു കെട്ടാം മാഷേ..."

അയ്യപ്പനും ചാത്തനും ഒരുമിച്ചുപറഞ്ഞു. പറമ്പിന്റെ മൂലയിൽ ഒരു മാവിഞ്ചുവട്ടിൽ, എല്ലാം തകർന്നു നഷ്ടവേദനയിൽ തലയ്ക്കുകൈ കൊടുത്തിരിക്കുന്ന അടിമയുടെ മാതാപിതാക്കളേയും കണ്ടു. അവരുടെ മുന്നിൽച്ചെന്നു മുഖാമുഖമിരുന്നു. കൈകളെടുത്തു നെഞ്ചിൽ ചേർത്തു പിടിച്ചുകൊണ്ട്, സർദാർ അവർക്കുറപ്പു കൊടുത്തു:

"വിഷമിക്കാതെ, ഇന്നു തന്നെയിവിടെയൊരു കുടിലുയരും, ചാത്തനിവിടെ നില്ക്കട്ടെ, സഖാവു അയ്യപ്പൻ വരൂ,..."

പോക്കറ്റിലുണ്ടായിരുന്ന പണമെടുത്ത് ഓലയും കയറുമെല്ലാം വാങ്ങാനുള്ള ആവശ്യങ്ങൾക്കു കൊടുത്തു. ആവശ്യങ്ങളുണ്ടാവുമ്പോൾ പണം ആരുടെതെന്നൊന്നും സർദാർ നോക്കാറില്ല. എം പിയേയും പൊനത്തിൽ ശേഖരനേയും പൊനത്തിൽ വേലപ്പക്കുട്ടിയേയും അറിയിക്കാൻ ആളുകളെവിട്ടു. പുരകെട്ടാൻ വേനൽക്കാലത്തു നെയ്ത ഓലകൾ കാര്യമായൊന്നും ബാക്കിയുണ്ടായിരുന്നില്ല.

അയ്യപ്പനും കൊച്ചുപെണ്ണും സർദാറിനൊപ്പം പോയി നിമിഷങ്ങൾക്കകം എം പിയും, പൊനത്തിൽ ശേഖരനും അഭിമന്യുവും വേറെ പത്തിരുപതുപേരെയും കൂട്ടിവന്നു. അവർക്കൊപ്പം കുടിൽ കെട്ടാനുള്ള മരങ്ങളും മുളകളും ഓലയും കയറും എല്ലാമുണ്ടായിരുന്നു, യുദ്ധകാലാടിസ്ഥാനത്തിലുള്ള പണിയായിരുന്നു പിന്നീട് നടന്നത്. ഓല തികയാതെ വന്നപ്പോൾ എം പിയും അയ്യപ്പനും വീണ്ടുമോടി. കണ്ടുംകേട്ടുമറിഞ്ഞു അവിടെയെത്തിയ നാട്ടുകാരിൽ ചിലരും സഹായിക്കാൻ കൂടി.

ഇതിനിടയിൽ സർദാർ അങ്ങാടിക്കു പോയി അവിടെയുണ്ടായിരുന്ന നാല്പതോളംപേർക്കു ഭക്ഷണത്തിനുള്ള അരിയും കൊള്ളിക്കിഴങ്ങും കൊണ്ടുവന്നു. ഒരു അടുപ്പുകൂട്ടി ആഹാരം പാകംചെയ്യാൻ കൊച്ചുപെണ്ണും സംഘവും വന്നു. രാത്രി പതിനൊന്നിനുമുമ്പായി, കുടിലിന്റെ മോന്തായത്തു ഓല കെട്ടാൻ കയറിയ വേലുക്കുട്ടി, താഴേക്കിറങ്ങി ചെറ്റയുടെ അരികരിഞ്ഞ് സർദാറിന്റെ മുന്നിൽ കൃതാർത്ഥതയോടെ വന്നു നിന്നപ്പോൾ എല്ലാവരെയും സർദാർ സാനന്ദം ആലിംഗനംചെയ്തു. ഉടൻ തന്നെ കൊച്ചുപെണ്ണും കൂട്ടരുമുണ്ടാക്കിയ കഞ്ഞിയും കൊള്ളിക്കിഴങ്ങു പുഴുക്കും വിളമ്പി, കഞ്ഞി കുടിച്ചു മടങ്ങുന്നതിനുമുമ്പ് സർദാർ പറഞ്ഞു:

> ഇന്നു രാത്രിയിവിടെ ഒന്നുരണ്ടു പേരുണ്ടാവണം, ഇവർക്കിനിയും സംരക്ഷണം കൊടുക്കണം, തെമ്മാടികൾ അക്രമം കാട്ടിയെന്നു വരും. നമ്മുടെ ഐക്യം കെട്ടിയുയർത്തിയ ഈ കുടിൽ തകർക്കാൻ രണ്ടുകുപ്പി കള്ളും ഒരു ചൂട്ടും മതി.

നാലു ചെറുപ്പക്കാരെ രാത്രി കാവൽ കിടത്തി, മടങ്ങി.. അടിമയുടെ മുഖത്ത് പൂനിലാവു തെളിഞ്ഞു..

വി കെ ചാത്തന് മർദ്ദനവും ശിക്ഷയും

കുട്ടമംഗലം ചൂലൂർഭാഗത്തുള്ള അമ്പതോളം കർഷകരെ സംഘടിപ്പിച്ചു കുട്ടമംഗലത്തു നിന്നു ആരംഭിച്ചു, മുനയംകടന്നു, അയ്യപ്പൻകാവു വഴിവന്നു അങ്ങാടിയിൽ വലിയൊരു യോഗം നടത്തി ജാഥ പിരിയുകയുണ്ടായി. അവരുടെ ശക്തിപ്രകടനം കണ്ട് അരിശം മൂത്ത അധികാരി ബ്ലാഹേയിൽ നായർ വി കെ ചാത്തനു ശിക്ഷ വിധിച്ചു.

ബ്ലാഹേയിൽ തറവാട്ടിലേക്കു വിളിപ്പിച്ച് ചൂരലുകൊണ്ടു ഇരുപതു അടിയും അയ്യപ്പൻകാവു ക്ഷേത്രത്തിൽ പൂജയ്ക്കായി ഒരുകുപ്പി എണ്ണയും ശിക്ഷവിധിച്ചു. തടിമാടന്മാർ വി കെ ചാത്തനെ കയറിൽ കെട്ടി കുനിച്ചു നിർത്തി നടുമ്പുറത്തു ഇരുപതു അടികൾ അടിച്ചപ്പോൾ വി കെ ചാത്തൻ കരഞ്ഞില്ല. വിധിപ്രകാരം ഒരുകുപ്പി എണ്ണ ചാത്തൻ വാങ്ങിക്കൊടുത്തു. പുലയനെ കയറ്റാത്ത അയ്യപ്പൻകാവ് ക്ഷേത്രത്തിൽ പുലയനായ വി കെ ചാത്തൻ വാങ്ങിക്കൊടുത്ത എണ്ണകൊണ്ട് പൂജാരി വിളക്കു കത്തിച്ചു. അയ്യപ്പസ്വാമി ഇതെല്ലാം പൊറുക്കുമോ എന്നായിരുന്നു നാട്ടുകാരുടെ ചർച്ചാവിഷയം.

പൊട്ടിച്ച താലി കെട്ടിക്കും

എം പി ശങ്കരനാരായണന് മർദ്ദനം

വെറ്റിലമുറുക്കുന്നതിൽ മലയാളിക്കു സദാചാരലംഘനമില്ല, എന്നാൽ പുകവലി സദാചാരലംഘനവും മുതിർന്നവരുടെ മുന്നിൽ അരുതായ്മയുമായിരുന്നു. സിഗരറ്റ് നാഗരികതയുടെ സമ്മാനമെങ്കിൽ ബീഡി നാടനായിരുന്നു. ബീഡി ബഹുജനാടിത്തറയുള്ള വ്യവസായമായിരുന്നു. രാഷ്ട്രീയ നേതാക്കൾക്കും എഴുത്തുകാർക്കും സിനിമാതാരങ്ങൾക്കുംവരെ ബീഡിവലി ഫാഷനായിരുന്നു. സിഗരറ്റിന് വരേണ്യതയുടെ പൊലിമ കല്പിക്കാൻ തുടങ്ങിയതോടെയാണ് ബീഡിവലിയുടെ നിലവാരം താഴോട്ടിറങ്ങിയത്.

സ്വാതന്ത്ര്യസമരകാലങ്ങളിൽ ബീഡിവ്യവസായം നാടിന്റെ സമ്പദ്ഘടനയെ സ്വാധീനിച്ചിരുന്നു. ഇലയും പുകയിലയും നൂലും വീട്ടിലിരുന്നു തെറുത്ത് എണ്ണം തിട്ടപ്പെടുത്തി വാരാവസാനം കൂലിവാങ്ങുന്നവർ ഉത്തരമലബാറിൽ ഉണ്ടായിരുന്നു. പഠിക്കാൻ പണമില്ലാതെ വരുന്നവർ കുറേപ്പേർ ബീഡിതെറുപ്പിനു പോകും. ചെറുപ്രായത്തിൽത്തന്നെ ബീഡി തെറുക്കാൻ വന്നവരാണ് എം പിയും മറ്റും. തൊഴിലാളികൾ ഒരുമിച്ചിരുന്നു ബീഡിതെറുക്കുമ്പോൾ അവരുടെ സംസാരങ്ങൾ പൊതുകാര്യങ്ങളിലേക്കും രാഷ്ട്രീയത്തിലേക്കും കടക്കും. ചർച്ചകൾ ഗഹനമാവുമ്പോൾ ഒരു ലഹരിയായി മറ്റുള്ളവരിലേക്കു പടരുകയും ചെയ്തപ്പോൾ ബീഡിത്തൊഴിലാളി സംഘങ്ങൾ ഉന്നതനിലവാരം പുലർത്തുന്ന സാമൂഹികരാഷ്ട്രീയ നിരീക്ഷകരായി മാറിയിരുന്നു. കേരളത്തിൽ പ്രമുഖരായ ചില രാഷ്ട്രീയനേതാക്കൾ ബീഡിത്തൊഴിലാളികൾക്കിടയിൽനിന്നു വളർന്നുവന്നിട്ടുണ്ട്.

കമ്യൂണിസ്റ്റുകാർ ജനകീയ പ്രശ്നങ്ങൾ ഏറ്റെടുത്ത് മുതലാളിമാ

രോടും ജന്മിമാരോടും അവകാശങ്ങൾ ചോദിച്ചുവാങ്ങാൻ പ്രാപ്തരാവുകയായിരുന്നു. സമാന്തരമായി സമ്പന്നവർഗ്ഗ ചങ്ങാത്തത്തിലൂടെ ജീവിതം ആർഭാടമാക്കുന്ന പൊലീസ് കമ്യൂണിസ്റ്റുകാരോട് നിയമരഹിതമായും ക്രൂരമായും പെരുമാറാൻ തുടങ്ങി. കമ്യൂണിസ്റ്റുകാർ രാഷ്ട്രീയമായി ഉന്നയിക്കുന്ന വിഷയങ്ങളുടെ നൈതികതയോ മാനുഷിക മൂല്യമോ അന്വേഷിക്കാതെ, ശാരീരികമർദ്ദനത്തിലൂടെ അടിച്ചമർത്തിയാൽ ഈ പ്രസ്ഥാനത്തെ ഉന്മൂലനം ചെയ്യാമെന്നാണ് ബ്രിട്ടീഷുഭരണകൂടം ധരിച്ചത്. 'ചോദ്യം ചെയ്യാതെ അനുസരിക്കുക' എന്നതായിരുന്നു പൊലീസിന്റെ അടിസ്ഥാനതത്ത്വം.

എം പി, എ എൽ ഫ്രാൻസിസ്, കെ കെ അഭിമന്യു, കെ കെ വിജയൻ തുടങ്ങി ഇരുപത്തഞ്ചുപേർ ചേർന്നൊരു പ്രചാരണജാഥ നടത്തി. പിറ്റേദിവസം രാവിലെ എം പിയുടെ വീട് പൊലീസ് വളഞ്ഞു. എം പിയുടെ അച്ഛൻ മുനപ്പിയിൽ പാറുക്കുഞ്ഞി വാതിൽ തുറന്നപ്പോഴേക്കും അദ്ദേഹത്തിന്റെ വയറ്റത്തു പൊലീസ് ആഞ്ഞു ചവുട്ടി. ആ പിതാവു മലർന്നു വീണു. അകത്തുകടന്നു സ്ത്രീകളെയും കുട്ടികളെയും മർദ്ദിച്ചു, ചായ്പ്പിൽ കിടന്നുറങ്ങുന്ന എം പിയെ ആക്രമിച്ചു, അറസ്റ്റു ചെയ്ത് പൊലീസു ജീപ്പിലേക്കു ചവുട്ടിക്കയറ്റി വലപ്പാടു പൊലീസു സ്റ്റേഷനിൽ എത്തുന്നതുവരെ ബൂട്ടിട്ട കാലു കൊണ്ടു ചവുട്ടി. അവിടെനിന്നു ചാവക്കാടു ജയിലിലേക്കു കൊണ്ടുപോയി. നാലുമാസം ചാവക്കാട്ടുജയിലിട്ടു. അവിടെയും മർദ്ദനം ഭീകരമായിരുന്നു. ഇതിനിടയിൽ എം പിയുടെ സഹോദരി സരോജിനി അസുഖം വന്നു മരണപ്പെട്ട വിവരം ചാവക്കാടു ചെന്നറിയിച്ചെങ്കിലും ആ വിവരം ഹൃദയശൂന്യരായ പൊലീസുകാർ എം പിയെ അറിയിച്ചില്ല. ജയിൽശിക്ഷ കഴിഞ്ഞു പുറത്തുവന്നപ്പോഴാണ് ആ മരണവാർത്ത എം പി അറിഞ്ഞത്.

റേഷനരിയിൽ കല്ല്

സർദാറിന്റെ അമ്മവീട്ടിൽ പാർട്ടിക്ലാസ് നടക്കുകയാണ്. അമ്മാവന്റെ മകൻ കുഞ്ഞിറ്റിച്ചേട്ടന്റെ മക്കൾ കേശവൻ, കുമാരൻ, ദാമോദരൻ, കൃഷ്ണൻ തുടങ്ങി എല്ലാവരും പാർട്ടിപ്രവർത്തകരാണ്. അവർക്കുപുറമെ പാർട്ടി അനുഭാവികളും സഖാക്കളുമുണ്ടാവും. വീടിനകത്തുള്ള തളത്തിൽ അമ്പതോളം ആളുകൾ കുത്തിനിറഞ്ഞിരിക്കും. സോഷ്യലിസത്തെക്കുറിച്ചായിരുന്നു അന്നത്തെ സർദാറിന്റെ ക്ലാസ് (ചുരുക്കം)

> പാവങ്ങൾ പാവങ്ങളായതും ജന്മിമാർ ജന്മിമാരായതും വിധിയാണെന്നാണ് മതങ്ങൾ പറയുന്നത്. കഴിഞ്ഞ ജന്മത്തിൽ ചെയ്ത കർമ്മങ്ങളുടെ ഫലമായിട്ടാണ് ഈ ജന്മത്തിൽ ദുരിതങ്ങളും കഷ്ടപ്പാടുകളും അനുഭവിക്കുന്നതെന്ന വാദം ജന്മിത്വവും മുതലാളിത്തവും പ്രചരിപ്പിക്കുന്ന നുണകളാണ്. ഈ ജീവിതത്തെ നിയന്ത്രിക്കുന്നത് നിയമങ്ങളും ഭരണവും ചേരുന്ന വ്യവസ്ഥയാണ്.

പാവപ്പെട്ടവർ പണമില്ലാത്തതിനാൽ പഠിക്കുന്നില്ല, വിദ്യാഭ്യാസമില്ലാത്ത അവരെ ചൂഷണംചെയ്യുന്നതുപോലും അവർ അറിയുന്നില്ല. അവർക്കു ജോലിയും ശമ്പളവുമില്ല. അങ്ങനെ പാവങ്ങളാവുന്നു. ദുരിതവും പട്ടിണിയും ഉണ്ടാവുന്നു. പാവങ്ങൾക്കു വിദ്യാഭ്യാസവും ജോലിയും ജീവിതസാഹചര്യവും നല്കുന്ന ഒരു ഭരണവ്യവസ്ഥയിൽ ജന്മിയുടെയും മുതലാളിയുടെയും ചൂഷണമോ മർദ്ദനമോ ഉണ്ടാവില്ല.

റഷ്യയിൽ ബോൾഷെവിക്കുകൾ അധികാരം പിടിച്ചെടുത്തപ്പോൾ കമ്യൂണിസ്റ്റു സർക്കാർ വ്യാപാരവ്യവസായ സ്ഥാപനങ്ങളും കൃഷിഭൂമികളും പിടിച്ചെടുത്ത് തൊഴിലാളികൾക്കും കർഷകർക്കും ഏല്പിച്ചുകൊടുത്തു. തൊഴിലാളികളുടെ വ്യവസായ സഹകരണസംഘങ്ങളും കാർഷകസഹകരണ സംഘങ്ങളും കൃഷിയും വ്യവസായവും ചെയ്യാൻ തുടങ്ങിയപ്പോൾ, ചൂഷണം ഇല്ലാതാവുകയും സാധാരണക്കാരൻ അടിമത്തത്തിൽനിന്നും വിമുക്തനാവുകയും ചെയ്തു. നമ്മുടെ മുദ്രാവാക്യം, കൃഷിഭൂമി കർഷകന് എന്നാണ്. കുടികിടപ്പുകാരന് സ്വന്തമായി ഭൂമി വേണം, അപ്പോൾ കുടിയൊഴിപ്പിക്കാൻ ആരും വരില്ല.

സംശയമുണ്ടോ എന്ന അർത്ഥത്തിൽ സർദാർ എല്ലാവരേയും നോക്കി. തൊട്ടടുത്തിരുന്ന കുഞ്ഞിറ്റിച്ചേട്ടന്റെ സഹധർമ്മിണി മീനാക്ഷിയേടത്തി റേഷനരി ചേറ്റാനായി മുറത്തിൽ കുറച്ചു അരിവെച്ചിരുന്നു. അതിൽനിന്നു ഒരുപിടി അരിവാരി സർദാർ വെറുതെ വായിലിട്ടതാണ്. അപ്പോഴാണ് കല്ലുകടിച്ചത്, ഉടനത് കൈയിലേക്കിട്ടു നോക്കി, അതെ കല്ലു തന്നെ..!

"മീനാക്ഷിയേടത്തീ, അരിയിൽ നിറയെ കല്ലാണല്ലോ?"

"എന്താ ചെയ്യാമോനെ.. ഇപ്പൊ കിട്ടണ അരിയിങ്ങന്യാ.." മീനാക്ഷിയേടത്തി വിശദീകരിച്ചു. സർദാർ അരിയെടുത്തു എല്ലാവരെയും കാണിച്ചു.

"ഇതാണോ സർക്കാർ കൊടുക്കുന്ന റേഷനരി? പാവപ്പെട്ടവനും മനുഷ്യനല്ലേ? ഈ കല്ലും മണ്ണും കളഞ്ഞാൽ പിന്നെ ബാക്കി അരിയെത്രയാണ്? ഈ കല്ലും മണ്ണുമാണോ റേഷനെന്ന പേരിൽ മനുഷ്യർ കാശു കൊടുത്തു വാങ്ങുന്നത്?"

കൂട്ടത്തിൽനിന്നു കാർത്ത്യായനിയേടത്തിയുടെ ശബ്ദം കേട്ടു:

"ആരേലും ചോദിക്കാനും പറയാനുമുണ്ടോ മാഷേ? സർക്കാരിന്റെ തോന്ന്യാസല്ലേ."

സർദാർ അവരെ നോക്കി ഉറപ്പിച്ചുപറഞ്ഞു:

"കാർത്ത്യായനിയേടത്തീ, ചോദിക്കണം. ചോദ്യം ചെയ്യാനും സമരം ചെയ്യാനും ശക്തിയില്ലാത്ത ജനതയെ ഭരണകൂടമെന്നും ചൂഷണം ചെയ്തുകൊണ്ടേയിരിക്കും. വരൂ, നമുക്ക് റേഷൻകടയിലേക്കു പോയി സമരം

ചെയ്യാം.."

ആ വാക്കുകൾ, അവരിൽ ആവേശത്തിന്റെ തിരികൊളുത്തി. അവർ സർദാറിന്റെ പിന്നിലണിനിരന്നു... ആകാശം കോരിത്തരിക്കുന്ന ശബ്ദ ത്തിൽ സർദാർ വിളിച്ചു:

"സർക്കാർ നീതിപാലിക്കുക."

"അരിയുടെ കാശുവാങ്ങീട്ടു കല്ലും മണ്ണും പകരം തരുന്നു."

"ഇതെന്തു ഭരണം സർക്കാരേ? ഇതെന്തു നീതി സർക്കാരേ.?"

ജനങ്ങളെല്ലാവരും ഏറ്റുവിളിച്ചു.. ഇടവഴികളിലൂടെ കടന്ന പ്രകടനം ആവേശത്തിന്റെ ഇരമ്പമായി റോഡിലേക്കൊഴുകി. പണിയെടുത്തു നിന്നി രുന്നവർ പണിയുംവിട്ടോടി വന്ന് ജാഥയിൽക്കൂടി. അടുക്കളയിൽ നിന്നി രുന്ന സ്ത്രീകൾ വഴിയരികിലേക്കുവന്നു എത്തിച്ചുനോക്കി ജാഥകണ്ടു.. എടത്തിരുത്തി പള്ളി കഴിഞ്ഞപ്പോഴേക്കും ബീഡിത്തൊഴിലാളികളും ജാഥയോടൊപ്പം ചേർന്നു. നാണുപിള്ളയുടെ റേഷൻകടയുടെ മുന്നിൽ ജാഥയെത്തിയപ്പോൾ എല്ലാവരും ഇരുന്നു. നാണുപിള്ളയോട് ഈ റേഷനരി നല്കുന്നത് ജനങ്ങളെ അവഹേളിക്കലാണെന്നും നല്ല അരി നല്കാൻ സർക്കാരിനോട് ആവശ്യപ്പെടണമെന്നും അറിയിച്ചു. മുദ്രാവാക്യം വിളിച്ചു പ്രതിഷേധം രേഖപ്പെടുത്തി. എലുവത്തിങ്കൽ ലോനപ്പന്റെ ബീഡിക്കമ്പനിയിൽ സമരത്തിനെതിരെ കാവൽനിന്നിരുന്ന പൊലീസുകാർ മുദ്രാവാക്യം വിളികേട്ടു ഓടിയെത്തി. റേഷൻകടയിലെ സമരക്കാർക്കെതിരെ ലാത്തിയും വീശി പൊലീസുകാർ മുന്നോട്ടു വന്ന പ്പോൾ ജാഥയിലുണ്ടായിരുന്നവരോട് പുഴവക്കിലേക്കുനീങ്ങി തെക്കോട്ടും പുഴകടന്ന് കാട്ടൂരിലേക്കു രക്ഷപ്പെട്ടു കൊള്ളാൻപറഞ്ഞു. പുഴ കടന്നു കാട്ടൂരെത്തിയാൽ മലബാർ പൊലീസിനു പിടിക്കാൻ കഴിയില്ല. ഒരാളെപ്പോലും മർദ്ദിക്കാനോ പിടിച്ചു കൊണ്ടു പോകാനോ കഴിഞ്ഞില്ല, സർദാറും സമരക്കാരും രക്ഷപ്പെട്ടു.

"പൊട്ടിച്ച താലി കെട്ടിക്കും.."

തലസ്ഥാനത്ത് കൊച്ചാപ്പുചേട്ടന്റെ ചായപ്പീടികയിലിരുന്ന് പത്രം വായിച്ചു രാഷ്ട്രീയം പറഞ്ഞിരിക്കുകയായിരുന്നു. പേങ്ങനും കൊരട്ടി കുഞ്ഞികണ്ടയും ചേർന്നു സർദാറിന്റെ മുന്നിൽവന്നുനിന്നു. പേങ്ങന്റെ മുഖത്തു വല്ലാത്ത അസ്വസ്ഥതയും നിസ്സഹായതയും സർദാർ വായി ച്ചെടുത്തു.

"എന്താണു പേങ്ങാ പ്രശ്നം?"

"മാഷെ... വീഡിമാഷുടെ ഭാര്യ മറിയാമ്മ കുറുമ്പയുടെ കെട്ടുതാലി പൊട്ടിച്ചു."

സംഭവം ഇങ്ങനെയാണ്:

വലിയവീട്ടിൽ ദേവസ്സിമാഷുടെ, വീഡിമാഷുടെ, വീട്ടുജോലികൾ പേങ്ങനും കുറുമ്പയുമാണ് ചെയ്യുന്നത്. ഇരിഞ്ഞാലക്കുട പട്ടണത്തി ലേക്കു മറിയാമ്മ ഓറഞ്ചു വാങ്ങാൻ പേങ്ങനെ പറഞ്ഞയച്ചു. മുളചീന്തി

ഉഴിഞ്ഞു, മുമ്പിലും പിന്നിയും കുട്ട ഞാത്തിയിട്ടുണ്ടാക്കുന്ന കാവു ചുമന്നാണ് ഓറഞ്ചു കൊണ്ടുവന്നത്. ക്ഷീണിതനായ പേങ്ങന് ദാഹവും വിശപ്പും തോന്നിയപ്പോൾ മറിയാമ്മയുടെ പണമെടുത്തു ചായയും കപ്പയും കഴിച്ചു. വീട്ടിലെത്തി ഓറഞ്ചും ബാക്കി പണവും ഏല്പിച്ചപ്പോൾ മറിയാമ്മ കുറവുള്ള പണത്തെക്കുറിച്ചന്വേഷിച്ചു. കുറച്ചു പണമെടുത്തു ആഹാരം കഴിച്ചെന്നും വൈകാതെതന്നെ അതുതിരിച്ചു തരാമെന്നും കഞ്ഞികുടിച്ചുകൊണ്ടിരുന്ന പേങ്ങൻ പറഞ്ഞു. തന്റെ സമ്മതമില്ലാതെ, പണമെടുത്തു ആഹാരം കഴിച്ചത് മറിയാമ്മയ്ക്കു സഹിച്ചില്ല. അവർ കൈവീശി പേങ്ങന്റെ കവിളത്തടിച്ചു. അടികിട്ടിയ പേങ്ങൻ കൈയിലിരുന്ന കഞ്ഞി മറിയാമ്മയുടെ മുഖത്തേക്കൊഴിച്ചു.

'നിങ്ങടെ കഞ്ഞീംവേണ്ട, ജോലീംവേണ്ട.' ഇതും പറഞ്ഞു, കിണ്ണം അവിടെവെച്ച് തലഉയർത്തി ഇറങ്ങി നടന്നു...

അടുത്തദിവസം രാവിലെ പേങ്ങൻ ജോലിക്കുപോയ നേരത്തു മറിയാമ്മ വീട്ടിലെത്തി കുറുമ്പയെ വിളിച്ചു പേങ്ങനെ കുറ്റപ്പെടുത്തി സംസാരിച്ചു. പേങ്ങൻ മാപ്പുപറഞ്ഞ് ജോലിക്കും വരണം, കുറുമ്പ വാക്കു കൊടുക്കണം. കുറുമ്പ വഴങ്ങിയില്ല. വഴക്കായി, കലഹം ഉയർന്നു പൊങ്ങി. മറിയാമ്മയുടെ വാക്കുകൾ സഭ്യതയുടെ പാളംതെറ്റി. തെറിവാക്കുകൾ തെറിച്ചുവീണു. അയൽക്കാർ വേലിക്കരുകിൽനിന്നു തെറിവാക്കുകളുടെ സൗന്ദര്യം ആസ്വദിച്ചുനിന്നു. അഹങ്കാരത്തിന്റെ കലികയറിത്തുള്ളിയ മറിയാമ്മ കുറുമ്പയുടെ കെട്ടുതാലി വലിച്ചു പൊട്ടിച്ചു ദൂരെയെറിഞ്ഞു. വെടികൊണ്ട പന്നിയെപ്പോലെ. മണ്ണ് ചവുട്ടിമെതിച്ചു പോവുകയും ചെയ്തു. സ്ഫോടനാത്മകമായ ഈ ഗ്രാമീണനാടകത്തിന്റെ, നിശ്ശബ്ദം ആദ്യാവസാനം കണ്ടു രസിച്ചുനിന്ന അയൽക്കാർ മറിയാമ്മയുടെ അപക്വമായ പ്രവൃത്തിയിൽ പ്രതിഷേധം രേഖപ്പെടുത്തി. പണിക്കു പോയ പേങ്ങന്റെ ചെവിയിൽ വാർത്ത പറന്നു ചെന്നു പതിച്ചു."

സർദാർ ദുഃഖിതനായ പേങ്ങന്റെ മുഖത്തു നോക്കിയപ്പോഴേക്കും പേങ്ങൻ പൊട്ടിക്കരഞ്ഞു..

"മാഷേ.. ഞാൻ കെട്ടിയ താലി..."

സർദാർ, പേങ്ങനെ ചേർത്തുപിടിച്ചു സമാധാനിപ്പിച്ചു..

"ഹായ്.. എന്തായിതു പേങ്ങാ, കുട്ടികളെപ്പോലെ, വിഷമിക്കേണ്ട.. എന്തുചെയ്യണമെന്നു നമുക്കാലോചിക്കാം. പേങ്ങനിരിക്കൂ. കൊച്ചാപ്പു ച്ചേട്ടാ.. പേങ്ങനും കുഞ്ഞികണ്ടയ്ക്കും ചായ കൊടുക്കൂ.."

അവർ ചായകുടിച്ചു... വിവരമറിഞ്ഞു, കെ കെ രാംമാഷ് സ്കൂളിൽ നിന്നും വന്നു. കെ സി ശങ്കരുക്കുറുപ്പും പൊനത്തിൽ കുമാരനും അവിടെ കൂടിനിന്നവരും ചേർന്നു ഉറക്കെ ആലോചിച്ചു. കെ കെ രാംമാഷ് നിർദ്ദേശം വെച്ചു.

"ഗോപു പറയട്ടെ.." സുചിന്തിതമായ സർദാറിന്റെ നിർദ്ദേശം ഉടൻ വന്നു:

"പൊട്ടിച്ച താലി മറിയാമ്മ കെട്ടിക്കൊടുക്കണം. അതുപോരെ

പേങ്ങാ?"

പേങ്ങൻ തലകുലുക്കിയപ്പോൾ രാംമാഷ് തുടർന്നു:

"അതിൽക്കുറഞ്ഞ ഒരു ഡിമാന്റുമില്ല, മറിയാമ്മ കുറുമ്പയുടെ കഴുത്തിൽ താലികെട്ടിക്കൊടുക്കണം, ഗോപു വീഡിമാഷുടെ വീട്ടിൽ പോയി കുറുമ്പയുടെ ആവശ്യം അവതരിപ്പിക്കട്ടെ, ഞാൻ സ്കൂൾ വിട്ടശേഷം വരാം."

രാംമാഷ് സ്കൂളിൽ പോയി. സർദാർ ഉടൻതന്നെപുറപ്പെട്ടു. പുഴവക്കിലുള്ള വീഡിമാഷുടെ വീട്ടിലേക്കു നടന്നു.

മറിയാമ്മ നിലത്തേക്കു പൊട്ടിച്ചെറിഞ്ഞ താലിയെടുത്ത് കുറുമ്പ നെഞ്ചിൽ ചേർത്തുപിടിച്ചു പൊട്ടിക്കരഞ്ഞിട്ടുണ്ടാവും. സങ്കടം കണ്ടു, പേങ്ങൻ അവളെ ആശ്വസിപ്പിച്ചിട്ടുണ്ടാവും. പാവപ്പെട്ടവളാണെങ്കിലും പേങ്ങനെന്നാൽ അവൾക്കു ജീവനാണ്. പേങ്ങൻ കെട്ടിയ താലി പൊട്ടിച്ചത് അവളുടെ കുടുംബത്തെയും ദാരിദ്ര്യത്തെയും ജാതിയുടെ അധഃസ്ഥിതാവസ്ഥയെയും ആക്ഷേപിച്ചതും ആക്രമിച്ചതുമാണ്. നീചമായ അപമാനം...!

മറിയാമ്മ അയൽക്കാരിയായിരുന്നു. മറിയാമ്മയുടെ അപ്പൻ അന്തോണി മാപ്പിളയുടെ സുഹൃത്തായിരുന്നു അച്ഛൻ. മൂത്തചേട്ടന്മാർ വറീതുമാപ്പിളയും ലോനപ്പൻമാപ്പിളയും തന്റെയും കുടുംബാംഗങ്ങളുടേയും നല്ല സുഹൃത്തുക്കളാണ്. ഇതൊന്നും ഒരു പാവപ്പെട്ട തൊഴിലാളിയെ അപമാനിച്ച വിഷയത്തെ ലഘൂകരിക്കാനുള്ള കാരണമല്ല.

സർദാർ വീഡിമാഷുടെ വീട്ടിൽ ചെന്നു കാര്യങ്ങൾ സംസാരിച്ചു, മറിയാമ്മ വാതിലിനുപിന്നിൽ ചാരി നിന്നു എല്ലാം കേൾക്കുന്നുണ്ടായിരുന്നു.

"മാഷേ, നമ്മൾ വേണ്ടപ്പെട്ടവരാണ്. അതുപോലെ തന്നെയാണ് എനിക്കു കുറുമ്പയും പേങ്ങനും. ദാമ്പത്യത്തിന്റെ അടയാളമായ കെട്ടുതാലി പൊട്ടിക്കരുതായിരുന്നു. കുറുമ്പ നിങ്ങളുടെ പണിക്കാരിയല്ലേ? ക്ഷോഭത്തിൽ സംഭവിച്ചതാകാം. എന്തായാലും അനിഷ്ടസംഭവമായിപ്പോയി. തെറ്റുകൾ സംഭവിക്കും, അതു പരിഹരിക്കുന്നതാണ് മഹത്ത്വം. കുറുമ്പയുടെ വീട്ടിൽവന്നു പൊട്ടിച്ചതാലി മറിയാമ്മ കെട്ടിക്കൊടുത്താൽമതി, അതാണവരുടെ താല്പര്യം..."

വാതിൽപാതിയിൽ മറഞ്ഞുനിന്ന മറിയാമ്മയ്ക്കു കലികയറി. അവർ അടുക്കളയിലേക്കു അതിവേഗം നടന്നുപോയി. വീഡിമാഷ് അകത്തു പോയി വൈകാതെ തിരിച്ചു വന്ന് സർദാറിനെയും വിളിച്ചു പടിയിറങ്ങി പതിഞ്ഞ സ്വരത്തിൽ പറഞ്ഞു:

"താലികെട്ടിച്ചു കൊടുക്കാനൊന്നും അവളുടെ തറവാടിത്തം തയ്യാറല്ല മാഷെ. ഞാനവളെ ഭരിക്കാറില്ല."

സർദാർ തിരിച്ചുനടന്നു.......

മറിയാമ്മയുടെ തറവാടിത്തം! ഇതാണോ തറവാടിത്തം? കൈക്കരുത്തും ബുദ്ധിയും ഉപയോഗിച്ച് സാധുജനതയെ കീഴടക്കി സമ്പത്തും

അധികാരവും കൈവശമാക്കിയ നാടുവാഴിത്തത്തിന്റെ മുഖമുദ്ര അടിമത്തവും ചൂഷണവുമാണ്. ഈ ആധിപത്യമാണ് ശരിയെന്ന് ആഘോഷിക്കുന്ന നാടുവാഴിത്ത വ്യവസ്ഥയുടെ വക്രബുദ്ധിയുടെ അടിത്തറയിൽ കെട്ടിപ്പടുത്ത കപട സംസ്കാരത്തിന്റെ പൊള്ളയായ അഭിമാനമാണ് തറവാടിത്തം. വിവാഹിതയും തൊഴിലാളിയുമായ ഒരു സ്ത്രീ തൊഴിലുടമയുടെ ധിക്കാരത്തിനെതിരെ പ്രതികരിച്ചപ്പോൾ, ശാരീരികമായി ആക്രമിക്കുകയും താലി പൊട്ടിക്കുകയും ചെയ്യുന്നത് ഏതു സംസ്കാരമാണ്? ഏതുജോലി ചെയ്യണം, ഏതു ജോലിചെയ്യേണ്ട എന്നെല്ലാം ഒരു തൊഴിലാളിക്ക് സ്വയം തീരുമാനിക്കാനുള്ള അവകാശമുണ്ട്. അതു തൊഴിലാളിയുടെ സ്വാതന്ത്ര്യമാണ്, അതാണു സോഷ്യലിസ്റ്റു സംസ്കാരം. അതിനെ കായികബലംകൊണ്ടു കീഴടക്കുന്നത് ധിക്കാരവും ധാർഷ്ട്യവും അഹങ്കാരവുമാണ്. പഴകിദ്രവിച്ച ഫ്യൂഡൽ സംസ്കാരത്തിന്റെ പനയോലക്കെട്ടുകൾ കത്തിച്ചു കളയേണ്ട കാലം അതിക്രമിച്ചിരിക്കുന്നു. സർദാറിന്റെ മനസ്സിൽ രോഷം തിളച്ചുമറിയുകയായിരുന്നു....

തലസ്ഥാനത്തു സർദാർ തിരിച്ചെത്തുമ്പോൾ എല്ലാവരും കാത്തുനില്ക്കുന്നുണ്ടായിരുന്നു. സർദാർ വിവരം ധരിപ്പിച്ച ഉടനെ കെ കെ രാംമാഷ് ഹരിജനസംഘവുമായും ശ്രീനാരായണഗുരു സംഘവുമായും ചർച്ച ചെയ്ത് പ്രകടനം നടത്താൻ തീരുമാനിച്ചപ്പോൾ സർദാർ വിളിച്ചു:

"കെട്ടുതാലി പൊട്ടിച്ചാൽ/
ഞങ്ങളടങ്ങിയിരിക്കില്ല..
കെട്ടിക്കും ഞങ്ങൾ കെട്ടിക്കും/
പൊട്ടിച്ചതാലി കെട്ടിക്കും"

കൂടിനിന്ന എല്ലാവരും അതേറ്റുവിളിച്ചു. നൂറിൽപ്പരം ആളുകൾ ആവേശകരമായി പങ്കെടുത്ത പ്രകടനം പുഴയരികിലേക്കു ഇരമ്പിപ്പാഞ്ഞു. അങ്ങാടി ആടിയിളകി. ജാഥയുടെ ആരവം കേട്ടപ്പോൾ മറിയാമ്മയും വീഡിമാഷും വാതില്ക്കൽ വന്നുനോക്കി. ഉടൻ കഴുത്തുവെട്ടിച്ചു അകത്തേക്കു കൂസാതെ മറിയാമ്മ നടന്നുപോയി. അകത്തെന്തോ അത്യാഹിതമുണ്ടായതുപോലെ വീഡിമാഷും അകത്തേക്കു പാഞ്ഞു.

വീഡിമാഷുടെ വീട്ടുപടിക്കൽവരെ പ്രകടനം ചെന്ന് കുറച്ചുനേരം മുദ്രാവാക്യം വിളിച്ചു തിരിച്ചുപോന്നു.

തറവാടിത്തം അസ്വസ്ഥമായി, പള്ളിയിൽ അച്ചനുമായി ചർച്ചനടന്നു. പിറ്റേദിവസം രാവിലെ കെ കെ രാംമാഷുടെ വീട്ടിൽ വീഡിമാഷും ബന്ധുവുംകൂടി വന്നു. വിഷയം വലുതാക്കി തറവാടിനെ അപമാനിക്കരുതെന്ന് അപേക്ഷിച്ചു. കെ കെ രാംമാഷ് സർദാറിനെയും സഹപ്രവർത്തകരേയും വിളിപ്പിച്ചു ചർച്ച നടത്തി. സർദാർ കട്ടായമായി പറഞ്ഞു:

"പൊട്ടിച്ചവർ തന്നെ താലി കെട്ടിക്കൊടുത്താൽ മതി."

വീഡിമാഷു സമ്മതിച്ചു. വീഡിമാഷും മറിയാമ്മയും അടുത്ത കുടുംബാംഗങ്ങളും കുറുമ്പയുടെ വീട്ടിലെത്തി. സർദാറും കെ കെ രാംമാഷും ഹരിജനസംഘത്തിന്റെയും ശ്രീനാരായണസംഘത്തിന്റെയും പ്രവർത്ത

കരും നിശ്ചിതസമയത്തുതന്നെ പേങ്ങന്റെ കുടിലിന്റെ മുന്നിലെത്തി. സർദാർ പറഞ്ഞു:

"തൊഴിലാളിയുടെ മൂലധനം അവരുടെ തൊഴിൽശേഷിയാണ്, അതെങ്ങനെ, ആർക്കുവേണ്ടി വിനിയോഗിക്കണമെന്നു തീരുമാനിക്കുന്നതു തൊഴിലാളിയാണ്, അതയാളുടെ സ്വാതന്ത്ര്യമാണ്. മറിയാമ്മയുടെ ജോലിവേണ്ട എന്നു പറയാൻ പേങ്ങനവകാശമുണ്ട്. അതിന്റെ പേരിൽ അയാളുടെ പെണ്ണ് ആക്രമിക്കപ്പെട്ടുകൂടാ. പാവപ്പെട്ടവർ ഇനിമേലിൽ അപമാനിക്കപ്പെടുകയോ, ആക്രമിക്കപ്പെടുകയോ ചെയ്യരുത്.

പാവങ്ങൾ സംഘടിച്ചിരിക്കുന്നുവെന്നും പഴയതുപോലെ പീഡിപ്പിക്കാനാവില്ലെന്നും എല്ലാവരും മനസ്സിലാക്കണം. മറിയാമ്മ സംഭവിച്ചുപോയ അബദ്ധം തിരിച്ചറിഞ്ഞ് അതു തിരുത്താനുള്ള സംസ്കാരം അവർക്കുണ്ടായതിനാൽ, പൊട്ടിച്ച താലികെട്ടിക്കൊടുക്കാൻ സന്നദ്ധയായി വന്നിട്ടുണ്ട്. മറിയാമ്മയോടു നമുക്കിനി വെറുപ്പോ വിദ്വേഷമോ ഇല്ല. കുറുമ്പ മുന്നോട്ടു വരൂ, മറിയാമ്മ കഴുത്തിൽ താലി കെട്ടിത്തരും."

കുറുമ്പ മുന്നോട്ടുവന്നു. മറിയാമ്മ കുറുമ്പയുടെ കഴുത്തിൽ താലി കെട്ടിയപ്പോൾ പാവപ്പെട്ടവന്റെ ആത്മാഭിമാനം കരഘോഷമായി ഉയർന്നുപൊങ്ങി..

ആക്രമണം

കരിഞ്ചന്ത പെരുകുന്നു

ആയിരത്തി തൊള്ളായിരത്തി നാല്പത്തിഅഞ്ചിൽ ലോകമഹായുദ്ധം അവസാനിക്കുന്നതോടെ ഇന്ത്യ സ്വതന്ത്രയാവുമെന്ന പ്രതീക്ഷയുണ്ടായിരുന്നു. യുദ്ധം വരുത്തിവെച്ച തൊഴിലില്ലായ്മയും പട്ടിണിയും അനുദിനം വർദ്ധിച്ചുവരികയാണ്. സാമൂഹിക പ്രശ്നങ്ങൾ പരിഹരിക്കാൻ ശ്രമിക്കാത്ത ബ്രിട്ടീഷ് ഭരണാധികാരികൾ നാടുവാഴികളോടും ജന്മിമാരോടും വൻകിട കച്ചവടക്കാരുമായ ഭരണവർഗ്ഗത്തോടും പാട്ടവും നികുതിയും കൂടുതൽ ആവശ്യപ്പെട്ടുകൊണ്ടിരുന്നു. ഭരണവർഗ്ഗം ഈ വർദ്ധനവുഭാരം താഴെയുള്ള കർഷകരുടെയും തൊഴിലാളികളുടെയും തലയിലേക്കു ഇട്ടുകൊടുത്തു.

നാടിന്റെ അച്ചടക്കം നിലനിർത്താനെന്നപേരിൽ സമരങ്ങളുടെ കൂമ്പടയ്ക്കാനും ക്രൂരമർദ്ദനങ്ങളിലൂടെ കമ്യൂണിസ്റ്റുകാരെ അടിച്ചൊതുക്കുന്ന പൊലീസ്, ഭരണകൂട പാദസേവകരും ആത്മവഞ്ചകരും അഴിമതിക്കാരുമായിരുന്നു. ചെന്ത്രാപ്പിന്നിയിൽ പൊറ്റെക്കാട്ടു ഗോപിയുടെ വീട്ടിൽ കൂടിയ പാർട്ടി ക്ലാസിൽ സർദാർ സംസാരിച്ചു: (ചുരുക്കം)

> കയ്യൂരിലെ അടിച്ചമർത്തപ്പെട്ട കൃഷിക്കാരെ ഭൂവുടമകൾ കടക്കെണിയിലേക്കെറിയുകയായിരുന്നു. ജന്മിത്വത്തിനും ബ്രിട്ടീഷ് സാമ്രാജ്യത്വത്തിനുമെതിരെ 1941 ൽ നടത്തിയ സമരമായിരുന്നു കയ്യൂർ സമരം. കർഷകരുടെയും തൊഴിലാളികളുടെയും വിപ്ലവാവേശം പൂണ്ട പ്രകടനം കണ്ടപ്പോൾ സുബ്ബരായൻ പൊലീസ് ഭയപ്പെട്ടു പുഴയിൽചാടുകയും, ഒഴുക്കിൽ മരണപ്പെടുകയും ചെയ്തു. സഖാക്കളെ പ്രതിചേർത്ത് പൊലീസ് കേസെടുക്കുകയും 1943 മാർച്ചു

> 29 ന് പ്രതികളായ മഠത്തിൽ അപ്പു, ചിരുകണ്ഠൻ, കുഞ്ഞമ്പു നായർ, അബുബക്കർ എന്നിവരെ തൂക്കിലേറ്റുകയും ചെയ്തു. സഖാക്കളുടെ പേരിൽ കള്ളക്കേസ് ചുമത്തി വധശിക്ഷ നടപ്പിലാക്കി. ഏതൊരു കൃത്യവും കുറ്റമാക്കാനും ശിക്ഷിക്കാനും ജനശക്തിയെ ദുർബ്ബലപ്പെടുത്താനും ഭരണകൂടം ശ്രമിക്കും, നമ്മുടെ പ്രതികരണങ്ങൾക്കു സൂക്ഷ്മതയുണ്ടാവണം, അബദ്ധത്തിൽ ചെന്നു ചാടരുത്.

എല്ലാ പാവപ്പെട്ട വീടുകളിലും കയറിയിറങ്ങി കമ്യൂണിസ്റ്റുകാരേയും അവർക്ക് അഭയം നല്കുന്നവരെയും വേട്ടയാടി. ദളിതുവേട്ടകൾ ക്രൂരവും ഹൃദയഭേദകവുമായിരുന്നു. സഖാക്കളുടെ വീടുകളിൽപോയി കുടുംബാംഗങ്ങളെ ഭീഷണിപ്പെടുത്തി മർദ്ദനം അഴിച്ചുവിട്ടു. സർദാറും സഖാക്കളും ഒളിവിൽപ്പോയി.

1935 ൽ കോൺഗ്രസ് സോഷ്യലിസ്റ്റുപാർട്ടിയുടെ മുഖപത്രമായി ഇ എം എസിന്റെ പത്രാധിപത്യത്തിൽ ആരംഭിച്ച *പ്രഭാതം* പത്രം 1942 ജനുവരിയിൽ *ദേശാഭിമാനി*യായി കമ്യൂണിസ്റ്റുപാർട്ടിയുടെ മുഖപത്രം പ്രസിദ്ധീകരിക്കാൻ തുടങ്ങിയിരുന്നു. ആദ്യം ആഴ്ചയിൽ രണ്ടു ദിവസമായിരുന്നു. പിന്നീട് ദിവസേന ഇറങ്ങാൻ തുടങ്ങി. ഇന്ത്യയുടെ വിവിധ ഭാഗങ്ങളിൽനിന്നും പണം സ്വരൂപിച്ചാണ് പത്രത്തിനുള്ള മൂലധനമുണ്ടാക്കുന്നത്.

എല്ലാ ബീഡിതെറുപ്പുകേന്ദ്രങ്ങളിലും, സംഘടിത (എ ഐ ടി യു സി) ബീഡിത്തൊഴിലാളികൾ ദേശാഭിമാനിയോടൊപ്പം *മാതൃഭൂമി*യും വരുത്തിയിരുന്നു. കമ്യൂണിസ്റ്റുവീക്ഷണം വ്യക്തമാക്കാൻ *ദേശാഭിമാനി* വായിക്കാതെ സഖാക്കൾ രാവിലെ ചായ കുടിക്കാറില്ല.

അന്തുപ്പറമ്പിൽ വേലായുധൻ

ചെന്ത്രാപ്പിന്നി എ എം സ്കൂളിൽ പൊലീസ് സർദാറിനെ തേടി ചെന്നിരുന്നു. ശമ്പളംവാങ്ങി സർദാർ പുളിച്ചോടുവഴി കിഴക്കോട്ടിറങ്ങി, ശവപ്പറമ്പിന്റെ കിഴക്കേ വരമ്പിലൂടെ വീട്ടിലേക്കു നടന്നു. പാടത്തോടു ചേർന്നു ഇരുങ്കണകളും പറമ്പിനോടു ചേർന്നു കൈതയും സുഭിക്ഷമായി വളർന്നുനില്ക്കുന്നു. കൈതോലകളും ഇരുങ്കണയുടെ ഓലകളും വഴിയിലേക്കു തള്ളിനില്ക്കുന്നത് വകഞ്ഞുമാറ്റി ചിന്തയിലാണ്ട് നടക്കുകയാണ്.

രാഷ്ട്രീയ പ്രവർത്തനം ഇങ്ങനെ തുടർന്നുപോയാൽ അദ്ധ്യാപക ജോലിയിൽ തുടരാനാവാത്ത അവസ്ഥയാണുണ്ടാവുന്നത്. ചിന്തിച്ചപ്പോൾ ഒരെത്തുംപിടിയും കിട്ടിയില്ല. രാഷ്ട്രീയത്തിൽനിന്നും മാറിനില്ക്കുന്ന ജീവിതം ചിന്തിക്കാൻ പോലുമാവുന്നില്ല.

മുപ്പത്തിരണ്ടു വയസ്സായിട്ടും കല്യാണം കഴിക്കാതെ അലസമായ വ്യക്തിജീവിതവും സാഹസിക പ്രവർത്തനങ്ങളുമായി സർദാർ ജീവി

ക്കുമ്പോൾ സഹോദരങ്ങൾ സ്നേഹപൂർവ്വം ഉപദേശിക്കാറുണ്ടായിരുന്നു:

"ഗോപൂ, നിനക്കൊരു കല്യാണവും കുടുംബജീവിതവുമൊന്നും വേണ്ടേ, നാട്ടുകാര്യം നോക്കി നടന്നാൽ മതിയോ?"

സർദാർ ചിരിച്ചുകൊണ്ടു പറയും:

"നിങ്ങളെല്ലാം എന്റെ കുടുംബാംഗങ്ങളല്ലേ, പിന്നെ നാട്ടുകാര്യം നോക്കാനും ആരെങ്കിലുമൊക്കെ വേണ്ടേ?"

അപരന്റെ വേദനകൾ സ്വയം ഏറ്റെടുക്കുകയും പ്രവർത്തിക്കുകയും ചെയ്യുന്നതാണ് ഏറ്റവും മഹത്തായ മാനുഷികധർമ്മമെന്ന ആത്മബോധം ശ്രീനാരായണ ദർശനത്തിൽനിന്നും സർദാർ സ്വാംശീകരിച്ചതാണ്.

തഴച്ചുവളർന്നു നില്ക്കുന്ന കൈതക്കൂട്ടിൽ ഒരാൾ ഒളിച്ചിരിക്കുന്നത് കണ്ടില്ല. പെട്ടെന്നയാൾ മുന്നിൽ ചാടി മുൻകാലിന്റെ മുട്ടിനുതാഴെ ഒരു വലിയ മരക്കോലുകൊണ്ടടിച്ചു. ഒരലർച്ചയോടെ സർദാർ വീണു. വീണ്ടും അടിക്കാൻ വടിയോങ്ങുന്നതിനിടയിൽ കിടന്ന കിടപ്പിൽ കിടന്നു അയാളുടെ കാലിൽ പിടിച്ചു വലിച്ചു. അയാൾ വീണു. എഴുന്നേല്ക്കാനാവാതെ നിലത്തുകിടന്നുകൊണ്ടുതന്നെ സർദാർ അയാളെ പിടിച്ചുകൂട്ടി കൈതക്കൂട്ടിലേക്കെറിഞ്ഞു. ശബ്ദംകേട്ട് ആളുകൾ ഓടിവരുന്നുണ്ടായിരുന്നു. കൈതമുള്ളുകൾക്കിടയിൽക്കിടന്ന് പുളഞ്ഞ അയാൾ ആളുകളെ കണ്ടപ്പോൾ ജീവനുംകൊണ്ട് എഴുന്നേറ്റോടി. അയാൾ എങ്ങണ്ടിയൂരിൽനിന്നും വന്ന അന്തുപ്പറമ്പിൽ വേലായുധൻ ആയിരുന്നു..

വില്ലേജ് രജിസ്ട്രാർ ഓഫീസിലേക്കു പോയിരുന്ന വല്യേട്ടൻ കുമാരനായിരുന്നു ആദ്യം ഓടിവന്നത്. എഴുന്നേല്ക്കാൻ ശ്രമിക്കുന്ന സർദാറിനെ കുമാരൻ പിടിച്ചെഴുന്നേല്പിച്ചു. കൊല്ലറ ചാത്തു, ചാത്തുവിന്റെ മകൻ രാമചന്ദ്രൻ (കെ സി രാമചന്ദ്രൻമാഷ്), അയൽവീട്ടുകാർ എല്ലാവരും ചേർന്ന് മഞ്ചൽ സംഘടിപ്പിച്ച് കാട്ടൂർ ആശുപത്രിയിലേക്കു സർദാറിനെ കൊണ്ടുപോയി. പരിശോധന കഴിഞ്ഞ് എല്ലിന് ഒടിവു പറ്റിയിട്ടില്ലെന്നും ഏതാനും ദിവസം കാലിന് വിശ്രമം വേണമെന്നും ഡോക്ടർ പറഞ്ഞു.

സഹോദരന്മാർ ഓടിയെത്തി. കാലിൽചുറ്റിയ തുണികണ്ടപ്പോൾ ഉണ്ണിച്ചേട്ടന്റെ സഹോദര രക്തം തിളച്ചു. ആരാണ് തല്ലിയതെന്നും ഉടനെയവനെ തല്ലിയേ തീരുവെന്നും അന്തിക്കു മുമ്പു താനവനെ തല്ലി ശരിയാക്കി വരാമെന്നു പറഞ്ഞ് പടിയിറങ്ങിയപ്പോൾ കിടക്കയിൽക്കിടന്നുകൊണ്ട് സർദാറും മറ്റു സഹോദരന്മാരും തടഞ്ഞു. വിഷയം വ്യക്തിപരമല്ല രാഷ്ട്രീയമാണെന്നും, അതിന്റെ മറുപടി രാഷ്ട്രീയമാവണമെന്നും സർദാറും അഭ്യർത്ഥിച്ചപ്പോഴാണ് ഉണ്ണിച്ചേട്ടൻ അടങ്ങിയത്. കുമാരന്റെ രണ്ടാമത്തെ മകൻ ശ്രീനിവാസനെയും കെ സി രാമൻമാഷുടെ മകൻ സ്കൂൾ വിദ്യാർത്ഥി സുഗതനെയും സർദാറിനു സഹായമായിരുത്തി. ഡോക്ടറുടെ മുറിക്കു സമീപമുള്ള മുറിയിലാണ് സർദാറിനെ കിടത്തിയിരുന്നത്. സർദാർ വേദന കടിച്ചമർത്തുകയായിരുന്നു.

ഉച്ചയോടെ വി കെ ചാത്തൻ, എം എ അയ്യപ്പൻ, എം പി, അഭിമന്യു തുടങ്ങിയവർ വന്നു ഐക്യദാർഢ്യം പ്രകടിപ്പിച്ചു. അഭിമന്യുവും ചാത്തനും ഉടൻ അന്തുപ്പറമ്പൻ വേലായുധനെ തിരിച്ചടിക്കണമെന്നു വാശിപിടിച്ചു. സർദാർ ഇങ്ങനെ പ്രതികരിച്ചു:

"അഭിമന്യൂ, കമ്യൂണിസ്റ്റുകാരന് ഇതിലും വലിയ മർദ്ദനമേല്ക്കേണ്ടിവരും. ജനങ്ങൾക്കുവേണ്ടിയുള്ള സമരത്തിൽ പതറാൻ പാടില്ല."

സന്ധ്യ മയങ്ങി. ആശുപത്രിയുടെ ഗേറ്റുകടന്ന് പാത്തും പതുങ്ങിയും കാലുനിലത്തുറയ്ക്കാതെ പലരോടും വർത്തമാനം പറഞ്ഞും ഒരാൾ സർദാറിന്റെ മുറിയുടെ മുന്നിൽ വന്നുനിന്നു. അയാളോടൊപ്പം കാറ്റിൽ വന്ന കള്ളിന്റെ ഗന്ധം അവിടം മുഴുവൻ പരന്നു. കൂട്ടുനില്ക്കുന്ന സുഗതൻ മയങ്ങുന്ന സർദാറിനെ വിളിച്ചുണർത്തി ആഗതനെ കാണിച്ചു കൊടുത്തു. അയാൾ വിളിച്ചു:

"മാഴ്ഷേ, മാഴ്ഷേ., ഞാനാ വേലാ....യ്തൻ.."

അകത്തുകിടന്നു കള്ളു പെരുമാറുന്നതിനാൽ നാക്കു കുഴയുന്നുണ്ടായിരുന്നു. കിടന്നേടത്തുനിന്നു എഴുന്നേല്ക്കാൻ സർദാറിനെ സുഗതൻ സഹായിച്ചു. തലയണയിൽ ചാരിയിരുന്ന സർദാർ ആഗതനെ നോക്കി മന്ദസ്മിതത്തോടെ ചോദിച്ചു:

"ഓഹോ, അന്തുപ്പറമ്പൻ വേലായുധനോ? എന്താ വിശേഷം വേലായുധാ..?"

"ആ മാഴ്ഷേ.. ഞാൻ തന്നെ.. മാഴ്ഷുക്കു കൊഴപ്പോന്നൂല്യാല്ലോ?"

"ഏയ്, മരിച്ചിട്ടില്ല വേലായുധാ. നീ അടിക്കാൻ വിദഗ്ദ്ധനാണ്, അടിക്കു നല്ല ശക്തിയുണ്ടായിരുന്നു, വേദന ഇപ്പഴുമുണ്ട്, ട്ടോ.."

"ഏയ്.. മാഴ്ശെ, ഞാനോ.? ഞാൻ മാഴ്ഷെ അടിച്ചൂന്നോ? ഞാൻ മാഴ്ഷേ അടിക്ക്യോ മാഴ്ഷേ..?"

സർദാർ ചെറുതായൊന്നു ചിരിച്ചുകൊണ്ടു പറഞ്ഞു:

"ശരിയാണ്, സത്യത്തിൽ എന്നെ അടിച്ചതു നീയല്ല വേലായുധാ. നിന്റെ ജന്മിയാണ്. നീ ജന്മിമാർക്കുവേണ്ടി തല്ലാനുള്ള കുറുവടിയല്ലേ?"

"അതാണ്... മാഴ്ഷ്ക്കു വെവരംണ്ടുന്നു നാട്ടാരു പറേണതു മാഴ്ഷേ, മാഴ്ഷുക്കു വേലായ്തനോടു ദേഴ്ഷ്യന്നുംണ്ടാവരുതേ."

കൈകൂപ്പിയാണ് വേലായുധൻ പറഞ്ഞത്.

"ഏയ്, നീയും പാവപ്പെട്ടവനാണ്. കൂലിക്കു തല്ലാൻ പോകുന്നത് തൊഴിലാണെന്നു കരുതുന്ന ഒരു പാവം. കാശും കള്ളുംകിട്ടും, പക്ഷേ, നീ മുറിക്കുന്നതു ഇരിക്കുന്ന കൊമ്പാണ് വേലായുധാ.."

"ഏയ്.. ഇനിക്കു മരം മുറിക്കണെ പണിയോന്നൂല്ല്യല്ലോ? നിക്കൊന്നും മനസ്സിലാവുണില്ല മാഴ്ഷെ."

"നിനക്കിപ്പോ, ഒന്നും മനസ്സിലാവില്ലാ, കള്ളിറങ്ങുമ്പോൾ മനസ്സിലായിക്കൊള്ളും, ഇപ്പൊ പൊയ്ക്കോ.."

കൈകൂപ്പിക്കൊണ്ട് വീണ്ടും വേലായുധൻ കെഞ്ചി:

"മാഴ്ഷെ.. മാഷൊന്നു കൈവീശ്യാ ഈ വേലായ്തൻ രണ്ടു കഷ

ണാവും... മാഷൊന്നു ഷമി, ഈ വേലാ.. യ്തനോടു ഒന്നും തോന്ന രുതേ."

"നിന്നോടെനിക്കെന്തു വിഷമം? നീ പോയ്ക്കോ വേലായുധാ.." അയാൾ വേച്ചുവേച്ചു അവിടെനിന്നും നടന്നുപോകുന്നത് സർദാർ നോക്കിക്കിടന്നു..

ശേഖരൻനായർ, പി ടി ഭാസ്കരപ്പണിക്കർ എന്നിവർ പി കെ ഗോപാലകൃഷ്ണനോടൊപ്പം വന്ന് മർദ്ദനത്തിൽ പ്രതിഷേധിച്ചു. എന്തു സഹായത്തിനും സഖാക്കൾ തയ്യാറായിരുന്നു. രണ്ടുദിവസം കഴിഞ്ഞു വേദനയ്ക്കു ശമനമായപ്പോൾ ഡിസ്ചാർജ്ജുചെയ്തു. എന്നാൽ, അടി കൊണ്ടഭാഗത്തുനേരിയ ചതവുണ്ടായിട്ടുണ്ടെന്നും ആറാഴ്ച ആയുർവേദ ചികിത്സവേണമെന്നും ഗോപാലൻ വൈദ്യർ നിർദ്ദേശിച്ചു. പൊലീസ് അന്വേഷിക്കുന്നതിനാൽ മലബാർ അതിർത്തിയിൽനിന്നു വിട്ടുനില്ക്കണം. സഹോദരിയുടെ വീടായ പടിയൂർക്കു പോയി ചികിത്സിക്കാമെന്നും സഹോദരന്മാർ തമ്മിൽ തീരുമാനമായി.

പടിയൂർ, കൊച്ചി സംസ്ഥാനത്തായതിനാൽ മലബാർ പൊലീസ് വരില്ല. ഗോപാലൻ വൈദ്യരുടെ നിർദ്ദേശപ്രകാരം, മുറിവെണ്ണയും കർപ്പൂരാദി തൈലവും ഗന്ധതൈലവും കഷായങ്ങളും സഞ്ചിയിലാക്കി ഉണ്ണിച്ചേട്ടനും ശ്രീധരനും സർദാറിനെയുംകൂട്ടി പടിയൂരിലേക്കു പോയി.

ചികിത്സയുടെ നാളുകൾ

വേദന പൂർണ്ണമായും ഭേദമായിട്ടില്ല, എങ്കിലും സ്വയം നടക്കാൻ കഴിയുമായിരുന്നു. കനോലി പുഴയിലൂടെ കെട്ടുവള്ളത്തിൽ പറയൻ കടവും എടതിരിഞ്ഞിയും കടന്നു പടിയൂരെത്തിയപ്പോഴേക്കും വെയിലാറിയിരുന്നു. കാവല്ലൂർരാമൻ കാക്കാത്തുരുത്തി കടവിൽ നിന്നു കാളവണ്ടി ഏർപ്പാടാക്കിയിരുന്നു. വീട്ടിൽച്ചെന്നു കയറിയപ്പോൾ ഹൃദയം കൊളുത്തിവലിച്ചത് തനിക്കു അടികിട്ടിയതിൽ പെങ്ങൾ പാർവതിയുടെ സങ്കടവും വേദനയും അണപൊട്ടിയൊഴുകിയ കണ്ണീർ കണ്ടപ്പോഴായിരുന്നു. ഉടൻതന്നെ പെരിഞ്ഞനത്തു പീടികപ്പറമ്പിൽനിന്നു വലിയ പെങ്ങളും മകൻ രാമകൃഷ്ണൻ മാഷും വന്നു...

കാവല്ലൂർരാമൻ സർദാറിനോടു അതീവ സ്നേഹവാത്സല്യങ്ങൾ സൂക്ഷിച്ചിരുന്നു. രാവിലെ പത്രം വായിച്ചു കഴിഞ്ഞാൽ ഉച്ചവരെ എണ്ണയിടും, കൂടെ കഷായവുമുണ്ട്. വെയിലാറുമ്പോഴേക്കും സ്കൂളിൽനിന്നും കുട്ടികളെത്തിയാൽ പിന്നെ അവരോടൊപ്പമാണ്. അവർക്കേവർക്കും ഗോപുവമ്മാൻ ഏറ്റവും പ്രിയപ്പെട്ടവനും. രണ്ടാംക്ലാസിൽ പഠിക്കുന്ന എട്ടു വയസ്സുകാരൻ വി ശാരദനാണ് സർദാറിനൊപ്പം കൂടുതലും ഉണ്ടാവുക. രാത്രിയായാൽ എയർഫോഴ്സിലെ കഥകൾ കേൾക്കാനും മൂപ്പർക്കു ഗോപുവമ്മാൻ വേണം.

ഏകാന്തതയിൽ സർദാർ ആത്മപരിശോധനയുടെ വെളിമ്പറമ്പിലേക്കിറങ്ങും. ഒന്നര പതിറ്റാണ്ടു കാലമായി പൊതുരംഗത്തു താൻ സജീ

വമായിട്ടുണ്ട്. അന്ന് സാക്ഷരതയോടൊപ്പം പാവപ്പെട്ടവരെയും അധഃസ്ഥിതരെയും ഇരുളിന്റെ മഹാഗർത്തങ്ങളിൽനിന്നും വെളിച്ചത്തിന്റെ സൂര്യാഭമായ താഴ്‌വരകളിലേക്കു നയിക്കുകയായിരുന്നു. വ്യക്തിപരമായി അടുപ്പമുള്ള പലരോടും അപരനുവേണ്ടി വിദ്വേഷം സമ്പാദിക്കേണ്ടി വന്നിട്ടുണ്ട്. എന്നിട്ടൊന്നും തന്റെ നേരെ കൈപൊക്കാൻ ആരും ശ്രമിച്ചിട്ടില്ല. ആരും ഒന്നും ചെയ്യാതിരുന്നത് എന്തെങ്കിലും മഹിമകൊണ്ടോ ഭയപ്പെട്ടിട്ടോ ആയിരുന്നില്ല. ആ പ്രവർത്തനങ്ങൾക്കെല്ലാം ജനകീയ സ്വീകാര്യത ലഭിച്ചിരുന്നു. എന്നാൽ, കുടികിടപ്പുകാരനു കുടിലുകെട്ടി കൊടുത്തതും, ദളിതസ്ത്രീയുടെ കെട്ടുതാലി കെട്ടിച്ചു കൊടുപ്പിച്ചതും കുടിയൊഴിപ്പിക്കലിനെതിരെ ധീരമായി നിന്നതും തൊഴിലാളിവർഗ്ഗ ബോധം വളർത്തുന്നതും അധികാര വ്യവസ്ഥയ്ക്കു അസ്സഹനീയം. തലമുറകളായി ശ്രേണീബദ്ധമായി നിലനിർത്തിപ്പോരുന്ന ചൂഷണത്തിന്റെ വാർപ്പുരൂപമായ ഫ്യൂഡൽ വ്യവസ്ഥയുടെ ആണിക്കല്ല് തകർക്കുകയാണ് തന്റെ പാർട്ടിയുടെ ലക്ഷ്യമെന്നും അത് മുന്നോട്ടുകൊണ്ടു പോയാൽ തങ്ങൾ ഇനിയും വെറുതെയിരിക്കില്ല എന്ന സൂചനയാണ് ജന്മിത്വം തനിക്കെതിരെ അന്തുപ്പറമ്പൻ വേലായുധൻ എന്ന കുറുവടിയെ പ്രയോഗിച്ചതിലൂടെ ധ്വനിപ്പിക്കുന്നത്. ഈ മർദ്ദനത്തിലൂടെ തന്നെ ഭയപ്പെടുത്താമെന്നും, തൊഴിലാളിപ്രസ്ഥാനത്തിന്റെ ആത്മധൈര്യം ചോർത്തിക്കളയാമെന്നും അവർ പ്രതീക്ഷിക്കുന്നുണ്ട്. പാവപ്പെട്ടവന്റെ ചോരയിൽ കെട്ടിപ്പടുത്ത ഈ മഹത്തായ പ്രസ്ഥാനത്തെ ജന്മിത്വത്തിനെതിരെയുള്ള പോരാട്ടത്തിൽനിന്നും പിന്തിരിപ്പിക്കാമെന്നും ആരെങ്കിലും കരുതുന്നുണ്ടെങ്കിൽ അത് കേവലം വ്യാമോഹമാണ്..

ഉറക്കം, മിഴികളിൽവന്നു നിന്നൂഞ്ഞാലാടിയപ്പോൾ കണ്ണുകൾ അടഞ്ഞു, പ്രശാന്തമായ ഉറക്കം... സൂര്യൻ വെള്ളകീറുന്നതുവരെയുള്ള ഉറക്കം...

ആ ദിവസങ്ങളിൽത്തന്നെ ഇരിഞ്ഞാലക്കുടയിൽ ജാതിനിർമ്മിക്കുന്ന വിഭാഗീയതയ്ക്കും അയിത്തത്തിനുമെതിരെ കൂടൽമാണിക്യം ക്ഷേത്രത്തിനു സമീപം 'കുട്ടംകുളംസമരം' നടക്കുന്നുണ്ടായിരുന്നു. എന്നാൽ കൂടുതൽ വ്യക്തമായ വിവരങ്ങൾ കിട്ടുന്നുണ്ടായിരുന്നില്ല.

മടക്കം

രണ്ടുമാസത്തെ ചികിത്സയ്ക്കുശേഷം കാലിന്റെ വേദന ഭേദമായതോടെ പുത്തൻപുരയിൽ സർദാർ തിരിച്ചെത്തി ബന്ധുക്കളും നാട്ടുകാരും സഹയാത്രികരും സന്ദർശിച്ചുകൊണ്ടിരുന്നു. സർദാർ വീട്ടിലുള്ളത് കുട്ടികൾക്ക് ഉത്സവമാണ്. ഇടവേളയ്ക്കു ശേഷം സർദാർ വന്നപ്പോൾ ഉണ്ണ്യേപ്പന്മാഷുടെ മക്കൾ മൃദുലയും ചിത്തുവും വിനോദനും ഗോപെളേശന്റെ അടുത്തുനിന്നുംപോകാതെ അദ്ദേഹത്തെ ചുറ്റിപ്പറ്റി ത്തന്നെനിന്നു. .

തെക്കേതിലെ കെ സി രാമൻമാഷുടെ വീട്ടിൽനിന്നു രഞ്ജിനിയും

സുവർണ്ണനും വന്നപ്പോൾ കൂടെ ഭാർഗ്ഗവിടീച്ചറുമുണ്ടായിരുന്നു. ഭാർഗ്ഗവിടീച്ചർ സർദാറിനെ ഒറ്റയ്ക്കു കാണാൻ ആഗ്രഹിക്കുന്നുണ്ട്. എങ്കിലും ആരുടെയെങ്കിലും കൂടെ മാത്രമാണ് അവർ സർദാറിന്റെ മുന്നിൽ പ്രത്യക്ഷപ്പെട്ടത്.

രാമൻമാഷുടെ ഭാര്യ ലക്ഷ്മിയുടെ ചേച്ചിയുടെ ഭർത്താവിന്റെ ആദ്യഭാര്യയിലെ മകളാണ് ഭാർഗ്ഗവി. എറണാകുളം ജില്ലയിൽ വൈപ്പിൻകരയിൽ ഓച്ചന്തുരുത്തിലാണ് വീട്. പത്താംക്ലാസ് കഴിഞ്ഞ്, രാമൻമാഷുടെ സ്കൂളിൽ അദ്ധ്യാപികയാണ്. സർദാറുമായി സാഹിത്യവും രാഷ്ട്രീയവും സംസാരിക്കുന്നതിലൂടെയാണ് അവർ തമ്മിലുള്ള സൗഹൃദത്തിന്റെ വാതിലുകൾ തുറക്കുന്നത്. ആ സൗഹൃദം കാന്തശക്തിപോലെ അനിയന്ത്രിതമായ ആകർഷണമായും അനിർവ്വചനീയമായ അനുഭൂതിയും അഭിനിവേശവുമായും പരിണമിക്കുന്നത് ലോകമറിഞ്ഞില്ലെങ്കിലും അവർ പരസ്പരം അറിയുന്നുണ്ടായിരുന്നു. മനസ്സിന്റെ അടിത്തട്ടിൽ മാത്രംനടക്കുന്ന ഈ രാസപ്രവർത്തനം ബാഹ്യലോകത്തേക്കു പ്രതിഫലിച്ചിരുന്നില്ല. പരസ്പരം തുറന്നുപറയാതെ, സ്വകാര്യ അനുഭൂതിയായി ആ വൈകാരികാവസ്ഥയെ വളർത്താൻ അറിഞ്ഞോ അറിയാതെയോ രണ്ടുപേരും ശ്രമിക്കുന്നുണ്ടായിരുന്നു. നർമ്മഭാഷണങ്ങളിലൂടെ മാത്രം ഇടപഴകുന്ന ഭാർഗ്ഗവിടീച്ചർ ഈ കൂടിക്കാഴ്ചയിൽ സർദാർ അനുഭവിച്ച വേദനയെ മനസ്സിൽ കാണുകയായിരുന്നു. വികാരസാന്ദ്രമായ ആ അന്തരീക്ഷത്തിൽ മൗനമായി സർദാറിനെ അവർ കേൾക്കുകയായിരുന്നു. വേലായുധൻ അടിച്ചപ്പോൾ അനുഭവിച്ച വേദന പ്രകടമാക്കാതെ അതിനെ നിസ്സാരമായി അവതരിപ്പിക്കുന്ന സർദാറിന്റെ വാക്കുകൾക്കുള്ളിലെ വസ്തുതകൾ അവർ തിരിച്ചറിയുന്നുണ്ടായിരുന്നു. പൊതുവെ പ്രസാദാത്മകമായ സർദാർ വാക്കുകളിൽ പിശുക്കു കാണിക്കുന്നത് ഭാർഗ്ഗവിടീച്ചർ ശ്രദ്ധിച്ചു, അവർ മൗനത്തിലൊളിപ്പിച്ച സങ്കടം സർദാർ തിരിച്ചറിയുന്നുണ്ടായിരുന്നു.

ഭാർഗ്ഗവിടീച്ചറും രാമച്ചേട്ടന്റെ മക്കളും തിരിച്ചുപോയി. എപ്പോഴും നിറഭംഗിയോടെ സുഗന്ധം പൊഴിക്കുന്ന നിറയെ പൂക്കൾ വിരിയുന്ന നിത്യവസന്തമാണ് ഭാർഗ്ഗവിടീച്ചർ. ആ വസന്തകാല സ്മൃതികളിലേക്ക് ആകാശനൗകയുമായി സർദാർ തുഴഞ്ഞുപോയി..

ഇരമ്പുന്ന സമരങ്ങൾ

കുട്ടംകുളം സമരം

എം പിയും അഭിമന്യുവും മൊയ്തീൻകുഞ്ഞിയും അങ്ങാടിക്കു പോകുമ്പോൾ സർദാറിനൊപ്പമുണ്ടായിരുന്നു. പാർട്ടിഓഫീസായി പ്രവർത്തിക്കുന്ന ബീഡിത്തൊഴിലാളി യൂണിയൻ ഓഫീസിലെത്തിയപ്പോൾ സർദാർ പിരിഞ്ഞു:

'എനിക്കു ഇരിഞ്ഞാലക്കുടവരെ പോകണം, കുട്ടംകുളം സമര വിവരമൊന്നറിയണം..'

എടത്തിരുത്തി പാലം കടന്നു, കാട്ടൂർ ബസ് സ്റ്റാൻഡിൽ നിന്നു ബസുകയറി ഇരിഞ്ഞാലക്കുടയിലെത്തി ഠാണാവിൽ കോടതിക്കുസമീപമുള്ള നാലുമാക്കൽ രാമൻവൈദ്യരുടെ വൈദ്യശാലയിലേക്കു നടന്നു. കുശലാന്വേഷണങ്ങൾക്കുശേഷം രാമൻവൈദ്യർ കുട്ടംകുളം സമരത്തെക്കുറിച്ച് വിശദീകരിച്ചു: (ചുരുക്കം)

> ജനങ്ങൾ വിജയത്തിന്റെ വക്കിലാണിപ്പോൾ. അയിത്തം, സവർണ്ണാധിപത്യം, വിദ്യാനിഷേധം, സഞ്ചാര-വസ്ത്രധാരണ സ്വാതന്ത്ര്യനിഷേധം എന്നിവക്കെതിരെ ഇരിഞ്ഞാലക്കുടയിൽ സമരങ്ങൾ നടക്കുകയാണല്ലോ. ഇക്കഴിഞ്ഞ 1946 ജൂൺ 22 നാണ് കുട്ടംകുളം സമരത്തിന്റെ ഏറ്റവും ധീരോജ്ജ്വലമായ സമരാദ്ധ്യായം ചരിത്രത്തിൽ എഴുതിച്ചേർത്തത്. ഐതിഹാസികമായ ഈ സമരത്തിനു ഇരിഞ്ഞാലക്കുടയിലെ കമ്യൂണിസ്റ്റു പ്രസ്ഥാനവും സമസ്തകൊച്ചി പുലയ മഹാസഭയും എസ് എൻ ഡി പിയും പ്രജാമണ്ഡലവും അടങ്ങുന്ന സംയുക്തസമര സമിതിയാണ് നേതൃത്വം നല്കിയത്.

> കൂടൽമാണിക്യക്ഷേത്രത്തിനു മുന്നിലുള്ള കുട്ടംകുളത്തിന്റെ മതിലിനപ്പുറത്തേക്കു അവർണ്ണ ജാതിക്കാർക്കു പ്രവേശനമില്ലായിരുന്നു. ഇക്കഴിഞ്ഞ 1946 ജൂലൈ 6 ന് ഇരിഞ്ഞാലക്കുട അയ്യങ്കാവു മൈതാനത്തുനിന്ന് ക്ഷേത്രസമീപമുള്ള കുട്ടംകുളത്തിന്റെ മുന്നിലേക്കു നടന്ന മാർച്ച് നയിച്ചത് കമ്യൂണിസ്റ്റുപാർട്ടി സഖാക്കൾ പി ഗംഗാധരൻ, കെ വി ഉണ്ണി (ഉണ്ണിയേട്ടൻ) ചാത്തൻ മാസ്റ്റർ, പി സി കുറുമ്പ, കെ വി കാളി, എസ് എൻ ഡി പി നേതാവും കമ്യൂണിസ്റ്റുമായ പി ഗംഗാധരൻ, എം സി തയ്യിൽ, കെ സി മാണി, എൻ പി വേലായുധൻ എന്നീ പ്രഗത്ഭരുടെ നേതൃത്വനിരയായിരുന്നു മുന്നിൽ. നൂറുകണക്കിനാളുകൾ സാവേശം പങ്കെടുത്ത ആ സമരസാഗരം കുട്ടംകുളത്തിന്റെ മതിലിനകത്തേക്കു ഇരമ്പിക്കയറി. നൂറ്റാണ്ടുകളായി അവർണ്ണർക്കുമുന്നിൽ കൊട്ടിയടയ്ക്കപ്പെട്ട ജാതിവിവേചനത്തിന്റെ പ്രതീകമായ 'തീണ്ടൽജാതിക്കാർക്കു പ്രവേശനമില്ല' എന്നെഴുതിയ തീണ്ടൽപ്പലക സമരസഖാക്കൾ കുട്ടംകുളത്തിലേക്കു വലിച്ചെറിഞ്ഞു. ഉടൻതന്നെ ഇടിവെട്ടി ഒരു കർക്കിടകമഴയും പെയ്തു, പ്രകൃതിയും അംഗീകരിച്ചു.
>
> ഭരണകൂടം സമരക്കാർക്കുനേരെ പൊലീസ് മർദ്ദനമഴിച്ചുവിട്ടു. നേതാക്കളായ പി ഗംഗാധരനെയും കെ വി ഉണ്ണിയെയും വിളക്കുകാലിൽ കെട്ടിയിട്ടു തല്ലി അവശരാക്കി. സഖാവ് പി സി കുറുമ്പയേയും പാർട്ടി സെക്രട്ടറി പി കെ കുമാരനേയും ലോക്കപ്പിലിട്ടു ക്രൂരമായി മർദ്ദിച്ചു. ചാത്തൻ മാഷുൾപ്പെടെ എല്ലാ നേതാക്കളേയും പ്രതിചേർത്ത് കേസു ചുമത്തി ജയിലിലടച്ചു. സമരക്കാരുടെ ആത്മബലവും സമരാവേശവും തകർന്നില്ല, പൊലീസ് മുട്ടുകുത്തി.

വൈദ്യശാലയിൽ നിന്നിറങ്ങി നടന്ന് കൂടൽമാണിക്യം ക്ഷേത്രസമീപമുള്ള കുട്ടംകുളത്തിന്റെ മുന്നിലുള്ള റോഡിലെത്തിയപ്പോൾ 'തീണ്ടൽജാതിക്കാർക്കു പ്രവേശനമില്ല' എന്ന സമരക്കാർ പിഴുതെറിഞ്ഞ തീണ്ടൽപ്പലക അമ്പലക്കുളത്തിൽ തലകുത്തിനില്ക്കുന്ന കാഴ്ചകണ്ടു. അജ്ഞത പരത്തിയ അന്ധവിശ്വാസത്തിന്റെ പുകമറയിൽ സ്ഥാപിച്ച അനാചാരത്തിന്റെ പ്രതീകമാണ് തളരാത്ത സമരാവേശത്തിന്റെ മുന്നിൽ തകർന്നുകിടക്കുന്നത്. സർദാർ ആ കാഴ്ച ഒന്നുകൂടി കണ്ട് ആസ്വദിച്ചു ഠാണാവു റോഡിലൂടെ നടന്നു.

ഇരിഞ്ഞാലക്കുട പാർട്ടിഓഫീസിൽ ചെന്നപ്പോൾ പൊലീസ് ലോക്കപ്പിൽനിന്നു ജാമ്യത്തിലിറങ്ങിയ പി കെ ചാത്തൻമാസ്റ്റർ *ദേശാഭിമാനി* വായിച്ചിരിക്കുകയായിരുന്നു. മർദ്ദനത്തിൽ ക്ഷീണിതനെങ്കിലും സമരാവേശം മുഖത്തു തെളിയുന്നുണ്ട്. എടത്തിരുത്തിയിൽ ഹരിജനസംഘം രൂപീകരിച്ചപ്പോൾ പ്രസംഗിക്കാൻ വന്നത് ചാത്തൻമാസ്റ്ററായിരുന്നു, ഓർമ്മപുതുക്കി. പൊലീസ് മർദ്ദനമേറ്റ് ബാൻഡേജിട്ട ദേഹവുമായി

സർദാറിനെ ആലിംഗനം ചെയ്തുകൊണ്ടു സ്വീകരിച്ചിരുത്തി. ഉണ്ണിയേട്ട നടങ്ങുന്ന സഖാക്കളാരും പൊലീസുമർദ്ദനം ഏല്പിച്ച ദുരിതങ്ങളിൽ നിന്നും മുക്തമായിട്ടില്ല, വിശ്രമത്തിലാണ്. അവർ കുട്ടംകുളം സമര ത്തിന്റെ നാൾവഴികൾ സംസാരിച്ചു. ചാത്തൻ മാസ്റ്ററുടെ കൈകളെ ടുത്തു കുലുക്കി വിപ്ലവാഭിവാദ്യങ്ങൾ അർപ്പിച്ചുകൊണ്ട് സർദാർ മടങ്ങി.

ബസ് സ്റ്റാന്റിലേക്കുവരികയായിരുന്നു മുന്നിലൊരു ചെറുപ്പക്കാരൻ വന്നു നിന്നു പുഞ്ചിരിക്കുന്നു. സർദാറും ചിരിച്ചു. അടുത്തുള്ള സ്റ്റുഡിയോ ചൂണ്ടിക്കാണിച്ചു അയാൾ പറഞ്ഞു:

"ഈ സ്റ്റുഡിയോ നടത്തുന്നത് ഞാനാണ്, മാഷുക്കു വിരോധ മില്ലെങ്കിൽ അകത്തേക്കൊന്നു വരാമോ? എനിക്കൊരു ഫോട്ടോ വേണം."

സർദാർ ചിരിച്ചുകൊണ്ട് അയാളോടൊപ്പം നടന്നു, എന്നിട്ടു ചോദിച്ചു:

"പേരെന്താണ്?"

"ജോസ്, പഥ്യാലജോസഫ്." അതു ഇരിഞ്ഞാലക്കുടയിലെ പ്രസിദ്ധ സ്റ്റുഡിയോ ആണ്. അയാൾ ആരാധനയോടെ സംസാരം തുടർന്നു:

"മാഷ് ഠാണാവിലേക്കു പോണതു കണ്ടപ്പോഴേ ഫോട്ടോ എടു ക്കണമെന്നു തോന്നിയതാ. നല്ല മനുഷ്യരെ കണ്ടാൽ അവരുടെ ഫോട്ടോ എടുക്കണം, അതൊരു ശീലമാണ്."

"ഓഹോ, അതു കൊള്ളാമല്ലോ, ജോസ്.. എന്നെ കണ്ടപ്പോഴേക്കും നല്ല മനുഷ്യനെന്നുറപ്പിച്ചോ?"

അയാൾ മുഖത്തുനിന്നും കണ്ണെടുക്കാതെ പറഞ്ഞു:

"അതിലെന്താ സംശയം? മാഷു തിരിച്ചുവരുമെന്നു കരുതി കാത്തി രുന്നതാ, ഹാ.. മാഷുടെയൊരു പേഴ്സണാലിറ്റി.!"

സർദാർ സ്കൂൾമാഷാണെന്നു പറഞ്ഞ് സ്വയം പരിചയപ്പെടുത്തി. അയാൾ നിർദ്ദേശിച്ചതുപോലെ ഫോട്ടോയെടുക്കാൻ ഇരുന്നു കൊടുത്തു. പടമെടുത്തശേഷം ജോസ് നന്ദിപറഞ്ഞ്, കൈ കൊടുത്തു പുറത്തിറങ്ങി നടന്നു. നീണ്ടു നിവർന്ന്, വിദൂരതയിലേക്കു കണ്ണുനട്ട് കൈവീശി ഗാംഭീര്യം പ്രസരിക്കുന്ന നടത്തത്തിൽ താളനിബദ്ധമായ ശാന്തസംഗീ തമാസ്വദിച്ചുകൊണ്ട്, അകലെയൊരു നേർത്ത ബിന്ദുവായി ചുരുങ്ങു ന്നതുവരെ അയാൾ സർദാറിനെ തന്നെ നോക്കിനിന്നു...

ചകിരിത്തൊഴിലാളി സമരം

ആലപ്പുഴയെപ്പോലെ തെങ്ങുകൃഷിയിൽ മുന്നിലുള്ള പ്രദേശമാണ് മണപ്പുറവും. കനോലിപ്പുഴയുടെ ഇരുവശങ്ങളിലും തെങ്ങിനെ ആശ്ര യിച്ച് വലിയൊരു സമൂഹം ജീവിക്കുന്നുണ്ട്. ലക്ഷക്കണക്കിനു ടൺ ചകി രിയാണ് 'ചകിരിക്കുഴി'കളിൽ കുഴിച്ചുമൂടി, തല്ലിയെടുത്ത് ചോറുകളഞ്ഞ്, കയറു പിരിക്കാൻ ഉപയോഗിക്കുന്നത്. മണപ്പുറത്തു ചെറിയ തോതിൽ മാത്രമാണ് കയർനിർമ്മാണം നടക്കുന്നുള്ളൂവെങ്കിലും തല്ലിചോറു കളഞ്ഞു വൃത്തിയാക്കിയ ചകിരി കെട്ടുവള്ളത്തിൽ ആലപ്പുഴയിലുള്ള

കയർ ഫാക്ടറികളിലേക്കു അയക്കുന്നു. ആലപ്പുഴയാണ് കയർവ്യവസായകേന്ദ്രം...

1946 ൽ ആലപ്പുഴയിൽനിന്നു കമ്യൂണിസ്റ്റുപാർട്ടി നേതാവ് ആർ സുഗതനും കൊച്ചിയിൽനിന്നു പി ഗംഗാധരനും ജോർജു ചടയൻ മുറിയും അന്തിക്കാട്ടു വന്നു താമസിച്ചിരുന്നു. ആലുവ എറണാകുളം ഭാഗങ്ങളിലെ കമ്യൂണിസ്റ്റുപാർട്ടി നേതാക്കളെ വേട്ടയാടുന്നതിന്റെ ഭാഗമായി ഒളിവിൽ താമസിക്കാനായി അന്തിക്കാട്ടേക്കു വന്നതായിരുന്നു ഇവർ. ദുഷ്കരമായ ചകിരിത്തൊഴിലാളികളുടെ ജീവിതം കണ്ടപ്പോൾ ഈ നേതാക്കളാണ് ചകിരിത്തൊഴിലാളി സമരത്തിനു നേതൃത്വം കൊടുക്കുന്നത്. കനോലിപ്പുഴയുടെ കിഴക്കു ചെമ്മാപ്പുള്ളിയിൽനിന്നു വടക്കോട്ടു മാമ്പുള്ളി വരേയുള്ള ചകിരിത്തൊഴിലാളികൾ സജീവമായും ചേറ്റുവമുതൽ നാട്ടികവരെയുള്ള മണപ്പുറത്തുള്ളവർ പരോക്ഷമായും ഈ സമരത്തിൽ പങ്കെടുത്തു. കമ്യൂണിസ്റ്റുകാരനായ കാരമാക്കൽ പുഷ്പാംഗദൻ ആയിരുന്നു പ്രാദേശിക സമരനേതാവ്.

അന്തിവരെ ചകിരിതല്ലി ക്ഷീണിച്ചവശരാവുന്ന തൊഴിലാളികൾക്കു അരിവാങ്ങാൻ കൂലി തികയില്ല. കൂലിക്കൂടുതൽ ആവശ്യപ്പെട്ട നിവേദനങ്ങൾക്കുനേരെ കുലുങ്ങാത്ത ജന്മിമാർക്കെതിരെ ചകിരിത്തൊഴിലാളികൾ സമരംചെയ്തു. അന്തിക്കാടിനു സമീപമുള്ള കരിക്കുടി, കാരമാക്കൽ എന്നിവിടങ്ങളിലായിരുന്നു സമരം കേന്ദ്രീകരിച്ചത്.

വാടകഗുണ്ടകൾ ഭീഷണിവേഷം കെട്ടിയാടിവന്നെങ്കിലും തൊഴിലാളികൾ പാറപോലെയുറച്ചുനിന്നു. കോൺഗ്രസ് നേതാവ് കെ കരുണാകരന്റെ നേതൃത്വത്തിൽ കരിങ്കാലികളെ വിട്ട് ചകിരിമുട്ടു കേന്ദ്രങ്ങൾ കൈയടക്കി തൊഴിൽ ചെയ്ത് സമരംപൊളിക്കാൻ ശ്രമംനടത്തി. വർഗ്ഗബോധമുള്ള തൊഴിലാളികൾ ചകിരിക്കുഴികളിൽ കയറിയിരുന്നു മുദ്രാവാക്യം വിളിച്ചപ്പോൾ 'കരിങ്കാലി നാടകം' പൊളിഞ്ഞു പാളീസായി. അറ്റകൈ പ്രയോഗമായി പൊലീസും ഗുണ്ടകളും ചേർന്നു തൊഴിലാളികളെയും നേതാക്കളേയും ആക്രമിക്കാൻ തുടങ്ങി. ജോർജുചടയൻ മുറിക്കും കാരമാക്കൽ പുഷ്പാംഗദനും തൊഴിലാളികൾക്കും ക്രൂരമായ മർദ്ദനമേറ്റു. കാൽവെള്ളയിൽ മരവടികൊണ്ട് അടിച്ചു കാലുകൾ പൊളിഞ്ഞു. പലർക്കും മർദ്ദനമേറ്റു നിത്യരോഗികളായി മാറി. തൊഴിലാളികളുടെയും കമ്യൂണിസ്റ്റുകാരുടെയും സ്ത്രീകൾക്കും കുട്ടികൾക്കും നേരെ അതിക്രമങ്ങൾ തുടർന്നു. സമരവീര്യം തകർക്കാനായില്ല. അവസാനം, തൊഴിലാളികൾ മുന്നോട്ടുവെച്ച ഡിമാന്റുകൾ അംഗീകരിക്കാൻ ജന്മിമാർ നിർബ്ബന്ധിതരായി. അതിഹാസികമായ ചകിരിത്തൊഴിലാളി സമരത്തിന്റെ തിരശ്ശീലവീണു. ഈ പ്രദേശത്ത് ഔദ്യോഗികമായി ചകിരിത്തൊഴിലാളി സംഘം രൂപീകരിക്കുന്നതെല്ലാം പിന്നീടാണ്.

കൊലമുറി സമരം

പ്രത്യക്ഷമായി ചകിരിത്തൊഴിലാളിസമരത്തിൽ പങ്കെടുത്തിരുന്നി

ല്ലെങ്കിലും മണപ്പുറത്തെ കമ്യൂണിസ്റ്റു പാർട്ടിയുടെ ധാർമ്മിക പിന്തുണ സമരത്തിനുണ്ടായിരുന്നു. പിന്നീടുള്ള പ്രവർത്തനങ്ങളിൽ ഈ സമര ത്തിന്റെ ആവേശം പ്രതിഫലിക്കുന്നുണ്ടായിരുന്നു. പൈനൂരിൽ കർഷ കത്തൊഴിലാളികളുടെ സംഘാടനം നടക്കുകയാണ്. പൈനൂരിൽ ഡി എം പൊറ്റെക്കാട്ടിന്റെ തയ്യപ്പിൽ നാളികേരപുരയിലാണ് യോഗം. യോഗ ത്തിൽ പങ്കെടുക്കാനുള്ള ആളുകൾ ഒരേസമയത്തു അങ്ങോട്ടു വരാതെ, പല വഴികളിലൂടെ പല സമയങ്ങളിലാണ് അവിടെയെത്തുന്നത്.

സമയത്തുതന്നെ ആളുകളെത്തിയിരുന്നു. എടത്തിരുത്തിയിൽ നിന്നു എം പിയും കെ കെ വിജയനും സർദാറും വി കെ ചാത്തനും വന്നു. വി കെ ചാത്തന്റെ റിപ്പോർട്ട് വായിച്ചതിനുശേഷം സർദാറിനെ ക്ലാസെടുക്കാൻ അദ്ധ്യക്ഷൻ എം പി ക്ഷണിച്ചു. സ്നേഹപൂർവ്വം അഭി സംബോധന ചെയ്തുകൊണ്ടു സർദാർ വിശദീകരിച്ചു. (ചുരുക്കം)

'സഖാക്കളെ,

കമ്യൂണിസ്റ്റ്പാർട്ടി തൊഴിലാളി ബഹുജനസംഘടനകൾ കെട്ടി പ്പടുത്തുകൊണ്ടിരിക്കുകയാണ്. കൂലിക്കൂടുതൽ ചോദിച്ചാൽ മർ ദ്ദിക്കും. ഭരണകൂടവും ജന്മിമാരും മുതലാളിമാരും ഗുണ്ടകളും ചേർന്നു അടിച്ചമർത്തി, അടിമകളാക്കി, ചൂഷണംചെയ്യുകയാണ്. ഒറ്റയ്ക്കു തിരിച്ചടിക്കാൻ നമുക്കു കഴിയുമോ? നമ്മൾ അസം ഘടിതരാണ്, ദുർബ്ബലരാണ്. അതുകൊണ്ടാണ് സഖാവ് ലെനിൻ പറഞ്ഞത്:

'സർവ്വരാജ്യ തൊഴിലാളികളെ, സംഘടിക്കുവിൻ... എന്നാണ്. സംഘടനയാണ് ശക്തി, സംഘടിച്ചു പോരാടാൻ ശക്തി സംഭരി ക്കണം..'

ഈ നാടും, ഈ മണ്ണും, ഈ കൃഷിഭൂമിയും ഇവിടത്തെ പുഴയും കുളങ്ങളുമെല്ലാം ഒരുകാലത്ത് നാട്ടുകാരുടെ സ്വന്തമായിരുന്നു. കൈക്കരുത്തുള്ളവർ, ആയുധമേന്തി എതിർത്തവരെ കൊന്നും കൊലവിളിച്ചുമാണ് അവരീഭൂമി സ്വന്തമാക്കിയത്. നമ്മുടെ ഭൂമിയുടെ ഉടമസ്ഥർ അധികാരികളായി മാറി. സമ്പത്തിന്റെ ഉടമ സ്ഥത ഉള്ളതുകൊണ്ടാണ് നമ്മളെ ഭരിക്കാൻ ഈ ഭരണക്കാർക്കു കഴിയുന്നത്. കായിക ആയുധശക്തികൊണ്ടാണ് സ്വത്തുക്ക ളെല്ലാം ഭരണകൂടം പിടിച്ചെടുത്തതെങ്കിൽ, സംഘടിതതൊഴിലാളി കൾ ഈ ഭരണകൂടത്തിനെതിരെ സമരം ചെയ്യണം. തൊഴിലാളി കൾ അധികാരത്തിലെത്തിയാൽ ഭൂസ്വത്തും ഭൂമിയും സാധാരണ ക്കാർക്കും പാവപ്പെട്ടവർക്കും വിതരണംചെയ്യും, അപ്പോളാണ്, നമ്മൾ സ്വാതന്ത്രരാവുന്നത്. നിങ്ങളെല്ലാവരും ബഹുജനസംഘ ടനകളിൽ അംഗങ്ങളാവുന്നതിലൂടെ പാർട്ടിയെയും അതോടൊപ്പം അവരവരെയും ശക്തിപ്പെടുത്തുകയാണ് ചെയ്യുന്നത്.

സർദാർ നിർത്തിയപ്പോൾ അന്തിക്കാടുമേഖലയിൽ ചെത്തുതൊഴിലാളികൾ നടത്തിവരുന്ന 'കൊലമുറിസമര'ത്തെക്കുറിച്ച് എം പി വിശദീകരിച്ചു: (ചുരുക്കം)

'സഖാക്കളെ,

അന്തിക്കാടുള്ള ജന്മിമാർ ഭൂമിയുടെ പാട്ടവും നികുതിയും ക്രമാതീതമായി വർദ്ധിപ്പിച്ചതിലൂടെ ചെത്തുതൊഴിലാളികളുടെ ജീവിതം വഴിമുട്ടി. എത്രയധികം കള്ളുചെത്തി വിറ്റാലും ജീവിക്കാനാവില്ല എന്ന അവസ്ഥയായി. സംഘടിത ചെത്തുതൊഴിലാളികൾ കള്ളുഷാപ്പുടമകളായ കരാറുകാരോടും കൊച്ചിസർക്കാരിനോടും കൂലികൂട്ടണം എന്നാവശ്യമുന്നയിച്ചു. ഈ ആവശ്യം അവഗണിച്ചപ്പോൾ യൂണിയൻ നേതാവായ ജോർജ്ജു ചടയൻമുറിയുടെ നേതൃത്വത്തിൽ തൊഴിലാളികൾ സമരം പ്രഖ്യാപിച്ചു.

സഖാക്കൾ ചാത്തുമാസ്റ്റർ, കെ ആർ കേളു, കെ ജി കേളൻ, കെ എസ് ചാത്തുക്കുട്ടി, എൻ സി ശങ്കരൻ, നെല്ലിപ്പറമ്പിൽ സുരേന്ദ്രൻ എന്നിവർ കരാറുകാർക്കെതിരെ തൊഴിലാളികളെ സംഘടിപ്പിച്ചു. എന്നാൽ കോൺഗ്രസ് നേതാവായ കെ കരുണാകരനും കൂട്ടരും സമരസഖാക്കളായ തൊഴിലാളികളെ കരിങ്കാലികളാക്കി സമരം പൊളിക്കാൻ ശ്രമിച്ചു. അപകടം മണത്തറിഞ്ഞ തൊഴിലാളികൾ ഈ കരിങ്കാലിപ്പണിക്കെതിരെ ശക്തമായ ആസൂത്രണത്തിലൂടെ പരിഹാരം കണ്ടെത്തി. ഒരേയൊരു രാത്രിക്കുള്ളിൽ ഏനാമ്മാവു മുതൽ പെരിങ്ങോട്ടുകര വരെയുള്ള അന്തിക്കാട്ടെ പതിനേഴു ഗ്രാമങ്ങളിലും ചെത്തുന്ന തെങ്ങുകളിലെ, പൂക്കുലകൾ മുറിച്ച് ഓരോ വീടിന്റെയും മുന്നിൽ മതിൽപോലെ വരിവരിയായി നിർത്തിവെച്ചു. നേരം പുലർന്നപ്പോൾ, മുറിച്ചുവെച്ച പൂക്കുലകൾ കണ്ട് ഷാപ്പുടമകളും കരാറുകാരും ഞെട്ടി. കരുണാകരന്റെ പരിപാടികൾ പൊളിഞ്ഞു.

പിന്നീട് ഒരു മാസത്തോളം പൊലീസിന്റെയും ഗുണ്ടകളുടെയും നരനായാട്ടായിരുന്നു. പൊലീസും ഗുണ്ടകളും കമ്യൂണിസ്റ്റു നേതാക്കളെയും ചെത്തുതൊഴിലാളികളെയും മർദ്ദിച്ചവശരാക്കി. നിയമത്തിന്റെയും നീതിന്യായവ്യവസ്ഥയുടെയും പിന്തുണയുള്ള പൊലീസ്, സർക്കാർ സംവിധാനം ഉപയോഗിച്ചു തൊഴിലാളികളെ പൈശാചികമായി അടിച്ചമർത്താൻ ശ്രമിക്കുകയായിരുന്നു. രാവും പകലുമെന്നില്ലാതെ സഖാക്കളെ വീടുകളിൽ കയറി മർദ്ദിക്കുക, നിയമവിരുദ്ധമായി കസ്റ്റഡിയിലെടുക്കുക മുതലായ എല്ലാ തരത്തിലുമുള്ള ആക്രമണങ്ങളും പീഢനങ്ങളും നടത്തി. സ്ത്രീകൾക്കതിരെ ഹൃദയഭേദകമായ അതിക്രമങ്ങൾ നടത്തി. എന്നിട്ടും സമരക്കാരുടെ ആത്മവീര്യം, തകരാത്ത കാരിരുമ്പുപോലെ

ഉറപ്പോടെനിന്നു. ഒരു തൊഴിലാളിപോലും കള്ളുചെത്താനും കരിങ്കാലിയാവാനും തയ്യാറായില്ല, സർക്കാരും കരാറുകാരും മുട്ടുകുത്തി. ചെത്തുതൊഴിലാളിയൂണിയൻ നേതാക്കളേയും പാർട്ടി നേതാക്കളേയും ഒത്തുതീർപ്പു സംഭാഷണത്തിനു ക്ഷണിച്ചിരിക്കുകയാണിപ്പോൾ. തൊഴിലാളികൾ ആവശ്യപ്പെടുന്ന കൂലിയും മറ്റ് ആനുകൂല്യങ്ങളും നല്കാം എന്നു വാക്കാൽ ഉറപ്പു നല്കിയിട്ടുണ്ട്. പ്രതീക്ഷയോടെ നാളെ സഖാക്കൾ ചർച്ചയ്ക്കു പോകുകയാണ്.

എം പി പ്രസംഗം അവസാനിപ്പിച്ചു. പുതിയ അംഗങ്ങൾക്ക് അംഗത്വം വിതരണം ചെയ്തു. സർദാർ യാത്ര പറഞ്ഞ് അന്തിക്കാട്ടെ സഖാക്കളെ കാണാൻ വള്ളത്തിൽ കയറിയിരുന്നു. തൃപ്രയാർ അമ്പലപരിസരത്തു പൊലീസ് എല്ലാ വഞ്ചികളെയും നിർത്തിച്ച് കമ്യൂണിസ്റ്റുകാരെ പരിശോധിക്കുന്ന ദൃശ്യം ദൂരെനിന്നു കണ്ടപ്പോൾ വഞ്ചി കുത്തുന്നയാളോടു തന്നെ അവിടെ ഇറക്കിവിടണമെന്നു പറഞ്ഞ് അമ്പലത്തിന്റെ തെക്കേ കടവിലിറങ്ങി ചൂലൂർവഴി തിരിച്ചുവന്നു..

രണ്ടാംദിവസം ചെത്തുതൊഴിലാളിസമരത്തിലെ ആവശ്യങ്ങൾ കള്ളുഷാപ്പുമുതലാളിമാരും കരാറുകാരും അംഗീകരിച്ചതായി വാർത്ത വന്നു. അന്തിക്കാടു മേഖലയിൽ ചെത്തുന്ന എല്ലാ തെങ്ങിന്റെ തലപ്പുകളിലും വിജയത്തിന്റെ ചെങ്കൊടി പാറിക്കളിച്ചു...

എ കെ ജി തളിക്കുളത്ത്

പാർട്ടി നിരോധനം അനൗദ്യോഗികമായിരുന്നു. സഖാക്കളെ ഏതെങ്കിലും കേസിൽ കുടുക്കി അറസ്റ്റു ചെയ്യുന്ന രീതിയായിരുന്നു പൊലീസിന്റേത്. യുദ്ധം കഴിഞ്ഞതോടെ എ കെ ജി ജയിലിൽ നിന്നു പുറത്തിറങ്ങി. തളിക്കുളം സെന്ററിനു കിഴക്കോട്ടു മാറി ശാർക്കര സെന്ററിനു തെക്ക് തൊട്ടുപുര കുമാരസ്വാമിയുടെ വീട്ടിൽവെച്ചാണ് എ കെ ജി. പങ്കെടുക്കുന്ന യോഗം. പലരും പലവഴികളിലൂടെ പലസമയത്തായി മാത്രമേ അങ്ങോട്ടു പോകാൻ പാടുള്ളൂ എന്ന കർശന നിബന്ധനയുണ്ട്.

എടത്തിരുത്തിയിലെ എല്ലാ സഖാക്കളും പെരിഞ്ഞനത്തുനിന്നു. പി ടി ബി, മുഹമ്മദ് യൂനസ്, പി കെ ഗോപാലകൃഷ്ണൻ, വി കെ ഗോപാലൻ, വലപ്പാടുനിന്നു പൊഴേക്കടവിൽ ഗോപാലൻമാഷ്, പട്ടാലി കൃഷ്ണൻകുട്ടിമാഷ്, പൊക്കാഞ്ചേരി രാമകൃഷ്ണൻവൈദ്യർ തുടങ്ങി എല്ലാവരുമുണ്ട്. അകത്തിരിക്കാൻ സ്ഥലമില്ലാതെ വന്നപ്പോൾ പുറത്തും മറ്റുമുറികളിലുമായി എല്ലാവരും കയറിയിരുന്നു. ഉച്ചകഴിഞ്ഞതോടെ പ്രാഥമിക യോഗനടപടികൾക്കുശേഷം ടി കെ രാമൻ, എ കെ ജിയെ പ്രസംഗിക്കാൻ ക്ഷണിച്ചു. എ കെ ജിയുടെ പ്രസംഗം: (ചുരുക്കം)

സഖാക്കളെ, നമ്മളിപ്പോൾ ഒളിവിൽ പോകണം. പുറത്തെ കാര്യങ്ങൾക്കായി സന്ദേശവാഹകരെ ഉണ്ടാക്കണം. സംശയം തോന്നാത്ത

തരത്തിലുള്ള കൗമാരക്കാരെ കത്തുകൾ കൊടുക്കാൻ കണ്ടെത്തണം. സഖാക്കൾക്കു തമ്മിൽ പറയാൻ കോഡുപേരുകൾ ഉണ്ടാവണം. നിശ്ചിത സമയത്തിനുള്ളിൽ പാർട്ടിയോഗങ്ങൾ ഒളിവിലാണെങ്കിലും കൂടിയിരിക്കണം. ഏതെല്ലാം സഖാക്കൾ എവിടെയെല്ലാമാണ് ഇരിക്കുന്നതെന്നു മുതിർന്ന സഖാക്കൾക്കു അറിവുണ്ടാവണം. ഷെൽട്ടറിൽ ഒരു അകന്ന ബന്ധുവെന്നോ മറ്റോ പറയണം. പാർട്ടി ലഘുലേഖകൾ, പത്രം എന്നിവ എത്തിച്ചുകൊടുക്കാൻ സംവിധാനം പുറത്തുള്ള സഖാക്കൾ ഒരുക്കണം. പൊലീസ് ഏതു സമയത്തും വരാം എന്നബോധം മനസ്സിലുണ്ടാവണം. പൊലീസുവന്നാൽ രക്ഷപ്പെടാനുള്ള അടിയന്തരവഴികളും അപൂർവ്വ വഴികളും ഏതെന്നു വ്യക്തമായ ധാരണ ഉണ്ടായിരിക്കണം. ഒളിവിൽ പാർട്ടിയോഗങ്ങൾ ഒരിക്കലും പൊലീസിന് എത്തിപ്പെടാൻ കഴിയാത്ത ഭാഗത്തു വെച്ചുനടത്തണം. യാതൊരു കാരണവശാലും പൊലീസിനു പിടികൊടുക്കരുത്, സാഹസമെടുത്തായാലും രക്ഷപ്പെടാൻ ശ്രമിക്കണം. പിടിക്കപ്പെട്ടാൽ ഒരു രഹസ്യവും ചോർന്നു പോകരുത്. എതുരഹസ്യയോഗം കൂടുമ്പോഴും മൂന്നോ നാലോ പേരെ നാലിടങ്ങളിലായി നിർത്തണം. പൊലീസോ ചാരന്മാരോ വരുന്നതിന്റെ സൂചന കിട്ടിയാൽ ചൂളം വിളിച്ചോ മറ്റോ അവർ അറിയിക്കാൻ ശ്രമിക്കണം. പാർട്ടി യോഗങ്ങളിൽ ഉറച്ച സഖാക്കളെ മാത്രമേ പങ്കെടുപ്പിക്കാവൂ. ചാരന്മാർ ചുറ്റുമുണ്ട് എന്നു മെപ്പോഴും ഓർമ്മ വേണം. യോഗം കഴിഞ്ഞ് നമ്മൾ തമ്മിൽ നേരിട്ടു സംസാരിച്ചിട്ടേ, ഞാൻ പോകുന്നുള്ളൂ.

തുടർന്നു ഓരോ സഖാക്കളോടും നേരിട്ട് അവരുടെ പ്രദേശത്തെ പ്രശ്നങ്ങൾ ചോദിച്ചറിഞ്ഞ് നിർദ്ദേശങ്ങൾ കൊടുത്തിട്ടാണ് എ കെ ജി പോയത്.

അറസ്റ്റ്

ദൈവങ്ങളുടെ പാർട്ടിയല്ല

"ദൈവം സഹായിക്കില്ല, എങ്കിൽപ്പിന്നെ പാവങ്ങൾക്കെന്താ ണൊരു ഗതിമാഷെ..?" കുട്ടമംഗലത്തു പാർട്ടി സ്റ്റഡിക്ലാസിൽ കൊല്ലാറ രവിയുടെ ചോദ്യം സർദാറിന് ഇഷ്ടമായി. സർദാർ വിശദീകരിച്ചു: (ചുരുക്കം)

> രവിയുടെ ചോദ്യം പ്രസക്തമാണ്. ദൈവം സഹായിക്കുമെങ്കിൽ ഏറ്റവും അർഹരായ കോടാനുകോടി പാവപ്പെട്ടവരെ എന്തേ സഹായിച്ചില്ല? ദൈവം നിസ്സഹായനാണ്. ദൈവത്തിനു സഹാ യിക്കാനോ ഉപദ്രവിക്കാനോ കഴിയില്ല ദൈവമെന്നത് ഒരു സങ്ക ല്പമാണ്. സങ്കല്പങ്ങൾക്കു യാഥാർത്ഥ്യത്തെ ചലിപ്പിക്കാനൊ ക്കില്ല. സാമൂഹിക മാറ്റമുണ്ടാക്കാൻ ഭരണമാറ്റമുണ്ടാവണം. ബ്രിട്ടീ ഷുകാർ ഇന്ത്യ വിട്ടുപോകാനായി എത്രയോ പേർ പ്രാർത്ഥിച്ചു. ദൈവസഹായമുണ്ടായോ? ഭഗത്സിങ്ങിനെപ്പോലെ, ജാലിയൻ വാലാബാഗിലെ രക്തസാക്ഷികളെപ്പോലെ എത്രയോപേരുടെ ജീവത്യാഗവും സമരങ്ങളും പെരുകിയതുകൊണ്ടുകൂടിയാണ് അവരിപ്പോൾ ഇന്ത്യവിട്ടു പോകുന്ന സാഹചര്യമുണ്ടായത്. ആ നേട്ടം ദൈവത്തിന്റെ കണക്കിലെഴുതരുത്. 'എല്ലാം ദൈവാനു ഗ്രഹം' എന്നു പഠിച്ചത് പാരമ്പര്യ മതബോധത്തിന്റെ അടിമത്ത ശീലമാണ്. സമരം ചെയ്യാതെ, പ്രാർത്ഥിച്ചാൽ സ്വാതന്ത്ര്യം കിട്ടില്ല. അവകാശസമരങ്ങൾ ജയിക്കില്ല. മരുന്നു കഴിക്കാതെ പ്രാർത്ഥി ച്ചാൽ രോഗം മാറുമോ? ഇല്ല. പഠിക്കാതെ പരീക്ഷ ജയിക്കാനാവില്ല. യുക്തിചിന്തയെ മറച്ച് കണ്ണുകൾ തുറക്കാതിരിക്കാൻ പൗരോ

ഹിത്യം ചെയ്യുന്ന വഞ്ചനയാണ് എല്ലാം ദൈവത്തിലർപ്പിക്കാൻ ശീലിപ്പിക്കുന്നത്. ഭക്തിയിൽനിന്നാണ് അന്ധവിശ്വാസത്തിലേക്കും അനാചാരങ്ങളിലേക്കും നയിക്കുന്നത്. യുക്തിപരമായി ചിന്തിക്കുക മാത്രമാണ് മുന്നിലുള്ള വഴി.

"അപ്പോൾ ദൈവത്തിനെതിരെ നമ്മൾ പ്രചാരണം നടത്തേണ്ടേ മാഷെ..?" അശോകന്റെ ചോദ്യം..

"കമ്യൂണിസ്റ്റുപാർട്ടി ദൈവങ്ങളുടെ പാർട്ടിയല്ല, മനുഷ്യരുടെ പാർട്ടിയാണ്. ദൈവം നമ്മുടെ വിഷയമേയല്ല. ദൈവം ഉണ്ടെന്നും ഇല്ലെന്നും സ്ഥാപിക്കുന്നതല്ല നമ്മുടെ കടമ. നമുക്കു ദൈവത്തിലല്ല മനുഷ്യനിലാണ് വിശ്വാസം. ജീവിതത്തെ ചൂഷണവിമുക്തമാക്കി സമത്വവും സമൃദ്ധിയും സമാധാനവുമുള്ള ഭരണവ്യവസ്ഥയാണ് നമ്മുടെ ലക്ഷ്യം. അത്തരമൊരു സോഷ്യലിസ്റ്റുവ്യവസ്ഥയിൽ ഭക്തിയും അന്ധവിശ്വാസവും സ്വാഭാവികമായി ഇല്ലാതാവും. മനുഷ്യന്റെ പ്രശ്നങ്ങൾ ഏറ്റെടുക്കുന്നതു ദൈവമല്ല, പാർട്ടിയാണ്. മതം, മർദ്ദിത ജീവിയുടെ നിശ്വാസമാണ്; ഹൃദയശൂന്യമായ ലോകത്തിന്റെ ഹൃദയമാണത്. അത് ഉന്മേഷരഹിതമായ സാഹചര്യങ്ങളിലെ ലഹരിയുമാണ്. സാധാരണക്കാർക്കു മയക്കുമരുന്നാണത്. ഇപ്പോൾ അശോകനും ഉത്തരമായെന്നു തോന്നുന്നു, അല്ലെ?"

"വ്യക്തമായി മാഷെ..." അശോകന്റെ മുഖം തെളിഞ്ഞു.

കരിവെള്ളൂർ സമരം

തളിക്കുളം കുമാരസ്വാമി വൈദ്യരുടെ വീട്ടിൽ സി എച്ച് കണാരൻ വന്നിട്ടുണ്ട്, അദ്ദേഹത്തിന്റെ യോഗത്തിൽ പങ്കെടുക്കാൻ സർദാറിന്റെ നേതൃത്വത്തിൽ സഖാക്കൾ പോയിരുന്നു. സി എച്ച് കണാരന്റെ പ്രസംഗം :(ചുരുക്കം)

'സഖാക്കളെ, 1946 ൽ കരിവള്ളൂരിൽ സഖാവ് എ വി കുഞ്ഞമ്പുവിന്റെ നേതൃത്വത്തിൽ ജന്മിവ്യവസ്ഥക്കെതിരെ കർഷകർ നടത്തിയ സമരമാണ് കരിവെള്ളൂർ സമരം. രണ്ടാം ലോക മഹായുദ്ധത്തെത്തുടർന്നു ക്ഷാമവും പട്ടിണിയും വർദ്ധിച്ചിട്ടും ജന്മികൾ കുടിയാന്മാരിൽനിന്നും പാട്ടവും മറ്റുവരവുകളൊന്നും കുറയ്ക്കുകയല്ല കൂട്ടുകയാണുണ്ടായത്. നെല്ല് പത്തായത്തിൽ പൂഴ്ത്തിവെച്ച് കരിഞ്ചന്തയിൽ വിറ്റു. മിച്ചംവരുന്ന നെല്ലു സ്റ്റോറിൽ അടയ്ക്കണമെന്നും കരിഞ്ചന്ത അവസാനിപ്പിക്കണമെന്നും കുഞ്ഞമ്പുവിന്റെ നേതൃത്വത്തിലുള്ള കർഷകസംഘം ആവശ്യപ്പെട്ടു. എന്നാൽ, ചിറക്കൽതമ്പുരാൻ പൊലീസിന്റെയും ഗുണ്ടകളുടെയും സഹായത്തോടെ നെല്ല് കടത്തിക്കൊണ്ടു പോകാൻ ശ്രമിച്ചപ്പോൾ കുഞ്ഞമ്പുവിന്റെ നേതൃത്വത്തിൽ ജനങ്ങളതു തടഞ്ഞു. പൊലീസ് വന്നു, ജനങ്ങൾക്കുനേരെ നിറയൊഴിച്ചു. മൂന്നു കർഷകർ

അപ്പോൾത്തന്നെ മരിച്ചു. കുഞ്ഞമ്പുവിനെ പൊലീസ് ജയിലിലടച്ചു. നിരവധി സഖാക്കൾ ജയിലിലാണിപ്പോൾ. ജന്മിമാരുടെയും സർക്കാരിന്റെയും ജനവഞ്ചനക്കെതിരെ ശക്തിയായി പോരാടാൻ മണപ്പുറത്തെ സഖാക്കളെയും സജ്ജരാക്കണമെന്ന് അഭ്യർത്ഥിച്ചു കൊണ്ട് ഞാനീ റിപ്പോർട്ടു സംസ്ഥാനസമിതിക്കുവേണ്ടി നാട്ടികയിലെ സഖാക്കൾക്കായി അവതരിപ്പിക്കുന്നു, ലാൽ സലാം...

പൊലീസിന്റെ കെണിയിൽ

പുത്തൻപുരയിലേക്കു സ്കൂൾവിട്ടു ഉണ്ണ്യേപ്പൻ മാഷുവന്നു കയറുമ്പോൾ ആകാശംപഴുത്ത ചെമ്പുപോലെ തുടുത്തു നില്ക്കുകയായിരുന്നു. സബ്ഇൻസ്പെക്ടറും പൊലീസുകാരും ചേർന്നു വീടു വളഞ്ഞിരിക്കുന്നു. കിഴക്കേപ്പുറത്തിരുന്നു പഠിക്കുന്ന ചിത്ര (ചിത്തു)യാണ് ശബ്ദമുണ്ടാക്കാതെ ഇരുളിൽ പതുക്കെ നടന്നുപോകുന്ന പൊലീസുകാരെ ആദ്യം കണ്ടതും അകത്തുപോയി അമ്മയോടു വിവരം പറയുന്നതും. ഇൻസ്പെക്ടർ, അധികാരോന്മത്തനായി പരുക്കൻ സ്വരത്തിൽ അലറി:

"സർദാർ, രക്ഷപ്പെടാൻ ശ്രമിക്കേണ്ട, പുറത്തുവരണം."

ബ്രൂസ് മുറ്റത്തുവന്നു അതിശക്തമായി പൊലീസിന്റെ ഈ അതിക്രമത്തിലുണ്ടായ അനിഷ്ടം പ്രകടമാക്കിക്കൊണ്ടു കുരച്ചു. ഉണ്ണ്യേപ്പൻ മാഷ് പുറത്തുവന്ന് സർദാർ ഇവിടെയില്ലെന്നും, വേണമെങ്കിൽ വീടു പരിശോധിക്കാമെന്നും പറഞ്ഞു. കയറി ഇറയത്തുനിന്ന് അനിയന്ത്രിത കോപത്തിൽ ബ്രൂസിനെക്കാൾ ഉച്ചത്തിൽ ഇൻസ്പെക്ടർ വീണ്ടും കുരച്ചു:

"നീയൊരു കമ്യൂണിസ്റ്റിനെയാണ് ഒളിപ്പിക്കുന്നത്. അതു ഞാനവസാനിപ്പിക്കും. നിന്റെ സർക്കാർ ജോലി ഞാൻ തെറിപ്പിക്കും, ഓർത്തോ?"

ഉണ്ണ്യേപ്പൻമാഷ് ചെന്ത്രാപ്പിന്നി സർക്കാർ ബോർഡു സ്കൂളിൽ അദ്ധ്യാപകനാണ്. പ്രകോപിതനാകാതെ ആത്മനിയന്ത്രണത്തിന്റെ മൗനം പുതയ്ക്കുന്നതാണ് ബുദ്ധി. ഇൻസ്പെക്ടർ ഇറങ്ങിപ്പോയി.

ശബ്ദംകേട്ട് കുമാരനും ഗോപാലൻവൈദ്യരും കെ സി രാമൻമാഷും ശ്രീധരനും ഓടിവന്നു വിവരങ്ങളറിഞ്ഞു..

സർദാർ വന്നപ്പോൾ ഉണ്ണ്യേപ്പൻമാഷ് വാതിൽതുറന്നു. ഷർട്ടൂരി ഹാങ്ങറിലിട്ടു തളത്തിലേക്കുവന്നു, പാഞ്ചാലിച്ചേടത്തി അത്താഴം വിളമ്പി. വൈകുന്നേരമുണ്ടായ സംഭവങ്ങൾ വെളിയിൽ കേൾക്കാതെ പതിഞ്ഞ സ്വരത്തിൽ ഉണ്ണ്യേപ്പൻമാഷ് വിശദീകരിച്ചു. എല്ലാം സർദാർ ശ്രദ്ധിച്ചുകേട്ടു. കഞ്ഞി കുടിച്ചു കഴിഞ്ഞ സർദാർ ബ്രൂസിനുള്ള കഞ്ഞി അവന്റെ പാത്രത്തിലൊഴിച്ചു കൊടുത്തു കൈകഴുകി വന്നു പതുക്കെ വിവരങ്ങൾ ധരിപ്പിച്ചു:

"നാളെയും മറ്റന്നാളുമായി എല്ലാ സഖാക്കൾക്കുമുള്ള ഷെൽട്ടറുകൾ ശരിയാവും. പി ടി ബിയേയും മുഹമ്മദു യൂനസ്സിനെയും ഒളിവിൽ

താമസിപ്പിക്കണം. ഇൻസ്പെക്ടർ ഒരു വെകിടനാണ്. ചേട്ടന്റെ ജോലി കളയാനും ചേടത്തിക്കും മക്കൾക്കും ഉപദ്രവമുണ്ടാക്കാനും ശ്രമിക്കും. ഞാനിവിടെ താമസിക്കുന്നത് ദോഷമാണ്. നാളെ ഞാൻ ഒളിവിൽ പോകുകയാണ്."

വീട്ടിലേക്കു കടക്കുന്ന വഴിയിൽത്തന്നെ വിഷക്കാവിനടുത്ത് ഒരു ഷെഡ്ഡുകെട്ടിയുണ്ടാക്കിയിരുന്നു. സർദാറിനുള്ള പാർട്ടി ലഘുലേഖകളും കത്തുകളും പത്രങ്ങളുമെല്ലാം അവിടെയാണ് സഖാക്കൾ കൊണ്ടുവച്ചു പോകുന്നത്. അവിടെപോയി പുതിയ ലഘുലേഖകൾ എടുത്തുകൊണ്ടു വന്നു. തെക്കേപുറത്തു ഇറയത്തു നെല്ലറയുടെ കിഴക്കു കട്ടിലിൽ കിടക്കവിരിച്ചു. കട്ടിലിനോടു ചേർത്തുവെച്ച മുട്ടവിളക്കിന്റെ തിരിയുയർത്തി ലഘുലേഖകൾ വായിച്ചുകിടന്നു.

ഉറക്കത്തിന്റെ പ്രശാന്തമായ സമതലങ്ങളിലേക്കു എപ്പോഴോ വഴുതി വീണു.... ബ്രൂസിന്റെ കുരകേട്ടുണർന്നപ്പോഴേക്കും പുറത്തു പൊലീസുകാർ ചുറ്റും വീടുവലയം തീർത്തുകഴിഞ്ഞിരുന്നു. പാടം കഴിഞ്ഞുള്ള കിഴക്കേവീട്ടിൽ പൊലീസുകാർ കയറിമർദ്ദിക്കുന്നു തേവർപുരയ്ക്കൽ രാമന്റെയും കാളിയുടെയും മകൻ വേലായുധന്റെയും കുട്ടികളുടേയും ദയനീയരോദനം കേൾക്കുന്നു. എന്തു ചെയ്യണം? അഞ്ചു ബാറ്ററിയുള്ള ഇൻസ്പെക്ടറുടെ ടോർച്ച് ഇടംവലം വീശിയടിക്കുന്നുണ്ട്. പൊലീസ് വീശിയ വലയുടെ ആഴം എത്രയാണെന്നറിയില്ല. ഈ സമയം രക്ഷപ്പെടാനുള്ള പഴുതുണ്ടാവുമോ? ഒരുപക്ഷേ, രക്ഷപ്പെട്ടാൽ, രക്ഷപ്പെട്ടതിലുള്ള അമർഷം അയാളിൽ ആളിക്കത്തും, കുഞ്ഞേട്ടനേയും വീട്ടുകാരെയും ക്രൂരമായി കടിച്ചു കീറും, ആ രോഷാഗ്നിയിൽ ആളിക്കത്തിക്കരിഞ്ഞുപോകുന്നത് രക്തബന്ധങ്ങളുടെ ജീവിതമായിരിക്കും. തനിക്കു താമസമൊരുക്കുന്നത് അവർ ചെയ്യുന്ന സഹായമാണ്. അവർക്കു ദോഷമാകരുത്. അതിനേക്കാൾ ഭേദം സ്വയം കീഴടങ്ങുന്നതാണ്.

"ഹാൻഡ്സപ്പ്..' ഇൻസ്പെക്ടറുടെ സ്വരമുയർന്നു. പൊലീസുകാർ കൈയിലുള്ള തോക്കുകൾ തന്റെനേരെ നീട്ടി ഉന്നംവെക്കുന്നത് നിർഭയമായി കണ്ടു, സർദാർ കൈ ഉയർത്തി,.....

"ഡോണ്ട് മൂവ്.." അയാൾ തുടർന്നു: "അറസ്റ്റ് ഹിം..." ഇൻസ്പെക്ടർക്കുനേരെ ബ്രൂസു കുരച്ചുകൊണ്ടടുത്തപ്പോൾ, പൊലീസ് ബ്രൂസിന്റെ മുഖത്തു തോക്കിന്റെ മാടകൊണ്ടടിച്ചു, ബ്രൂസു അകലെ ചെന്നുവീണു. സർദാർ ബ്രൂസിനെ നോക്കി പോകാൻ കണ്ണുകൊണ്ട് ആംഗ്യം കാണിച്ചു. ഉണ്ണ്യേപ്പൻമാഷു വാതിൽ തുറന്ന് പുറത്തുവരുമ്പോഴേക്കും സർദാറിന്റെ കൈയിൽ ആമം വെച്ചു പൊലീസും പുറത്തു കടന്നിരുന്നു...

ബ്രൂസു നിർത്താതെ കുരച്ചു. സർദാറിനെ പൊലീസ് കൊണ്ടുപോകുന്നതിലെ അസഹ്യമായ പ്രതിഷേധവും വേദനയും ബ്രൂസിന്റെ കുരയിലുണ്ടായിരുന്നു...

ആത്മവിമർശനം

പൊലീസുകാർ വന്ന വഞ്ചി കനോലിപ്പുഴയിൽ കെട്ടിയിട്ടിരുന്നു. സർദാറിനെയും കയറ്റി വടക്കോട്ടുനീങ്ങി വലപ്പാടിനടുത്ത് വഞ്ചിനിർത്തി. റോഡിലുണ്ടായിരുന്ന ഇടിവണ്ടിയിൽ കയറ്റി സർദാറിനെ വലപ്പാടു പൊലീസ് സ്റ്റേഷനിലേക്കു കൊണ്ടുപോയി.

വലപ്പാടു പൊലീസ് സ്റ്റേഷനിലെത്തിയപ്പോൾ ഇൻസ്പെക്ടറുടെ മുറിയുടെ തൊട്ടുള്ള മുറിയിലേക്കു സർദാറിനെ കടത്തിവിട്ടു പുറത്തു നിന്നുപൂട്ടി താക്കോൽ പോക്കറ്റിലിട്ടു അയാൾ ക്വാർട്ടേഴ്സിലേക്കു മടങ്ങി.

ഉടുത്തമുണ്ടഴിച്ച് സർദാർ നിലത്തുവിരിച്ചു മലർന്നു കിടന്നപ്പോൾ പൊലീസ് സ്റ്റേഷന്റെ മേല്പുരയുടെ ഓടുകൾകണ്ടു. അറസ്റ്റിനുമുമ്പുള്ള സമയത്ത് താൻ രക്ഷപ്പെടാനുള്ള ശ്രമം കാര്യമായി നടത്തിരുയിരുന്നുവോ? ഒരുപക്ഷേ, ആ നിമിഷം പുറത്തുകടക്കാൻ ഒരു ശ്രമം നടത്തിയിരുന്നെങ്കിൽ രക്ഷപ്പെടാൻ കഴിയുമായിരുന്നോ? ഒരു സാഹസത്തിനു തയ്യാറായിരുന്നെങ്കിൽ താനിന്നു പിടിക്കപ്പെട്ട ഒരു പ്രതിയായി ഇവിടെ കിടക്കേണ്ടിവരുമായിരുന്നില്ലല്ലോ.

“യാതൊരു കാരണവശാലും പൊലീസിനു പിടികൊടുക്കരുത്, സാഹസമെടുത്തായാലും രക്ഷപ്പെടാൻ ശ്രമിക്കണം..”

എ കെ ജിയുടെ വാക്കുകൾ കാതിൽ മുഴങ്ങുകയായിരുന്നു. സത്യത്തിൽ താൻ, സഹോദരന്റെയും കുടുംബത്തിന്റെയും രക്ഷയ്ക്കുവേണ്ടി പാർട്ടിനിർദ്ദേശം തള്ളിയതുകൊണ്ടല്ലേ രക്ഷപ്പെടാൻ ശ്രമം നടത്താതിരുന്നതു? ആ അർത്ഥത്തിൽ താൻ ചെയ്തത് നീതീകരിക്കാനാവാത്ത അപരാധമല്ലേ? താനും കുടുംബബന്ധിതനായ ഒരു ശരാശരി മനുഷ്യനായി ചുരുങ്ങുകയല്ലേ? സഹോദരനെ പൊലീസ് മർദ്ദങ്ങളിൽനിന്നും രക്ഷിക്കുകയെന്നത് സാഹോദര്യമായിരിക്കാം, അപ്പോൾ ലംഘിക്കുന്നതു പാർട്ടി നിയമങ്ങളാണ്. ജാതി-മത-കുലബന്ധനങ്ങളുടെ പരിമിതികളെ അതിലംഘിക്കുന്നതിലൂടെ കമ്യൂണിസം നിവർത്തിയിടുന്ന വിശ്വമാനവികതയുടെ വിശാലകമ്പളങ്ങളിൽ വിഹരിക്കാൻ വ്യക്തി ദൗർബല്യങ്ങളുടെ വികാരവായ്പ്പിൽ ആദർശവ്യതിയാനത്തിലേക്കു വീണുപോകുന്ന ദുർബ്ബല ചിത്തനായ തനിക്കെന്തവകാശം?

സ്വയംവിമർശനവും ആത്മാന്വേഷണങ്ങളുമായി മനസ്സിന്റെ ഇടനാഴികളിലൂടെ നീങ്ങിയപ്പോൾ കൂട്ടലുകളും കിഴിക്കലുകളും നടന്നു. രക്ഷപ്പെടാനുള്ള സാദ്ധ്യതകളില്ലായിരുന്നതിനാൽ അതിനു ശ്രമിക്കാതിരുന്നതു നന്നായി എന്നുതന്നെയാണ് അന്തിമമായി മനഃസാക്ഷി പറഞ്ഞത്. ജലകണങ്ങൾ വറ്റിപ്പോയ ഊഷരഭൂമിയെപ്പോലെ ഹൃദയം കത്തിയുരുകുകയായിരുന്നു. നെരിപ്പോടിൽ നിന്നെന്നപോലെ നെഞ്ചിൻകൂടിൽ നിന്നും ചൂടുള്ള പുക ഉയരുകയായിരുന്നു. മുഖമർത്തിക്കിടന്നപ്പോൾ സർദാർ മൗനമായി കരയുന്നുണ്ടായിരുന്നു...

വിചാരണ

രാവിലെ ഉണർന്നപ്പോൾ ചാവക്കാട് കോടതിയിലേക്കു കൊണ്ടു പോകുന്നുവെന്നും ഉടൻ പ്രാഥമിക കാര്യങ്ങളെല്ലാം നിർവ്വഹിച്ചു കൊള്ളാനും ഏമാൻ പറഞ്ഞതായി കാവൽ പൊലീസുകാരൻ അറിയിച്ചു. പല്ലു തേക്കാൻ ഉമിക്കരിയും ഈർക്കിലിയും കോൺസ്റ്റബിൾ തന്നെ കൊണ്ടുവന്നുതന്നു. പ്രതികൾക്കു കുളിക്കാൻ കൊടുക്കുന്ന ഇഞ്ചയും കുളിമുറിയിൽ വെച്ചിരുന്നു.

ചാവക്കാട് കോടതിയിലെത്തി, അകത്തു കയറിപ്പോയ ഇൻസ്പെക്ടർ കുറേക്കഴിഞ്ഞു തിരിച്ചുവന്നു. കോടതിയിൽ കേസ് വിളിക്കാനായി കാത്തിരുന്നു. മുമ്പുണ്ടായിരുന്ന കേസുകഴിഞ്ഞു. അഞ്ചുനിമിഷത്തെ ഇടവേളയ്ക്കുശേഷം ഇൻസ്പെക്ടറുടെ കേസെടുത്തു. എഴുതിക്കൂട്ടിയ കടലാസുകെട്ടുകൾ കോടതിയുടെ മുന്നിൽവെച്ചു സർദാറിന്റെ കുറ്റങ്ങൾ വിശദീകരിച്ചു, കടുത്തശിക്ഷ നല്കണമെന്നഭ്യർത്ഥിച്ചു. കോടതിവിധി:

"സർക്കാർ വിരുദ്ധപ്രചാരണം നടത്തുന്നു, ജനങ്ങളെ അനാവശ്യ സമരങ്ങളിലേക്കും കലാപങ്ങളിലേക്കും നയിക്കുന്നു, ഭൂവുടമകൾക്കെതിരെ ശത്രുതപരത്തുന്ന കലാപങ്ങൾ നടത്തുന്നു. ഇതാണ് കുറ്റപത്രം.

പ്രകോപനപരമായ മുദ്രാവാക്യങ്ങൾ മുഴക്കിയതും ജന്മിമാർക്കും തൊഴിലുടമകൾക്കുമെതിരെ പ്രവർത്തനം നടത്തിയതും നിയമവിരുദ്ധമായി ജനങ്ങളെ സംഘടിപ്പിച്ചതും തെളിയിക്കപ്പെട്ടതിനാൽ കുറ്റവാളിയായ കെ സി ഗോപാലകൃഷ്ണനിൽനിന്ന് 250 രൂപ പിഴ ഈടാക്കാൻ ഈ കോടതി വിധിക്കുന്നു. പിഴയടയ്ക്കാത്ത പക്ഷം മൂന്നുമാസം തടവിലിടാൻ ഈ കോടതി വിധിക്കുന്നു."

അവിടെത്തന്നെയുള്ള സബ്ബ്ജയിലിലേക്കു കൊണ്ടുപോകുന്ന നേരമായപ്പോഴേക്കും ഉണ്ണ്യേപ്പൻമാഷും കൊമ്പത്തു പ്രഭാകരനും വന്നിരുന്നു. അവർ സർദാറിനെ കണ്ടു, പിഴയടയ്ക്കാനുള്ള തുക ഉണ്ണ്യേപ്പൻ മാഷുടെ കൈയിലുണ്ടായിരുന്നില്ല. പിഴയടയ്ക്കാനുള്ള തുകയുമായി തിരിച്ചുവരാം എന്നുപറഞ്ഞ് അവർ തിരിച്ചുപോന്നു. സർദാറിനെ ചാവക്കാടു സബ്ബ്ജയിലിൽ പാർപ്പിക്കുകയും പിറ്റേദിവസം ട്രഷറിയിൽ പിഴയടച്ച രസീത് കോടതിയിലും പൊലീസ് സ്റ്റേഷനിലും ഉണ്ണ്യേപ്പൻമാഷു കാണിച്ചപ്പോൾ സർദാറിനെ വിട്ടയച്ചു, കനോലിപ്പുഴയിൽ അവരെ കാത്ത് വള്ളം കിടപ്പുണ്ടായിരുന്നു....

ഒളിവിലും വെളിയിലും...

ഒളിവിൽ

മുമ്പേ നിശ്ചയിച്ചതുപോലെ പി ടി ബിയെയും മുഹമ്മദ് യൂന സ്സിനെയും ഗോപാലൻവൈദ്യരുടെ വീട്ടിൽ താമസിക്കാനുള്ള ഏർ പ്പാടുകൾ ചെയ്തു. സിംഗപ്പൂരിലേക്കുപോയ ഗോപാലൻവൈദ്യരുടെ ഭാര്യാസഹോദരൻ വാലിപ്പറമ്പിൽ രാമന്റെ അപരനാമത്തിലാണ് പി ടി ബിയിൽ താമസിച്ചത്. സർദാറിന്റെ സഹോദരന്മാരുടെ മക്കൾ പി ടി ബിയെ 'രാമനമ്മാവൻ' എന്നു വിളിച്ചു.

വായനശാലയിൽനിന്നു തെക്ക് 'സീവി സെന്ററിനു' സമീപം കുഞ്ഞി ക്കാദർ മാഷുടെ വീടാണ് സർദാറിന്റെ ഷെൽട്ടർ. കൊമ്പത്തുപ്രഭാകരനും ശേഖരൻനായരും ഒളിവിലിരുന്നത് വള്ളുവൻകോടു കോരന്റെ വീട്ടി ലാണ്. സർദാറിന്റെ ഒളിവിലെ പേര് 'ഹസ്സനെ'ന്നും ശേഖരൻനായരുടെ പേര് 'വാസുദേവൻ' എന്നുമായിരുന്നു. ഒളിവിലെ സംഭവവികാസങ്ങൾ ഇതരസഖാക്കളെ അറിയിക്കാൻ 'തപാൽ' ആയി കൗമാരക്കാരെ പാർട്ടി കണ്ടെത്തിയിരുന്നു. കൊല്ലാറചാത്തു മകൻ (കെ സി) രാമചന്ദ്രൻ, ശങ്കരപ്പൻതറയിലെ കൊല്ലാറവാസു, വാസുവിന്റെ കിഴക്കേതിലെ പണിക്കെട്ടി ചന്ദ്രു എന്നിവരായിരുന്നു സർദാറിന്റെ തപാലുകാർ.

തിരഞ്ഞെടുപ്പും പുതിയ സർക്കാരും

കമ്യൂണിസ്റ്റുറഷ്യയുടെ നേതൃത്വത്തിൽ ഹിറ്റ്ലറുടെ ഫാസിസ്റ്റു ജർ മ്മനിയെ കീഴടക്കിയതിന്റെ പ്രതിഫലനങ്ങൾ സാർവ്വദേശീയ തലത്തിൽ പ്രകടമാവാൻ തുടങ്ങി. ഇംഗ്ലണ്ടിൽ നടന്ന തിരഞ്ഞെടുപ്പിൽ വിൻസ്റ്റൺ ചർച്ചിലിന്റെ കൺസർവേറ്റീവ് പാർട്ടിക്കു ഭൂരിപക്ഷം നഷ്ടമാവുകയും ലേബർപാർട്ടി നേതാവ് ക്ലമന്റ് ആറ്റ്ലി അധികാരത്തിലേറുകയും

ചെയ്തു. സാമ്രാജ്യത്വ ബ്രിട്ടൻ വിരുദ്ധവികാരം വർദ്ധിച്ചുവന്നതിന്റെ ഭാഗമായി രാഷ്ട്രമെമ്പാടും സ്വാതന്ത്ര്യ പ്രക്ഷോഭണങ്ങൾ തീക്ഷ്ണമാവുകയായിരുന്നു. ബോംബെയിൽ തൊഴിലാളി സമരം നടന്നു. കേണൽ ഷാനവാസ്, ക്യാപ്റ്റൻവില്ലൻ, ലെഫ്റ്റനന്റ് സൈഗാൾ തുടങ്ങിയ ഐ എൻ എയുടെ ഉന്നത ഉദ്യോഗസ്ഥർക്കെതിരെ ക്രൂരമായ ദീർഘകാല ശിക്ഷ വിധിച്ച ബ്രിട്ടീഷ് സർക്കാരിനെതിരെ ജനരോഷം ഇരച്ചുയർന്നു. 1946 ഫെബ്രുവരിയിൽ ബോംബെയിൽ നാവികകലാപമുണ്ടായി. ബ്രിട്ടീഷുഭരണ നേതൃത്വം ചോദ്യം ചെയ്യപ്പെട്ടപ്പോൾ പുതിയ പ്രധാനമന്ത്രി ക്ലമന്റ് ആറ്റ്ലി ബ്രിട്ടീഷ് കോമൺസഭയിൽ ഇന്ത്യൻ സ്വാതന്ത്ര്യത്തിന്റ സൂര്യോദയം പ്രഖ്യാപിച്ചു:

"ഇന്ത്യയിലുള്ള സർക്കാരിന്റെ സ്ഥാനത്ത്, ഏതുവിധമുള്ള സർക്കാർ വേണമെന്നു ഇന്ത്യൻ ജനതയ്ക്കു തീരുമാനിക്കാം. ആ തീരുമാനത്തെ സഹായിക്കാൻ ബ്രിട്ടീഷ് സർക്കാർ തയ്യാറാണ്."

വൈസ്രോയി വേവൽപ്രഭുവിനെ ഇംഗ്ലണ്ടിലേക്കു വിളിച്ചു വരുത്തി ബ്രിട്ടീഷ് സർക്കാർ തീരുമാനം അറിയിച്ചു. ഇന്ത്യയിൽ കേന്ദ്രസംസ്ഥാന നിയമസഭകളിലേക്കു തിരഞ്ഞെടുപ്പു നടത്താനും തെരഞ്ഞെടുക്കപ്പെടുന്ന പ്രതിനിധികളുടെ അഭിപ്രായം ആരാഞ്ഞ് ഒരു ഭരണഘടനാ നിർമ്മാണ സമിതിക്കു രൂപംകൊടുക്കാനും നിർദ്ദേശിച്ചു.

1948 ജൂൺ മാസത്തിനകം ഇന്ത്യവിട്ടു പോകാനും ഇന്ത്യയിൽ തിരഞ്ഞെടുപ്പു നടത്തി അധികാരം ഏറ്റെടുക്കാനുള്ള ഔദ്യോഗികചുമതലകൾ പൂർത്തിയാക്കാനും വൈസ്രോയിയെ ബ്രിട്ടീഷ് പ്രധാനമന്ത്രി ചുമതലപ്പെടുത്തി. അഖിലേന്ത്യാതലത്തിൽ തിരഞ്ഞെടുപ്പു പ്രഖ്യാപിച്ചു.

തിരഞ്ഞെടുപ്പിൽ ഭൂരിപക്ഷം നേടി കോൺഗ്രസ് മന്ത്രിസഭ അധികാരത്തിൽവന്നു. 1946 സെപ്തംബർ 2 ന്, ഇടക്കാലസർക്കാർ അധികാരത്തിൽവന്നു. ജവഹർലാൽ നെഹ്റു പ്രധാനമന്ത്രിയായി സത്യപ്രതിജ്ഞ ചെയ്തു. ആദ്യമൊന്നും മുസ്ലിംലീഗിനെ മന്ത്രിസഭയിൽ ചേർക്കാൻ കോൺഗ്രസ് തയ്യാറായില്ല. കോൺഗ്രസിലെ ഹിന്ദുത്വ ഗ്രൂപ്പിന്റെ സ്വാധീനമായിരുന്നു അതിനുകാരണമെന്ന വിമർശനം വന്നു. തുടർചർച്ചകൾക്കുശേഷം മുസ്ലീംലീഗിനെ മന്ത്രിസഭയിൽ ചേർത്തു. ഇന്ത്യൻ നാഷണൽ കോൺഗ്രസിനകത്തു സവർണ്ണഹിന്ദുത്വ മേധാവിത്വമാണുള്ളതെന്ന് മുസ്ലീംലീഗ് ആരോപിച്ചു. മതേതരത്വം, സാർത്ഥകമായി നിലനിർത്താൻ കോൺഗ്രസിനാവില്ലെന്നും ന്യൂനപക്ഷമായ മുസ്ലീം സമുദായത്തിനു ഇന്ത്യയിൽ നീതിലഭിക്കില്ലെന്നും വിശ്വസിച്ച മുസ്ലീംലീഗ്, വേറെ രാജ്യം വേണമെന്ന് ആവശ്യം മുന്നോട്ടുവെച്ചു. കോൺഗ്രസിൽ പിടിമുറുക്കിയ ഹിന്ദുത്വവാദികളുടെ കർക്കശ നിലപാടുകളാണ് തങ്ങളെക്കൊണ്ട് ഇങ്ങനെ പറയിപ്പിക്കുന്നതെന്നും, നാളത്തെ വിപത്തിനെ ഒഴിവാക്കാനാണ് ഇങ്ങനെ ആവശ്യപ്പെടുന്നതെന്നും അതിനെ വർഗ്ഗീയതയെന്നോ പ്രധാനമന്ത്രി സ്ഥാനത്തോടുള്ള അധികാരമോഹമായിട്ടോ ദുർവ്യാഖ്യാനം ചെയ്യരുതെന്ന് അവർ അഭ്യർത്ഥിച്ചു.

'ഇന്ത്യയെ വിഭജിച്ചു രാജ്യം വിടുക'

എന്നാണു മുസ്ലീംലീഗ് നേതൃത്വം ബ്രിട്ടീഷ് സർക്കാരിനോട് ആവശ്യപ്പെട്ടത്. ഒരു സമൂഹത്തെ അസ്വസ്ഥതയിൽ നിലനിർത്തിക്കൊണ്ട് അവരുടെ ആശങ്കയും ഭീതിയും തുടർന്നുകൊണ്ട് രാഷ്ട്രം ഒന്നായി നില്ക്കണമെന്ന നിലപാട് ജനാധിപത്യത്തിനു ചേരുന്നതല്ല. അതേ സമയം വിഭജനം എന്ന ആശയത്തോടു പൊരുത്തപ്പെടാൻ ഇന്ത്യൻ മനഃസാക്ഷി ഉടൻ തയ്യാറായില്ല. രാജ്യത്തെ വെട്ടി മുറിക്കുന്നത് അപ്രിയമെങ്കിലും വസ്തുതയെ അംഗീകരിക്കാതെ തരമില്ല. ഇന്ത്യയുടെ സ്വാതന്ത്ര്യലബ്ധിയിൽ പ്രതീക്ഷകളർപ്പിക്കുന്ന നിരവധി ധാരകളുണ്ടായിരുന്നു. വ്യവസായതൊഴിലാളികൾ, കർഷകർ, വീടുംകുടിയും ഇല്ലാത്ത നിരാലംബർ, ആദിവാസികൾ, ദളിതർ, അവർണ്ണർ, മുസ്ലീമുകൾ, ക്രിസ്ത്യാനികൾ, സിഖുകാർ, തോട്ടികൾ തുടങ്ങി സമൂഹത്തിന്റെ അടിത്തട്ടിൽ കിടന്നു നരകിച്ചിരുന്ന ജനവിഭാഗങ്ങൾ.... ഒട്ടേറെ പ്രതീക്ഷകൾ അർപ്പിച്ചുകൊണ്ടാണ് ഇന്ത്യൻജനത സ്വാതന്ത്ര്യസോപാനം കയറുന്നത്.

ഈ അധികാരം ഇന്ത്യയിലെ ഭൂസ്വാമികളുടെയും വ്യവസായികളുടെയും ബിനാമികളുടെ കൈയിലാണമരുന്നതെന്നും, അത് ജനകീയ സ്വാതന്ത്ര്യമായിരിക്കില്ലായെന്നും കമ്യൂണിസ്റ്റുപാർട്ടിക്ക് ആശങ്കയുണ്ടായിരുന്നു. ഈ അധികാരം, സവർണ്ണർക്കും ജന്മിമാർക്കും സമ്പന്നരായ ബനിയകൾക്കും മാത്രമായിരിക്കും ഗുണം ചെയ്യുകയെന്നും അയിത്തം കല്പിച്ചു അരികുവല്ക്കരിക്കപ്പെട്ട ദളിതർ വഞ്ചിക്കപ്പെടുമെന്നും ദളിതുനേതാവും നിയമജ്ഞനുമായ ഡോ. അംബേദ്കർ ആശങ്കപ്പെട്ടിരുന്നുവെങ്കിലും ബ്രിട്ടീഷുകാരിൽനിന്നും ഇന്ത്യൻ ജനതയിലേക്കു കൈമാറുന്ന അധികാരത്തെ എല്ലാവരും സ്വാഗതം ചെയ്തു.

ഒളിവിടങ്ങൾ മാറുന്നു

ഏറെനാളായി ഒളിവിലാണ്. കുഞ്ഞിക്കാദരുമാഷുടെ വീട്ടിൽ ഒളിവിൽ ഇരുന്നപ്പോൾ അദ്ദേഹത്തിന്റെ ഉമ്മ ആഹാരം കൊണ്ടുവന്നു മുറിയുടെ പുറത്തു വെച്ചിട്ടു പറയും:

"മാഷേ, ചോറുവെച്ചേക്കണു." ഉമ്മയുടെ സനേഹം നിഷ്കളങ്കവും നിസ്വാർത്ഥവുമായിരുന്നു. ഭക്ഷണമോ അതിന്റെ മേന്മയോ ഒന്നുമല്ല ഒളിവിലിരിക്കുന്ന സഖാവിന്റെ മുന്നിലുള്ള വിഷയമെന്നും ഒളിവിൽ പ്രവർത്തിക്കാനുള്ള ഒരു സൗകര്യമാണ് പ്രതീക്ഷിക്കുന്നതെന്നും സർദാർ കുഞ്ഞിക്കാദറുമാഷോടു സൂചിപ്പിച്ചിരുന്നു. തന്നെ ഒരു വിരുന്നുകാരനായി കാണരുതെന്നും തനിക്കുവേണ്ടി പ്രത്യേക വിഭവങ്ങളൊന്നും തന്നെ ഉണ്ടാക്കരുതെന്നും സർദാർ നിർബ്ബന്ധമായും അഭ്യർത്ഥിച്ചിരുന്നു.

എന്നിരുന്നാലും മിക്കവാറും ദിവസങ്ങളിൽ പോത്തിറച്ചിയും മീനുമുണ്ടാവും, കടൽ സമീപമുള്ളതിനാൽ മീൻ ആഡംബരമല്ലെന്നാണ് ഉമ്മയുടെ നിലപാട്. വീട്ടിൽനിന്നു പോത്തിറച്ചി ശീലമില്ലാത്ത സർദാർ

ക്രമേണ പോത്തിറച്ചികഴിക്കാൻ ശീലിച്ചു. കറികൾ വേവിക്കുന്നതിന്റെയും വറുക്കുന്നതിന്റെയും ഗന്ധം ജാലകത്തിലൂടെ മൂക്കിൽ തുളച്ചു കയറുമായിരുന്നു.

പകൽവായനയിലും ആലോചനയിലും, വൈകുന്നേരം പാർട്ടി ക്ലാസുകൾക്കുള്ള വിഷയങ്ങൾ തയ്യാറെടുപ്പുകളും നടത്തും. ചിലപ്പോൾ, സഖാക്കൾ വന്നു വാതിലടച്ചു മുട്ടവിളക്കിന്റെ മങ്ങിയ വെളിച്ചത്തിൽ പ്രവർത്തനങ്ങളെക്കുറിച്ചു ചർച്ചകളും നടത്തും.

ഭൂമി വില്ക്കുന്നു

ജോലിവിട്ടു ഒളിവിൽവന്നതോടെ സാമ്പത്തികാവസ്ഥ മോശമാവാൻ തുടങ്ങി. ചില്ലറ തുകകൾ കൈവായ്പകൾ വാങ്ങിയിട്ടുണ്ട്. ഇനിയെന്നു ജോലിയിൽ കയറാനാവുമെന്നും ഉറപ്പില്ല. പതിനാറു വയസ്സു മുതൽ ജോലിക്കുപോയി തുടങ്ങിയതാണ്. കൈയിൽ പണമിരിക്കില്ല, ആർക്കെങ്കിലും ഒരു ബുദ്ധിമുട്ടുകണ്ടാൽ അതെടുത്തുകൊടുക്കും. അതു തിരിച്ചുചോദിക്കില്ല. ചിലർ ഓർമ്മവെച്ചു ആ പണം തിരിച്ചു കൊടുത്താൽ, 'അതുകൈയിൽവെച്ചോളൂ' എന്നുപറഞ്ഞു തിരിച്ചേല്പിക്കും. ഒന്നും സമ്പാദിക്കാൻ ശ്രമിച്ചിട്ടില്ല. ഭാഗത്തിൽ കിട്ടിയ ഭൂമിയിൽ ഒരു ചെറിയ വീടുണ്ടാക്കിയതല്ലാതെ യാതൊരു സമ്പാദ്യവുമില്ല.

പൊതുപ്രവർത്തനംമൂലം ചെറിയതോതിൽ മാറ്റംവരുത്താനും പാവപ്പെട്ടവരെ മുന്നിലേക്കു കൊണ്ടുവരാനും കഴിഞ്ഞുവെന്നത് വസ്തുതയാണ്. ഇരുളിന്റെ ഇടനാഴികളിലൂടെ നടന്നു നീങ്ങിയിരുന്നവർക്ക് ആധുനിക മനുഷ്യന്റെ അവകാശങ്ങളെക്കുറിച്ചും സ്വാതന്ത്ര്യത്തെക്കുറിച്ചും മാനവികതയെക്കുറിച്ചും ഏറ്റവും നവീനമായ വൈജ്ഞാനിക വെളിച്ചം പകർന്നുകൊടുക്കാനും എളിയ ശ്രമം നടത്തിയിട്ടുണ്ട്.

'അവനവനാത്മസുഖത്തിനായാചരിക്കുന്നവ-
യപരന്നുസുഖത്തിനായിവരേണം'

ശ്രീനാരായണഗുരുവിന്റെ ഉപദേശമനുസരിച്ച് തന്റെ പ്രവർത്തനം അപരനു ഗുണമായിരിക്കണം എന്ന നിർബ്ബന്ധബുദ്ധിയോടെ പൊതുരംഗത്തിനിറങ്ങിയതാണ് ഇതുവരെ നടന്നതിനേക്കാൾ ഇനിയുമേറെ മുന്നേറാനുമുണ്ടെന്നതാണ് വസ്തുത. കുറെ പണമുണ്ടാക്കി സ്വകാര്യ സുഖഭോഗ സൗകര്യങ്ങളോടെ വലിയ മാളികകളിൽ ആർഭാടജീവിതം നയിക്കുന്നതിനേക്കാൾ മഹത്തരമാണ് മുങ്ങുന്ന മനുഷ്യനെ കരയിലടുപ്പിക്കുന്നത്.

ഒരു വ്യക്തിയെന്ന നിലയിൽ സ്വന്തം ആവശ്യങ്ങൾ നിറവേറ്റാനുള്ള പണവും ആവശ്യമാണ്. വല്ലാത്ത ധർമ്മസങ്കടങ്ങളുടെ നീർച്ചുഴികളാണ് തന്നെ തുറിച്ചുനോക്കുന്നത്.

ഷെൽട്ടർ തട്ടാരപ്പറമ്പിൽ ചേന്നുട്ടിയുടെ വീട്ടിലേക്കു മാറ്റാനാണ് പാർട്ടി തീരുമാനം. സഖാക്കൾ സംയുക്തമായിട്ടാണ് നിർദ്ദേശം വെക്കുന്നത്. ഇവിടെ മാസങ്ങളായി താമസിക്കുന്നു. പുതിയ മേഖലകളിലേക്കു

പ്രവർത്തനം മാറ്റാനും പൊലീസിനെ കബളിപ്പിക്കാനും ഇടയ്ക്കു ഷെൽട്ടർ മാറണം. ചേന്നുട്ടിയും അയ്യപ്പനും ബ്ലാഹേയിൽ തറവാട്ടിലെ ജോലിക്കാരാണ്. പാർട്ടിക്കു വിശ്വസ്തരുമാണ്. ബ്ലാഹേക്കാരുടെ ജോലിക്കാരായതിനാൽ പൊലീസിന്റെ സംശയം കുറയുമെന്ന പ്രതീക്ഷയുമുണ്ട്.

വീട്ടിൽപോയി വരാമെന്നു പറഞ്ഞ് ഔട്ട് ഹൗസിൽനിന്നും ഇറങ്ങി. കശുമാവിൻക്കൂട്ടങ്ങൾ പടർന്നു പന്തലിച്ചുകിടക്കുന്ന പറമ്പുകൾ പിന്നിടുമ്പോൾ രാമച്ചക്കാടുകളിൽനിന്നും സുഗന്ധമൊഴുകിവരുന്നു. പൊനത്തിൽ മാമയുടെ വീട്ടിൽ കുട്ടികൾ അമ്മയോടൊപ്പമിരുന്ന് ദൈവദശകം ചൊല്ലുന്നു.

"ദൈവമേ കാത്തുകൊൾകങ്ങു
കൈവിടാതിങ്ങു ഞങ്ങളെ
നാവികൻ നീ ഭാവാബ്ധിക്കൊ-
രാവിവൻ തോണി നിൻപദം.."

വായനശാല സെന്ററിൽ ആളുകളുണ്ടാവും. വലത്തോട്ടു കടന്ന്, മേപ്പുറം ഇറക്കിലേക്കു കടന്ന്, എടത്തിരുത്തി റോഡിലേക്കു നടന്നു. വീടിനിരുവശത്തുനിന്നും കൂട്ടാൻ കാച്ചുന്ന വെളിച്ചെണ്ണയുടെ മണം കാറ്റിലൊഴുകിവന്നു.

കുശലം ചോദിച്ചും സുഖവിവരങ്ങളറിഞ്ഞും അവരുടെ സങ്കടങ്ങളിൽ ഉടൻതന്നെ എന്തെങ്കിലും ചെയ്യാമെന്നും ഉറപ്പുകൊടുത്താണ് നടക്കാറ്. പതിവിനു വിപരീതമായി, ആളുകളോടു പരിചയം ഭാവിക്കാതെ നടന്നു. ഒളിവിലിരിക്കുന്ന തന്നെ കണ്ടുവെന്നത് ഒരു വാർത്തയാവരുത്. ഒറ്റുകാർക്കു അവസരമുണ്ടാക്കരുത്. കൂടാതെ, മനസ്സിൽ പണം ഒരു പ്രശ്നമായി ചോദ്യചിഹനമുയർത്തി നില്ക്കുകയാണ്.

കെ വി കൃഷ്ണൻ മാഷുടെ വീട്ടിലേക്കാണ് കാലുകൾ ചലിച്ചത്. നളിനിയും സരോജിനിയും പ്രാർത്ഥന കഴിഞ്ഞു പായയുംചുരുട്ടി നിലവിളക്കിന്റെ തിരിയമർത്തി, അകത്തുപോയി. സർദാറിനെ കണ്ടപ്പോൾ വെളിയിൽ വന്ന കൃഷ്ണൻമാഷ് പതിവുപോലെ തമാശ പറഞ്ഞു:

"ഒളിവിലുള്ളവരെ പിടിച്ചുകൊടുത്താൽ എന്തുകിട്ടും ഗോപൂ?"

"നല്ല കാശുകിട്ടും, ഒരു ഭാഗം എനിക്കും തരണേ.."

"എന്താണ് വിശേഷം ഗോപൂ..?"

സർദാർ വിവരം പറഞ്ഞു: "ഇത്തിരി കാശു വേണം..."

"എന്റെ കൈയിലെവിടെയാണ് പണം? പെരുമ്പടപ്പുസ്കൂൾ അളിയൻ സ്വന്തമാക്കിയില്ലേ?"

കൃഷ്ണൻമാഷ് അളിയനെ സ്കൂൾ ഏല്പിച്ചു സിലോണിൽ പോയി. മടങ്ങിവന്നപ്പോൾ സ്കൂൾ അളിയന്റെ സ്വന്തമായി. വഴക്കിനൊന്നും പോയില്ല.

"അതെല്ലാം അറിഞ്ഞു കൃഷ്ണേട്ടാ. എനിക്കിപ്പോൾ പണം കിട്ടിയേ തീരു...."

"എന്തേ ഗോപൂ, നിനക്കിപ്പോ പണത്തിന്റെ ആവശ്യം..?"

"വെറുതെ വേണ്ട, ഭൂമി കൊടുക്കാം, പണയമോ പാട്ടത്തിനോ മതി.. ഭൂമി തരാം."

"നോക്കട്ടെ.. ഞാനൊന്നാലോചിക്കട്ടെ. നീ വിഷമിക്കേണ്ട." കൃഷ്ണേട്ടൻ അകത്തുപോയി കുറച്ചുനോട്ടുകൾ കൊണ്ടുവന്നു തന്നു.

"തല്ക്കാലം നിന്റെ ആവശ്യംനടക്കട്ടെ."

പണംവാങ്ങി സർദാർ പോക്കറ്റിലിട്ട് തിരിച്ചു നടക്കാനിറങ്ങിയപ്പോൾ കൃഷ്ണൻമാഷു പറഞ്ഞു:

"അങ്ങനെ പോയാലോ, നിനക്കെന്താ പ്രശ്നം ഗോപൂ...?"

സർദാർ വിശദീകരിച്ചു. ദിവസങ്ങൾ സംസാരിച്ചിരുന്ന വീടാണ്, വാടിയ മുഖത്തോടെയുള്ള സർദാറിന്റെ ഇരുപ്പു കണ്ടപ്പോൾ കൃഷ്ണൻ മാഷ് അകത്തുപോയി നിറഞ്ഞ കള്ളുമായി തിരിച്ചുവന്നു സർദാറിനു നേരെ നീട്ടി.

"എയ് വേണ്ട, കള്ളിനു എന്റെ പ്രശ്നം പരിഹരിക്കാനാവില്ല കൃഷ്ണേട്ടാ." ഇറങ്ങി നടന്നപ്പോൾ കൃഷ്ണൻ മാഷ് പറഞ്ഞു:

"ശരി ഗോപൂ, നീ രണ്ടുദിവസം കഴിഞ്ഞു വാ."

രണ്ടുദിവസം കഴിഞ്ഞപ്പോൾ സർദാർ വന്നു. ഭൂമി പണയം കൊടുത്താൽ മതിയെന്നും പണം ഏർപ്പാടു ചെയ്തിട്ടുണ്ടെന്നും പറഞ്ഞപ്പോൾ സർദാർ പറഞ്ഞു:

"പണയം വേണ്ട, തീറെഴുതാം"

അങ്ങനെ, പണിക്കെട്ടി നാരായണൻചേട്ടന്റെ വീടിന്റെ കിഴക്കു ഭാഗത്തുള്ള തയ്യപ്പു കച്ചവടമാക്കി. കൃഷ്ണൻമാഷ് പറഞ്ഞ പണംവാങ്ങി ഭൂമിയുടെ രജിസ്റ്റർ ചെയ്തുകൊടുത്തു.

കെ പി ആറിനു സ്വീകരണം

വടക്കേമലബാറിലെ 'മൊറാഴ സമര' നായകൻ കെ പി ആർ ഗോപാലൻ വധശിക്ഷയിൽനിന്നും മുക്തനായി, സമരവേദികളിലേക്കു പൂർവ്വാധികം വിപ്ലവവീര്യത്തോടെ തിരിച്ചുവരുന്നു... കമ്യൂണിസ്റ്റുപാർട്ടി വലപ്പാടുചന്തപ്പടിയിൽവെച്ച് അദ്ദേഹത്തിനു സ്വീകരണം കൊടുക്കുകയാണ്. ജയിലിൽനിന്നുമിറങ്ങിയതിനുശേഷം കെ പി ആറിന് ആദ്യമായി ലഭിക്കുന്ന സ്വീകരണമാണ്. കെ പി ആറും സി എച്ച് കണാരനും വേദിയിലുണ്ട്.ഇതരനേതാക്കൾ എത്തിക്കഴിഞ്ഞു. നേതാക്കൾ ടി കെ രാമൻ, പി ടി ബി, ശേഖരൻ നായർ, സർദാർ, പി കെ ഗോപാലകൃഷ്ണൻ, മുഹമ്മദ് യൂനസ്, വലപ്പാടുപാർട്ടി സെക്രട്ടറി പൊഴേക്കടവിൽ ഗോപാലൻ മാഷ്, കെ പി ആറിനെ നേരിട്ടു കാണാനെത്തിയ സഖാക്കളും അനുഭാവികളും ഉണ്ട്. സി എച്ച് കണാരൻ 'മൊറാഴസമര' രേഖാചിത്രം അവതരിപ്പിച്ചു: (ചുരുക്കം)

> 1940 ൽ സഖാവ് കെ പി ആർ കർഷകസംഘത്തിന്റെ നേതാവായിരുന്നു. കർഷകസംഘം, ചിറക്കൽ താലൂക്കിലെ കീച്ചേരിയിൽ

വിലവർദ്ധനക്കെതിരെ പ്രതിഷേധ ദിനമാചരിക്കുവാൻ തീരുമാനിച്ചിരുന്നു. കെ പി സി സിക്കെതിരെയുള്ള സർക്കാർ മർദ്ദനത്തിനെതിരെ പ്രതിഷേധദിനം ആചരിക്കാൻ ആഹ്വാനം ചെയ്തു.

സെപ്തംബർ 15 ന് രാവിലെ മുതൽ ചെറുജാഥകൾ കീച്ചേരിയിലേക്കു പുറപ്പെട്ടു. വളപട്ടണം പൊലീസ് എസ് ഐ കുട്ടികൃഷ്ണമേനോനും സംഘവും കീച്ചേരിയിലെത്തി ജാഥ നിരോധിച്ചു. നേതാക്കൾ ആ ഉത്തരവ് ബാധകമല്ലാത്ത മൊറാഴ വില്ലേജിലെ അഞ്ചാം പീടികയിലേക്കു സമരം മാറ്റി. വിഷ്ണുഭാരതീയന്റെ അദ്ധ്യക്ഷതയിൽ അഞ്ചുമണിയോടെ അഞ്ചാംപീടികയിൽ പൊതുയോഗം ആരംഭിച്ചു. എസ് ഐ കുട്ടിക്കൃഷ്ണമേനോൻ തളിപ്പറമ്പു മജിസ്ട്രേറ്റിനെയും കൂട്ടി അവിടെയുമെത്തി. പ്രകടനവും പൊതുയോഗവും നിരോധിച്ചതായി പ്രഖ്യാപിച്ചു. ജനംപിരിഞ്ഞു പോകാൻ കൂട്ടാക്കാതായപ്പോൾ ലാത്തിച്ചാർജ്ജു തുടങ്ങി. പൊറുതിമുട്ടിയ ജനം കൈയിൽ കിട്ടിയതെടുത്ത് തിരിച്ചടിച്ചു. കല്ലുകളെറിഞ്ഞു. പൊലീസ് ജനങ്ങൾക്കുനേരെ വെടിവെച്ചു. ആവേശം കെടാതെ സമരക്കാർ പോരാട്ടം തുടർന്നു. കല്ലേറുകൊണ്ട ഇൻസ്പെക്ടർ കുട്ടിക്കൃഷ്ണൻമേനോൻ അവിടെത്തന്നെ വെച്ചു മരണപ്പെട്ടു, ഹെഡ്കോൺസ്റ്റബിൾ ഗോപാലൻനമ്പ്യാർക്കു പരിക്കുപറ്റി ആശുപത്രിയിലേക്കു കൊണ്ടുപോകുന്ന വഴിയിൽ വെച്ചു മരണമടഞ്ഞു.

പൊലീസ് പിടിയിലായ കെ പി ആറിനെ സെഷൻസ് കോടതി ഏഴുവർഷം തടവിനു ശിക്ഷിച്ചപ്പോൾ സർക്കാർ അപ്പീൽ സമർപ്പിച്ചു. ഹൈക്കോടതി വധശിക്ഷയാക്കി ഉയർത്തി. ബ്രിട്ടീഷുഭരണകൂടം തൂക്കിക്കൊല്ലാൻ വിധിച്ചു. ജനരോഷം ഒന്നടങ്കം വിധിക്കെതിരെ ഉയർന്നുവന്നു. ഗാന്ധിജിയും നെഹ്രുവും അടക്കമുള്ള ദേശീയ നേതാക്കളുടെ ഇടപെടൽ വധശിക്ഷയെ കഠിനതടവാക്കി കുറച്ചു, 1946 ൽ ഇക്കഴിഞ്ഞമാസം, ജയിൽ മോചിതനാവുകയും ചെയ്തു. കെട്ടടങ്ങാതെ സമരാവേശംകൊണ്ട് ജനകീയ സമരങ്ങൾക്കു നേതൃത്വം കൊടുക്കുന്ന സഖാവ് കെ പി ആറിനു ഈ യോഗം രക്താഭിവാദ്യങ്ങളർപ്പിക്കുന്നു..

തുടർന്ന്, ബാലസംഘംപ്രവർത്തകൻ എട്ടുവയസ്സുകാരൻ പൊക്കാഞ്ചേരി വത്സന്റെ നേതൃത്വത്തിൽ ഓട്ടക്കാലണ മാലയിട്ടു. മണപ്പുറത്തെ നേതാക്കളോരോരുത്തരും രക്തഹാരങ്ങളും നോട്ടുമാലയും അർപ്പിച്ചുകൊണ്ട് അവരവരുടെ സ്നേഹാദരങ്ങൾ അർപ്പിച്ചു. അന്ത്യത്തിൽ വിപ്ലവാവേശം കത്തിക്കയറുന്ന ഭാഷയിൽ കെ പി ആറിന്റെ മറുവാക്കുമുണ്ടായി.

ചേന്നൂട്ടിയുടെ വീട്ടിൽ

കൊല്ലാറ കോർണറിനു പടിഞ്ഞാറു വലിയവരമ്പിന്റെ ആരംഭത്തിൽ താഴോട്ടിറങ്ങി പാടത്തുള്ള നടുവരമ്പിലൂടെ തെക്കോട്ടു നടക്കുമ്പോൾ ചേന്നൂട്ടിയുടെ കുടിൽ. രണ്ടു സഹോദരന്മാരും മാതാപിതാക്കളുമെല്ലാ മടങ്ങുന്ന ഈ കുടുംബമാണ് സർദാറിന്റെ ഷെൽട്ടർ. വീടിന്റെ പടിയിൽ കാലെടുത്തു വെച്ചപ്പോഴേക്കും ചേന്നൂട്ടിയും അയ്യപ്പനുംവന്ന് സർദാറിനെ ആശ്ലേഷിച്ചുകുശലം പറഞ്ഞു. ഉടനെതന്നെ സർദാറിന്റെ തുകൽ ബാഗു വാങ്ങി അയ്യപ്പൻ അകത്തുകടന്നു, സർദാർ പിന്തുടർന്നു. കളിമണ്ണി നുമീതെ ചാണകം മെഴുകിയ ഇറയത്തുനിന്നു അകത്തു കടന്നാൽ ഒരു മുറി, അതിന്റെ ഇടത്തുള്ളത് സർദാറിനുള്ളതാണ്. വലതുഭാഗത്തു പകുതിമറച്ച ഭാഗത്തു പാചകം. വെളിച്ചെണ്ണയുടെയും കടുകിന്റെയും മുളകിന്റെയും ഗന്ധം ആ കുടിലിനുള്ളിൽ പരന്നു. വേഷംമാറി ലുങ്കിയു ടുത്തു വെളിയിൽ വന്നപ്പോഴേക്കും എം എ അയ്യപ്പനും വി കെ ചാത്തനും വന്നു നില്ക്കുന്നു. അവരോടൊപ്പം രാഷ്ട്രീയം പറഞ്ഞു വെളിയിലേ ക്കിറങ്ങി. പത്തുമണിയോടടുത്തപ്പോൾ സർദാർ തിരിച്ചുവന്നു, ചേന്നൂട്ടി യുടെ അമ്മയൊരുക്കിയ കഞ്ഞിയും ചേമ്പുപുഴുക്കും സ്വാദോടെ കഴിച്ചു. കഞ്ഞിയോടൊപ്പം അവർ വിളമ്പിയത് അചഞ്ചലമായ സ്നേഹമായി രുന്നു, ആ സ്നേഹത്തിന്റെ രുചിയും ഗന്ധവും ആസ്വദിച്ചാണ് സർദാർ കഴിച്ചത്. സ്വതസ്സിദ്ധമായ നിഷ്കളങ്കതയോടെ കളിതമാശകളും രാഷ്ട്രീ യവും പറഞ്ഞ് മുതിർന്നവരോടും ചെറിയവരോടും ഒരുപോലെ പെരു മാറി മുറിയിൽവിരിച്ച പായയിൽ ഉറങ്ങാൻ കിടന്നു.

ഇനിയുള്ള ചിലനാളുകൾ തന്റെ ജീവൻ ഈ പാവങ്ങളുടെ കൈ കളിലാണ്. തന്നെപ്പോലുള്ളവർക്കു ഒളിവുസങ്കേതമൊരുക്കുന്നതിനാൽ അവരോടാണ് പൊലീസെപ്പോഴും പകയോടെ പെരുമാറുന്നത്. കമ്യൂ ണിസ്റ്റുകാരെ തേടി ഏതൊരു വീട്ടിലും കയറിച്ചെന്ന് പൊലീസ് അലറു മെങ്കിലും, ദളിതരുടെ വീടുകളിലാണ് ക്രൂരമായ ആക്രമണം നടത്തു ന്നത്. മറ്റേതുവീടുകളിലും ഭീഷണിയും മറ്റും മുഴക്കുമെങ്കിലും ഏറ്റവും മൃഗീയമായി പെരുമാറുന്നത് ദളിതരോടാണ്. അവർ മാനസികമായി ദുർ ബ്ബലരാണ് എന്ന ഒറ്റകരണം മൂലമാണിത്. കൈക്കോട്ടും വാളും വെട്ടു കത്തിയും മഴുവും പിടിച്ച മുഴുത്ത പേശികളുള്ള അവരുടെ കൈക്കരുത്ത് അവർക്കു തന്നെയറിയുന്നില്ല. വിദ്യാഭ്യാസവും അറിവും പകർന്നുകൊടു ത്താൽ ഈ രാജ്യം ഭരിക്കാനുള്ള ശേഷി അവർക്കുണ്ട്. കേരളത്തിൽ നാടു ഭരിച്ചിരുന്ന ചേരരാജാക്കന്മാർ പുലയരായിരുന്നു, അവർ ഭരണ ത്തിൽ പ്രഗത്ഭരായിരുന്നുവെന്ന ചരിത്ര സാക്ഷ്യമുണ്ട്. എല്ലാ നന്മകളിൽ നിന്നും അകറ്റി നിർത്തി ഒന്നിനും കൊള്ളരുതാത്ത ഒരു വിഭാഗമാക്കി അവരെ 'ഹരിജനങ്ങളാക്കി' മാറ്റിയത് ഈ വിഭാഗത്തോടും ചരിത്രം ചെയ്ത ചതിയാണ്. ഒരുവിഭാഗം ജനങ്ങളെ അഴുക്കുചാലുകളിലേക്കു തള്ളിവിട്ട ചരിത്രമാണ് നമുക്കുള്ളത്. ആർഷഭാരത സംസ്കാരത്തിന്റെ മഹത്വം കൊട്ടിഘോഷിക്കുമ്പോൾ നമ്മളെക്കാൾ ജാതിവിഭജനം

നടത്തിയ പ്രാകൃതർ വേറെയധികം സമൂഹങ്ങൾ ലോകത്തില്ല എന്ന വസ്തുത ബോധപൂർവ്വം മറക്കുകയാണ്. ഈ സമൂഹത്തെ നേരേ നിർത്തുകയാണു നമുക്ക് ചെയ്യാനുള്ളത്. അടിസ്ഥാന സമൂഹത്തിന്റെ ജീവിത നിലവാരം പരിഗണിച്ചാണ് ഒരു രാജ്യത്തിന്റെ സാംസ്കാരിക ഔന്നത്യം നിർണ്ണയിക്കേണ്ടത്. കുറേ ദൂരം മനസ്സു സഞ്ചരിച്ചപ്പോൾ കണ്ണുകൾ അടഞ്ഞുപോയി...

തെളിയുന്ന നക്ഷത്രം

ഇ എം എസ്

കെ സി രാമചന്ദ്രനാണ് പി ടി ബിയുടെ എഴുത്തു കൊടുക്കുന്നത്. സമുന്നത നേതാവായ ഇ എം എസ് തളിക്കുളത്ത് തൊട്ടുപുരകുമാര സ്വാമിവൈദ്യരുടെ വീട്ടിൽ ഉച്ചയ്ക്കുയോഗമുണ്ട് പങ്കെടുക്കണം.

പരമാവധി സഖാക്കൾ പങ്കെടുക്കണം. സഖാക്കൾ ടി കെ രാമൻ, ഇ കെ രാമാനുജൻ, പൊക്കാഞ്ചേരി രാമകൃഷ്ണൻവൈദ്യർ തുടങ്ങിയ വരുടെ നേതൃത്വത്തിലാണ് യോഗം നടത്തുന്നത്.

കുമാരസ്വാമിവൈദ്യരുടെ വീട്ടിൽ എത്തിയപ്പോൾ ഇ എം എസ് എഴുതുകയായിരുന്നു. കുമാരസ്വാമി സർദാറിനെയും ശേഖരൻനായ രെയും ഇ എം എസിനു പരിചയപ്പെടുത്തിയപ്പോൾ കുന്നംകുളത്തി നടുത്ത് *പാട്ടബാക്കി* നാടകത്തിനു കണ്ടത് ഇ എം എസ് ഓർത്തെടുത്തു. യോഗം തുടങ്ങി. എല്ലാവർക്കും അഭിവാദ്യങ്ങളർപ്പിച്ചശേഷം ഇ എം എസ് പ്രസംഗം തുടങ്ങി: (ചുരുക്കം)

സഖാക്കളെ,

തിരുവിതാംകൂറിൽ നാടുവാഴിയുടെ ദിവാൻഭരണത്തിനെതിരെ ഇക്കഴിഞ്ഞ മാസങ്ങളിൽ ജനങ്ങൾ നടത്തിയ സമരമാണ് പുന്നപ്ര -വയലാർസമരം, സമരത്തിന്റെ മുന്നിൽ കമ്യൂണിസ്റ്റുപാർട്ടിയുണ്ടാ യിരുന്നു.

പുന്നപ്രവയലാർ സമരങ്ങൾ ആലപ്പുഴയിലെ ജന്മിമാർക്കും മുത ലാളിമാർക്കുമെതിരെ കുടിയാന്മാരായ കയർ തൊഴിലാളികൾ, കർ ഷകർ, കർഷകത്തൊഴിലാളികൾ, മത്സ്യത്തൊഴിലാളികൾ മുത

ലായവർ നടത്തിയ ചൂഷണത്തിനെതിരെയുള്ള സമരമായിരുന്നു. അതോടൊപ്പം, സ്വതന്ത്ര ഇന്ത്യയിൽനിന്നും വേറിട്ട് തിരുവിതാംകൂറിനെ പ്രത്യേക രാജ്യമായി നിലനിർത്തുന്നതിന് ശ്രമിച്ച ഹിന്ദുത്വവാദ രാഷ്ട്രീയ ശക്തികൾക്കെതിരെയുമുള്ള സമരമായിരുന്നു.

അമ്പലപ്പുഴ-ചേർത്തല താലൂക്കുകളിലെ ഭൂമി മുഴുവൻ സർക്കാർ ഒത്താശയോടെ ഏതാനും ജന്മിമാർ കൈവശമാക്കിയിരുന്നു. 1946 ൽ കയർ തൊഴിലാളികൾ, കർഷകത്തൊഴിലാളികൾ മുതലായ പന്ത്രണ്ടോളം യൂണിയനുകൾ ചേർന്ന് കമ്യൂണിസ്റ്റുപാർട്ടി രൂപീകരിക്കുകയുണ്ടായി. ഈ സംഘടനകൾ തൊഴിലാളി പീഡനങ്ങൾക്കെതിരെ കൂട്ടമായി വിലപേശാൻ തുടങ്ങി. കൂലി കുറയ്ക്കുക, ജോലിയിൽനിന്നും പിരിച്ചുവിടുക തുടങ്ങിയ പ്രതികാര നടപടികൾ മുതലാളിമാർ സ്വീകരിച്ചു. കമ്യൂണിസ്റ്റുപാർട്ടിയെ നിരോധിക്കുകയും നേതാക്കളെ അറസ്റ്റുചെയ്യുകയുമുണ്ടായി.

സഖാക്കൾ ടി വി തോമസ്, ആർ സുഗതൻ, എം എൻ ഗോവിന്ദൻനായർ, പി ടി പുന്നൂസ്, എസ് കുമാരൻ, വി എസ് അച്യുതാനന്ദൻ മുതലായവരുടെ നേതൃത്വത്തിൽ തൊഴിലാളികൾക്കു അർദ്ധ സൈനികപരിശീലനം നല്കി.

ഉത്തരവാദഭരണം ഏർപ്പെടുത്തുക, പ്രായപൂർത്തി വോട്ടവകാശം ഏർപ്പെടുത്തുക, ദിവാൻ ഭരണം അവസാനിപ്പിക്കുക തുടങ്ങി 27 ഇന രാഷ്ട്രീയ ആവശ്യങ്ങൾ ഉന്നയിച്ച് സർക്കാരിന് നിവേദനം സമർപ്പിച്ചു.

ആലപ്പുഴയിൽ 1946 സെപ്തംബർ 15 ന് തൊഴിലാളികൾ പൊതു പണിമുടക്കു പ്രഖ്യാപിച്ചു. പരിസരപ്രദേശങ്ങളിൽ കലാപങ്ങളാരംഭിച്ചു. ദിവാൻ സി പി രാമസ്വാമി അയ്യർ സ്വയം പൊലീസ് നിയന്ത്രണം ഏറ്റെടുത്ത് പട്ടാളഭരണം പ്രഖ്യാപിച്ചു. ദിവാന്റെ യന്ത്രത്തോക്കുകളിൽനിന്നും തൊഴിലാളികളുടെ നെഞ്ചിലേക്കു വെടിയുണ്ടകൾ തുളച്ചുകയറി. യുദ്ധക്കളത്തിൽനിന്നും പിന്തിരിഞ്ഞോടാതെ കൈയിൽകിട്ടിയ കല്ലുംവാരിക്കുന്തവും എടുത്തു ധീരന്മാരായ തൊഴിലാളികൾ പട്ടാളത്തെ തിരിച്ചടിച്ചു, പതറാതെ നിന്നു പോരാടി.

ദിവാൻ പ്രഖ്യാപിച്ച പുതിയ ഭരണപരിഷ്കാരങ്ങൾ തിരുവിതാംകൂർ സ്റ്റേറ്റ് കോൺഗ്രസും കമ്യൂണിസ്റ്റ് പാർട്ടിയും തള്ളിക്കളഞ്ഞു. മാത്രമല്ല, തിരുവിതാംകൂറിൽ ഉത്തരവാദഭരണത്തിനുവേണ്ടിയുള്ള സമരം ശക്തമാക്കി ദിവാനെ തൽസ്ഥാനത്തുനിന്നും മാറ്റാൻ വേണ്ടി പണിമുടക്കു നടത്തി.

സർക്കാർ അനുരഞ്ജനത്തിനുള്ള ശ്രമം തുടങ്ങി. സമരനേതാക്കളെ ചർച്ചയ്ക്കു ക്ഷണിച്ചു. സഖാക്കൾ ടി വി തോമസും എൻ ശ്രീകണ്ഠൻനായരും ചർച്ചയിൽ പങ്കെടുത്തു. രാഷ്ട്രീയ സമരത്തിൽനിന്നും പിന്മാറാൻ ദിവാൻ നേതാക്കളോട് ആവശ്യപ്പെട്ടു. 1946 ഒക്ടോബർ ഒന്നിന് അടിയന്തരാവസ്ഥ പ്രഖ്യാപിച്ചു. പൗരാവകാശങ്ങൾ റദ്ദുചെയ്തു. നേതാക്കളെ തുറുങ്കിലടച്ചു. ആലപ്പുഴയിലെ എല്ലാ കമ്യൂണിസ്റ്റുപാർട്ടി സംഘടനകളേയും നിരോധിച്ചു.

ഒക്ടോബർ 22 ന് അഖില തിരുവിതാംകൂർ ട്രേഡ് യൂണിയൻ കോൺഗ്രസ് രാജ്യവ്യാപക പണിമുടക്ക് പ്രഖ്യാപിച്ചു. ഗതാഗതം പൂർണ്ണമായും സ്തംഭിച്ചു. വ്യവസായശാലകളെല്ലാം അടച്ചിട്ടു. രാജാവിന്റെ ജന്മദിനദിവസമായ 1946 ഒക്ടോബർ 25 ന് പണിമുടക്കിയ തൊഴിലാളികൾ ആലപ്പുഴയിൽനിന്നും പുന്നപ്രയിലേക്കു ജാഥയായി പോയി. കള്ളർകോട്ടിൽ ജനക്കൂട്ടത്തെ പിരിച്ചുവിടാൻ സൈന്യം വെടിവെച്ചു. ഒരാൾ മരണടഞ്ഞു. ആയുധധാരികളായ ജനക്കൂട്ടം പുന്നപ്രയ്ക്കു സമീപം പൊലീസ് ഔട്ട്പോസ്റ്റ് ആക്രമിച്ചു. ഒരു സബ്ഇൻസ്പെക്ടറും, മൂന്നു പൊലീസുകാരും മരിച്ചു. പൊലീസ് നടത്തിയ വെടിവെപ്പിൽ 27 പേർ കൊല്ലപ്പെട്ടു. ഒക്ടോബർ 25 ന് ചേർത്തല അമ്പലപ്പുഴ താലൂക്കുകളിൽ പട്ടാളനിയമം പ്രഖ്യാപിച്ചു. പുന്നപ്ര, മാരാരിക്കുളം, ഭാഗങ്ങളിൽ നടന്ന സമരങ്ങളിൽ നടത്തിയ വെടിവെയ്പിൽ അഞ്ചുപേർ തൽക്ഷണം മരിച്ചു. വെടിവെപ്പുകളും മരണങ്ങളും തുടർന്നു...

അനൗദ്യോഗിക കണക്കനുസരിച്ച് ദിവാന്റെ സൈന്യത്തിലും തൊഴിലാളികളുടെ ഇടയിലും മരിച്ചവരുടെ എണ്ണം ആയിരത്തോളം വരുമെന്നു കരുതുന്നു.

പുന്നപ്ര-വയലാർസമരം ബ്രിട്ടീഷ് സർക്കാരിനും ജന്മിത്വത്തിനും എതിരേ നടന്ന തൊഴിലാളി സമരമായിരുന്നു. ഭൂമി പുനർവിതരണം പുന്നപ്ര-വയലാർ സമരത്തിന്റെ കാതലായിരുന്ന കാർഷിക വിപ്ലവത്തിൽ സ്വാതന്ത്ര്യത്തിനും ജനാധിപത്യത്തിനുംവേണ്ടിയുള്ള സാമൂഹിക-സാമ്പത്തികഘടകങ്ങൾ അടങ്ങിയിരിക്കുന്നു എന്ന മാർക്സിസ്റ്റു ലെനിനിസ്റ്റ് സിദ്ധാന്തം പുന്നപ്ര-വയലാർ സമരം തെളിയിക്കുന്നു.

തുടർന്ന് സദസ്സിന്റെ പ്രതികരണങ്ങൾക്ക് ഇ എം എസ് വിശദീകരണം നല്കി. അനന്തരം ഇ എം എസ് സർദാറിനെയും പി ടി ബിയെയും വിളിച്ച് അടുത്ത ദിവസം ചെന്ത്രാപ്പിന്നിയിൽ നടക്കുന്ന യോഗത്തെക്കുറിച്ചു ചർച്ച ചെയ്തു. ഇ എം എസിനെ ചെന്ത്രാപ്പിന്നിയിലേക്കു കൊണ്ടുപോകാൻ പി ടി ബിയെയും, യോഗത്തിന്റെ ഒരുക്കങ്ങൾക്കു സർദാറിനെയും ചുമതലപ്പെടുത്തി.

ഇ എം എസ് പള്ളിപ്പറമ്പിൽ

തലാപുരം മൈതാനത്ത് കമ്യൂണിസ്റ്റുപാർട്ടി യോഗത്തിൽ പങ്കെടുക്കാനായി ഇ എം എസും പി ടി ബിയുംകൂടി തളിക്കുളത്തു നിന്നു റോഡിലൂടെ നടക്കുകയായിരുന്നു. മണപ്പുറത്ത് ആർഭാടമായി കിടക്കുന്ന പഞ്ചാരപ്പൂഴിയിലൂടെ നടക്കുമ്പോൾ കാലു പൂഴിയിൽ പൂണ്ടുപോകുന്നത് ഇ എം എസിനു നവാനുഭവമായിരുന്നു. പൊള്ളുന്ന മണൽപ്പരപ്പിന് തണലേകാൻ നിബിഡമായി കുടപിടിച്ചു നില്ക്കുന്ന കശുമാവിൻതോപ്പുകളുടെ സൗന്ദര്യവും അതിന്റെ കാർഷിക വ്യവസായ സാദ്ധ്യതകളും മറ്റും സംസാരിച്ചു നീങ്ങുകയാണ്. റോഡിന്റെ ഇരുവശങ്ങളിലും തഴച്ചു വളർന്നു നില്ക്കുന്ന രാമച്ചച്ചെടികളുടെ മുകളിലൂടെ കാറ്റുവീശുമ്പോൾ ചെടിത്തലപ്പുകൾ തരംഗമായി ഒഴുകി. രാമച്ചവാസനയുടെ മധുരം മൂക്കിലേക്കു തുളച്ചുകയറി.

ചൂലൂർമസ്ജിദിന്റെ സമീപമെത്തിയപ്പോൾ തെക്കുനിന്നു പൊലീസിന്റെയൊരു കൂട്ടം വരുന്നു. അവർ കണ്ടാൽ തീർച്ചയായും ചോദ്യം ചെയ്യും. വള്ളുവനാടൻ ഭാഷ കേൾക്കുമ്പോൾ ഇവരെ പെട്ടെന്നു തിരിച്ചറിയാനാവും. ചോദ്യംചെയ്യൽ ഒഴിവാക്കണം. പെട്ടെന്നുതന്നെ ഇ എം എസ്, പി ടി ബിയുടെ കൈ പിടിച്ചുവലിച്ചു റോഡിന്റെ പടിഞ്ഞാറുള്ള പള്ളിപ്പറമ്പിലേക്കു കടന്ന് രാമച്ചക്കാടിനുള്ളിലേക്കു നീങ്ങിനിന്നു ഷർട്ടൂരി തലയിൽ കെട്ടി. നാട്ടുരീതിയിൽ മുണ്ടു മടക്കിക്കുത്തി ഉച്ചത്തിൽ തൃശൂർ ശൈലിയിൽ ഉറക്കെ സംസാരിച്ചു:

“ഏയ്.. തേനെന്തൂട്ടായീ പറയണെ? ആ നിക്കുണ മരത്തീന്നോ? ഇല്ല, വെള്ളപോയാ പിന്നെ അതിലൊ ചുക്കൂം ല്യടോ. അയിന്റെ കൊമ്പുംവളവും തീർത്തെടുത്താലേ, ഒരു വാതിൽനും ഒരു കട്ടിൽനും തെകച്ചു മരംണ്ടാവില്യ.”

പി ടി ബിക്കു പെട്ടെന്നു വിഷയം പിടികിട്ടി അദ്ദേഹം പ്രതികരിച്ചു:

“ഹായ്... താനെവിടത്തെ ആശാരിയാടോ? ഞാൻ പറേണതു ആ പ്ലാവിന്റെ അടുത്തു നിക്കണ പോക്കത്തീ പോണ അയിനീനെ പറ്റിയാ. രണ്ടുകട്ടിലും രണ്ടു വാതിലിന്റെ പലകീം, ആ അയിനീന്നു കിട്ടീല്ലെങ്കിലീ ദാ.. എന്റെയീ തലമുടി ഞാൻ വടിക്കാം?”

“ഹായ്.. ഞാൻ പറഞ്ഞത് പ്ലാവിന്റെ കാര്യാ, താൻ ആയിനീടെ കാര്യോം..”

“അപ്പോ തർക്കോല്യല്ലോ?”

“ഏയ്.. എന്തു തർക്കം?”

അവരേതോ മരംനോക്കാൻവന്ന ആശാരിമാരാണെന്നു കരുതി പൊലീസുകാർ ചോദ്യം ചെയ്യാനൊന്നും നില്ക്കാതെ വടക്കോട്ടു നടന്നുപോയി...

ഏരിയാകമ്മിറ്റി രൂപീകരണം

ഉച്ചയ്ക്കുശേഷം ചെന്ത്രാപ്പിന്നി 'തലാപുരം മൈതാനത്തുനടന്ന നാട്ടികഫർക്കാ പാർട്ടി രൂപീകരണയോഗത്തിൽ മണപ്പുറത്തെ മുഴുവൻ സഖാക്കളും പങ്കെടുത്തു. അജണ്ട പ്രകാരമുള്ള പരിപാടികൾക്കു ശേഷം ഇ എം എസ് പ്രസംഗിച്ചു: (ചുരുക്കം)

> സഖാക്കളെ,
>
> സാമ്രാജ്യശക്തികളായ ബ്രിട്ടീഷുകാരുടെ അധീനതയിലുള്ള നാട്ടുരാജാക്കന്മാർ, ജന്മിമാർ, മുതലാളിമാർ എന്നിവർക്കുള്ള നികുതിയും പാട്ടവും വർദ്ധിപ്പിക്കുന്നു. ആ വർദ്ധന ജന്മിമാർ കർഷകരുടെയും തൊഴിലാളികളുടെയും തലയിൽ കെട്ടിവെക്കുകയും ചെയ്യുന്നു എന്നല്ലാതെ ഇവർക്ക് ഉല്പാദനം വർദ്ധിപ്പിക്കാനോ പട്ടിണി ഇല്ലാതാക്കാനോ പാവപ്പെട്ടവരുടെ പ്രശ്നങ്ങൾ പരിഹരിക്കാനോ താല്പര്യമില്ല. ഇതാണോ ഭരണം? തൊഴിലാളിക്കു കിട്ടുന്നതോ മർദ്ദനവും പട്ടിണിയും. അതുകൊണ്ടാണ് തൊഴിലാളികളെ സംഘടിപ്പിച്ച് അവരുടെ അവകാശങ്ങൾക്കായി കമ്യൂണിസ്റ്റുകാർ സമരം ചെയ്യുന്നത്. ഭരണകൂടം നിലനിർത്തുന്ന ഈ ജന്മിവ്യവസ്ഥയെ തകർക്കാതെ, സോഷ്യലിസ്റ്റുസമൂഹം കെട്ടിപ്പടുക്കാനാവില്ല. അതിനാണ് നമ്മൾ തൊഴിലാളികളെ കൂലി ചോദിച്ചു വാങ്ങാൻ പ്രാപ്തരാക്കുന്നതും ചൂഷണത്തിനെതിരെ സമരം ചെയ്യാനായി ജനങ്ങളെ സംഘടിപ്പിക്കുന്നതും.

ബഹുജനസംഘടനകൾ കെട്ടിപ്പടുക്കണമെന്നും ജന്മിമുതാളിത്ത ചൂഷണത്തിനെതിരെ വിവിധ തൊഴിലാളി വിഭാഗങ്ങളെ രാഷ്ട്രീയവല്ക്കരിക്കണമെന്നും അവരുടെ ജീവിതം സാമ്പത്തികമായി മെച്ചപ്പെടുത്താതെ പാർട്ടി വിഭാവനം ചെയ്യുന്ന സോഷ്യലിസം സാക്ഷാൽക്കരിക്കാനാവില്ലെന്നും ഇ എം എസ് വ്യക്തമാക്കി. ഗുണ്ടകളെയും പൊലീസിനെയും ഉപയോഗിച്ചു സമരങ്ങളെ അടിച്ചമർത്താനുള്ള ശ്രമങ്ങളെ അതിജീവിച്ചു പ്രസ്ഥാനം മുന്നോട്ടുപോകാമെന്നും ഊന്നിപ്പറഞ്ഞു.

മണപ്പുറത്തെ പാർട്ടിയുടെ പ്രതീക്ഷകൾ സഫലമാക്കിക്കൊണ്ട്, നാട്ടികഫർക്ക കമ്യൂണിസ്റ്റു പാർട്ടി രൂപീകരിച്ചു. ടി കെ രാമനെ സെക്രട്ടറിയായി തെരഞ്ഞെടുത്തു.

വീട്ടിലെത്തുമ്പോൾ ഏറെ വൈകിയിരുന്നു, ഉറങ്ങാൻ കിടന്നു. കണ്ണുകൾ അടയുമ്പോൾ കാഴ്ചകൾ തെളിയുകയായിരുന്നു. കുറേയാളുകൾ, അവർ വിളിച്ചുപറഞ്ഞുപോവുകയാണ്...

"തൊഴിലാളി ഐക്യം സിന്ദാബാദ്.. കമ്യൂണിസ്റ്റുപാർട്ടി സിന്ദാബാദ്."

"ഇൻക്വിലാബ് സിന്ദാബാദ്..."

ചുറ്റും വെണ്ണിലാവുപരന്നു. താനേതോ ഭ്രമാത്മകലോകത്തിന്റെ

സുഖശീതളിമയിലെത്തിപ്പെട്ടതുപോലെ. ഒരായിരം ചെമ്പുനിറമുള്ള നക്ഷത്രങ്ങൾ പൂവിരിയുന്നതുപോലെ ഉദിച്ചുവരാൻ തുടങ്ങി.. ആ നക്ഷത്രത്തിളക്കത്തിൽ കണ്ണെത്താത്തദൂരം നീണ്ടുകിടക്കുന്ന ഒരു മൈതാനം. അവിടെ സൂചികുത്താൻപോലും പഴുതില്ലാതെ ചുവന്ന കൊടികളുമേന്തി നടക്കുന്ന മനുഷ്യരുടെ ഒരു മഹാസാഗരം. ചൂഷണമുക്തരായ ബലിഷ്ഠരായ ശരീരവും കരുത്തുള്ള കൈകളുമുള്ള അദ്ധ്വാനിക്കുന്ന തൊഴിലാളികൾ....

കൈനിറയെ മൃദുലപാനീയങ്ങളും ഭക്ഷ്യപദാർത്ഥങ്ങളുമുണ്ട്. അവർ തിന്നുന്നു, കുടിക്കുന്നു, അവരുടെ ഭാഷ വിശ്വമാനവികതയാണ്, അതു കവിതപോലെ മധുരമാണ്. മുഖാമുഖംനോക്കി തമാശകളും കുസൃതികളും പറഞ്ഞ്, ആടിപ്പാടി ആനന്ദനൃത്തം ചവിട്ടുന്നു..

അവർ സമ്പൂർണ്ണസ്വതന്ത്രരാണ്. അപരന്റെ സ്വാതന്ത്ര്യം അനധികൃതമായി കവർന്നെടുക്കരുതെന്നവർക്കു നിർബ്ബന്ധമുണ്ട്. ഭരണകൂട ഭീതികളില്ലാതെ സ്വയം മതിമറന്നു അവർ ആലിംഗനം ചെയ്യുന്നു... സ്വാതന്ത്ര്യം മന്ദഹാസം പൊഴിച്ചു നൃത്തം ചവുട്ടിയപ്പോൾ അസാധാരണമായ ആലിംഗനാനഭൂതി പ്രണയാർദ്രമായി സർദാർ അനുഭവിക്കുകയായിരുന്നു..

വീണ്ടും കുടിയൊഴിപ്പിക്കൽ

മേപ്പുറത്ത് ദളിത തൊഴിലാളിയായ തേവർപുരയ്ക്കൽ രാമന്റെ സഹോദരൻ കണ്ഠനെ ജന്മിയുടെ ഗുണ്ടകൾ കുടിയൊഴിപ്പിക്കാനായി മാരകായുധങ്ങളുമായി വന്നു.

"നാളെ വെളുക്കുമ്പോഴേക്കും കുടിയൊഴിഞ്ഞു കൊടുക്കണം.."

ഗുണ്ടകളുടെ കല്പനയായിരുന്നു. കണ്ഠന്റെ ഭാര്യ വള്ളിയമ്മയെയും ചെറിയ കുട്ടികളെയും അടിക്കുകയും വിരട്ടുകയും ചെയ്തിട്ടാണ് മടങ്ങിപ്പോയത്. പാടത്തു തേവിനനയ്ക്കാൻ പോയിരുന്ന കണ്ഠൻ പണികഴിഞ്ഞു വീട്ടിൽവന്നപ്പോഴാണ് നാളെത്തന്നെ കുടിയൊഴിഞ്ഞു കൊടുക്കണമെന്നു ജന്മി ആവശ്യപ്പെട്ടതായി ഭാര്യ വള്ളിയമ്മ അറിയിച്ചത്.

ഭയചകിതനായ കണ്ഠൻ എം എ അയ്യപ്പനെയുംകൂട്ടി സർദാറിനെ വീട്ടിൽ വന്നുകണ്ടു. ഉടൻ സർദാർ ഷർട്ടെടുത്തിട്ടു അവരോടൊപ്പം നേരെ പോയതു ശേഖരൻനായരുടെ അടുത്തേക്കാണ്. ശേഖരൻ നായർ, പൊനത്തിൽ ശേഖരൻ, അഭിമന്യു, കൊല്ലാറ രവി, വി കെ ചാത്തൻ തുടങ്ങിയ സഖാക്കളെയുംകൂട്ടി ജന്മിയുടെ വീട്ടിൽച്ചെന്നു. കണ്ഠനു കുടിയൊഴിഞ്ഞുതരാൻ സൗകര്യമില്ലെന്നും ഇടയ്ക്കു റൗഡികളെ വിട്ടുശല്യം ചെയ്താൽ തങ്ങൾ വെറുതെയിരിക്കില്ലെന്നും അറിയിച്ചു. കണ്ഠനെ ആശ്വസിപ്പിച്ചതിനുശേഷം പാർട്ടി ഓഫീസിലെത്തി. ജന്മി വീണ്ടും ഉപദ്രവമുണ്ടാക്കുമെന്ന നിഗമനത്തിൽ ജന്മിക്കെതിരെ സിവിൽ കേസ് കൊടുക്കുന്നതാണ് ഉചിതമെന്ന് ശേഖരൻനായരുടെ നിർദ്ദേശമനുസരിച്ചു പിറ്റേദിവസംതന്നെ ചാവക്കാട്ടുസിവിൽ കോടതിയിൽ കേസുകൊടുക്കാൻ

തീരുമാനമായി. കേസു നടത്താൻ പണമെവിടെ..?

ശങ്കരക്കുറുപ്പിന്റെ കൈയിൽ ഒരു ചിട്ടിവിളിച്ച പണമുണ്ടെന്ന് അറിവു കിട്ടിയപ്പോൾ ശേഖരൻനായർ അയാളിൽനിന്നു കുറച്ചുപണം കടംവാങ്ങി സർദാറിനെ ഏല്പിച്ചു. പിറ്റേദിവസം കണ്ഠനേയുംകൂട്ടി സർദാർ സിവിൽ കേസുകൊടുത്തു. ഒരു വർഷത്തിനുശേഷം കണ്ഠന് അനുകൂലമായി വിധിവന്നു.

മലവെള്ളത്തിൽ ഒരു വഞ്ചിക്കളി

1947 ലെ വർഷക്കാലം, സർദാറിനെ അറസ്റ്റുചെയ്യാൻ നീക്കമുണ്ടെന്ന രഹസ്യവിവരം കിട്ടിയപ്പോൾ നാട്ടിൽനിന്നും മാറിനില്ക്കാൻ പാർട്ടി നിർദ്ദേശിച്ചു. അതനുസരിച്ച്, ഒരാഴ്ചയോളം പട്ടാമ്പിയിലേക്കു സർദാറിനെ ഒളിവിൽ പറഞ്ഞയച്ചു. അപ്പോഴേക്കും പാർട്ടിയുടെ അനൗപചാരിക നിരോധനം പിൻവലിച്ചതോടെ സഖാക്കൾ ഒളിവിൽനിന്നും വെളിയിൽവന്നു. ഒരാഴ്ച മുല്ലശ്ശേരിയിൽ ശ്രീധരൻമാഷുടെ ഭാര്യ യശോദയുടെ ചങ്കരം കുമരത്തുവീട്ടിൽ ഒളിവിലിരുന്നാണ് സർദാർ പുത്തൻപുരയിലേക്കു മടങ്ങിയെത്തിയത്.

മഴ അവിരാമം പെയ്യുകയാണ്. അപ്പോൾ മലയിൽനിന്നു വെള്ളമൊഴുകി വരും. ഒപ്പം വഞ്ചികളും പാടത്തെത്തും. മേപ്പുറത്തിന്റെ അടിവാരത്തിൽ തെങ്ങുകളുടെയും മരങ്ങളുടെയും പച്ചപ്പാണ്. നീലക്കല്ലു വിരിച്ചതു പോലെയുള്ള മുകൾപ്പരപ്പിലൂടെ വല്ലപ്പോഴും ഒരു ചെറുവഞ്ചി പണിക്കാരേയും കൂട്ടിപ്പോകും. ഇടയ്ക്കു നാളികേരം കയറ്റിയ വഞ്ചികളും പോകുന്നുണ്ട്. തെക്കു നീണ്ട കടൽ പോലെ വെള്ളം മുങ്ങിയ എടത്തിരുത്തിപ്പാടം.

മഴയകന്നു, സൂര്യവെളിച്ചം ഒളിച്ചു വന്നെത്തിനോക്കിയ നേരത്ത്, സഹോദരന്മാരുടെ കുട്ടികൾ സർദാറിന്റെ അടുത്തു വന്നു. സുമിത്രനാണ് നേതാവ്:

"ഗോപെളേശാ, വഞ്ചികളിക്കണം..."

മൃദുലയും രഞ്ജിനിയും സുഗതനും ഭാർഗ്ഗവിടീച്ചറും അശോകനും വിലാസിനിയും വഞ്ചി കുത്തുന്നതിനു സഹായിക്കാൻ കോരനേയും കൂട്ടിയാണ് വരവ്. പതിനാലുകാരി വിലാസിനിയാണ് മുതിർന്നവൾ.

സർദാർ വഞ്ചിയുടെ അടുത്തേക്കെത്തിയപ്പോഴേക്കും ഓരോരുത്തരും വഞ്ചിയിൽ കയറി രണ്ടു വില്ലുകളിലായി ഇരുന്നു. മുന്നിൽ കഴുക്കോലുമായി കോരൻ, പിന്നിൽ അമരക്കാരനായി സർദാർ...

കളിതമാശകൾ പറഞ്ഞ് സർദാർ വഞ്ചിയെടുത്തു നടുപ്പാടത്തേക്കു കൊണ്ടുപോയി. ഭാർഗ്ഗവിടീച്ചർ തന്നെ അശ്രദ്ധമായി ശ്രദ്ധിച്ചിരിക്കുന്നതു സർദാർ വീക്ഷിക്കുന്നുണ്ടായിരുന്നു. ടീച്ചറുടെ കണ്ണുകളിലേക്കു നോക്കിയപ്പോൾ അവർ നോട്ടം പിൻവലിച്ചു. നീളവും കരുത്തുമുള്ള കൈകൾ കൊണ്ട് കഴുക്കോൽ വെള്ളത്തിൽ കുത്തി, ഉറപ്പിച്ചു, പിന്നിലേക്കു നോക്കി സർദാർ തള്ളുകയും, ഇടത്തോട്ടും വലത്തോട്ടും വെട്ടുന്ന വഞ്ചി

പ്പടിയിൽ അനായാസമായി നില്ക്കുന്നതും ശരീരനിയന്ത്രണത്തോടെ വഞ്ചിയുടെ ഗതി നിർണ്ണയിക്കുന്നതും, മന്ദഹാസം വഴിഞ്ഞൊഴു കുന്ന ഭാവത്തോടെ ഭാർഗ്ഗവിടീച്ചർ ആരോരുമറിയാതെ ആസ്വദിക്കുകയായി രുന്നു.

നെൽച്ചെടികൾ മൂടിക്കിടക്കുന്ന വെള്ളത്തിനു മുകളിലൂടെ വഞ്ചി പറക്കുകയായിരുന്നു. ദൂരേക്കു നോക്കിക്കൊണ്ടുള്ള സർദാറിന്റെ വഞ്ചി കുത്തലും, വഞ്ചിയുടെ പടിയിൽ കാലുറപ്പിച്ചു കഴുക്കോൽ തിരിച്ചെടു ക്കുമ്പോൾ ശാരീരികസന്തുലിതാവസ്ഥ നിലനിർത്തുന്നതിലെ അനാ യാസതയിലും ഭാർഗ്ഗവിടീച്ചർ വിസ്മയിച്ചിരിക്കുകയായിരുന്നു. വഞ്ചിപടി ഞ്ഞാട്ടു നീങ്ങി, തെക്കോട്ടു തിരിഞ്ഞു, പാപ്പാടംകടന്നു, മധുരമ്പിള്ളിയും കഴിഞ്ഞ് കുറേ ചുറ്റിക്കറങ്ങി.... മണിക്കൂറുകൾ നീങ്ങിയതറിഞ്ഞില്ല.

തെളിഞ്ഞ ആകാശം വെള്ളിടിവെട്ടികൊണ്ടു മുരണ്ടു, പെട്ടെന്നു മാനത്തെ മുഖംകറുത്തു. തണുത്തൊരു കാറ്റ് എല്ലാവരേയും തഴുകി അതിവേഗം കടന്നുപോയപ്പോൾ ദേഹമാസകലം കുളിരണിഞ്ഞു. ഇരുണ്ട മഴയുടെയും കാറ്റിന്റെയും വരവറിഞ്ഞ കോരൻ പറഞ്ഞു:

"മാഷേ, മഴ വരണ്ണ്ട്.."

"തിരിച്ചു കുത്തിക്കോ കോരാ.."

സർദാർ വഞ്ചിതിരിച്ചു കുത്തുമ്പോഴേക്കും മനസ്സിൽ ഭാർഗ്ഗവിടീച്ചർ കയറി ഇരിക്കാൻ തുടങ്ങിയിരുന്നു. കരയിലടുത്ത വഞ്ചിയിൽനിന്നും എല്ലാവരും ഇറങ്ങിയപ്പോൾ കോരൻ വഞ്ചി തെങ്ങിൽകെട്ടിയിട്ടു. കുട്ടി കളും കോരനും മുന്നിൽ ഇറങ്ങി നടക്കുകയാണ്. ഭാർഗ്ഗവിടീച്ചർ തന്നോ ടൊപ്പം ചേർന്നു നടന്നുനീങ്ങുകയാണ്, അതുവരെ അകറ്റി നിർത്തി യിരുന്ന അകലം സർദാർ ഭേദിക്കാൻ ശ്രമിച്ചു.

"വഞ്ചിയുടെ വേഗത്തിൽ ടീച്ചർ പേടിച്ചുവല്ലേ?"

"ഹ ഹ ഹ.. പാപ്പാടം കഴിഞ്ഞു, ആ കൈതക്കൂടുള്ള വളവിൽ വഞ്ചി ചരിഞ്ഞപ്പോൾ ശരിക്കും പേടിച്ചുപോയി മാഷെ..."

"പേടിയോ, അതെന്തിനാ ടീച്ചർ..?"

"എല്ലാം പിള്ളേരല്ലേ? അവർ വെള്ളത്തിൽ മുങ്ങിയാലോ."

"ടീച്ചർക്ക് നീന്താനറിയുമോ? വെള്ളത്തിൽവീണാൽ മുങ്ങുമോ?"

"ഓച്ചന്തുരുത്തിൽ നിറയെ കുളങ്ങളും തോടുകളും വഞ്ചിയുമല്ലേ മാഷെ..? എനിക്കു നീന്തലറിയാം." സർദാറിന്റെ മുഖത്തുനോക്കി തുടർന്നു:

"അങ്ങനെ മുങ്ങിപ്പോവുകയൊന്നുമില്ല."

"ഹ ഹ ഹ..." അതൊരു പൊട്ടിച്ചിരിയായിരുന്നു. ആ ചിരിയിൽ ശരീരം മുഴുവൻ കുലുങ്ങി...

"ഞാനൊന്നു ചോദിച്ചോട്ടെ മാഷെ?"

"ചോദിക്കാമല്ലോ.."

"ശ്രീധരൻ മാഷുടെ കല്യാണം കഴിഞ്ഞു, കുട്ടിയുമായി. എന്നിട്ടും മാഷെന്തേ കല്യാണം കഴിക്കാത്തത്?"

വിവാഹം..! സങ്കീർണ്ണമായ ചോദ്യമാണ്, വലിയ വിശദീകരണം ആവശ്യപ്പെടുന്ന ഉത്തരം...!

“ചിന്തിക്കാത്ത വിഷയമാണ് കല്യാണം. ഈ ജീവിതത്തിലേക്കു ഏതു പെൺകുട്ടി വരാനാ ടീച്ചർ?”

“കൊള്ളാം.. ആരോടെങ്കിലും മാഷു ചോദിച്ചു നോക്കിയിട്ടുണ്ടോ? ആരെങ്കിലുമൊക്കെ വരാനുണ്ടാവും, അതിന് മാഷുക്കു താല്പര്യ മുണ്ടെങ്കിലല്ലേ?”

വേണ്ട, ഈ സന്ദർഭത്തിൽ അതു പറയേണ്ട! സർദാറിനു ചുറ്റും ഉത്തരം മൗനം പുതച്ചു നിന്നു ... .

“കല്യാണം കഴിക്കണം, കുടുംബം വേണം എന്നെല്ലാം നിയമമൊന്നുമില്ലല്ലോ? ഉണ്ടെങ്കിൽത്തന്നെ എല്ലാവരും അനുസരിക്കണമെന്നു നിർബ്ബന്ധമുണ്ടോ ടീച്ചർ?”

“മോളേ, ഭാർഗ്ഗവീ.” രാമൻമാഷുടെ ഭാര്യ ലക്ഷ്മി വീട്ടിൽനിന്നു ഭാർഗ്ഗവിടീച്ചറെ നീട്ടി വിളിക്കുകയായിരുന്നു

“ഇതാ വരുന്നു, കൊച്ചമ്മേ... പിന്നെ കാണാം മാഷെ.,..”

സാരിത്തുമ്പു കൈയിലെടുത്തു ഉയർത്തിപ്പിടിച്ച് താളാത്മകമായി ടീച്ചർ ഓടിപ്പോകുന്നത് ഇമവെട്ടാതെ നോക്കിനിന്നു. രാമൻമാഷുടെ വീട്ടിനകത്തേക്കു കയറുമ്പോൾ, പുത്തൻപുരയുടെ തെക്കേപുറത്തു കട്ടിലിൽ ഇരിക്കുന്ന സർദാറിനെ അവർ തിരിഞ്ഞുനോക്കുന്നുണ്ടായിരുന്നു.

ചുവന്നസന്ധ്യയുടെ പ്രകാശരേണുക്കൾ സർദാറിന്റെ മന്ദഹാസത്തിൽ വീണപ്പോൾ, ഭാർഗ്ഗവിടീച്ചറുടെ കവിളിലും ചെമ്പകം വിരിഞ്ഞു.

സ്വാതന്ത്ര്യ നക്ഷത്രം

സ്വാതന്ത്ര്യനാളുകളിൽ സർദാറും സഖാക്കളും പാർട്ടി ഓഫീസിൽ ഒത്തുകൂടുന്നത് പതിവായിരുന്നു. പത്രവാർത്തകൾ സജീവചർച്ചകൾക്കു വിധേയമാകാറുണ്ട്. സർദാറിന്റെ അഭിപ്രായങ്ങൾക്കായി സഖാക്കൾ കാതോർക്കും. സർദാറിന്റെ വീക്ഷണം യുക്തിപരവും പ്രത്യയശാസ്ത്രപരവുമായിരുന്നതിനാൽ സുതാര്യമായിരുന്നു.

മൗണ്ട്ബാറ്റൺ പ്രഭു കോൺഗ്രസ്-മുസ്ലിംലീഗു നേതാക്കളുമായി ചർച്ച ചെയ്തു. ഒരു രാജ്യമായി നില്ക്കാനുള്ള സാദ്ധ്യതകളുടെ വാതിലുകൾ കൊട്ടിയടയ്ക്കപ്പെട്ടപ്പോൾ, ഇന്ത്യയും പാകിസ്ഥാനുമായി രാജ്യം വെട്ടിമുറിക്കാൻ രണ്ടുകൂട്ടരും തയ്യാറാവേണ്ടി വന്നു. ബ്രിട്ടീഷ് പാർലമെന്റ് ഇന്ത്യയെ, ‘ഇന്ത്യൻ യൂണിയൻ’ എന്നും പാകിസ്ഥാനെ ‘പാക്കിസ്ഥാൻ’ എന്നും വിഭജിച്ചു അധികാരക്കൈമാറ്റം നടത്താമെന്നും ധാരണയായി.

1947 ആഗസ്ത് 14 ന് അർദ്ധരാത്രിയിൽ, രാഷ്ട്രം ഉറങ്ങുമ്പോൾ ഇന്ത്യ സ്വതന്ത്രയാവുന്നു. മൗണ്ട്ബാറ്റൺ പ്രഭുവിന്റെ കൈയിലിരുന്ന അധികാരം പ്രധാനമന്ത്രി ജവഹർലാൽ നെഹ്റു ഏറ്റുവാങ്ങുന്നത്

ഫോട്ടോഗ്രാഫർമാർ ക്യാമറയിൽ ഒപ്പിയെടുത്തു. തലസ്ഥാനത്ത് പാറിയിരുന്ന ബ്രിട്ടീഷുകാരുടെ ജാക്കുപതാക താഴ്ത്തി, പകരം അശോക ചക്രാങ്കിത ത്രിവർണ്ണപതാക ഉയർത്തിക്കെട്ടി, ദേശീയഗാനം അലയടിച്ചുയർന്നു....

വിജയാഹ്ലാദം പങ്കിട്ടുകൊണ്ട് 1947 ആഗസ്ത് 15 ന് രാവിലെ ചെങ്കതിർരശ്മികളെറിഞ്ഞു പുഞ്ചിരിക്കുന്ന സൂര്യനുദിച്ചു. രാജ്യമെമ്പാടും സ്വതന്ത്രവായു വീശിയടിക്കാൻ തുടങ്ങി. രാഷ്ട്രീയമായി ഇന്ത്യ സ്വതന്ത്രയായി.

മുതിർന്ന സഖാക്കൾ ജയിലിലായിരുന്നെങ്കിലും സ്വാതന്ത്ര്യദിനം ആഘോഷിക്കാൻ പാർട്ടി തീരുമാനിച്ചിരുന്നു. ഈ വിജയത്തെ കോൺഗ്രസ് അഹിംസയുടെയും അക്രമരഹിതസമരങ്ങളുടെയും വിജയമായി വ്യാഖ്യാനിച്ചു. പല സന്ദർഭങ്ങളിലും സമരം അക്രമാസക്തമായിട്ടുള്ളതിനാൽ ഈ അഭിപ്രായത്തോട് കമ്യൂണിസ്റ്റുപാർട്ടി വിയോജിച്ചു.....

ഭാഗം മൂന്ന്

നെഞ്ചിലേക്കൊരു വെടി

അദ്ധ്യാപകവേഷം

രാഷ്ട്രീയം തലയ്ക്കുപിടിച്ചതോടെ ചെന്ത്രാപ്പിന്നി എ എം എൽ പി സ്കൂളിൽ കൃത്യമായി ഹാജരാവാനാവാതെ വന്നപ്പോൾ മറ്റൊരു അദ്ധ്യാപകനെ അവിടെ നിയമിച്ചിരുന്നു. താൻ വീണ്ടും ജോലിചോദിച്ചാൽ പുതിയതായി നിയമിക്കപ്പെട്ട വ്യക്തിയെ പിരിച്ചുവിട്ടുകൊണ്ട്, ജോലിതരാൻ സാദ്ധ്യതയുണ്ട്. ജോലി പോയ വ്യക്തി എന്തെല്ലാം ദുരിതങ്ങളാണ് അനുഭവിക്കുക? അദ്ധ്യാപക നീതിക്കായി പോരാടുന്ന താൻ തന്നെ സ്വന്തം കാര്യത്തിന് അദ്ധ്യാപകദ്രോഹം ചെയ്യുന്നത് നീതീകരണമല്ല, ആ ജോലിവേണ്ട....

ഒരു ജോലി വേണം, ഒന്നര പതിറ്റാണ്ടുകാലത്തെ എക്സ്പീരിയൻസിനു പുറമെ നല്ല അദ്ധ്യാപകനെന്ന സൽപ്പേരുള്ള സർദാറിനു ജോലിയൊരു പ്രശ്നമേയല്ല.

തലസ്ഥാനത്തേക്കു നടക്കുകയാണ്. അപ്പോഴാണ് കെ കെ രാംമാഷുടെ വിളി വന്നത്.

"ഗോപൂ.."

മൂപ്പർ, വീട്ടുമുറ്റത്തു നില്ക്കുകയാണ്. അറിയാതെ കാലുകളങ്ങോട്ടു ചലിച്ചു. സംസാരം വിവിധ വിഷയങ്ങളിലൂടെ സഞ്ചരിച്ചു ഒളിവു ജീവിതത്തിലെത്തി. രാംമാഷുപദേശിച്ചു:

"ഗോപൂ.. ജോലി കളയാതെ പാർട്ടിയിൽ പ്രവർത്തിക്കണം. ഈ രീതിയിൽ എങ്ങനെ മുന്നോട്ടു പോകും?"

"ഒളിവിൽ പോകാതെ കമ്യൂണിസ്റ്റുകാരനു എന്തുപ്രവർത്തനം രാംമാഷേ?"

"ജോലിയും ശമ്പളവും വേണ്ടേ? പറമ്പൊന്നു വിറ്റു തൊലച്ചില്ലേ?

പാർട്ടിയും ജോലിയും വേണം.”

“എല്ലാം വേണം, ഏറ്റവും വലുത് പാർട്ടിയാണ്.”

ദേവകിടീച്ചർ കരിക്ക് ചെത്തിവെള്ളം കുടിക്കാനും കാമ്പുപൂളി തിന്നാനും കൊടുത്തു. അതുകഴിച്ചു രാംമാഷ് എഴുന്നേറ്റു വന്നു സർദാറിന്റെ കൈപിടിച്ചെഴുന്നേല്പിച്ചു.

“നീയെന്റെ കൂടെവാ..”

അനുസരണയുള്ള കുട്ടിയായി സർദാറെഴുന്നേറ്റു, ഇറങ്ങിനടന്നു. മഴക്കാലംകഴിഞ്ഞു തെങ്ങിനു വളമിടുന്ന സമയം. ചാത്തുണ്ണിമാഷ് പണിക്കാരെനിർത്തി തെങ്ങിന്റെ തടംതുറന്നു, ചാള അതിലിട്ടു, അതിനുമേലെ പച്ചിലയും മണ്ണുമിട്ടു മൂടുകയായിരുന്നു. പണിക്കാർക്കു നിർദ്ദേശങ്ങൾ കൊടുത്തുനടക്കുന്ന ചാത്തുണ്ണിമാഷ് ശേഷക്കാരെ കണ്ടപ്പോൾ തലേക്കെട്ടഴിച്ചു കുടഞ്ഞു തോളിലിട്ട് മുണ്ടു നിവർത്തിയിട്ട് പുഞ്ചിരിയുമായി പൂമുഖത്തു വന്നു..

“ഗോപു, നിന്റെ ഒളിവുജീവിതത്തിനും സ്വാതന്ത്ര്യം കിട്ടിയല്ലേ?”

“സ്വാതന്ത്ര്യം, വലിയ അർത്ഥമുള്ള വാക്കല്ലേ, കുഞ്ചാ? അതിന്റെ അർത്ഥം ഇനിയും അന്വേഷിക്കാനുണ്ട്.”

ചാത്തുണ്ണിമാഷ് ചാരുകസേരയിൽ ഇരുന്നു. അവരോടു കസേരയിൽ ഇരിക്കാൻ പറഞ്ഞുവെങ്കിലും, ഇറയത്തിന്റെ തിണ്ണയിലവർ ഇരുന്നു. മുതിർന്നവരുടെ മുന്നിൽ കസേരയിൽ ഇരിക്കുന്ന പതിവ് അവർക്കില്ല, ആദരസൂചനയെന്ന പഴയ ആചാരം....!

“നമ്മുടെ തറവാട്ടിൽനിന്നു ഒരു മഹാനായ കമ്യൂണിസ്റ്റുകാരനും ഉണ്ടാവട്ടെ...”

ഉല്പതിഷ്ണുവായ കുഞ്ചനും തറവാടിത്തം പറയുന്നു...! ദുർബ്ബലനെ, ചൂഷണം ചെയ്യുന്ന ഫ്യൂഡൽ വ്യവസ്ഥിതിയെ ബുദ്ധിപരമായി ഉപയോഗിക്കുന്നവർ കഴുത്തിൽ കെട്ടിത്തൂക്കുന്ന അലങ്കാരമാണ്, തറവാടിത്ത ഘോഷണമെന്ന പൊങ്ങച്ചം.! അതൊരു ശുദ്ധകാപട്യമാണെന്നു തിരിച്ചറിയുന്ന സർദാർ കുഞ്ചനോടു തർക്കിച്ചില്ല. രാംമാഷ് വിഷയം അവതരിപ്പിച്ചു:

“കുഞ്ചൻ വിചാരിച്ചാൽ ഇവനെയൊന്നു നേരെയാക്കാൻ കഴിയും..”

“ഹ ഹ ഹ.. നല്ല തമാശയാണല്ലോ രാമാ. നമ്മൾ പലരേക്കാളും നന്നായി, നേരെ നടക്കുന്നത് ഗോപുവാണെഡാ...”

“സ്കൂളിലൊരു വേക്കൻസിയുണ്ടല്ലോ, ഗോപൂനെ അവിടെ...? എല്ലാം കുഞ്ചന്റെയിഷ്ടം..”

“ഹ ഹ ഹ. എനിക്കു നീയാരാ? മരിച്ചുപോയ കൃഷ്ണേട്ടന്റെ മോനല്ലെ നീ? അതുപോലെ, ചാത്തുണ്ണിയേട്ടന്റെ മോനല്ലേ ഗോപു? ഗോപൂ, തിങ്കളാഴ്ച ജോയിൻ ചെയ്തോളൂ.”

“ശരി, കുഞ്ചാ..”

പിറ്റേദിവസം മുതൽ ഏറ്റവും അടുത്തുള്ള ബാലബോധിനി സ്കൂളിൽ അദ്ധ്യാപകനായി. ദേവിയുടെ വിഗ്രഹം പറിച്ചെടുത്തു കിണറ്റിലിട്ടു,

കുഞ്ചനവിടെ ആരംഭിച്ച സ്കൂളാണത്. കുട്ടിക്കാലത്തെ ആ സംഭവം ഓർത്തു.

നെഞ്ചിലേക്കൊരു വെടി

ഉത്തരേന്ത്യയിൽ ആയിരക്കണക്കിനു മനുഷ്യർ ദിവസംതോറും ഹിന്ദുവിന്റെയും മുസ്ലീമിന്റെയും പേരിൽ കൊല്ലപ്പെടുകയാണ്. സ്വാതന്ത്ര്യത്തിന്റെ സന്തോഷമെല്ലാം സങ്കടപ്പുഴകളായി ഒഴുകി. നെഹ്രു സർക്കാർ കലാപങ്ങളമർത്താൻ ശ്രമിച്ചിട്ടും നിസ്സഹായരായി. 'ലോകോ സമസ്തോ സുഖിനോഭവന്തു' എന്നുഘോഷിക്കുന്ന ഹിന്ദുക്കളും 'അയൽവാസി പട്ടിണികിടക്കുമ്പോൾ വയറുനിറയെ ഭക്ഷണം കഴിക്കുന്നെങ്കിൽ നിനക്കുപുണ്യമില്ല' എന്ന സാഹോദര്യം ഉദ്ഘോഷിക്കുന്ന മുസ്ലീങ്ങളും ചോരപ്പുഴകളൊഴുക്കി.. ഉണങ്ങാത്ത മുറിവുകളായി ഇന്ത്യൻ മനസ്സാക്ഷിയിൽ ആ കലാപങ്ങൾ വ്രണമായി തന്നെ കിടന്നു. മതേതരത്വത്തിന്റെയും മാനവികതയുടെയും സാന്ത്വനസ്പർശമേകാൻ ഗാന്ധിജി കലാപഭൂമിയിലിറങ്ങി ഈ ഭ്രാന്തിനൊരറുതി വരുത്താൻ നെഞ്ചുപൊട്ടിക്കരഞ്ഞു. രണ്ടുകൂട്ടരും ചെയ്യുന്ന ഭ്രാന്തിനെ ഒരുപോലെ അപലപിച്ചപ്പോൾ ഹിന്ദുത്വശക്തികളുടെ കണ്ണിൽ ഗാന്ധിജി കരടായി മാറി.

1948 ജനുവരി 30 നു വെള്ളിയാഴ്ച, സബർമതി ആശ്രമത്തിൽ, പ്രാർത്ഥനാവേളയിൽ, ആശ്രമത്തിൽ നിന്ന ഗാന്ധിജിക്കുനേരെ ഹിന്ദുത്വതീവ്രവാദി നാഥൂറാം വിനായക ഗോഡ്സെ വെടിയുതിർത്തപ്പോൾ ഗാന്ധിജിയുടെ ജീവിതംപൊലിഞ്ഞു. വർഗ്ഗീയവാദിയുടെ ഈ വെടിയുണ്ടകൾ ചെന്നുതറച്ചത് വളർന്നു വരുന്ന ഇന്ത്യൻ മതേതരത്വത്തിന്റെ നെഞ്ചിലേക്കായിരുന്നു. മതേതര ഇന്ത്യയെ രൂപകല്പന ചെയ്യാനുള്ളതു ഗാന്ധിജി ചൊരിഞ്ഞ രക്തത്തിൽനിന്നാണ്...

മീറ്റിങ്ങിൽ വെച്ചായിരുന്നു ഗാന്ധിജി രക്തസാക്ഷിയായ വാർത്ത കേൾക്കുന്നത്. മീറ്റിങ്ങു നിർത്തിവെച്ചു എടത്തിരുത്തിയിലെ എല്ലാ പ്രദേശങ്ങളിൽനിന്നും കറുത്ത ബാഡ്ജ് ധരിച്ചു മൗനജാഥയുമായി അങ്ങാടിയിൽവന്നു.. അനുശോചനയോഗം ആരംഭിച്ചു, സർദാർ പ്രസംഗിച്ചു: (ചുരുക്കം)

> ഹിതകരമല്ലാത്തവരെ കൊല്ലുന്നത് പ്രാകൃതമാണ്. ഭീരുത്വവുമാണ്. ഇവർ ഫാസിസ്റ്റു ഹിറ്റ്ലറുടെ പിന്തുടർച്ചക്കാരാണ്. ഗാന്ധിജിയുടെ മതേതരനിലപാടുകൾ ഹിന്ദുത്വവർഗ്ഗീയവാദികൾക്കു പൊറുക്കാനായില്ല. സ്വാതന്ത്ര്യ സമരസമയത്ത് മാപ്പെഴുതിക്കൊടുത്ത ഇവർ അധികാരം പിടിക്കാനാണ് വർഗ്ഗീയത ആളിക്കത്തിക്കുന്നത്. ആയിരക്കണക്കിനു നിരപരാധികളെയും ഗാന്ധിജിയെയും കൊന്നൊടുക്കിയത് ഒരിക്കലും ഉണങ്ങാത്ത മുറിവുകളായി അവശേഷിക്കും. ജീവിതത്തിലുടനീളം ഹിന്ദുധർമ്മം അനുവർത്തിച്ച് ഹിന്ദുമുസ്ലിം സാഹോദര്യത്തിനുവേണ്ടി നിലകൊണ്ട

> ഗാന്ധിജിയെ ഒരു ഹിന്ദുത്വതീവ്രവാദി കൊല്ലുമ്പോൾ വർഗ്ഗീയതയൊരു മഹാരോഗമായി വളരുകയാണെന്നറിയണം. മുതലാളിത്തം അഴിച്ചുവിടുന്ന പേപ്പട്ടിയാണ് വർഗ്ഗീയത. വർഗ്ഗീയവിഷം പടർത്തുന്ന ആർ എസ് എസിനെ നിരോധിക്കണം. ഈ വർഗ്ഗീയതയോടു ഒത്തുതീർപ്പുണ്ടാക്കിയാൽ മതേതരഇന്ത്യ, ഹിന്ദുരാഷ്ട്രമായി മാറിയെന്നുവരും. രാഷ്ട്രം വലിയ വിലകൊടുക്കേണ്ടിവരും.

ലോകം മുഴുവൻ ഗാന്ധിവധത്തെ അപലപിച്ചപ്പോൾ ഹിന്ദുത്വശക്തികൾ തിരുവനന്തപുരത്തടക്കം പലേടങ്ങളിലും മധുരം വിതരണം ചെയ്തു ആഘോഷിച്ചു.

കൽക്കത്ത തീസീസ്

ഇന്ത്യൻ കമ്യൂണിസ്റ്റ് പാർട്ടിയുടെ ആദ്യകോൺഗ്രസ് 1943 ൽ ബോംബെയിൽ വെച്ചു മെയ് 23 മുതൽ ജൂൺ 1 വരെ എട്ടു ദിവസങ്ങളിലായി നടത്തിയിരുന്നു. അന്നു സെക്രട്ടറി പി സി ജോഷിയായിരുന്നു. കേരളത്തിൽനിന്ന് പി കൃഷ്ണപിള്ള പാർട്ടി കോൺഗ്രസിൽ പങ്കെടുത്തു.

1948 ൽ കൽക്കത്തയിൽവെച്ച് രണ്ടാം പാർട്ടി കോൺഗ്രസ് നടക്കുന്നു. നാട്ടികഫർക്ക കമ്യൂണിസ്റ്റു പാർട്ടി പ്രതിനിധിയായി പി ടി ഭാസ്കരപ്പണിക്കർ കൽക്കത്ത കോൺഗ്രസിൽ പങ്കെടുത്തു. കോൺഗ്രസിൽ പാസാക്കിയ പ്രമേയങ്ങൾ റിപ്പോർട്ടു ചെയ്യുന്നതിനായി ടി സി നാരായണൻ നമ്പ്യാരോടൊപ്പമാണ് സി എച്ച് കണാരൻ വന്നത്. എടമുട്ടം പയച്ചോട്ടിൽ നടന്ന യോഗത്തിൽ പങ്കെടുക്കാൻ സഖാക്കളെയും അടുത്ത പാർട്ടി അനുഭാവികളെയും സംഘടിപ്പിച്ചു. സ്വാതന്ത്ര്യം കിട്ടിയതിന്റെ ഭാഗമായി പാർട്ടി നടത്താനിരിക്കുന്ന നിരന്തരസമരങ്ങളിൽ സജീവമായി പങ്കെടുക്കാൻ ആഹ്വാനം ചെയ്യുന്ന ആവേശകരമായ പ്രസംഗം കഴിഞ്ഞപ്പോൾ അനുഭാവികളുടെ യോഗം പിരിച്ചുവിട്ടു. പിന്നീട്, പാർട്ടിയംഗങ്ങളുടെ യോഗം ചേർന്നു, പാർട്ടികോൺഗ്രസിൽ പാസാക്കിയ പ്രമേയത്തെക്കുറിച്ച് പി ടി ബി റിപ്പോർട്ടു ചെയ്തു: (ചുരുക്കം)

> കൽക്കത്തയിൽ 1948 (ഫെബ്രുവരി 28) ഫെബ്രുവരി-മാർച്ചു മാസങ്ങളിൽ നടന്ന രണ്ടാം പാർട്ടി കോൺഗ്രസിൽ ജനറൽ സെക്രട്ടറി ബി ടി രണദിവെ അവതരിപ്പിച്ച് അംഗീകരിച്ച പ്രമേയമാണ് കൽക്കത്ത തീസീസ്. ജനതയുടെ സോഷ്യലിസ്റ്റ് സങ്കല്പങ്ങളുടെ സാക്ഷാൽക്കാരത്തിനുവേണ്ടി ഇന്ത്യയുടെ അധികാരം പിടിച്ചെടുക്കണം, അതിനായി ഒരു സായുധ സമരത്തിനു പാർട്ടി നേതൃത്വം കൊടുക്കണം.
>
> സ്വാതന്ത്ര്യലബ്ധിക്കുമുമ്പുനടന്ന ഐ എൻ എ പ്രസ്ഥാനം, നാവിക കലാപം, റെയിൽവേതൊഴിലാളി പണിമുടക്ക്, ‘തേബാഗ’

പ്രസ്ഥാനം മുതലായവയിൽനിന്ന് യുദ്ധാനന്തര ബഹുജന പ്രക്ഷോഭത്തിന്റെ ചാലകശക്തി ഒരുതരത്തിലും ദുർബ്ബലപ്പെടുകയോ ക്ഷയിക്കുകയോ ചെയ്തിട്ടില്ല..

ഇന്ത്യയിലെ വിപ്ലവപ്രസ്ഥാനത്തിനു നിരാശപ്പെടേണ്ട ഒന്നും ഉണ്ടായിട്ടില്ല. ഇപ്പോൾ അധികാരമേറ്റെടുത്ത കോൺഗ്രസ് സർക്കാരിൽ ജനങ്ങൾ അസംതൃപ്തരാണ്. ഒരു ബദൽ ഗവൺമെന്റിന്റെ രൂപീകരണത്തിനുവേണ്ടിയുള്ള പോരാട്ടം നടത്താനുള്ള കടമ കമ്യൂണിസ്റ്റ് പാർട്ടി ഏറ്റെടുക്കണം. അതിനാൽ തൊഴിലാളി വർഗ്ഗത്തിന്റെയും കമ്യൂണിസ്റ്റുപാർട്ടിയുടെയും നേതൃത്വത്തിൽ തൊഴിലാളികളുടെയും കർഷകരുടെയും അടിച്ചമർത്തപ്പെട്ട ചെറുകിട ബൂർഷ്വാസികളുടെയും സഖ്യത്തെ അടിസ്ഥാനമാക്കി ഒരു ജനാധിപത്യസഖ്യം (ഡെമോക്രാറ്റിക്കുഫ്രണ്ട്) രൂപീകരിക്കണം. നിലവിലുള്ള ജനാധിപത്യവ്യവസ്ഥയുടെ കപടവേഷം തുറന്നുകാട്ടി അതിനെ അട്ടിമറിച്ച് പുതിയ തൊഴിലാളിവർഗ്ഗഭരണകൂടത്തിന്റെ അടിസ്ഥാനം സൃഷ്ടിക്കുന്നതിനാണ് ഈ ജനാധിപത്യസഖ്യം ലക്ഷ്യമിടുന്നത്.

ബ്രിട്ടീഷുകാർ രാജ്യംവിട്ടു പോയതു സ്വാഗതാർഹമാണ്. ഇപ്പോൾ ലഭ്യമായ ഈ അധികാരം എത്തിനില്ക്കുന്നത് ബൂർഷ്വാസിയുടെ കൈയിലാണ്. അതിന്റെ ഗുണമുണ്ടാവുന്നത് തുച്ഛമായ ജന്മിമുതലാളിത്ത ബൂർഷ്വാശക്തികൾക്കാണ്. ബഹുഭൂരിപക്ഷം വരുന്ന ജനതയുടെ സ്വാതന്ത്ര്യം ആത്യന്തികമായി ആർജ്ജിക്കുന്നത് സോഷ്യലിസത്തിലൂടെയാണ്. എല്ലാ ബ്രിട്ടീഷ് ദേശീയ ഫാക്ടറികളും കണ്ടുകെട്ടി ദേശസാല്ക്കരിക്കണം, ആ ഭൂവുടമകൾക്കും സ്വത്തുക്കൾക്കും നഷ്ടപരിഹാരം നല്കരുത്. ബാങ്കുകൾ, റെയിൽവേ, പ്രധാന വ്യവസായങ്ങൾ എന്നിവ ദേശസാല്ക്കരിക്കണം. എല്ലാ കടങ്ങളും റദ്ദാക്കണം. ന്യൂനപക്ഷങ്ങൾക്കു സ്വയം മാതൃരാജ്യം നിർണ്ണയിക്കാനുള്ള അവകാശവും ഉണ്ടാവണം. തൊഴിലാളി-കർഷക-ഐക്യം സോഷ്യലിസ്റ്റു മാതൃകയിൽ സൃഷ്ടിക്കണം.

സി എച്ച് കണാരൻ, ടി സി നാരായണൻ നമ്പ്യാർ എന്നിവർ പ്രസംഗിച്ചു. യോഗം കഴിഞ്ഞപ്പോൾ അർദ്ധരാത്രിയോടടുക്കുന്നുണ്ടായിരുന്നു. സി എച്ച് കണാരനേയുംകൂട്ടി സർദാർ മടങ്ങി.. .

അവകാശപ്രഖ്യാപന റാലി

ജന്മിമാരും ഗുണ്ടകളും ഭരണകൂട ഉപകരണങ്ങളായ പൊലീസും സർക്കാർ ഉദ്യോഗസ്ഥവൃന്ദവും സാധാരണക്കാരനെതിരെ നടത്തുന്ന തേർവാഴ്ചകളും സർക്കാരിന്റെ പക്ഷപാതങ്ങളും അവസാനിപ്പിക്കണം.

തൊഴിലാളികളുടെയും കർഷകരുടെയും അവകാശങ്ങൾ ഉൾപ്പെടുത്തിക്കൊണ്ട് 'അവകാശ പ്രഖ്യാപന റാലി' സർദാറിന്റെ നേതൃത്വത്തിൽ നടത്താൻ പാർട്ടി തീരുമാനിച്ചു.

എടത്തിരുത്തി അയ്യപ്പൻകാവിൽനിന്നും ജാഥ ആരംഭിച്ച് ഉൾപ്രദേശങ്ങളിലൂടെ ചെന്ത്രാപ്പിന്നി കണ്ണംപുള്ളിപ്പുറത്തെ അമ്പലപരിസരത്ത് പൊതുയോഗത്തിൽ സർദാറിന്റെ പ്രസംഗത്തോടെ 'അവകാശ പ്രഖ്യാപനം' നടത്തി പിരിഞ്ഞുപോകാനായിരുന്നു പദ്ധതി. നോട്ടീസ് ഏപ്രിൽ 4 ന് പുറത്തുവന്നു. നോട്ടീസിലെ ഉള്ളടക്കം ഹരിജൻ സംഘവും കിസാൻ സംഘവും അംഗീകരിച്ചു.

അങ്ങാടിയിൽ നിന്നാരംഭിച്ച ഘോഷയാത്രയെ പൊലീസ് പിന്തുടരുന്നുണ്ടായിരുന്നു. ജാഥ കുറ്റിക്കാട്ടിലൂടെയും മുൾച്ചെടികളിലൂടെയും നീങ്ങി. പുതിയതായി വലപ്പാടു പൊലീസിൽ എത്തിച്ചേർന്ന എം എസ് പി (മലബാർ സ്പെഷ്യൽ പൊലീസ്) ക്കാർക്കു നാട്ടിടവഴികളിലൂടെ സഞ്ചരിച്ച് ശീലമില്ലാത്തതിനാൽ അവരുടെ ശരീരം മുഴുവൻ മുറിവേറ്റു. പൊലീസ് പിന്തുടരുന്നതിലെ അപകടം തിരിച്ചറിഞ്ഞ സഖാക്കൾ പൊലീസിനെ കബളിപ്പിക്കാൻ പൊലീസ് വിസിലിന്റെ സമാനശബ്ദമുള്ള വിസിൽ ഊതി പൊലീസിനെ വഴിതെറ്റിച്ചു. അങ്ങനെ പൊലീസിൽ നിന്നും കണ്ണുവെട്ടിച്ചു പ്രകടനദിശമാറ്റുകയും പൊലീസിന്റെ നിരീക്ഷണത്തിൽനിന്നും രക്ഷപ്പെടുകയും ചെയ്തപ്പോൾ സഖാക്കളുടെ തന്ത്രത്തിന്റെ മുന്നിൽ പൊലീസ് പരാജയപ്പെട്ടു. കണ്ണംപുള്ളിപ്പുറം അമ്പലപരിസരത്തെത്തിയ ജാഥ നിശ്ചയിച്ചതുപോലെ, സർദാറിന്റെ പ്രസംഗത്തിലൂടെ 'അവകാശപ്രഖ്യാപനം' നടത്തി. പൊലീസ് വീണ്ടും വരുന്നതിനുമുമ്പ് നടപടികൾ പൂർത്തിയാക്കി പിരിഞ്ഞു.

പൊലീസ് എത്തിയപ്പോൾ ആരുമില്ല. പരിസരത്തുണ്ടായിരുന്നവരോടും കച്ചവടക്കാരോടും ജാഥാംഗങ്ങളുടെ പേരുവിവരങ്ങൾ അന്വേഷിച്ചു. ആരെല്ലാമെന്ന് അറിയാമായിരുന്നിട്ടും അവരാരുംതന്നെ സഖാക്കളുടെ പേരുകൾ പറഞ്ഞില്ല; കാരണം ജാഥ നാട്ടുകാർക്കു വേണ്ടിയായിരുന്നു....

തെലങ്കാന ദിനം

'തെലങ്കാനാ സമര'ത്തിന്റെ ആവേശകരമായ സ്മരണകളെ നെഞ്ചിലേറ്റി എടത്തിരുത്തി ബസാറിൽ തെലങ്കാനദിനം ആചരിക്കാൻ പാർട്ടി തീരുമാനിച്ചു. ഈ പരിപാടികൾക്കും നേതൃത്വം കൊടുക്കാൻ സർദാറിനെയാണ് പാർട്ടി നിയോഗിച്ചത്. എടത്തിരുത്തി ബസാറിൽ വെച്ചുനടക്കുന്ന ഏറ്റവും വലിയ സമ്മേളനമായിരുന്നു അത്.

കെ കെ അഭിമന്യു, എ എൽ ഫ്രാൻസീസ്, കെ കെ വിജയൻ, എം പി ശങ്കരനാരായണൻ തുടങ്ങി ഏഴുപേരെ പിറ്റേദിവസംതന്നെ അറസ്റ്റുചെയ്തു ജയിലിലടച്ചു, സർദാറിനെ കിട്ടിയില്ല. കോൺഗ്രസ് സർക്കാരിനെതിരെ മുദ്രാവാക്യം വിളിക്കുക, ജന്മിത്വം അവസാനിപ്പിക്കും

എന്ന ദൃഢനിശ്ചയം നടത്തുക മുതലായ കുറ്റങ്ങളാണ് ചുമത്തിയത്. അതിനെത്തുടർന്നു, പൊലീസിൽനിന്നും കണ്ണുവെട്ടിച്ച് പൂർണ്ണമായും ഒളിവിലേക്കു മാറ്റാൻ സഖാക്കൾ നിർബ്ബന്ധിതരായി. ജയിലിലടയ്ക്കപ്പെട്ട സഖാക്കൾ ഡിസംബർ പതിനാലിനു ശിക്ഷകഴിഞ്ഞു പുറത്തു വന്നു.

കിസാൻ സഭ സമ്മേളനം

തെലങ്കാനയിലെ ഭൂവുടമകൾക്കെതിരെ ഉയർന്നുവന്ന ആവേശകരമായ കർഷകപ്രക്ഷോഭത്തിനു നേതൃത്വംകൊടുത്ത വെങ്കടേശ്വലു കേന്ദ്ര-പ്രവിശ്യാതിരഞ്ഞെടുപ്പിൽ കമ്യൂണിസ്റ്റ് പാർട്ടി പ്രതിനിധിയായി തെലങ്കാനാ നിയമസഭയിലേക്കു തെരഞ്ഞെടുക്കപ്പെട്ടിരുന്നു. ഇന്ത്യയിൽ കമ്യൂണിസ്റ്റുപാർട്ടിയുടെ ആദ്യ എം എൽ എ ആയ അദ്ദേഹത്തിനു 'കിസൻസമ്മേളന'ത്തിൽ സ്വീകരണമൊരുക്കുക എന്ന മറ്റൊരു പരിപാടി എടമുട്ടം പാലപ്പെട്ടിവളവിനു സമീപമുള്ള കൂത്തമ്പലത്തിന്റെ പിറകുവശത്തു നടത്താനും തീരുമാനിച്ചു. അതിന്റെയും നേതൃത്വം സർദാറിനെയാണ് ഏല്പിച്ചത്.

1948 ഏപ്രിൽ 28 ന് കിസാൻസമ്മേളനം നടക്കുകയാണ്. പാലപ്പെട്ടിവളവു മുതൽ കൊടിതോരണങ്ങൾ കൊണ്ടലങ്കരിച്ചിരുന്നു. ഉയരമുള്ള മരച്ചില്ലകളിൽ കോളാമ്പിമൈക്കുകൾ കെട്ടിവെച്ചിട്ടുണ്ട്. വിവിധ ഭാഗങ്ങളിൽനിന്നും വരുന്ന ജാഥ ചെന്ത്രാപ്പിന്നി സെന്ററിൽ കേന്ദ്രീകരിച്ച് പാലപ്പെട്ടി സെന്ററിലേക്കു പാഞ്ഞടുക്കുകയാണ്.

ആലമുതൽ ചേറ്റുവാവരെയുള്ള മുഴുവൻ കർഷകരെയും സംഘടിപ്പിക്കാൻ രാപകലില്ലാതെ ഓടിനടന്നതിന്റെ ഫലമാണ് ആ സമ്മേളനം.. കൊടിതോരണങ്ങളും മൈക്കുകളും കെട്ടി അലങ്കരിച്ചിരുന്നു. രണ്ടു കിലോമീറ്റർ അകലെനിന്നുതന്നെ മുദ്രാവാക്യത്തിന്റെ ഇരമ്പം മുഴങ്ങുന്നുണ്ട്. അതിശക്തമായ വീറും വാശിയും പ്രകടിപ്പിച്ചുകൊണ്ട് ജാഥ കൊടുംകാറ്റിന്റെ കരുത്തിൽ അടുത്തുവരികയാണ്. പാലപ്പെട്ടിവളവിൽ നിന്ന് ഇരുവശവും മുറ്റിനിറഞ്ഞുനില്ക്കുന്ന കൈതക്കാടുകൾക്കു നടുവിലൂടെ, റോഡിലേക്കു ചാഞ്ഞുകിടക്കുന്ന കൈതോലമുള്ളുകളെ വകവെക്കാതെ വകഞ്ഞുമാറ്റി, ഇരുകൈകളും ആകാശത്തേക്കെറിഞ്ഞ് മുഷ്ടിചുരുട്ടി അധികാര പ്രപഞ്ചത്തെ വിറപ്പിച്ചു കൊണ്ടു സർദാർ വിളിച്ചു:

"ഇൻക്വിലാബ് സിന്ദാബാദ്.."

"കർഷകസംഘം സിന്ദാബാദ്..."

യോഗമാരംഭിച്ചു, വെങ്കടേശ്വരലു പ്രസംഗിക്കുകയായിരുന്നു. ഇൻസ്പെക്ടർ നമ്പ്യാരും ഏതാനും പൊലീസുകാരും സമ്മേളനവേദിയിലെത്തി സംഘാടകരെ വിളിച്ചു. സർദാറും മൊഹമ്മദു യൂനസും ഇൻസ്പെക്ടർ നമ്പ്യാരുടെ മുന്നിൽ വന്നപ്പോൾ, അയാൾ യോഗം പിരിച്ചുവിടണമെന്നാവശ്യപ്പെട്ടു.

"സാദ്ധ്യമല്ല" സർദാർ സഗൗരവം പ്രതികരിച്ചു:

"കൃഷിചെയ്യുകയും നാടിനെ ഊട്ടുകയും ചെയ്യുന്ന കർഷകർക്ക് അവരുടെ ആവശ്യങ്ങൾ ഉന്നയിച്ചു പ്രകടനം നടത്താനും സമ്മേളനം സംഘടിപ്പിക്കാനും സ്വതന്ത്ര ഇന്ത്യയിൽ അവകാശമുണ്ട്. ഈ യോഗം പൂർണ്ണമായും കഴിഞ്ഞിട്ടേ യോഗം പിരിഞ്ഞുപോകാൻ തീരുമാനിച്ചിട്ടുള്ളൂ..."

സർദാറിന്റെ വാക്കുകളിലെ ആത്മവിശ്വാസം നമ്പ്യാരെ നിശ്ശബ്ദനാക്കി. ബലപ്രയോഗം സർദാറിന്റെ പിന്നിൽ അണിനിരന്ന ആയിരങ്ങൾ വരുന്ന ഈ വൻജനാവലിയെ പ്രകോപിതരാക്കുമെന്നു തിരിച്ചറിഞ്ഞ നമ്പ്യാർ സ്വയം ഒതുങ്ങുകയാണുണ്ടായത്. താനിവിടെ അപമാനിതനായെന്ന അപകർഷതാബോധം അയാളെ വേട്ടയാടുന്നുണ്ടായിരുന്നു.

വെങ്കടേശ്വരലുവിനുപുറമെ, സർദാർ, ടി കെ രാമൻ, പി കെ ഗോപാലകൃഷ്ണൻ മുതലായവർ പ്രസംഗിച്ചു. കൊമ്പത്തു പ്രഭാകരൻ, കോമന്താക്ക ഗോപാലൻ, കെ സി രാമു, സി എസ് ഗോപാലൻ, ചുള്ളിപ്പറമ്പിൽ വിജയൻ എന്നിവരും സജീവമായിരുന്നു. മണപ്പുറം കണ്ട ഏറ്റവും വലിയ ഈ സമ്മേളനം സംഘടിപ്പിക്കാൻ നേതൃത്വം കൊടുത്ത സർദാറിന്റെ സംഘാടനശേഷിയെ പാർട്ടിയോഗത്തിൽ സഖാക്കൾ അഭിനന്ദിച്ചു...

ഹോംഗാർഡുകളും കാവൽപ്പട്ടികളും

ജനാധിപത്യം പ്രസംഗിച്ച് ജനകീയാംഗീകാരം നേടുന്ന ബൂർഷ്വാ പാർട്ടികൾ അധികാരത്തിലെത്തിയാൽ ജനങ്ങളെ മറക്കുന്നത് പൊതുവേ പ്രകടമാവുന്ന അപജയമാണ്. കോൺഗ്രസ് സർക്കാരിനെ അട്ടിമറിക്കുന്ന വിപ്ലവസന്നാഹമാണ് കൽക്കത്ത തീസീസ് പാസാക്കിയതോടെ കമ്യൂണിസ്റ്റുപാർട്ടി നടത്തുന്നതെന്ന ധാരണ, ഭരണകൂടത്തിനുണ്ടായിരുന്നു. മറിച്ചു കോൺഗ്രസ് അവരുടെ ഭരണദൗർബല്യങ്ങളെ സ്വയം വിമർശനത്തോടെ നിരീക്ഷിക്കാൻ തയ്യാറായിരുന്നില്ല. ഓരോ ചലനവും ഈ പ്രതികാരബുദ്ധിയോടെ വീക്ഷിക്കാനും കമ്യൂണിസ്റ്റുകാരെ 'അട്ടിമറിക്കാർ' ആയി മുദ്രകുത്താനും തുടങ്ങി. സർക്കാരിനെതിരെയുള്ള സമരങ്ങളെല്ലാം രാജ്യത്തിനെതിരാണെന്നും കമ്യൂണിസ്റ്റുകാർ രാജ്യത്തിന്റെ ശത്രുക്കളാണെന്നും കോൺഗ്രസുകാർ പ്രചാരണം നടത്തി.

ഓരോ പ്രദേശത്തും കമ്യൂണിസ്റ്റുകാരുടെ നീക്കങ്ങൾ, ഒളിവു പ്രവർത്തനങ്ങൾ, എന്നിവയെ മണത്തറിയാനും, കോൺഗ്രസ് നേതാക്കളിലേക്കും പൊലീസിലേക്കും എത്തിക്കുന്നതിനും 'ഹോംഗാർഡുകൾ' എന്ന രഹസ്യ ഏജന്റുകളുടെ സേനകളുണ്ടാക്കാൻ കേരളം മുഴുവൻ കോൺഗ്രസുകാർ പദ്ധതിയിട്ടിരുന്നു. ഒറ്റുകാർ എന്നതിന്റെ നവീകരിക്കപ്പെട്ട പേരായിരുന്നു ഇത്. എടത്തിരുത്തിപള്ളിയുടെ സമീപം ഈ 'ഹോംഗാർഡുകൾ' ഒത്തുകൂടി വിവരങ്ങൾ കൈമാറുകയായിരുന്നു പതിവ്. ജന്മി-മുതലാളി വർഗ്ഗം ഒഴിച്ചു കൊടുക്കുന്ന കള്ളും എറിഞ്ഞു കൊടുക്കുന്ന നക്കാപ്പിച്ച പണവുമായിരുന്നു, ചിലർക്കു ഒറ്റുകാരാവാൻ

പ്രചോദനം. ദാരിദ്ര്യത്തോടു പടവെട്ടി മുന്നേറുന്നതിനേക്കാൾ എളുപ്പത്തിൽ സമ്പന്നതയുടെ ആർഭാടങ്ങൾ അനുഭവിക്കാൻ വെമ്പുന്ന ഒരു കൂട്ടർ എക്കാലവും ഉണ്ടായിരുന്നു. അധികാരവർഗ്ഗതാല്പര്യത്തിനനുകൂലമായി ദാസ്യവൃത്തി ചെയ്യുന്നതിലൂടെ ആഹാര ആർത്തിയുടേയും മദ്യ മദിരാക്ഷികളുടെ ആസക്തിയുടേയും ശമനം സാദ്ധ്യമാക്കാൻ അവർ ശ്രമിക്കുന്നു. മുതലാളിത്ത സമൂഹത്തിന്റെ ജീർണ്ണതയായ ഇല്ലായ്മയും അസമത്വവും തന്നെയാണിതിന് ഹേതു.

രാഷ്ട്രീയ വിയോജിപ്പുകളെ സഹിഷ്ണുതയോടെ അംഗീകരിക്കാൻ കഴിയാതെ വരുമ്പോൾ ഉണ്ടാവുന്ന ആത്മഭീതിയാണ് മറ്റൊരു കൂട്ടർക്ക് എതിരാളികളെ ആക്രമിക്കാനും ഇത്തരം അധമവൃത്തികളിലേക്കു നീങ്ങാനും പ്രേരണ. അപരന്റെ ആശയങ്ങളും പ്രവർത്തനങ്ങളും സ്വാഭിപ്രായംപോലെ വിലപ്പെട്ടതാണെന്ന ബഹുസ്വരതയുടെ നവ്യാനുഭവം വളർന്നു വികസിക്കാതെ ജനാധിപത്യത്തിന്റെ സൗന്ദര്യ ദർശനം സാക്ഷാൽക്കരിക്കാനാവില്ല. എതിരാളിയെ ആശയപരമായി നേരിടാനാവാതാവുമ്പോൾ അധികാരമുപയോഗിച്ച് അടിച്ചമർത്തുകയോ വകവരുത്തുകയോ ചെയ്യുക എന്നതാണ് ഭരണവർഗ്ഗനയം. അവിടെ ജനാധിപത്യവും ന്യായവും നീതിയും മരിക്കുന്നു, മാടമ്പിയുടെ തലയിലിരിക്കുന്ന അധികാരകിരീടം അഹങ്കാരത്തോടെ അട്ടഹസിക്കുന്നു...!

കെ എസ് വാസുദേവൻ, പാണ്ടാത്തറരാമൻ, തട്ടാൻ ഗോവിന്ദൻ, കുട്ടമംഗലം ഹസ്സൻ, മേനോൻ കൊച്ചാപ്പു, കെ വി പദ്മനാഭൻ മാഷ്, കൊല്ലാറകൊച്ചാപ്പു എന്നിവരായിരുന്നു ഹോംഗാർഡിലുണ്ടായിരുന്ന പ്രമുഖർ.

നിയമപാലനവും നീതിനിർവ്വഹണവും ഒരു സേവനമാകുന്നത് സോഷ്യലിസ്റ്റ് വ്യവസ്ഥയിലായിരിക്കും. ചോദ്യം ചെയ്യുന്നവർക്കു നേരെ കുരയ്ക്കാനും മെക്കിട്ടു കയറി കടിച്ചുകീറാനും അൾസേഷ്യൻ നായ്ക്കളെ വളർത്തുന്നതു പോലെയാണ് മുതലാളിത്തസർക്കാരുകൾ പൊലീസുകാരെ നിയമിക്കുന്നത്. അധികാരികളുടെ അനീതികൾക്കെതിരെയുള്ള അവകാശസമരങ്ങളാണ് തൊഴിലാളി പ്രസ്ഥാനം നടത്തുന്നതെന്ന് ചിന്തിക്കാൻപോലും മുതിരാതെ, വിവേചനശേഷിയില്ലാതെയാണു ജനകീയ സമരങ്ങളെ പൊലീസ് ആക്രമിക്കുന്നത്. ധനാധിഷ്ഠിത വ്യവസ്ഥിതിയിൽ ചിന്താശേഷിയുള്ളവർക്കു ചെയ്യാവുന്ന ജോലിയാണോ പൊലീസുദ്യോഗം? എത്ര വലിയ ഏമാൻമാരുടെ സ്ഥാനനിർണ്ണയ നക്ഷത്രങ്ങൾ യൂണിഫോമിൽ തിളങ്ങുന്നുണ്ടെങ്കിലും ഈ ഏമാന്മാരെല്ലാം അധികാരികൾക്കുവേണ്ടി കുരയ്ക്കുന്ന കാവൽപ്പട്ടികളാണെന്നാണ് കമ്യൂണിസ്റ്റുകാർ നിരീക്ഷിച്ചത്....

സഖാക്കളേ മുന്നോട്ട്...

നമ്പ്യാരുടെ ഭീഷണി

പുളിച്ചോട്ടിലൂടെ വരികയായിരുന്നു. മോട്ടോർ ബൈക്കിന്റെ ശബ്ദം കേട്ടു. അതു നമ്പ്യാരായിരുന്നു. അയാൾ കുതിച്ചുവന്നു സർദാറിന്റെ മുന്നിൽനിന്നു. സർദാർ നമ്പ്യാരുടെ കണ്ണുകളിലേക്കു നോക്കി.

"അധികം വിളവു വേണ്ടാ, അഹങ്കാരം കൂടുന്നുണ്ട്..."

"അഹങ്കാരമോ, എനിക്കോ, അതെന്താണു മിസ്റ്റർ നമ്പ്യാർ?"

"അതു പിന്നീടറിഞ്ഞോളും, ഞാനെടുത്തോളാം..."

പടർന്നപകയോടെ അയാൾ വണ്ടി സ്റ്റാർട്ടു ചെയ്തു പറന്നുപോയി. 'കിസാൻസമ്മേളനം' നടക്കുമ്പോൾ യോഗം പിരിച്ചുവിടാൻ നമ്പ്യാർ ആജ്ഞാപിച്ചപ്പോൾ അതനുസരിക്കാത്തതിൽ അയാളുടെ പക ഇരട്ടിച്ചിട്ടുണ്ട്.

പുളിഞ്ചോടിൽനിന്നു താഴോട്ടിറങ്ങി, വലത്തോട്ടു തിരിഞ്ഞ് നടവരമ്പിലൂടെ നടക്കുകയായിരുന്നു. പെട്ടെന്നൊരടി പുറത്തുവീണപ്പോൾ സർദാർ തിരിഞ്ഞുനോക്കി. അപ്പോഴേക്കും അടിച്ചയാൾ തിരിഞ്ഞോടി. എരണേഴത്തു കുഞ്ഞക്കൻ എന്ന കോൺഗ്രസുകാരനായിരുന്നു അയാൾ. ഭീഷണികൾ കണക്കിലെടുത്തു സർദാറിനെപ്പോഴും ഏതെങ്കിലും സഖാക്കളുടെ സംരക്ഷണ കവചമുണ്ടാവണമെന്ന് പാർട്ടി തീരുമാനിച്ചു...

എന്തിനാണൊരു വീട്?

പ്രസ്ഥാനമേല്പിക്കുന്ന ചുമതലകൾ സകലതും മറന്നു കർമ്മനിരതനായതിന്റെ ഫലമായി ബാലബോധിനി സ്കൂളിലേയും ജോലി നഷ്ടപ്പെട്ടു. ജോലിയില്ലെങ്കിൽ പണമെവിടെ? സാമ്പത്തിക പ്രശ്നങ്ങൾ

ഭീഷണമാവുമ്പോൾ നിസ്സഹായത ചങ്ങലയായി വരിഞ്ഞുമുറുക്കും. തീക്ഷ്ണസമര രംഗങ്ങളിൽ കരുത്തനായ ഈ പോരാളി ദുർബ്ബലമായി മാറുന്ന സന്ദർഭമായിരുന്നു അത്. ആരുടെയെങ്കിലും സങ്കടനീരുതുടക്കാൻ നിർല്ലോഭം എടുത്തു കൊടുക്കുന്ന പൊതുസ്വത്താണ് പോക്കറ്റിലെ പണം. നോട്ടീസും ലഘുലേഖകളും പ്രിന്റുചെയ്യാൻ, മൈക്കും പെട്രോമാക്സും വാടകയ്ക്കെടുക്കാൻ, പാവങ്ങളുടെ കേസുകൾ നടത്താൻ.... ചെലവുകൾക്കു കണക്കൊന്നുമില്ല...

തറവാട്ടുഭൂമി സഹോദരനു കൈമാറ്റം ചെയ്ത് മറ്റൊരു ഭൂമി വാങ്ങിയൊരു വീടുണ്ടാക്കിയെന്നല്ലാതെ അവിടെ താമസിച്ചിട്ടില്ല. വീട്, കുടുംബം തുടങ്ങിയ സ്വകാര്യചിന്തകൾ എപ്പോഴെങ്കിലും തന്നെ സ്വാധീനിച്ചിട്ടുണ്ടോ?

പലരിൽനിന്നും കടംവാങ്ങിയിട്ടുണ്ട്. ഭൂമിവിറ്റു കടംവീട്ടുക എന്ന വാതിലാണ് മുന്നിൽ തുറന്നത്. എന്തിനാണൊരു വീട്? വീടുംപറമ്പും ഉണ്ടായിട്ടാണോ എല്ലാവരും ജീവിക്കുന്നത്? തനിക്കു തല ചായ്ക്കാൻ ആരാണിടം തരാത്തത്? തീരുമാനം കൃഷ്ണേട്ടനെ അറിയിച്ചു:

“പണം വേണം, വീടും പറമ്പും വില്ക്കണം..”

കോരപ്പന്റെ കുടിയിരുപ്പ്

വായനശാലയിൽ നിന്നിറങ്ങി പാപ്പാടം വഴി വന്നതാണ്. വലത്തോട്ടു പരന്നു കിടക്കുന്ന പാടശേഖരങ്ങൾ സ്വർണ്ണക്കതിരണിഞ്ഞു കിടക്കുന്നു. കൊത്തിയും കിളച്ചും ഉഴുതുമറിച്ചും വിത്തുവിതച്ചും ഞാറു പറിച്ചുനട്ടും കളപറിച്ചും ഒഴുകിവരുന്ന വെള്ളം തടയിട്ടുതടഞ്ഞും അധികവെള്ളം തേവിക്കളഞ്ഞും വിത്തുവിതച്ചും.... ഇതാ പാടം നിറയെ മുത്തണിഞ്ഞിരിക്കുന്നു. വല്ലിട്ടത്തറയുടെ അടുത്തെത്തിയപ്പോൾ കോരപ്പൻ വരുന്നു.

“എന്തേ കോരപ്പാ ഒരു വല്ലായ്മ?”

കോരപ്പന്റെ സങ്കടം വാക്കുകളായി. താനിരിക്കുന്ന കുടിയിരുപ്പു ഭൂമി കെ സി രാമൻമാഷു വാങ്ങി. കൈവശാവകാശം എടുക്കാൻ വന്നപ്പോൾ കോരപ്പനിപ്പോൾ താമസിക്കുന്നയിടത്തുനിന്നു മാറി പടിഞ്ഞാറേ ഭാഗത്തേക്കു താമസിക്കാൻ ആവശ്യപ്പെട്ടു. ഈ വിവരം കോരപ്പനോടു പറഞ്ഞു സമ്മതിപ്പിക്കാമെന്നു മുമ്പത്തെ ഭൂവുടമയോട് പറഞ്ഞിരുന്നുവെന്നും രാമൻമാഷ് പറഞ്ഞു.

എന്നാൽ, മുമ്പത്തെ ഭൂവുടമ തന്നോടൊന്നും പറഞ്ഞിട്ടില്ലെന്നു കോരപ്പൻ പറഞ്ഞപ്പോൾ രാമൻമാഷ് പറഞ്ഞു:

“അതു വഞ്ചനയായല്ലോ. ശരി, ഞാൻ നഷ്ടപരിഹാരം തരാം, കോരപ്പൻ മാറിത്താമസിക്കണം” അത് കോരപ്പന് സമ്മതമല്ല.

വിഷമത്തിലായ കോരപ്പനെ ചേർത്തുപിടിച്ചു:

“കോരപ്പാ, ചേട്ടനായാലും ആരായാലും തൊഴിലാളിക്കു പ്രതികൂലമാവുന്നതൊന്നും ഞാനനുവദിക്കില്ല. രാമച്ചേട്ടനുമായി സംസാരിച്ചു വേണ്ടതു ചെയ്യാം. കേസു കൊടുക്കേണ്ടിവന്നാൽ കൊടുക്കണം. ഞാൻ

കൂടെയുണ്ടാകും."

"കേസിനു ഉറുപ്പ്യൊക്കെ വേണ്ടേ മാഷേ.."

"നാട്ടിൽ ഉറുപ്പികയുണ്ടെങ്കിൽ കോരപ്പന്റെ കേസിനും അതുണ്ടാവും.."

മുന്നോട്ടുനടന്ന് കെ സി രാമൻമാഷുടെ മുറ്റത്തേക്കുകടന്നപ്പോൾ ഭാർഗ്ഗവിടീച്ചർ *മാതൃഭൂമി* ആഴ്ചപ്പതിപ്പ് വായിച്ചിരിക്കുകയായിരുന്നു. സർദാറിനെ കണ്ടയുടനെ ഭാർഗ്ഗവിടീച്ചർ ആനന്ദലഹരിയുടെ സോപാനം കയറി.

"കേറിയിരിക്കൂ സഖാവേ, ഇവിടെ പൊലീസൊന്നുമില്ല." എറണാകുളം ചുവയുള്ള ആ സംസാരം രസിച്ചു.

"പൊലീസിനെ പേടിയൊന്നുമില്ല, ഓച്ചന്തുരുത്തിൽനിന്നും വന്ന ഒരു ടീച്ചറില്ലേ, അവരെയാണു പേടി."

സർദാർ ചവിട്ടുപടിയിൽ കയറിനിന്നു ചോദിച്ചു:

"രാമച്ചേട്ടനില്ലേ?" ഭാർഗ്ഗവിടീച്ചർ പൊട്ടിച്ചിരിച്ചു.

"രാമെളേശൻ വരാൻ വൈകുമെന്നു സഖാവിനറിയില്ലേ?"

"ചേടത്തിയോ?" ഇറയത്തെ കസേരയിൽ സർദാറിരുന്നു.

"എളേമ്മയും പിള്ളാരും തറവാട്ടിൽ പോയിരിക്കയാ മാഷേ. മാഷ് ബാലബോധിനിയിലെ ജോലി വിട്ടൂന്നു കേട്ടല്ലോ?"

"നിരന്തരം ലീവെടുക്കുമ്പോൾ കുട്ടികളെ ആരു പഠിപ്പിക്കും? ചാത്തുണ്ണി കുഞ്ചനെ ബുദ്ധിമുട്ടിക്കരുതല്ലോ, ഞാൻ ജോലിവിട്ടു...."

"വീടും പറമ്പും വില്ക്കുന്നെന്നും കേട്ടല്ലോ.. സന്ന്യസിക്കാനാണോ ഉദ്ദേശ്യം?"

"സന്ന്യസിക്കാനൊന്നുമല്ല. എന്നാൽ, പൊതുപ്രവർത്തനം ഒരു തരം സന്ന്യാസം തന്നെയാണു ടീച്ചർ. അതെല്ലാം ടീച്ചർക്കു മനസ്സിലാവുമെന്നു തോന്നുന്നില്ല."

"എല്ലാം മനസ്സിലാവും, മാഷേ.. ഞാൻ ചായയെടുക്കാം?"

"വേണ്ട ടീച്ചറെ, രാമച്ചേട്ടൻ വരുമ്പോൾ വരാം..."

"ഇരിക്കൂ മാഷെ.. ഒരുമിനിട്ട്. സർദാർ ഇരുന്നു." ഒരു നിമിഷം കഴിഞ്ഞപ്പോഴേക്കും ടീച്ചർ ചായയുമായി മുന്നിൽ; ഒപ്പമൊരു പരിഭവം:

"കൊച്ചമ്മേടെ ചായ കുടിക്കും, എന്റെ ചായ പിടിക്കൂല്യേ?"

ചായ വാങ്ങി, ഊതിക്കുടിക്കുന്നതിനിടയിൽ പറഞ്ഞു:

"ഹേയ്.. ചായയോടു വിവേചനമൊന്നുമില്ലെടോ."

ചായമീശയിൽ തട്ടിനനഞ്ഞപ്പോൾ മീശ തുടച്ചു.. ചാരിനില്ക്കുന്ന വാതിൽപടിയിൽനിന്നു പറന്നുവന്ന മൂർച്ചയുള്ള ഒരസ്ത്രം സർദാറിന്റെ കണ്ണിലൂടെ ഹൃദയവാതിൽ പിളർന്നകത്തേക്കു കടന്നു....

മുന്നിൽ നില്ക്കുന്ന അഴകിലേക്കൊന്നു നോക്കാതിരിക്കാൻ സർദാറിനു കഴിഞ്ഞില്ല. മുല്ല പൂത്തമണവുമായി ഒരിളംതെന്നൽ ആ വഴിയിലൂടെ മൂളിപ്പാട്ടുംപാടി കടന്നുപോയി.

ചിലങ്ക കിലുങ്ങുന്ന ചിരിയുടെ കിലുക്കംകേട്ട സർദാർ പടിയിറങ്ങി

നടന്നു. സ്നേഹനിമിഷങ്ങളുടെ നഷ്ടവിഷാദത്തിൽ ഹൃദയം തേങ്ങുന്നുണ്ടായിരുന്നു. പുത്തൻപുരയിലേക്കു തിരിയുന്ന വടക്കേ വേലി കഴിഞ്ഞു കൺവെട്ടത്തുനിന്നു മറഞ്ഞിട്ടും ഭാർഗ്ഗവിടീച്ചർ അങ്ങോട്ടുതന്നെ നോക്കിനിന്നു....

വരവേല്ക്കാൻ ബ്രൂസു പടിക്കൽ നില്പുണ്ടായിരുന്നു. ബ്രൂസിന്റെ തലയിൽ വാത്സല്യത്തോടെ തഴുകി പുത്തൻപുരയിലെ തെക്കെ പുറത്തുള്ള കട്ടിലിൽ ചെന്നുകിടന്നു, ബ്രൂസു കട്ടിലിനടിയിൽ കിടന്നു...

തന്റെ ലോകം ഇതൊന്നുമല്ല. ആയിരമായിരം അശരണരുടെ നിലവിളികൾ കാതിൽ മുഴങ്ങുമ്പോൾ അവരെ ഉപേക്ഷിച്ചു പ്രണയകാമനകളുടെ കാന്തശക്തിയുടെ കൈപ്പിടിയിലമരുവാൻ ആവുന്നില്ല. നാലഞ്ചു വർഷമായി ഈ പ്രണയപ്രലോഭനത്തിൽനിന്നും ഒഴിഞ്ഞുമാറി നടക്കുകയാണ്. എന്നാൽ കൊടുങ്കാറ്റിനെതിരെ തുഴയാനാവാതെ വള്ളം അനിയന്ത്രിതമായി ഉലയുകയാണ്..

നൈമിഷികാനുഭൂതികളുടെ ക്ഷണികാനന്ദ പ്രലോഭനങ്ങളിൽ നിന്നും അപരിമേയ കാമനകളിൽനിന്നും മോചനം നേടിയേ ഒക്കൂ.. കുതിക്കാതെ അടങ്ങിയൊതുങ്ങി ഒരിടത്തു കിടക്കാൻ മനഃസാക്ഷി സർദാറിനോട് ഉപദേശിക്കുകയായിരുന്നു....

ആദർശവും സാഹോദര്യവും

ബ്രൂസു കുരച്ചപ്പോൾ എഴുന്നേറ്റു. ഇരുട്ടു പറന്നിട്ടുണ്ട്. രാമച്ചേട്ടൻ പോസ്റ്റോഫീസിലെ ജോലിയും കഴിഞ്ഞു വീട്ടിലെത്തുന്ന നേരമായി. തെക്കതിലേക്കു നടന്നു. അകത്തുനിന്നു അനിയനെ കണ്ട രാമച്ചേട്ടൻ വെളിയിൽ വന്നു.

"ആ, ഗോപൂ, നീ സന്ധ്യക്കു വന്നിരുന്നുവല്ലേ?"

"ഉം, വന്നിരുന്നു ചേട്ടാ.."

"ഭാർഗ്ഗവി പറഞ്ഞു. നീയിരിക്കൂ." സർദാർ ഇറയത്തെ തിണ്ണയിൽ ഇരുന്നു.

"ഗോപൂ.. നിനക്കു നിന്റേതായ വിശ്വാസവും രാഷ്ട്രീയവുമുണ്ട്. അതെല്ലാം നിന്റെയിഷ്ടംപോലെ. പൊലീസിൽ പലരും നിനക്കു ശത്രുക്കളുണ്ട്, നിനക്കതറിയുമോ?"

"അതെനിക്കറിയാം."

"നീ സൂക്ഷിക്കണം. ഇൻസ്പെക്ടർ നമ്പ്യാരു മഹാമോശമാ, ഇന്നലെ രാത്രി പോസ്റ്റോഫീസിൽ നിന്നുവരുമ്പോൾ എന്റെ മുഖത്തേക്കയാൾ ടോർച്ചടിച്ച് നിന്റെ വിവരങ്ങളറിയാൻ എന്നെ ചോദ്യം ചെയ്തു. പൊലീസിൽ എന്നെ പരിചയമുള്ള ഒരു പൊലീസുകാരൻ പറഞ്ഞിട്ടാണ് എന്നെ വിട്ടത്." അകത്തുനിന്നു ലക്ഷ്മിച്ചേടത്തി വന്നു ചോദിച്ചു:

"ചായയെടുക്കട്ടെ, ഗോപൂ.."

"വേണ്ട ചേടത്തീ, കുറച്ചുമുമ്പു ഞാനിവിടെ വന്നപ്പോൾ ഭാർഗ്ഗവി ടീച്ചർ ചായ കുടിപ്പിച്ചാണ് വിട്ടത്" ചേടത്തി അകത്തു പോയപ്പോൾ

രാമൻമാഷോടായി സർദാർ ചോദിച്ചു:

“വല്ലിട്ടത്തറയിലെ കോരപ്പനോടു പടിഞ്ഞാറേ ചിറയിലേക്കു വീടു മാറാൻ ചേട്ടൻ പറഞ്ഞിരുന്നുവോ?”

“കോരപ്പനോടു മാറിത്താമസിക്കാൻ പറഞ്ഞതു നേരാണ്.”

“പടിഞ്ഞാറേ ചിറ താഴ്ന്നതാണ്. മലവെള്ളംകയറും. കോരപ്പന തിഷ്ടമില്ല.”

“ഗോപൂ, അത് മണ്ണിട്ടുയർത്താൻ വരുന്ന ചെലവുകൾ കൊടുക്കാൻ തയ്യാറാണെന്നും ഞാൻ പറഞ്ഞിട്ടുണ്ടല്ലോ. ഇതൊക്കെ ഭൂമി വാങ്ങുന്നതിനു മുമ്പു ഞാൻ പഴയ ഭൂവുടമയോടു പറഞ്ഞിരുന്നതുമാണ്.”

“അതൊന്നും അയാൾ കോരപ്പനോടു പറഞ്ഞിട്ടില്ല ചേട്ടാ...”

“അയാളെന്നെ ചതിച്ചതാണ്.”

“മാറിത്താമസിക്കാൻ കോരപ്പനു ബുദ്ധിമുട്ടാണ്. കുടികിടപ്പുകാരനെ നിർബ്ബന്ധമായി ഒഴിപ്പിക്കുന്നത് ശരിയല്ല.”

“ഞാൻ നിർബ്ബന്ധിച്ചു ഒഴിപ്പിക്കുകയല്ലല്ലോ, മാറിത്താമസിക്കുന്നതിനുള്ള നഷ്ടപരിഹാരം കൊടുക്കാം. പിന്നെ ഭൂവുടമയ്ക്കും ഭൂമിയിൽ ചില അവകാശമുണ്ടല്ലോ?”

‘‘അങ്ങനെയൊരു തർക്കത്തിലേക്കു പോയാൽ, ഇതൊരു കേസാവും..”

“കേസായാൽ വിധി കോടതി നിശ്ചയിക്കും, കോടതി തീരുമാനിക്കട്ടെ..”

“കേസായാൽ ഞാൻ കോരപ്പന്റെ കൂടെനില്ക്കും, ചേട്ടനോടൊപ്പം നില്ക്കാനാവില്ല. ചേട്ടനൊന്നും തോന്നരുത്...”

“എനിക്കെന്തു തോന്നാൻ? ഒരു കമ്യൂണിസ്റ്റുകാരനായ നിനക്കതേ കഴിയൂ. അച്ഛൻ മരിച്ചകാലം മുതൽ നമ്മളോടമ്മ പറഞ്ഞത് സാഹോദര്യം നിലനിർത്തണമെന്നാണ്. സാഹോദര്യബന്ധം ആദർശത്തിനു തടസ്സമാവേണ്ടതില്ല. കേസു നടക്കട്ടെ, കോടതി നിശ്ചയിക്കട്ടെ, അനുസരിക്കാൻ തയ്യാറാണ്..”

“എന്നാൽ ശരി, അങ്ങനെയാവട്ടെ. ഞാനിറങ്ങുന്നു..” സർദാർ പടികളിറങ്ങുന്നതിനു മുമ്പായി പഴുത്ത വരിക്കച്ചക്കയുടെ പൂമണവുമായി ലക്ഷ്മിചേടത്തി പുറത്തേക്കുവന്നു.

“ഗോപൂനു ചക്കമുറിച്ചു വെച്ചിട്ടുണ്ട്. അകത്തേക്കു വാ..”

“ഗോപൂ, ചക്ക തിന്നിട്ടുപോകൂ.” രാമചേട്ടനും പറഞ്ഞു, സർദാർ പുഞ്ചിരിച്ചുകൊണ്ടു തളത്തിലേക്കു കടന്നു..

കണ്ണിൽ ഇരുട്ടു വ്യാപിച്ചിരിക്കുന്നു...

1948 ആഗസ്ത് 19 ന് വൈകുന്നേരം പാർട്ടി ഓഫീസിലേക്കു പറവൂരിൽനിന്നും വന്ന ദൂതനാണ് ആ ദുരന്തവാർത്തയറിയിച്ചത്.

“സഖാവ് മരിച്ചു..”

വാർത്ത സ്ഥിരീകരിച്ചപ്പോൾ സർദാറും അഭിമന്യുവും കൂടി പാർട്ടി

ഓഫീസിലെ ചെങ്കൊടി താഴ്ത്തിക്കെട്ടി. ചിമ്മിനിവിളക്കിന്റെ മുന്നിലിരുന്ന് അനുശോചന യോഗംകൂടി...

കേരളത്തിലെ കമ്യൂണിസ്റ്റു പാർട്ടിയുടെ സ്ഥാപകനും സംസ്ഥാന സെക്രട്ടറിയുമായ പി കൃഷ്ണപിള്ള മരണപ്പെട്ടു. പാർട്ടിയുടെ തലച്ചോറും നട്ടെല്ലുമാണ് നിർജ്ജീവമായത്. കേരളമാകെ വീടുകളും കടകളും കറുത്തകൊടികൾ കെട്ടി ദുഃഖം ആചരിച്ചു. മൂകതയുടെ വിഷാദരാഗം നാടാകെ പരന്നുകിടന്നു.

സമരത്തിന്റെ തീപടർന്നുപിടിച്ച സമയം, 'സഖാവ്' എന്നാൽ കൃഷ്ണപിള്ളയാണ്. ഒളിവിൽ സഖാവിന്റെ അപരനാമം 'രാമൻ' എന്നായിരുന്നു. ആലപ്പുഴയിലെ മുഹമ്മയിൽ ചെല്ലിക്കണ്ടത്തുങ്കൽ നാണപ്പന്റെ വീടായിരുന്നു സഖാവിന്റെ ഷെൽട്ടർ. പകൽ എഴുത്തും വായനയുമായി കഴിയും, വൈകുന്നേരം പാർട്ടിയോഗങ്ങളും സ്റ്റഡിക്ലാസുകളുമായിരുന്നു....

ആഗസ്ത് 18 ന് അർദ്ധരാത്രിയൊരു പാർട്ടിയോഗം കഴിഞ്ഞു കാറിൽ ചേർത്തല കഞ്ഞിക്കുഴിയിൽ വന്നിറങ്ങി എൻ സി ശേഖറിന്റെ ഷെൽട്ടറിൽ ചെന്നു. പാർട്ടിയോഗത്തിൽ പങ്കെടുത്ത് വെളുപ്പിനു നാലരയ്ക്ക് സഖാവ് സ്വന്തം ഒളിസങ്കേതമായ നാണപ്പന്റെ വീട്ടിലേക്കു മടങ്ങി.

രാവിലെ ഒമ്പതുമണിയോടെ റിപ്പോർട്ടെഴുതുന്നതിനിടയിൽ ഒന്നു വിശ്രമിച്ചു. നാണപ്പന്റെ അമ്മ മാത്രമുള്ള വീട്ടിലെ വാതിൽ തുറന്നു ചാരിവെച്ചിരുന്നു, എന്തോ ഒന്നുചാടി...

പെട്ടെന്നു സഖാവ് നാണപ്പന്റെ അമ്മയെ വിളിച്ചു. അസാധാരണമായ ആ വിളികേട്ടു, അമ്മ എന്തുപറ്റിയെന്നു ചോദിച്ചപ്പോൾ സഖാവ് ഇടതുകൈകൊണ്ടു വലതുകൈ അമർത്തിപ്പിടിച്ചു പറഞ്ഞു:

"ഓ, സാരമില്ല, എന്റെയീ കൈയിൽ ഒരു ചേരകടിച്ചു.."

അവർ ഒരു ചരടെടുത്തു സഖാവിന്റെ വലതുകൈക്കും മുട്ടിനുമിടയിൽ കെട്ടി. രക്തം പൊടിയുന്ന ഇടത്തിൽ ചുണ്ണാമ്പുതേച്ചു. സഖാക്കൾ സി കെ മാധവനേയും കണ്ണർകാട്ടു വാസുവിനേയും വിവരമറിയിച്ചു. സി കെ മാധവൻ വിഷവൈദ്യനെ കൊണ്ടുവരാൻ കെ വി നാരായണനെ ഏർപ്പാടാക്കി. സി കെ മാധവൻ എത്തിയപ്പോൾ പാമ്പാണ് കടിച്ചതെന്നും ചേരയെന്നു പറഞ്ഞത് അമ്മയെ വിഷമിപ്പിക്കാതിരിക്കാനാണെന്നും സഖാവ് പറഞ്ഞു. സി കെ മാധവനും നാണപ്പന്റെ അമ്മയും സഖാവു കൈവിട്ടുപോവുകയാണെന്നു തിരിച്ചറിയുന്ന വേദനയിൽ നിസ്സഹായരായിനിന്നു. സഖാവ് തളരുകയായിരുന്നു, അദ്ദേഹം തുടർന്നു:

"സാരമില്ല, എല്ലായിടത്തും വിവരമറിയിക്കുക" അപൂർണ്ണമായ റിപ്പോർട്ടു കൈയിലെടുത്തു.

'സ്വയം വിമർശനമില്ല, വിമർശനമുണ്ട്,' എന്നുതുടങ്ങുന്ന ആ റിപ്പോർട്ടിനടിയിൽ വിറയ്ക്കുന്ന കൈ കൊണ്ടെഴുതി.

"എന്റെ കണ്ണിൽ ഇരുട്ടു വ്യാപിച്ചിരിക്കുന്നു. ശരീരമാകെ തളരുക

യാണ്. എന്തു സംഭവിക്കുമെന്നെനിക്കറിയാം... സഖാക്കൾക്കു ലാൽ സലാം..."

മരണത്തിനു കീഴടങ്ങുന്ന നിമിഷത്തിലും സഖാവ് പ്രസ്ഥാനത്തെയാണോർത്തത്.........

"സഖാക്കളേ മുന്നോട്ട്..."

പേന തറയിൽ വീണു. സി കെ മാധവന്റെ മടിയിലേക്കു സഖാവ് ചരിഞ്ഞു, മാധവനെ കെട്ടിപ്പിടിച്ചു കിടന്നു. അല്പസമയം കഴിഞ്ഞപ്പോൾ വല്ലാത്തൊരു ശക്തിയോടെ ആ ശരീരം ആകെയൊന്നു പിടഞ്ഞു. കഴിഞ്ഞു...

എല്ലാം കഴിഞ്ഞു....

മിന്നിത്തിളങ്ങി നിന്നിരുന്ന കണ്ണുകളിൽ ഒരു മങ്ങൽ വ്യാപിച്ചു, തൊഴിലാളിവർഗ്ഗത്തെ ഉജ്ജ്വലിപ്പിച്ചുകൊണ്ടിരുന്ന ആ കണ്ണുകൾ അടഞ്ഞു. എല്ലാവരും വിഷാദമൂകരായി..

ഒരു യുഗത്തിന്റെ അന്ത്യം...

ഒരു കടലിരമ്പം ശാന്തമാവുകയായിരുന്നു...

സഖാവ് പി രാമമൂർത്തി

സകല ഊർജ്ജവും ചോർന്നുപോകുന്ന വല്ലാത്ത ശൂന്യതയാണ് സഖാവിന്റെ മരണമുണ്ടാക്കിയത്. പതിവുപോലെ പ്രവർത്തനനിരതനായപ്പോൾ സർദാർ സജീവമായി. കോയമ്പത്തൂരിൽ നിന്നു മണപ്പുറത്തു യോഗത്തിൽ പങ്കെടുക്കാൻ പാർട്ടി കേന്ദ്രകമ്മിറ്റിയംഗം പി രാമമൂർത്തി വരുന്നു. എടമുട്ടം പയച്ചോട്ടിൽ യോഗം സംഘടിപ്പിക്കുന്ന ചുമതലകൾ ടി കെ രാമനും സർദാറും ശേഖരൻനായരും യൂനസും ഏറ്റെടുത്തു.

ഉച്ചകഴിഞ്ഞപ്പോഴേക്കും യോഗം തുടങ്ങി. മലയാളം കലർന്ന തമിഴിലാണ് പ്രസംഗിച്ചത്. ദേശീയ സാർവ്വദേശീയ സംഭവങ്ങളിലൂടെ കടന്നുവന്ന ആ പ്രസംഗം അനർഗ്ഗളമായൊരു പ്രവാഹമായിരുന്നു.

യോഗാനന്തരം പി രാമമൂർത്തിയെ, തോട്ടുപുര കുമാരസ്വാമി വൈദ്യരുടെ വീട്ടിൽ എത്തിക്കാൻ സർദാറും കൊമ്പത്തുപ്രഭാകരനും അദ്ദേഹത്തോടൊപ്പം പോയി.. പി രാമമൂർത്തി മുടന്തിയാണ് നടന്നിരുന്നത്.

സംഭാഷണമാധ്യമം ഇംഗ്ലീഷായിരുന്നു. ഇംഗ്ലീഷിലും ഹിന്ദിയിലും അനായാസമായി സംസാരിക്കാൻ സർദാറിനെ സഹായിച്ചത് എയർഫോഴ്സ് ജീവിതമാണ്. സർക്കാരിന്റെ ജനവിരുദ്ധനയങ്ങൾക്കെതിരെ പോരാട്ടങ്ങൾക്കായി പാർട്ടിയെ ശക്തിപ്പെടുത്തണമെന്നു പി രാമമൂർത്തി ഉപദേശിച്ചു. സർദാറിന്റെ രാഷ്ട്രീയത്തിന്റെ രേഖാചിത്രം മേൽക്കമ്മിറ്റിയിലെ സഖാക്കളിൽനിന്നും പി രാമമൂർത്തി കേട്ടറിഞ്ഞിരുന്നു. കുമാരൻ വൈദ്യരുടെ വീട്ടിൽ എത്തിച്ചു മടങ്ങിയപ്പോൾ സർദാറിന്റെ കൈപിടിച്ചു കുലുക്കിക്കൊണ്ട് പി രാമമൂർത്തി പറഞ്ഞു,:

"Dear Comrade, you are really a born revolutionary, you can create a memmorable history in this land, do it..."

കൊമ്പത്തുപ്രഭാകരനും സർദാറും പി രാമമൂർത്തിക്കു ലാൽസലാം പറഞ്ഞു പിരിഞ്ഞു. സഖാവിന്റെ വാക്കുകളുടെ അന്തരാർത്ഥം സർദാർ തേടുകയായിരുന്നു.....

പെരിഞ്ഞനത്തും കൈപ്പമംഗലത്തും

പെരിഞ്ഞനത്ത് ബീഡിത്തൊഴിലാളികളെ ആദ്യം സംഘടിപ്പിച്ചത് മുഹമ്മദ് യൂനസായിരുന്നു. അദ്ധ്യാപകനും കോൺഗ്രസ് അനുഭാവിയുമായിരുന്ന വാപ്പയിൽനിന്നും ഭിന്നമായ പുരോഗമനരാഷ്ട്രീയം യൂനസിനു ചെറുപ്പംമുതൽ അഭിനിവേശമായിരുന്നു. അങ്ങനെയാണ് തൊഴിലാളി സംഘാടനത്തിലൂടെ കമ്യൂണിസ്റ്റുപ്രസ്ഥാനത്തിലേക്കു കടന്നുവരുന്നത്. പെരിഞ്ഞനം വെസ്റ്റ് സ്കൂളിനു സമീപംനടന്ന യോഗത്തിൽ പി ആർ നമ്പ്യാരും സർദാറും ചേർന്നു നടത്തിയ സ്റ്റഡിക്ലാസ് കഴിഞ്ഞപ്പോഴേക്കും ഏറെ വൈകിയിരുന്നു. നേരെ പി ആർ നമ്പ്യാരെയും വിളിച്ച് തോൾബാഗുമെടുത്തു വടക്കോട്ടു നടന്നു. കൈപ്പമംഗലം, പെരിഞ്ഞനം ഭാഗങ്ങളിൽ വന്നാൽ ഷെൽട്ടർ ശങ്കരനാരായണൻ മാഷുടെ വീടാണ്. വീട്ടിലെത്തുമെന്ന വിവരം നേരത്തെ അറിയിച്ചിരുന്നു.

രണ്ടു കിലോമീറ്റർ നടക്കണം. കാലുവെച്ചാൽ പൂണ്ടുപോകുന്ന പഞ്ചാരപ്പൂഴിയിലൂടെ നടന്നു ശീലമില്ലാത്തതിനാൽ പി ആർ നമ്പ്യാർക്കു തന്നോടൊപ്പം നടന്നെത്താൻ കഴിഞ്ഞിരുന്നില്ല. ശങ്കരനാരായണൻ മാഷുടെ വീട്ടിലെത്തുമ്പോഴേക്കും പതിനൊന്നു മണി കഴിഞ്ഞിരുന്നു

ഇന്നും ജാനകിയെ ബുദ്ധിമുട്ടിക്കണം. താൻകാരണം എത്ര പേരുടെ ഉറക്കമാണ് നഷ്ടമാവുന്നത്? വലിയ പെങ്ങളുടെ മകളാണ് ജാനകി. വീട്ടുകാര്യങ്ങളും കുട്ടികളുടെ ചുമതലയും എല്ലാം കഴിഞ്ഞു തല ചായ്ക്കുമ്പോഴാണ് താൻ പലപ്പോഴും സഖാക്കളെ കൊണ്ടുചെല്ലുന്നത്. മിനിറ്റുകൾക്കുള്ളിൽ ആഹാരം മേശയിലെത്തും. ജാനകിയുടെ കൈകൾ ആഹാരയന്ത്രങ്ങളാണ്. സഖാക്കൾക്ക് ഭക്ഷണമൊരുക്കാനോ വസ്ത്രങ്ങൾ കഴുകാനോ ഒന്നിനും ജാനകിക്കൊരു പ്രയാസവുമില്ല. ജാനകിയെപ്പോലെ എത്രയെത്ര സ്ത്രീകളാണ് നിശ്ശബ്ദമായി പ്രസ്ഥാനത്തിനു വേണ്ടി ത്യാഗമനുഭവിക്കുന്നതെന്നോർത്തപ്പോൾ ഉള്ളിൽ സങ്കടം നിറഞ്ഞു.

ഗവൺമെന്റ് ഫിഷറീസ് സ്കൂൾ അദ്ധ്യാപകനായ ശങ്കരനാരായണൻ മാഷ് സഖാക്കൾക്കുവേണ്ടി ഊണും ഉറങ്ങാനുള്ള സൗകര്യവും ഒരുക്കുന്ന കരളുറപ്പുള്ള സഹയാത്രികനാണ്. പണം വേണമെങ്കിൽ മാഷുടെ വീട്ടിൽ സർദാർ വരും. പ്രത്യേകിച്ചൊരു കാര്യവും പറയാതെ മൗനമായിരുന്നാൽ മാഷുക്കറിയാം പണത്തിന്റെ ബുദ്ധിമുട്ടുണ്ടെന്ന്. പ്രൈമറി അദ്ധ്യാപകന്റെ സാമ്പത്തിക പിരിമുറുക്കത്തിൽ കടകംതിരിയുകയാണെങ്കിലും കൈയിലുള്ളതെടുത്തു ഗോപെളേശന്റെ പോക്കറ്റിൽ വെച്ചു കൊടുക്കും. കൈയിലൊന്നുമില്ലെങ്കിലും, എന്തെങ്കിലും സംഘടിപ്പിച്ചു കൊടുക്കും.

പി ആർ നമ്പ്യാരോടൊപ്പം മാഷുടെ വീട്ടിലെത്തുമ്പോൾ വീടുറങ്ങുകയായിരുന്നു. വാതിൽതുറന്നു മുന്നിൽ നിന്നു. മാഷ് കത്തിച്ചു പിടിച്ച ഹരിക്കേൻലാമ്പ് അതിഥികളെ നോക്കി ചിരിച്ചു.

സർദാറിനു ഏറ്റവും പ്രിയപ്പെട്ട ഇളമീൻ കറിയും പുട്ടും ഉണ്ടാക്കി വെച്ചിരുന്നു. ആഹാരം കഴിച്ചയുടനെ രാഷ്ട്രീയ ചർച്ചയുടെ കെട്ടഴിഞ്ഞു വീണു. ശങ്കരനാരായണൻമാഷുമായി സംസാരിക്കാൻ തുടങ്ങിയാൽ നേരത്തിനു ഗതിവേഗം കൂടുതലാണ്. രസികനായ പി ആർ നമ്പ്യാർ കൂടിച്ചേർന്നപ്പോൾ സംസാരദൂരം മണിക്കൂറുകളിലേക്കു നീണ്ടുപോയി, ഉറങ്ങാനായപ്പോൾ കൈപ്പമംഗലത്തെ പൂവങ്കോഴി കൂവി.

അദ്ധ്യാപക യോഗ്യതാ സർട്ടിഫിക്കറ്റ്

സർദാറിന്റെ ചുമ

അന്നൊരു ഞായറാഴ്ചയായിരുന്നു. കൈപ്പമംഗലത്തു ശങ്കര നാരായണൻ മാഷുടെ വീട്ടിലാണ് സർദാർ. അണക്കത്തിൽ രാമദാസ്, തറയിൽശേഖരൻ മുതലായ സഖാക്കളുമായി രാഷ്ട്രീയകാര്യങ്ങൾ സംസാരിച്ചു പിരിഞ്ഞപ്പോൾ സർദാർ അകത്തുപോയി കത്തെഴുതാനിരുന്നു.

കൈപ്പമംഗലം ഫിഷറീസ് സ്കൂളിൽനിന്നു കുഞ്ഞിരാമൻമാഷും പ്യൂൺ കെ യു രാമനും വന്നു ശങ്കരനാരായണൻ മാഷുമായി ചില സ്കൂൾ കാര്യങ്ങൾ സംസാരിച്ചിരുന്നു. അപ്പോഴാണ് സർദാറിനു ആനശിച്ച ചുമ തുടങ്ങിയത്. സർദാറിനു ഇടയ്ക്കൊരു ചുമ വരാറുണ്ട്. ചുമ തുടങ്ങിയാൽ കുറെനേരം ഇടതടവില്ലാതെ ചുമയ്ക്കും, കണ്ടുനില്ക്കാൻ കഴിയില്ല.. ചിലപ്പോൾ ഛർദ്ദിച്ചെന്നുംവരും. അതു കഴിഞ്ഞാൽ മഴപെയ്തൊഴിഞ്ഞ മാനംപോലെ മുഖം തെളിയും. പിന്നെ വെള്ളംകുടിച്ചു ശാന്തനായി കിടന്നുറങ്ങും...

പ്യൂൺ കെ യു രാമൻ ചുമകേട്ടു. അകത്തുവന്നാൽ സർദാറിനെ കാണും. അയാൾ കോൺഗ്രസുകാരനായതിനാൽ ചിലപ്പോൾ പൊലീസിനോടോ അധികാരിയോടോ ഒറ്റുകൊടുക്കാനും മതി. ഇയാളെ ഉടൻ തന്നെ വീട്ടിൽനിന്നും ഒഴിവാക്കണം. ശങ്കരനാരായണൻമാഷെ ജാനകി അടുക്കളയിലേക്കു വിളിച്ചു സ്വകാര്യമായി പറഞ്ഞപ്പോഴാണ് മാഷുക്കും വിഷയഗൗരവം മനസ്സിൽ തറച്ചത്. കുഞ്ഞിരാമൻമാഷെ വിളിച്ചു മാഷ് ചെവിയിൽ പ്രശ്നം അവതരിപ്പിച്ചു. കുഞ്ഞിരാമൻമാഷ് കെ യു രാമനെ വിളിച്ചു പറഞ്ഞു:

“രാമേട്ടാ, ഇവിടെയിരുന്നാൽ മതിയോ? വാ, പോകാം. വരൂ.”

അപ്പോഴാണ് മാഷുടെയും ജാനകിയുടെയും മനസ്സിൽ സമാധാന ത്തിന്റെ മൺചിരാതു തെളിഞ്ഞത്.

കർഷകസംഘം

കൽക്കത്ത തിസീസ് നടപ്പിലാക്കുന്നതിനായി ബഹുജനസംഘട നകൾ രൂപീകരിക്കുക, അതിലൂടെ പാർട്ടിയുടെ ജനകീയ അടിത്തറ വിപുലമാക്കുക എന്നതായിരുന്നു പാർട്ടിനയം. സഖാക്കളെല്ലാം എണ്ണ യിട്ട യന്ത്രംപോലെ തിരിയുകയാണ്. സർദാറിന്റെ പ്രവർത്തനം സംവേഗ ശക്തിയാർജ്ജിക്കുന്നതും ഈ കാലത്താണ്. ബസും കാറും സൈക്കിളും ഇല്ലാതിരുന്ന മണപ്പുറത്ത് കാൽനടയായിരുന്നു ആശ്രയം. രാവിലെ വാടാനപ്പള്ളിയിൽ, ഉച്ചയ്ക്ക് കൈപ്പമംഗലത്തും വൈകുന്നേരം മതി ലത്തും സർദാറിനെ കാണും. വേഗതയിൽ നടക്കുന്ന സർദാറിന്റെ പാദ സ്പർശമേല്ക്കാത്ത മണൽത്തരികൾ മണപ്പുറത്ത് അന്യമായിരിക്കും. സർദാറിനെ കാണാത്തവരോ സംസാരിക്കാത്തവരോ കുറവാണ്. ഒരി ക്കൽ സംസാരിച്ചാൽ ആ ഊർജ്ജസ്വലമായ പ്രകൃതവും കളങ്കമേല് ക്കാത്ത സ്നേഹവും മനസ്സിൽനിന്നു മായാതെ നിലനില്ക്കുന്ന പെരുമാറ്റ വശ്യതയും, രൂപപരമായ ആകർഷണീയതയുമുള്ള വ്യക്തിപ്രഭാവം സവിശേഷതയായിരുന്നു. ജാതി-മതവിഭാഗീയതകൾക്കതീതമായി എല്ലാ വരെയും സ്നേഹിക്കുമായിരുന്നു.

എടമുട്ടം, കഴിമ്പ്രം, വലപ്പാട്, തൃപ്രയാർ ഭാഗങ്ങളിലെ കർഷക രെയും തൊഴിലാളികളേയും ബന്ധപ്പെട്ടു കർഷകർ നേരിടുന്ന പ്രശ് നങ്ങളുമായി സംവേദനം നടത്തുവാൻ സർദാറിനൊപ്പം ശ്രീ നാരായണ പുരത്തുനിന്നു പി എസ് ശങ്കരനാരായണൻ ഉണ്ടായിരുന്നു. കർഷക സംഘത്തിന്റെ പാർട്ടിചാർജ് സി അച്യുതമേനോനായിരുന്നു. അച്യുത മേനോൻ വഴിയാണ് പി എസ് കർഷകസംഘം പ്രവർത്തനങ്ങളിലെ ത്തുന്നത്.

പാട്ടവും വാടകയും വർഷംതോറും കൂട്ടുവാനാണ് സർക്കാരും ജന്മി മാരും ശ്രമിച്ചത്. കർഷകരെയും തൊഴിലാളികളെയും പിഴിയുവാനല്ലാതെ ഉല്പാദനശേഷികൂടിയ വിത്തുകൾ കണ്ടെത്തുന്ന ഗവേഷണങ്ങൾക്കോ ആധുനിക കാർഷികരീതികൾ ആവിഷ്കരിക്കാനോ ശ്രമിക്കാതെ അശാസ്ത്രീയമായി പാട്ടവും വാടകയും ഏകപക്ഷീയമായി കൂട്ടുന്നത് മനുഷ്യത്വരഹിതമായ സമീപനമാണ്. ജനകീയ പ്രശ്നങ്ങൾ പഠിക്കു കയും ജന്മി-മുതലാളി ശക്തികളുമായി ബന്ധപ്പെട്ടു ഉല്പാദനരംഗത്തെ എങ്ങനെ ക്രിയാത്മകമാക്കാം എന്ന ശ്രമം നടത്തിയില്ല. കൃഷിഭൂമി കർ ഷകനു സ്വന്തമാവാതെ ഈ പ്രശ്നങ്ങൾക്കു പരിഹാരം കാണാനാവില്ല, കമ്യൂണിസ്റ്റുപാർട്ടിയുടെ മുദ്രാവാക്യം, 'കൃഷിഭൂമി കർഷകന്' എന്നാണ്.

വലപ്പാട്, പൊക്കാഞ്ചേരി രാമകൃഷ്ണൻ വൈദ്യരുടെ വീട്ടിൽവെ ച്ചാണ് കർഷകസംഘത്തിന്റെ സംഘാടന യോഗം നടന്നത്. പട്ടാലി കൃഷ് ണൻകുട്ടിമാഷ്, അരയൻപറമ്പിൽ ഗംഗാധരൻ മാഷ്, പാട്ടാലിനാരാ

യണൻ, തട്ടാരത്തു കുഞ്ഞയ്യപ്പൻ മുതലായവരായിരുന്നു കർഷകസംഘം സാരഥികൾ. സംഘം രൂപീകരണം കഴിഞ്ഞതിനുശേഷം കർഷകസമ്മേ ളനവും നടത്തുകയുണ്ടായി.

സമരമുഖത്ത്

തൊട്ടുപുര കുമാരസ്വാമി വൈദ്യരുടെവീട്ടിൽ കർഷകരോടു സർദാർ സംസാരിക്കുകയാണ്: (ചുരുക്കം)

> സഖാക്കളെ, നമ്മളിവിടെ കർഷകസംഘം രൂപീകരിക്കുകയാണ്. നിലവിലുള്ള വ്യവസ്ഥക്കെതിരെയുള്ള ഏതു ചിന്തയും പ്രവർ ത്തനവും സമരമാണ്. സഹനത്തിന്റെയും ത്യാഗത്തിന്റെയും പേരാണ് സമരം. അവകാശങ്ങളും സ്വാതന്ത്ര്യവും എളുപ്പം കിട്ടു ന്നതല്ല. ഭയങ്കരമായ ആഴമില്ലാതെ മനോഹരമായ ഉപരിതലങ്ങ ളൊന്നുമില്ല. പണിയായുധമേന്തുന്ന കൈകളുടെ കരുത്തെന്തെ ന്നറിയാൻ തൊഴിലാളി സംഘടിക്കണം.
>
> സംഘടനകൊണ്ടു ശക്തരാകുവിൻ' എന്നു മർദ്ദിതജനതയോടു ശ്രീനാരായണഗുരു പറഞ്ഞത്, എല്ലാവരും ശക്തരാകാനും ചൂഷണം അവസാനിപ്പിക്കാനുമായിരുന്നു. "സർവ്വരാജ്യങ്ങളി ലുമുള്ള തൊഴിലാളികളെ സംഘടിക്കൂ, സ്വയംശക്തരാകൂ" എന്നു കമ്യൂണിസ്റ്റ് ആചാര്യൻ ലെനിൻ പറഞ്ഞത് അടിച്ചമർത്തപ്പെട്ട തൊഴിലാളിവർഗ്ഗത്തിന്റെ വിമോചന സ്വപ്നങ്ങൾ സാക്ഷാൽക്ക രിക്കാനാണ്. കയ്യൂരിലെയും കരിവള്ളൂരിലെയും പുന്നപ്രയി ലെയും വയലാറിലെയും സമരസഖാക്കൾ രക്തം ചിന്തി പിടഞ്ഞു മരിച്ചുവീണ ചരിത്രമാണ് മുന്നിലുള്ളത്. നിങ്ങൾക്കെന്തു പ്രശ്നമുണ്ടായാലും അറിയിക്കണം, തീർച്ചയായും ഉറപ്പുതരുന്നു. നിങ്ങൾക്കൊപ്പം ഞാനുണ്ടാകും, പ്രസ്ഥാനമുണ്ടാവും, കമ്യൂണിസ്റ്റു പാർട്ടി പാവപ്പെട്ടവന്റെ പാർട്ടിയാണ്.

തുടർന്ന്, പി എസ് ശങ്കരനാരായണന്റെ പ്രസംഗത്തിനുശേഷം അംഗങ്ങളെ ചേർത്ത് കർഷക സംഘത്തിനു രൂപം കൊടുത്തു.

വിലയില്ലാത്ത സർട്ടിഫിക്കറ്റ്

ഗോപാലൻ വൈദ്യരുടെ വീട്ടിൽ സുധാകരന്റെ സഹധർമ്മിണി കല്ലു സർദാറിന് ഊണു വിളമ്പുന്നതിനിടയിലാണ് ആ വാർത്തയുമായി കെ കെ രാംമാഷ് അങ്ങോട്ടു ചെന്നത്. സർദാറിന്റെ സാമ്പത്തിക സ്രോതസ്സ് മുറിക്കാൻ മലബാർ സർക്കാർ അദ്ധ്യാപകയോഗ്യതാ സർട്ടിഫിക്കറ്റു റദ്ദുചെയ്തു. അവസാനമായി ജോലി ചെയ്തിരുന്ന ബാല ബോധിനിയിലേക്കു പൊന്നാനിയിൽ നിന്നുവന്ന വിദ്യാഭ്യാസ വകുപ്പിന്റെ ഉത്തരവു കെ കെ രാംമാഷുടെ കൈയിലാണ് കിട്ടിയത്. രാംമാഷു വിവരം

പറഞ്ഞപ്പോൾ ഗോപാലൻ വൈദ്യർക്കു വേദനയുണ്ടായി, എന്നാൽ സർദാറിനു ഭാവഭേദമൊന്നുമുണ്ടായില്ല..

പഠിച്ചു പരീക്ഷയെഴുതി പാസായ അദ്ധ്യാപക സർട്ടിഫിക്കറ്റിനു ഇനി കേവലമൊരു കീറക്കടലാസിന്റെ വിലമാത്രം. ഭരണകൂടം, തന്റെ ചിറകുകൾ അരിയുകയാണ്. അത് തിരിച്ചറിഞ്ഞ സർദാർ പുഞ്ചിരിച്ചു.

തന്നെയവർ ഉന്നം വെക്കുന്നതിന്റെ സൂചനയാണിത്. ജനാധിപത്യ മൂല്യങ്ങൾ ഉയർത്തിയാണ് കോൺഗ്രസ് സ്വാതന്ത്ര്യസമരം നടത്തിയതും അധികാരത്തിലേറിയതും. എന്നാൽ, കോൺഗ്രസ് ഭരണകൂടം, രാഷ്ട്രീയ എതിരാളികളുടെ ആഹാരം തട്ടിത്തെറിപ്പിച്ച് ദ്രോഹിക്കുകയാണ്. എതിരാളികളെ ജനാധിപത്യപരമായും രാഷ്ട്രീയമായും നേരിടുന്നതിനു പകരം അധികാരംകൊണ്ടുള്ള തീക്കളിയാണവർ കളിക്കുന്നത്. അത് സാമ്രാജ്യത്വശൈലിയാണ് അതിന്റെ ഭാവം. പ്രാകൃതവും വിചിത്രവുമാണ്.

എതിരാളിയെ പട്ടിണിക്കിട്ടു തോല്പിക്കാൻ ശ്രമിക്കുമ്പോൾ ഭരണകൂടം ആ പൗരന്റെ മുന്നിൽ സ്വയം ചെറുതാവകയാണ്. ജനാധിപത്യ രാഷ്ട്രത്തിന്റെ ധാർമ്മികമായ അധഃപതനത്തെയോർത്ത് സർദാറിനു സഹതാപം തോന്നി. ഇതിലൊന്നും പതറാൻ പാടില്ലെന്നു മനസ്സിലുറപ്പിച്ചു.

ബ്രൂസും സർദാറും

കൃഷ്ണൻമാഷുടെ വീട്ടിലേക്കിറങ്ങിയപ്പോൾ പതിവില്ലാതെ ബ്രൂസും കൂടെവന്നു. സർദാറിന്റെ വീടും പറമ്പും വാങ്ങിയ ആൾ കൃഷ്ണൻമാഷുടെ കൈയിൽ പണമേല്പിച്ചിരുന്നു, അദ്ദേഹമത് സർദാറിനെ ഏല്പിച്ചു. രാഷ്ട്രീയവിശേഷങ്ങൾ പറയുന്നതിനിടയിൽ നേരം പോയതറിഞ്ഞില്ല. നമ്പ്യാരും പൊലീസുകാരും കുതിച്ചുവന്നു വീടു വളഞ്ഞു വിസിലടിച്ചതുമെല്ലാം പെട്ടെന്നായിരുന്നു.

“ആരും അനങ്ങിപ്പോകരുത്, രക്ഷപ്പെടാൻ ശ്രമിക്കരുത് സർദാർ, കീഴടങ്ങുകയാണ് നല്ലത്..” കൈത്തോക്കുയർത്തിപ്പിടിച്ചു നമ്പ്യാർ ആജ്ഞാപിച്ചു. ഭീഷണിയിൽ പതറാതെ കൃഷ്ണൻമാഷുറപ്പിച്ചു പറഞ്ഞു:

“സർദാറിവിടെയില്ല...”

“ഇതു സർദാറിന്റെ നായയല്ലേ? അയാളകത്തുണ്ട്.” ബ്രൂസിനെ ചൂണ്ടി നമ്പ്യാർ അലറി.

“ഇൻസ്പെക്ടർ, നിങ്ങൾക്കു വീട് പരിശോധിക്കാം. അതിനുമുമ്പു വീട്ടിലുള്ളവർ പുറത്തിറങ്ങട്ടെ..”

ഭാര്യയും മക്കളായ അമ്മു, സരോജിനി, നളിനി, രഞ്ജിതൻ എല്ലാവരും പുറത്തിറങ്ങി. തട്ടിൻമുകളിലെ മുറികളിലും വിറകുപുരയിലും തൊഴുത്തിലും പുല്ലൂട്ടിലും വൈക്കോൽ തുറുവിന്റെ അള്ളയിലും അട്ടത്തും പരതി നമ്പ്യാരും പൊലീസുകാരും അരിശത്തോടെ പുറത്തു

വന്നു. മടങ്ങുമ്പോൾ വഴിയിൽനിന്നു പരിഹാസപൂർവ്വം പൊലീസിനെ നോക്കി കുരച്ച ബ്രൂസിന്റെ വയറ്റത്താഞ്ഞൊന്നു ചവിട്ടിയിട്ടാണ് നമ്പ്യാർ തോക്കു വീശി മടങ്ങിയത്.

എങ്ങോട്ടു പോയിമറഞ്ഞു എന്നാശ്ചര്യപ്പെട്ട് നില്ക്കുമ്പോൾ തട്ടിന്മുകളിൽ ഓലയും വിറകും കൂട്ടിയിട്ടിരുന്ന മുറിയിൽനിന്നും സർദാർ ദേഹംമുഴുവൻ മാറാലയും അഴുക്കുമായി പുറത്തു വന്നു. എല്ലാവരുടേയും ശ്വാസഗതി സാധാരണ നിലയിലായി. ഓലയുടെയും വിറകിന്റെയും മേലെ പൊലീസ് ലാത്തികൊണ്ടുകുത്തുമ്പോൾ, ആ കുത്തുകൾ കൊണ്ടത് ഇരുട്ടിൽ ഓലക്കെട്ടുകൾക്കടിയിൽ കിടക്കുന്ന സർദാറിന്റെ പുറത്തായിരുന്നു. വേദനസഹിച്ച് ശ്വാസമടക്കിപ്പിടിച്ചു സർദാർ കിടന്നു...

തൊട്ടടുത്തുള്ള ഒരാൾ ഒറ്റുകൊടുത്തിട്ടാണ് പൊലീസ് വന്നതെന്നു സർദാർ ഉറപ്പിച്ചുപറഞ്ഞു, അയാൾ ആരാണെന്നു കൃഷ്ണൻമാഷ് ഊഹിച്ചെടുത്തു...

പൊലീസുവേട്ട കോരപ്പനോടും

ചെമ്പിൽനിറത്തിൽനിന്നു സന്ധ്യ കറുക്കാൻ തുടങ്ങി. പണവുമായി പാപ്പാടംവഴി സർദാർ കോരപ്പന്റെ വീട്ടിനടുത്തെത്തുമ്പോഴേക്കും ഇരുട്ടിൽ കുളിച്ചു. വഴിയിൽവെച്ച്, അരണ്ടവെളിച്ചത്തിലും അരച്ചായ ശങ്കരൻ നില്ക്കുന്നു. ചായക്കടയിൽ ചെന്നാൽ അരഗ്ലാസുചായ ചോദിക്കുന്നതുകൊണ്ടാണ് ശങ്കരനെ അരച്ചായയെന്നു ജനം വിളിക്കുന്നത്. സർദാറിനെ അരച്ചായ തിരിച്ചറിഞ്ഞു:

"മാഷല്ലേ?"

"അതെ ശങ്കരാ"

"അങ്ങടു പോണ്ട മാഷേ.. നമ്പ്യാരും പടയും കുഞ്ഞണ്ടനെ വീടുകേറി തല്ലി. എന്റെ വീട്ടിലേക്കുവരുന്നതിനുമുമ്പു ഞാനും പെണ്ണും മാമേട്ടന്റെ കൊളത്തിൽ പോയി ഒളിച്ചു. പൊലീസിപ്പോൾ കോരപ്പന്റെ വീട്ടിലാ.." അരച്ചായ പറഞ്ഞു തീരുമ്പോഴേക്കും അവിടെ അടിപൊട്ടി, ദീനരോദനം...

"ഹയ്യോ.. ഏമാനേ തല്ലിക്കൊല്ലല്ലേമാനേ.."

കോരപ്പന്റെ അനുജൻ ആപ്പുവിന്റെ നിലവിളിയായിരുന്നു. കഴിഞ്ഞ ദിവസങ്ങളിൽ സർദാർ ഒളിവിലിരുന്നത് കോരപ്പന്റെ വീട്ടിലായിരുന്നുവെന്നത് ഒറ്റുകാരിൽനിന്നു നമ്പ്യാർക്കു വിവരംകിട്ടി. സർദാറിനു ഷെൽട്ടർ ഒരുക്കിയതിനുള്ള ശിക്ഷയാണ് ഈ മർദ്ദനം..

"ഹയ്യോ.. ഏമാനെ.. ന്റെമോനെ കൊല്ലല്ലേ."

പൊലീസിന്റെ പെട്രോമാക്സിന്റെ വെളിച്ചത്തിൽ സർദാർ അകലെനിന്നു കൈതോലക്കൂട്ടത്തിനിടയിലൂടെ ആ ദൃശ്യം കണ്ടു. ഒരു പൊലീസുകാരൻ അകത്തു കിടന്നിരുന്ന കോരപ്പന്റെ അമ്മയെ വലിച്ചു പുറത്തിട്ടു നെഞ്ചിൽചവിട്ടി. ആ പാവം അമ്മയ്ക്കു നിലവിളിക്കാൻ ശബ്ദം

പോലുമില്ല. മറ്റൊരുത്തൻ അകത്ത് വായിച്ചുകൊണ്ടിരുന്ന കോരപ്പന്റെ മകൻ വേലായുധനെ എടുത്തു മുറ്റത്തേക്കെറിഞ്ഞു. മർദ്ദനതാണ്ഡവ നൃത്തമാടി കൈത്തരിപ്പു മാറിയപ്പോൾ അടുത്ത ഇരതേടിപ്പോയി....

സർദാർ മുന്നോട്ടുചെന്ന് വീണുകിടക്കുന്ന അമ്മയെ എഴുന്നേല്പിച്ചു. നമ്പ്യാരുടെ ചവുട്ടിന്റെ ആഘാതത്തിൽ നിന്നു എഴുന്നേല്ക്കാനാവാതെ കിടക്കുന്ന ആപ്പുവിനെ എഴുന്നേല്പിച്ചു. അകത്തുനിന്നൊരു പാത്രത്തിൽ വെള്ളം കൊണ്ടുവന്ന് കുടിക്കാൻ കൊടുത്തു. ഏതാനും നേരത്തെ മൗനത്തിനുശേഷം സർദാർ കോരപ്പന്റെ കൈയിൽ കുറച്ചു പണമേല്പിച്ചു പറഞ്ഞു:

“നാളെ കേസിനു പോകണം. ഈ കാശ് വക്കീലിനു കൊടുക്കണം, ഞാനിറങ്ങട്ടെ. ഇന്നു രാത്രി ഞാനിവിടെ കിടക്കാനുണ്ടാവില്ല. നമ്പ്യാർ വീണ്ടും വരാൻ സാദ്ധ്യതയുണ്ട്.”

പീഡനം..

പള്ളികടന്നു ബാർബർ ഷോപ്പിലെത്തുമ്പോൾ ശങ്കുരുക്കുറുപ്പു നിരപ്പലകകൾ നിരത്തുകയായിരുന്നു. സംശയിച്ചുനിന്ന സർദാറിനെ നോക്കി ശങ്കുരുക്കുറുപ്പ് സന്തോഷവാനായി:

“അകത്തു വാ മാഷേ.” സർദാറിനു കടന്നുപോകാനുള്ള പലക മാത്രം ഒഴിച്ചിട്ടു.

“നേരമായെങ്കിൽ നീ പൂട്ടിക്കോളൂ ശങ്കുരു..”

“ഏയ്.. മാഷുടെ മുടി വെട്ടുമ്പോഴേ ഇന്നു പൂട്ടാൻ നേരമാവൂ.”

അകത്തു കടന്നു കസേരയിലിരുന്നു, തുണിപുതച്ചു ശങ്കുരു മുടി വെട്ടാൻ തുടങ്ങി.

“ഇത്തവണ മുടിയേറെ വളർന്നു പോയല്ലോ മാഷെ, ഒളിവിൽ മുടി വെട്ടാനെവിടെ സമയമല്ലേ?”

“രാത്രിയല്ലേ വരാൻ കഴിയൂ, ശങ്കുരൂ, ഞാൻ വരുമ്പോഴേക്കും നീ പോയിട്ടുണ്ടാവും.”

“മാഷുള്ളയിടത്തേക്കു ഞാൻ വരില്ലേ മാഷേ.? ഒന്നറിയിച്ചാൽ പോരെ?”

“ഏയ്... അതൊന്നും വേണ്ട ശങ്കുരൂ. ബാർബർ വീടുകളിൽ പോയി മുടി വെട്ടിക്കൊടുക്കുന്നതു പഴയ ആചാരമാണ്. നിങ്ങൾ വീടുകളിലേക്കു നടക്കുമ്പോൾ എത്രസമയവും ഊർജ്ജവുമാണ് നഷ്ടമാവുന്നത്? ആ നേരം ഇവിടെ വരുന്ന എത്ര പേരുടെ മുടിവെട്ടാം? വീട്ടിൽ പോയി മുടി വെട്ടുന്ന പഴയ വിധേയത്വ ആചാരമെല്ലാം നിർത്തണം ശങ്കുരൂ..”

“ശരി മാഷെ, പിന്നെ, മാഷിങ്ങോട്ടു വരുന്നതു കണ്ടാൽ ഹോംഗാർഡുകൾ ഒറ്റുകൊടുക്കും, സൂക്ഷിക്കണം.”

“അവർ ഒറ്റുകാരാകേണ്ടിവരുന്ന ഗതികെട്ട ഈ സാമൂഹിക വ്യവസ്ഥിതിക്കെതിരെയാണ് നമ്മൾ പ്രവർത്തിക്കുന്നത്. അതറിയാതെയാണവർ നമ്മളെ ഒറ്റുകൊടുക്കുന്നത്. അവരുടെ കാര്യമാണ് സഹതാപകരം

ശങ്കുരൂ."

"മാഷുടെ സർട്ടിഫിക്കറ്റ് കാൻസൽ ചെയ്തൂന്നു കേട്ടല്ലോ മാഷെ..?"

"നമ്പ്യാരുടെ റിപ്പോർട്ടാണതിന്റെ പിന്നിൽ. ഞാൻ പണിയെടുത്തു ജീവിക്കരുത്, എന്നെ പട്ടിണിക്കിട്ടു കൊല്ലണം. എന്നു കരുതി വെറുതെ മരിക്കാൻ പറ്റില്ലല്ലോ... ഹഹഹ"

"മാഷേ, മീശയൊന്നു മിനുക്കിക്കോട്ടെ?"

"നിന്റെയിഷ്ടം"

ശങ്കുരു മീശവെട്ടാൻ നോക്കിയിട്ടു മുറിയുന്നില്ല, പുതിയ കത്രിക യെടുത്തു മുറിച്ചപ്പോഴാണ് മീശ മുറിഞ്ഞത്. ഷേവു ചെയ്യാനും ഏറ്റവും മൂർച്ചയുള്ള ബ്ലേഡു വേണം, ശങ്കുരു പറഞ്ഞു:

"മാഷേ.. മാഷുടെ രോമത്തിനെന്തു കരുത്താണ്?"

"ഹഹഹ ശങ്കുരൂ.. നമ്പ്യാർക്കു എണ്ണിയെണ്ണി പറിക്കാനുള്ള മീശ യാണിതു ശങ്കുരൂ. അതാണല്ലോ അയാൾ പറയുന്നത്? നമ്പ്യാർക്കു എന്നെക്കാൾ ദേഷ്യം ഈ മീശയോടാണ്. സർക്കാരിന്റെ അൾസേഷ്യൻ നായ...."

സർദാറിന്റെ മീശ എപ്പോഴും ഒരേ രൂപമായിരുന്നില്ല. മീശവെട്ടാൻ വൈകുമ്പോഴും, ആളെ തിരിച്ചറിയാതിരിക്കാൻ ഒളിവിൽ പോകുമ്പോഴും മീശയുടെ രൂപം മാറാറുണ്ട്. സർദാർ ശങ്കുരുവിനോടു യാത്ര പറഞ്ഞു പുറത്തിറങ്ങി.

വി കെ ചാത്തനും എം എ അയ്യപ്പനും വെളിയിൽ കാത്തുനില്പു ണ്ടായിരുന്നു. കുട്ടമംഗലം റോഡിലേക്ക് അവരോടൊപ്പം നടന്നു. കുട്ട മംഗലത്തെത്തിയപ്പോൾ ഇടതുവശത്തേക്കു തിരിഞ്ഞു. ചെറ്റ അടഞ്ഞു കിടക്കുന്നു. പുറത്തെരിയുന്ന മുട്ടവിളക്കിൽ ആ കുടിലിന്റെ വേദനയും എരിയുന്നുണ്ട്. എം എ അയ്യപ്പൻ വിളിച്ചു...

"സഖാവേ.. കാർത്യായനി സഖാവെ.." കാർത്യായനിയുടെ അമ്മ പുറത്തുവന്നു. അവർ സർദാറിന്റെ മാറിലേക്കുചാഞ്ഞ് പൊട്ടി ക്കരഞ്ഞു....

"എന്റെ പൊന്നുമാഷേ... എല്ലാം കഴിഞ്ഞില്ലേ മാഷെ.. ആ കാല മാടൻമാരു എന്നേം കാർത്യായനീനേം പിച്ചിച്ചീന്തിമാഷേ... ഇടിവണ്ടി നിറയെ കാളക്കൂറ്റന്മാരായിരുന്നു, ഞങ്ങൾ രണ്ടു പേരല്ലേള്ളൂ.. തോറ്റു മാഷേ."

"ഇല്ലമ്മേ, നമ്മൾ തോറ്റിട്ടില്ല.. തോല്ക്കില്ല.. ഒരുപക്ഷേ, ഇന്നു മരിച്ചാൽപോലും നാളെ നമ്മൾ ജയിക്കും.."

ആ അമ്മ പൊട്ടിപ്പൊട്ടിക്കരഞ്ഞു, കണ്ണുനീർ സർദാറിന്റെ മാറിലൂടെ യൊഴുകി. കാർത്യായനി വേച്ചുവച്ച് പതുക്കെ പുറത്തുവന്ന്, സർദാറിന്റെ മുഖത്തുനോക്കി ശബ്ദം താഴ്ത്തി പറഞ്ഞു:

"എതിർത്തെങ്കിലും, കീഴടങ്ങി മാഷേ.. തോറ്റുപോയി..."

"തോല്ക്കാൻ പാടില്ല, കാർത്യായനീ.. സമാധാനമായിരിക്കൂ, ഓരോ പീഡനവും നമ്മൾ മറക്കില്ല." സർദാർ സാന്ത്വനമേകി.

കള്ളുഷാപ്പിൽ

ബീഡിത്തൊഴിലാളി സംഘം യോഗംകഴിഞ്ഞു കൂരിക്കുഴിയിൽ നിന്നുവരുകയായിരുന്നു. ചെന്ത്രാപ്പിന്നി സെന്റർ കഴിഞ്ഞപ്പോൾ വല്യേട്ടന്റെ കള്ളുഷാപ്പ് കണ്ടു. രാത്രികളിൽ വല്യേട്ടനു പകരമായി അദ്ധ്യാപകനായ ശ്രീനിവാസൻമാഷ് സ്കൂൾവിട്ടാൽ ഷാപ്പിൽവന്നു ഉത്തരവാദിത്വം ഏറ്റെടുത്തു വല്യേട്ടനെ വീട്ടിലേക്കു പറഞ്ഞയക്കും. ഷാപ്പിന്റെ പടിക്കലെത്തിയപ്പോൾ മുന്നിൽ ശ്രീനിവാസൻമാഷ്...!

"ഷാപ്പടയ്ക്കുന്നില്ലേ ശ്രീനൂ?"

"പൂട്ടുകയാണ് എളേശാ, കേറിവാ, നമുക്കൊരുമിച്ചു പോകാം."

അകത്തു കയറിയിരുന്നു. ശ്രീനു ഒരു കുപ്പി കള്ളുകൊണ്ടുവന്നു സർദാറിന്റെ മുന്നിൽ വെച്ചു.

'കള്ളു കുറെ ബാക്കിവന്നു. എല്ലാം ചെരിച്ചു കളയണം."

"വേണ്ട ശ്രീനൂ, എയർഫോഴ്സിൽ നിന്നു വന്നതിനുശേഷം കുടിക്കാറില്ല..."

'കള്ള്, ദേശീയ പാനീയമല്ലേ എളേശാ?"

രണ്ടു ഗ്ലാസെടുത്തു ശ്രീനിവാസൻമാഷ് അതിൽ കള്ളുനിറച്ചു, ഒന്നു കൈയിലെടുത്തു മറ്റേതു സർദാറിനു നീട്ടി. ആദ്യമൊന്നു മടിച്ച സർദാർ പിന്നെ അതുവാങ്ങി കുടിച്ചു. ഒരുകുപ്പി കാലിയായപ്പോൾ പറഞ്ഞു:

"മതി ശ്രീനൂ, നമുക്കിറങ്ങാം."

അഞ്ചുവർഷങ്ങൾക്കുശേഷം സർദാറിന്റെ മനസ്സിൽനിന്നു ഏതാനും സമയം കള്ളിന് രാഷ്ട്രീയം വഴിമാറിക്കൊടുത്തു.

പടരുന്ന സമരാഗ്നി

അമ്പുപെരുനാൾ കഴിഞ്ഞപ്പോൾ

എടത്തിരുത്തി സെന്റ് സേവിയേഴ്സ് പള്ളിയിൽ 1949 ജനുവരിയിൽ അമ്പുപെരുനാൾ ആഘോഷിച്ച് അഭിമന്യു, എ എൽ ഫ്രാൻസീസ്, എം പി, പി ഗോപാലൻ എന്നിവർ കാട്ടൂർ ആലപ്പാട്ടു മാത്തുവിന്റെ വീട്ടിൽ കിടന്നുറങ്ങുകയായിരുന്നു. മലബാർ പൊലീസിന് കാട്ടൂരിൽവന്നു അറസ്റ്റുചെയ്യാൻ നിയമം അനുവദിക്കാത്തതിനാൽ ഇരിഞ്ഞാലക്കുട പൊലീസിന്റെ സഹായത്തോടെ, നമ്പ്യാർ വീടുവളഞ്ഞു. കൊണ്ടുപോകുമ്പോൾത്തന്നെ ജീപ്പിലിട്ടു സഖാക്കളെ മർദ്ദിച്ചു, കേസ് ചാർജ്ജു ചെയ്തു.

എടമുട്ടത്തു നിർത്തിയിട്ടിരുന്ന ജീപ്പ്, നെഹ്രു സർക്കാരിനെ അട്ടിമറിക്കാൻ ഉപയോഗിച്ചു എന്നതായിരുന്നു കേസ്. ചിന്തിക്കുകപോലും ചെയ്യാത്തവിഷയം..! പതിനാലുദിവസം ലോക്കപ്പിലിട്ടു മർദ്ദിച്ചു കോടതിയിൽ ഹാജരാക്കി. ആവശ്യമായ തെളിവുകൾ ഹാജരാക്കാൻ കഴിയാത്തതിനാൽ പ്രതികളെ വെറുതെവിട്ടു. സൗമ്യപ്രകൃതനായ സർദാറിനെ ഈ സംഭവം ക്ഷുഭിതനാക്കിയിരുന്നു.

വാടാനപ്പള്ളിയിൽ കർഷകസംഘം

പനക്കപ്പറമ്പിൽ ഉണ്ണിശങ്കരന്റെ വീട് കമ്യൂണിസ്റ്റുകാരുടെ കേന്ദ്രമാണ്. വാടാനപ്പള്ളി, തൃത്തല്ലൂർ, നാടുവിൽക്കര മുതലായ പ്രദേശങ്ങളിലെ കർഷകസംഘം രൂപീകരണം നടത്തിയത് അവിടെ വെച്ചാണ്. സർദാറിന്റെ നേതൃത്വത്തിൽ സംഘടിപ്പിച്ച ഈ യോഗത്തിൽ ഉണ്ണിശങ്കരൻ, മക്കളായ പി യു ശങ്കരനാരായണൻ, പി യു ഗംഗാധരൻ, കാരയിൽ അശോകൻ, പുതുപ്പുള്ളി വേലപ്പൻ, പനക്കപ്പറമ്പിൽ കുമാരുകുട്ടി,

കോമന്താക്കൽ സത്യവ്രതൻ എന്നിവർ പങ്കെടുത്തു. പ്രസംഗങ്ങളും ചർച്ചകളുമെല്ലാം കഴിഞ്ഞപ്പോൾ രാത്രിയായി, സർദാർ എടത്തിരുത്തിയിലേക്കു പോകാനൊരുങ്ങി.

ആഹാരംകഴിച്ച് നാളെരാവിലെ പോകാമെന്നു ഉണ്ണിശങ്കരൻ പറഞ്ഞുവെങ്കിലും അടുത്തദിവസം കൊച്ചിയിലെ നേതാവ് പി ഗംഗാധരൻ പങ്കെടുക്കുന്ന യോഗം സംഘടിപ്പിക്കാനുള്ളതിനാൽ സർദാർ പുറപ്പെട്ടു.

പതിനാറു കിലോമീറ്റർ നടക്കാനുണ്ട്. കിഴക്കേറോഡിലൂടെ ആൽമാവു കടന്നപ്പോൾ വിശപ്പിന്റെ വിളിയറിയിപ്പുകിട്ടി. ചായക്കടയും ഹോട്ടലും അടച്ചു വിശപ്പകറ്റാൻ വിശപ്പിനെക്കുറിച്ചാലോചിക്കാതിരുന്നാൽ മതിയെന്ന നയമുപയോഗിച്ചു നടത്തം തുടർന്നു.

തൃപ്രയാർ സെന്ററിൽ എത്തിയപ്പോഴേക്കും വിശപ്പും ദാഹവും ആളിക്കത്താൻ തുടങ്ങി. എല്ലാ കടകളും അടച്ചിരിക്കുന്നു. മണി പത്തു കഴിഞ്ഞു. ഇവിടം പൊലീസ് കേന്ദ്രങ്ങളാണ്. അനങ്ങാതെ, പതുക്കെ കാലുകൾ നിലത്തു കുത്തിനടന്നു, ചന്തപ്പടി കഴിഞ്ഞു.

കുരിശുപള്ളി കഴിഞ്ഞപ്പോൾനിന്നു, പള്ളിപ്പറമ്പിലെ കിണറ്റുവക്കിലേക്കു നടന്നു. അടയ്ക്കാമരത്തിന്റെ പാളമുറിച്ച്, രണ്ടറ്റത്തും കൂട്ടി കയർകെട്ടി വെള്ളംകോരുന്ന പാളകണ്ടപ്പോൾ തിണ്ണയിൽ നായ കയറിയിരിക്കുന്നതു പോലെ തോന്നി. ഇല്ല ആരുമില്ല. വികാരിയച്ചന്റെ മുറിയിൽ ഒരു ലാമ്പ് ക്രിസ്തുവിന്റെ ഹൃദയം പോലെ എരിഞ്ഞു കത്തുന്നുണ്ട്. ഒരു പാളയെടുത്തു വെള്ളം കോരി, മുഴുവനും കുടിച്ചുതീർത്തു...

ഹാ, ദാഹമൊന്നടങ്ങി. കോതകുളത്തുനിന്നു കിഴക്കോട്ടുള്ള വഴിയിലൂടെ കടന്ന്, പൊലീസ്സ്റ്റേഷൻ ഒഴിവാക്കി ടിപ്പുസുൽത്താൻ റോഡിലൂടെ വീണ്ടും തെക്കോട്ടു ....

പെട്ടെന്നാണ് ഇടിമിന്നിയതും വെടിപൊട്ടിയതും. ചിന്നംപിന്നം മഴ പെയ്യുകയായി. കാറ്റുമ്പഹളം കൂട്ടി പറന്നു വീശാൻതുടങ്ങി. പിടിച്ചാൽ കിട്ടാത്ത കാറ്റ്.. മഴ കനക്കാൻ തുടങ്ങിയതറിഞ്ഞില്ല. അതാ, തെക്കുനിന്നു ജീപ്പിന്റെ ശബ്ദം, അതെ രണ്ടുണ്ടക്കണ്ണുകൾ കത്തിച്ചുകൊണ്ടു ഇടിവണ്ടി അലറിവരുന്നു. കൊമ്പൻമീശ പിരിച്ചു ഭയപ്പെടുത്തി ഏതെങ്കിലും പെണ്ണുങ്ങളുടെ നെഞ്ചിൽ ബലമായി കയറി നിരങ്ങിയിട്ടാവും ഇങ്ങനെ നിയന്ത്രണമില്ലാത്ത വേഗതയിൽ ആർമാദിച്ചു വരുന്നത്....

സോജാ.. രാജകുമാരീ സോജാ..

എങ്ങോട്ടുതിരിയും, ഇടത്തോട്ടോ വലത്തോട്ടോ? ചിന്തിക്കാൻ സമയമില്ല, വലതുഭാഗത്തു വേലി പൊളിഞ്ഞു കിടക്കുന്നയിടത്തേക്കു കടന്നു.. പള്ളിപ്പറമ്പിൽ കയറി ഒരു മരത്തിന്റെ പിന്നിലൊളിച്ചു. ഇരമ്പിവന്ന പൊലീസുവണ്ടി ഭ ർ ർ ർ ർ ർ എന്നു ശബ്ദമുണ്ടാക്കി കടന്നുപോയി.

മഴ ശക്തമാവുന്നു. കണ്ണുതെളിയുന്നില്ല, കാറ്റിൽ കാലുനിലത്തുറയ്ക്കുന്നില്ല. പിന്നിൽ നിസ്കാരമില്ലാതെ കിടക്കുന്ന പള്ളിയാണ്. അടഞ്ഞു കിടക്കുന്ന വാതിൽ ഒന്നുതള്ളി നോക്കി. ഭീകരമായ ശബ്ദ

ത്തിൽ അതുതുറന്നു. ശാന്തവിശാലമായ പള്ളിയുടെ അകം ഇരുട്ടിലും തെളിയുന്നു. അകത്തു കടന്നു. പഴകിയൊരു മണം മൂക്കിൽ തുളച്ചു കയറി. പുറത്തു മഴ കനക്കുകയാണ്. പള്ളിയുടെ മേല്പുര മുഴുവനും ചോരുന്നുണ്ട്. ചോർച്ചയില്ലാത്ത ഇടംനോക്കി ഇരുട്ടിൽ തപ്പിനടന്നു ഒരിടം കണ്ടെത്തി. നനഞ്ഞ മുണ്ടും ഷർട്ടും അഴിച്ചു പിഴിഞ്ഞു അവിടെ നിലത്തിരുന്നു.

പ്രപഞ്ചം തകരുന്ന ഒച്ചയിൽ ഇടിവെട്ടിയ ഭീകരതയിൽ അളയിലൊളിച്ചിരുന്ന പെരുച്ചാഴികൾ, സർദാറിന്റെ പാദങ്ങളുടെ മുകളിലൂടെ ബഹളംകൂട്ടി ഓടിപ്പോയി. നായ്ക്കൾ ഓരിയിടുന്ന നേർത്ത ശബ്ദം മഴയുടെ പശ്ചാത്തലസംഗീതത്തിലും കേൾക്കാനാവുന്നുണ്ട്.

വിശപ്പു വീണ്ടും വയറ്റിൽകത്തുകയാണ്. ഇനി നടക്കാനാവില്ല. വാച്ചിൽ നോക്കിയപ്പോൾ കട്ടപിടിച്ച ഇരുട്ട് ഇടയ്ക്കുവരുന്ന ഇടിമിന്നലിൽ സമയംകണ്ടു, മണി പന്ത്രണ്ടു കഴിയുന്നു...

തോൽബാഗിൽനിന്നും ദിനപത്രമെടുത്തുവിരിച്ചു അതിലിരുന്നു. കുറെനേരം ഇരുന്നപ്പോൾ കാൽ നിവർത്തിവെച്ചു കിടന്നു.. ലോകമേ തറവാട്...

രൗദ്രഭാവത്തിൽ മഴയുടെ താളം മദ്ധ്യതാളത്തിൽ മുറുകുകയാണ്. ചീറിവരുന്ന കാറ്റിൽ ദേഹം കുളിരിൽ വിറയ്ക്കുന്നുണ്ട്. ചെറുപ്പകാലത്തു കേട്ട മലക്കുകളുടെയും ജിന്നുകളുടെയും കഥകളോർമ്മിച്ചു കിടന്നു...

നാഗാലാന്റിൽ, എയർഫോഴ്സിൽവെച്ചു മഴയുടെ താളത്തിൽ കുളിരണിഞ്ഞു പുതച്ചുകിടക്കുമ്പോൾ സൈഗാളിന്റെ ശ്രവണ സുഖദമായ ഹിന്ദിഗാനവും കേട്ടു സഹപ്രവർത്തകരുമൊന്നിച്ചുറങ്ങിയ നാളുകൾ ഓർത്തുപോയി...

"സോജാ രാജകുമാരീ സോജാ.
സോജാ മേംബാലി ഹാരി സോജാ."

മഴയുടെ താളത്തിൽ ഗാനം കാതിൽ വന്നുവീണു. രാത്രിയുടെ ഏതോ യാമത്തിൽ കണ്ണുകളടഞ്ഞുപോയതറിഞ്ഞില്ല...

ചെത്തുതൊഴിലാളി മാർച്ചും മെമ്മോറാണ്ടവും

1947 ൽ രാഷ്ട്രീയസ്വാതന്ത്ര്യം കിട്ടിയതോടെ, മലബാർ മദ്രാസ് സംസ്ഥാനത്തിൽ മദ്യ ഉല്പാദനവും വില്പനയും കോൺഗ്രസു സർക്കാർ നിരോധിച്ചു. അതോടെ, തൊഴിലില്ലായ്മ ഭീകരമായി. ചെത്തുകൊണ്ടു ജീവിക്കുന്നവരുടെ എണ്ണം ഗണ്യമായിരുന്നതിനാൽ സാമ്പത്തിക നട്ടെല്ലൊടിഞ്ഞു.

പെരിഞ്ഞനത്തെ ചെത്തുതൊഴിലാളി കൃഷ്ണൻ മുഖ്യമന്ത്രി പ്രകാശത്തിനു നേരിട്ടു കത്തെഴുതി:

"ഒന്നുകിൽ നിങ്ങളെനിക്കു ജോലിതരൂ.. അല്ലെങ്കിൽ എന്നെയും കുടുംബത്തെയും വെടിവെച്ചുകൊല്ലൂ.."

ഇതായിരുന്നു ദാരിദ്ര്യത്തിന്റെ ദുസ്സഹാവസ്ഥ.

"രാഷ്ട്രീയ പ്രവർത്തനത്തിൽനിന്നും ഒഴിഞ്ഞുനിന്നാൽ ലഭിക്കുന്ന ശിക്ഷ നിന്ദ്യരായ ആളുകളാൽ നിങ്ങൾ ഭരിക്കപ്പെടുമെന്നതാണ്."

അതാണു രാഷ്ട്രീയതത്ത്വം. കമ്യൂണിസ്റ്റുപാർട്ടി ചെത്തുതൊഴിലാളി യൂണിയൻ സംഘടിപ്പിക്കാൻ തീരുമാനിച്ചു. ആ ദൗത്യവും പാർട്ടി, സർദാറിനെ ഏല്പിക്കുകയായിരുന്നു. സഹായിക്കാൻ മുഹമ്മദ് യൂനസുണ്ടായിരുന്നു. പൈനൂർ, മുനയം, എടത്തിരുത്തി, ചെന്ത്രാപ്പിന്നി, ചാമക്കാല, മതിലകം, വലപ്പാടു പ്രദേശങ്ങളിലുള്ള ചെത്തു തൊഴിലാളികളെ സംഘടിപ്പിച്ച് മദ്രാസ് സർക്കാരിലേക്ക് മെമ്മോറാറാണ്ടം സമർപ്പിക്കാൻ തീരുമാനിച്ചു.

കോൺഗ്രസിന്റെ ഉന്നതനായ നേതാവ് മദ്രാസിൽനിന്നു രാഷ്ട്രീയ പ്രശ്നങ്ങൾ ചർച്ചചെയ്യാൻ വലപ്പാടു വരുന്നുണ്ടെന്ന വിവരമറിഞ്ഞ ചെത്തുതൊഴിലാളികൾ പ്രകടനവുമായിചെന്ന് മെമ്മോറാണ്ടം സമർപ്പിച്ചു. കള്ളുചെത്തുവാൻ തെങ്ങിന്റെ പൂക്കുലയിൽ ഉപയോഗിക്കുന്ന ചെളിക്കുപകരം ചുണ്ണാമ്പു ചേർത്തു ചെത്തിയാൽ കള്ളിനുപകരം ചക്കര ലഭിക്കുമെന്നും ചക്കരയ്ക്കു കമ്പോളത്തിൽ വിലയുള്ളതിനാൽ ചെത്തുതൊഴിലാളികളുടെ ജീവിതം മുന്നോട്ടുകൊണ്ടു പോകാൻ കഴിയുമെന്ന പ്രതീക്ഷയുണ്ടെന്നും ഈ വിഷയത്തെ അനുഭാവപൂർവ്വം പരിഗണിച്ച് മദ്യനയത്തിൽ ചില ഇളവുകൾ വരുത്തണമെന്ന അഭ്യർത്ഥനയുമായിട്ടാണ് തൊഴിലാളികൾ ചെന്നത്. ചെത്തു തൊഴിലാളികളുടെ ആവശ്യമെന്തെന്നു പരിശോധിക്കാൻ പോലും തയ്യാറാവാതെ അവരെ കലാപകാരികളായി പരിഗണിച്ച് പൊലീസ് മർദ്ദിച്ചവശരാക്കുകയാണുണ്ടായത്. സാമ്രാജ്യത്വഭരണം പോയി കോൺഗ്രസു ഭരണം തുടങ്ങിയിട്ടും നാടിന്റെ ദുരിതങ്ങളോട് അനുഭാവപൂർണ്ണമായ സമീപനമല്ല ഉണ്ടാകുന്നത്. സമരംചെയ്തു സ്വാതന്ത്ര്യം നേടിയ കോൺഗ്രസിന് ജനങ്ങൾക്കു ഗുണകരമായി എങ്ങനെ ഭരിക്കണം എന്ന കാര്യത്തിൽ ധാരണയില്ലായെന്നു ഇത്തരം സംഭവങ്ങൾ സാക്ഷ്യം വഹിക്കുന്നു. ജീവിത പ്രശ്നങ്ങളോട് സാമ്രാജ്യത്വശക്തികളെപ്പോലെ നിഷേധാത്മകമായി അടിച്ചമർത്തുന്ന സമീപനമാണ് കോൺഗ്രസു സർക്കാരും പിന്തുടരുന്നതെന്നു ജനങ്ങൾ തിരിച്ചറിയുകയായിരുന്നു. ഇത്തരം വിവേകരഹിതമായ സമീപനങ്ങളിലൂടെ സമൂഹത്തിൽ അശാന്തിവളരുന്നുണ്ടെന്ന വസ്തുത പുതിയ ഭരണകൂടം മനസ്സിലാക്കിയിരുന്നില്ല.

ഉറങ്ങാൻ കിടന്നിട്ടും ഉറങ്ങാനാവുന്നില്ല. ശങ്കരപ്പൻതറയിൽ കൊല്ലാറവേലപ്പന്റെ വീടാണ് കുറച്ചു നാളുകളായി ഒളിവുസങ്കേതം. വാസുവിനോടൊപ്പം പടിഞ്ഞാറേ ചായ്പിലാണ് സർദാറിന്റെ കിടപ്പ്.

സർദാറിന്റെ ഹൃദയം ചോദിച്ചു:

'പ്രിയമുള്ളവരേ, നമ്മുടെ പ്രഭാതം ഇനിയുമെന്താണുദിക്കാത്തത്. നമുക്കുവേണ്ടി ഉദിക്കുന്ന ചുവന്ന സൂര്യനെവിടെ? എവിടെയാണു സ്വാതന്ത്ര്യം?'

ആദ്യത്തെ രക്തസാക്ഷി..?

എടത്തിരുത്തി-കാട്ടൂർ ഭാഗത്തെ ബീഡിത്തൊഴിലാളികൾ രണ്ടിടത്തുമുള്ള ബീഡിനിർമ്മാണ കമ്പനികളിൽ ജോലി ചെയ്യുന്നുണ്ട്. തൊഴിലാളികൾക്ക് ആയിരം ബീഡി തെറുക്കുമ്പോൾ ഒരുറുപ്പികയും പതിനാലാണയുമാണ് കൂലി. രണ്ടണ കൂടുതൽ ആവശ്യപ്പെട്ടുകൊണ്ടായിരുന്നു നാലുവർഷംമുമ്പു നടത്തിയസമരം. ആ സമരത്തെ വിജയിപ്പിക്കാൻ കഴിഞ്ഞിട്ടില്ല. എം പി സെക്രട്ടറിയായ ബീഡിത്തൊഴിലാളി യൂണിയൻ വീണ്ടും സമരംചെയ്യാൻ തീരുമാനിച്ചു. സമരം ശക്തിപ്പെടുത്താൻ പാർട്ടി സർദാറിനെ നിയോഗിച്ചു.

തലശ്ശേരിയിലെ സി പി ബാലകൃഷ്ണൻ എന്നൊരു സഖാവും ഏതാനും ദിവസമായി കാട്ടൂരിലുണ്ട്. സർദാറിന്റെ സന്തത സഹചാരിയായി കൊല്ലാറ രവിയുമുണ്ട്.

രാവേറെ മയങ്ങി, സർദാറും കൊല്ലാറ രവിയും ബാലകൃഷ്ണനും യൂണിയനാഫീസിലെ തട്ടിന്റെ മുകളിലാണ് കിടപ്പ്. ഉറങ്ങാൻ കിടന്നാലും ചർച്ചകൾ ലോകം ചുറ്റിനടക്കും. ബാലകൃഷ്ണൻ ഉറക്കത്തിലേക്കു വലിയും, രവി ചോദ്യങ്ങൾ ഉന്നയിച്ചുകൊണ്ടേയിരിക്കും, സർദാർ വിശദീകരിക്കും. ജാലകപ്പഴുതിലൂടെ നിലാവു മടിച്ചു കടന്നുവരുന്നുണ്ട്....

മരണത്തിന്റെ മഹാമൗനങ്ങളിൽ ശാന്തി, സമാധാനം, പുതിയ തിരിച്ചറിവുകൾ .....

ചുറ്റുംലോകം മുഴുവൻ ഭീതിപരത്തുന്ന പള്ളിമണികൾ മുഴങ്ങുന്നു.

എല്ലാവരും എങ്ങോട്ടെന്നറിയാതെ പരക്കം പായുന്നു.. ..മലകൾ തകർന്നു വീഴുന്നു.പുഴകൾ വഴിമാറിയൊഴുകുന്നു... സമുദ്രം അലറിയട്ടഹസിക്കുന്നു... തലപൊളിയുന്നതുപോലെയുള്ള ചൂളം വിളികൾ...

നാടിന്റെ രക്ഷകരായി ആരെങ്കിലും ഉണ്ടാവണം.

'പോടാ മക്കളെ, ആദ്യരക്തസാക്ഷി ഞാനാവും..'

കൊല്ലാറ രവി ഞെട്ടിയുണർന്ന് എഴുന്നേറ്റിരുന്നു. ആരാണിങ്ങനെ പറഞ്ഞത്? അതെ, അതു സർദാറിന്റെ ശബ്ദമായിരുന്നു! സർദാർ തിരിഞ്ഞുകിടന്നപ്പോൾ എണീറ്റിരിക്കുന്ന രവിയെ കണ്ടു.

"എന്തേ രവീ..? നീയെന്തേ ഉറങ്ങിയില്ലേ?"

"മാഷേ... മാഷിപ്പോ, എന്തോ പറഞ്ഞല്ലോ.. അതെന്താണ്?"

"ഉവ്വോ? ഞാൻ വല്ലതും പറഞ്ഞോ?"

"ഉവ്വ് മാഷ്, മാഷ് ആദ്യത്തെ രക്തസാക്ഷിയാവുമെന്നാണു പറഞ്ഞത്. ഞാൻ വ്യക്തമായി കേട്ടു..."

അപ്പോൾ സർദാർ എഴുന്നേറ്റിരുന്ന്, എന്തോ ഓർമ്മിച്ചെടുത്തതു പോലെ പറഞ്ഞു:

"ശരിയാണ് രവീ., ബോധാബോധങ്ങളുട ഇടയിലെവിടെയോ ഉള്ള ഭ്രമാത്മകലോകത്തായിരുന്നു ഞാൻ.. ഒരുപക്ഷേ, അതൊരു സ്വപ്നവുമാവാം. നാട്ടിൽ സമൂലമായൊരു പരിവർത്തനമുണ്ടാക്കാൻ നമ്മളിപ്പോൾ ചെയ്യുന്ന പ്രവർത്തനം മാത്രം മതിയാവില്ല. വിലപിടിച്ച ഒരു ജീവിതം

നാടിനുവേണ്ടി സമർപ്പിക്കുമ്പോൾ നാട്ടുകാരും ഭരണകൂടവും നാടിന്റെ ദുരവസ്ഥയെക്കുറിച്ചു സൂക്ഷ്മമായി അറിയാൻ നിർബ്ബന്ധിതരാകും. അങ്ങനെയല്ലാതെ ഉറങ്ങിക്കിടക്കുന്ന ഈ നാടിനെ തൊട്ടുണർത്താൻ കഴിയില്ല. മരണം ഒരു രാഷ്ട്രീയ മാതൃകയാണ്. അങ്ങനെ മഹത്തായ ഒരു സമരത്തിനുവേണ്ടി ആരെങ്കിലും മരിക്കേണ്ടിവന്നാൽ ആദ്യം രക്തസാക്ഷിയാവുന്നത് ഞാനാവും.."

"വേണ്ട മാഷേ, മാഷു മരിക്കരുത്"

"രവീ.. ജീവിക്കാനും മധുരമായ ജീവിതത്തിന്റെ ഓരോ തുള്ളിയും മോന്തിക്കുടിക്കാനുമുള്ള അഭിനിവേശം എന്നിൽ ആത്മസംഘർഷമുണ്ടാക്കാറുണ്ട്. ഞാനതിനെ അതിജീവിക്കുകയാണ്..."

"മനുഷ്യൻ അക്ഷരാർത്ഥത്തിൽ കേവലമൊരു സാമൂഹികജീവി മാത്രമല്ല, ഒരു രാഷ്ട്രീയജീവി തന്നെയാണ്. സമൂഹത്തിൽ മാത്രം വൈയക്തികതയെ പ്രതിഫലിപ്പിക്കാൻ കഴിയുന്ന ഒരു ജീവി.."

ഡിസ്ട്രിക്ട് ബോർഡ് തിരഞ്ഞെടുപ്പ്

1949 ൽ നടന്ന ഡിസ്ട്രിക്ട് ബോർഡ് തിരഞ്ഞെടുപ്പിൽ കമ്യൂണിസ്റ്റു പാർട്ടിക്കുവേണ്ടി കെ ശേഖരൻനായരും, കോൺഗ്രസിനുവേണ്ടി കോലോത്തുങ്കാട്ടിൽ കെ എസ് വാസുദേവനുമാണ് മത്സരിച്ചത്. രണ്ടു പേരും എടത്തിരുത്തിക്കാർ ആയതിനാൽ മത്സരം കടുത്തു. സ്വന്തമായി ഭൂമിയുള്ളവർക്കും പാട്ടത്തിനു ഭൂമിയുള്ളവർക്കും നികുതിയടയ്ക്കുന്നവർക്കും സർക്കാർ ഉദ്യോഗസ്ഥന്മാർക്കും മാത്രമാണ് വോട്ടവകാശമുള്ളത്. തിരഞ്ഞെടുപ്പുകമ്മിറ്റി സെക്രട്ടറിയായി സർദാറിനെ പാർട്ടി തെരഞ്ഞെടുത്തു.

വോട്ടർമാരുടെ വീടുകളിൽപോയി രാഷ്ട്രീയമായി തിരഞ്ഞെടുപ്പിന്റെ പ്രാധാന്യവും കമ്യൂണിസ്റ്റ് പാർട്ടിയുടെ വിജയത്തിന്റെ അനിവാര്യതയും ബോദ്ധ്യപ്പെടുത്താൻ മുഴുവൻ സഖാക്കളേയും രംഗത്തിറക്കാൻ സർദാറിനു കഴിഞ്ഞു. വഴിവിളക്കില്ലാത്ത ഇടവഴികളിലൂടെ ടോർച്ചും ചൂട്ടും ഉപയോഗിക്കാനാവാതെ മലപോലെ, ചിലപ്പോൾ മതിലുപോലെ കാഴ്ചയെ മറയ്ക്കുന്ന ഇരുളിന്റെ കനത്ത കട്ടകൾ... തപ്പിത്തടഞ്ഞ് നടന്നിരുന്ന സഖാക്കൾക്കു ഉറക്കെ വർത്തമാനംപോലും പറയാനാവാതെ രഹസ്യമായ നടത്തമായിരുന്നു. ചിരപരിചിതമായ അത്തരം നടത്തങ്ങളിലൂടെ സഖാക്കളുടെ കാലുകൾക്കു കണ്ണിന്റെ കാഴ്ചകിട്ടുകയായിരുന്നു. ഓരോ വളവിലും തിരിവിലും ഉണ്ടാവുന്ന കുണ്ടുംകുഴിയും വഴിയിലേക്കു തള്ളി നില്ക്കുന്ന മരക്കൊമ്പുകൾവരെ അവർക്കു സുപരിചിതമായിരുന്നു. നായ്ക്കളുടെ കുരകളാണ് പലപ്പോഴും ശല്യമാകുന്നത്.

പാവപ്പെട്ട തൊഴിലാളികളും കർഷകരും സാധാരണക്കാരുമായിരുന്നു പാർട്ടിയുടെ അടിത്തറ. അവർക്കു സ്വന്തമായി ഭൂമിയുണ്ടായിരുന്നില്ല. ഭൂനികുതിയും പാട്ടവും കൊടുക്കുന്നവർ കുറവായിരുന്നു. ജനകീയ സമരങ്ങളിൽ ഇടപെട്ടു മർദ്ദനമേല്ക്കുന്ന സഖാക്കളെ ജനങ്ങൾ

ഹൃദയത്തോടു ചേർത്തുപിടിച്ചു. മത്സരം കടുപ്പമാവുകയാണ്.

സമ്മേളനം നടത്താൻ നിശ്ചയിച്ച സ്ഥലത്തു കോൺഗ്രസുകാർ വന്നു സമാപനസമ്മേളനം നടത്തുകയും അതിനു പൊലീസ് കാവൽ നില്ക്കുകയും ചെയ്തു. യോഗം കഴിഞ്ഞപ്പോഴേക്കും അഭിമന്യു അടങ്ങുന്ന സഖാക്കൾക്കു പുറമെ തൃശ്ശൂരിൽനിന്നും വന്ന ഈശ്വരൻകുട്ടി വാര്യർ, കെ ആർ ഉണ്ണി തുടങ്ങിയ സഖാക്കളെ പൊലീസ് ആക്രമിച്ചു. എല്ലാവരെയും കോൺഗ്രസ് ഓഫീസിൽ കൊണ്ടു പോയി ഇരുത്തി വീണ്ടും മർദ്ദിച്ചു...

ആക്രമണം അസഹ്യമായപ്പോൾ സഖാക്കൾ ചിലർ നാടുവിട്ടു പോയി. കൊമ്പത്ത് അച്യുതമേനോൻ, തന്റെ മരുമക്കളായ കൊമ്പത്തു പ്രഭാകരനും പി ഗോപാലനും നിരന്തരമായി ആക്രമിക്കപ്പെട്ടപ്പോൾ എടത്തിരുത്തിയിലെ പറമ്പുവിറ്റ് കാട്ടൂരിൽ പോയി താമസമാക്കി. മർദ്ദനത്തിൽനിന്നും രക്ഷപ്പെട്ടു.

സഖാക്കളുടെ എല്ലാ ആത്മവിശ്വാസവും ചോർന്നു പോവുകയാണെന്നു സർദാർ തിരിച്ചറിയുന്നുണ്ടായിരുന്നു. മെഗാഫോൺ കൈയിലെടുത്തു ഓരോ പ്രധാന കവലയിലും ഒറ്റയ്ക്കുചെന്നു പൊലീസിന്റെയും കോൺഗ്രസ് ഗുണ്ടകളുടെയും അക്രമങ്ങൾക്കെതിരെ ശക്തമായി പ്രസംഗിച്ചു. നിരാശരായ സഖാക്കൾക്കു ആത്മവിശ്വാസം പകർന്ന് അവരെ വീണ്ടും സജീവമാക്കി..

സെപ്തംബർ 25 നായിരുന്നു തിരഞ്ഞെടുപ്പ്. പെരിഞ്ഞനം സ്കൂളിലെ ബൂത്തിൽ കമ്യൂണിസ്റ്റുപാർട്ടി ഏജന്റായി കൊല്ലാറ കേശവൻ മാഷായിരുന്നു. ഇൻസ്പെക്ടർ സി കെ ഗോവിന്ദൻ നമ്പ്യാർ ബുള്ളറ്റിൽ പറന്ന് ബൂത്തിൽ കയറിവന്നു. കൊച്ചിയിലെ ഒരു സേട്ടു സമ്മാനിച്ചതായിരുന്നു ആ ബുള്ളറ്റ്. പൊലീസിന്റെ സാന്നിദ്ധ്യം നിയമപരമായി അവിടെ ആവശ്യമില്ല. നമ്പ്യാരെ കണ്ടയുടനെ കേശവൻമാഷ് ഒന്നു നോക്കിയ ശേഷം ശക്തമായ ഒരാജ്ഞയായിരുന്നു:

"നിങ്ങൾക്കെന്താണിവിടെ കാര്യം? യൂ ഗേറ്റൗട്ട്..."

അപമാനിതനായ നമ്പ്യാർ കടുത്ത പകയും കൊരട്ടത്തുവെച്ചാണ് ഇറങ്ങിപ്പോയത്. (തിരഞ്ഞെടുപ്പിനു ശേഷം കേശവൻമാഷെ തേടിപ്പിടിച്ചു മർദ്ദിച്ചവശനാക്കി, നമ്പ്യാർ ആ പകവീട്ടുകയും ചെയ്തു.)

വടക്കുഭാഗത്തെ ബൂത്ത് വലപ്പാടായിരുന്നു. സർദാർ ഓരോ സഖാക്കൾക്കും നിർദ്ദേശങ്ങൾ കൊടുത്തു സജീവമായി രംഗത്തുണ്ടായിരുന്നു.

തിരഞ്ഞെടുപ്പുകഴിഞ്ഞപ്പോൾ സഖാക്കൾ സർദാറിന്റെ നേതൃത്വത്തിൽ ജാഥയായി പാലപ്പെട്ടിയിലേക്കുപോയി. ദിവസങ്ങളായി ഊണും ഉറക്കവുമില്ലാതെ പ്രവർത്തിക്കുന്നവരുടെ ബുദ്ധിമുട്ട് സർദാറിനറിയാമായിരുന്നു. അവിടെയുള്ള സഖാവ് കെ സി വേലായുധന്റെ വീട്ടിൽ ചെന്നു അദ്ദേഹത്തിന്റെ അച്ഛനോട് കുറച്ചുപേർക്കു ഭക്ഷണം വേണമെന്നു പറഞ്ഞു. അദ്ദേഹം പറമ്പിലുള്ള കൊള്ളി പറിച്ചെടുത്തുപുഴുങ്ങി കഞ്ഞിയുമുണ്ടാക്കി കൊടുത്തു. കഞ്ഞിയും കപ്പയും കഴിച്ചു ആശ്വാസ

മായി അന്നവിടെ കിടന്നുറങ്ങി.

കോൺഗ്രസ് സ്ഥാനാർത്ഥി കെ എസ് വാസുദേവൻ ജയിച്ചു, ശേഖരൻനായർക്ക് രണ്ടായിരത്തിലധികം വോട്ടുകിട്ടി. പാർട്ടി നിലപാടുകൾ വോട്ടർമാർക്കിടയിൽ പ്രചരിപ്പിക്കാനും അവരിൽ പലരേയും പ്രസ്ഥാനത്തിലേക്ക് അടുപ്പിക്കാനും കഴിഞ്ഞതാണ് തിരഞ്ഞെടുപ്പിന്റെ രാഷ്ട്രീയനേട്ടം. പ്രവർത്തനങ്ങൾക്കിടയൽ പി ടി ഭാസ്കരപ്പണിക്കരേയും പി കെ ഗോപാലകൃഷ്ണനേയും നമ്പ്യാർ അറസ്റ്റു ചെയ്ത് കേസുചാർജു ചെയ്തെങ്കിലും, കേസു തെളിയിക്കാവാതെ വിട്ടയച്ചു.

തിരഞ്ഞെടുപ്പു കഴിഞ്ഞതോടെ വീണ്ടും പാർട്ടിയെ നിരോധിച്ചുകൊണ്ടുള്ള ഉത്തരവുവന്നു. പൊലീസുവേട്ട കൂടുതൽ ശക്തിയോടെ തുടർന്നു....

ഇരുട്ടു പരന്ന പകലുകൾ

കോൺഗ്രസ് കുടം

'പൊലീസ് ചവിട്ടുകാളകൾ ഗോ ബാക്ക്,' 'പൊലീസിന്റെ കാമവെറി മാറ്റാൻ ഞങ്ങളുടെ പെണ്ണുങ്ങൾക്കാവില്ല', 'പൊലീസ് ഏമാന്മാരേ, മൂർച്ചയുള്ള അരിവാളുണ്ട്' തുടങ്ങിയ ചുമരെഴുത്തുകൾ ഒരു ദിവസം രാവിലെ പൊലീസുകാർ രഹസ്യമായി പോയിരുന്ന വലപ്പാടു-പൈനൂർഭാഗങ്ങളിൽ പ്രത്യക്ഷപ്പെട്ടു. പൊലീസുകാർ സ്ഥിരമായി ഒളിച്ചു പോയിരുന്ന പല വീടുകളുടേയും പരിസരത്ത് കമ്യൂണിസ്റ്റുകാർ കാവൽ നില്ക്കുന്നുണ്ടെന്ന വാർത്ത പരന്നു. അതോടെ സ്വമേധയാ വാതിൽ തുറന്നു കൊടുത്തിരുന്നവർവരെ പൊലീസുകാരെ ഒഴിവാക്കിത്തുടങ്ങി. ചുമരെഴുത്തുകളുടെ കർത്താവ് സർദാർ ആണെന്നു പൊലീസുകാർ നമ്പ്യാരോടു പറഞ്ഞു. നമ്പ്യാരതു വിശ്വസിച്ചു. സർദാറിനെ കേന്ദ്രീകരിച്ച് പൊലീസുവേട്ട ശക്തിപ്പെടുത്തി.

എം എ അയ്യപ്പന്റെ സഹോദരി കൊച്ചുപെണ്ണിന്റെ ആത്മാർത്ഥതയിലും ധീരതയിലും സർദാറിനു മതിപ്പായിരുന്നു. കൊച്ചുപെണ്ണിനെപ്പറ്റി അയ്യപ്പനോടു സർദാർ പറഞ്ഞു:

"സഖാവേ, കൊച്ചുപെണ്ണിനെപ്പോലെയും കാർത്യായനിയെപ്പോലെയും കുറച്ചു സ്ത്രീ സഖാക്കൾ നമ്മോടൊപ്പം ഉണ്ടായാൽ മതി, പാർട്ടി വളരും.."

അവരോടു യാത്ര പറഞ്ഞു സർദാർ നടന്നു. മൺകുടവും കലവും വില്ക്കുന്ന കടയിൽ കയറി പൊനത്തിൽ ദാമോദരനെ കണ്ടു. മൺകുടങ്ങളിലും കലങ്ങളിലും വെളുത്ത ചോക്കുകൊണ്ട് എഴുതിവെച്ചിരിക്കുന്നു:

'കോൺഗ്രസ് കുടം, കോൺഗ്രസ് കലം, കോൺഗ്രസ് ചട്ടി..'

ആശ്ചര്യം തോന്നിയ സർദാർ ചോദിച്ചു:

"ദാമോദരാ. ഇതുകൊള്ളാമല്ലോ നീയെന്നാണ് കോൺഗ്രസായത്?'

"ഹ ഹ ഹ.. ഗോപമ്മാനെ.. കഴിഞ്ഞദിവസം കമ്യൂണിസ്റ്റുകാരെ തിരഞ്ഞു നമ്പ്യാരു ഇവിടെ വന്നു. സർദാർ എവിടെയെന്നു ചോദിച്ചു, ഞാനൊന്നും മിണ്ടിയില്ല. അടിച്ചിട്ടും മിണ്ടിയില്ല. അപ്പോൾ ഒരു പൊലീസുകാരൻ നമ്പ്യാരോടു പറഞ്ഞു 'ഞാൻ കമ്യൂണിസ്റ്റാണെ'ന്ന്. അരിശം മൂത്ത നമ്പ്യാർ ഇവിടത്തെ മൺകുടവും കലവുമെല്ലാം ലാത്തികൊണ്ടു തല്ലിയുടച്ചുപോയി. ഞാനിന്നലെ കൊശവന്റെ വീട്ടിൽ പോയി പുതിയ മൺകുടവും കലവുമെല്ലാം കൊണ്ടുവന്നു അതിൽ എഴുതി വെച്ചു: 'കോൺഗ്രസ് കുടം'മെന്ന്. അത്രേള്ളൂ... ഇനി നമ്പ്യാരു വന്നാൽ ഒന്നും പൊട്ടിക്കരുതല്ലോ..."

"ഹ ഹ ഹ കൊള്ളാം, ഇനി ഞാൻ കയറി അകത്തിരുന്നാൽ എന്റെ നെറ്റിയിലും 'കോൺഗ്രസ് മാൻ' എന്നെഴുതി ഒട്ടിച്ചാൽ മതി..."

സർദാറും ദാമോദരനും പൊട്ടിച്ചിരിച്ചു. വേലാണ്ടിക്കുറുപ്പിന്റെ വീട്ടുമുറ്റത്തു ശേഖരൻനിന്നു. കത്തിപ്പാറ കളിക്കുന്നു. സർദാറിനെ കണ്ടപ്പോൾ മാഷേ എന്നു വിളിച്ചടുത്തേക്കു വന്നു. ഒമ്പതു വയസ്സുകാരൻ ശേഖരന്റെ മുന്നിൽ സർദാർ കുനിഞ്ഞുനിന്നു ശേഖരന്റെ കൈ എടുത്തുയർത്തിപ്പിടിച്ചു വിളിക്കാൻ പറഞ്ഞു, സർദാർ മുഷ്ടിചുരുട്ടി വിളിച്ചു:

"ഇൻക്വിലാബ് സിന്ദാബാദ്..."

ശേഖരൻ ഏറ്റുവിളിച്ചു: "ഇൻക്വിലാബ് സിന്ദാബാദ്..."

പ്രസക്തമാവുന്ന പ്രക്ഷോഭണം

"അഭിമന്യൂ, നീ കേട്ടതല്ലേ, പാർട്ടിയോഗത്തിൽ നീയും പങ്കെടുത്തല്ലോ? കയ്യൂരിലും കരിവള്ളൂരിലും പുന്നപ്രയിലും വയലാറിലും അന്തിക്കാടും സാഹസികമായ വിപ്ലവപ്രവർത്തനങ്ങളാണ് നടന്നത്. പൊന്നാനി താലൂക്കിൽ സ്മരണീയമായ എന്തു പ്രവർത്തനമാണ് നമ്മൾ ചെയ്തത്?" സർദാർ ചോദിച്ചു..

"കർഷകത്തൊഴിലാളി, ചെത്തുതൊഴിലാളി, ബീഡിത്തൊഴിലാളി, എണ്ണമിൽതൊഴിലാളി... വർഗ്ഗബോധമുൾക്കൊണ്ട് എത്രയെത്ര സംഘടനകൾ നമ്മൾ കെട്ടിപ്പടുത്തു മാഷേ?" അഭിമന്യുവിനു ഉത്തരമുണ്ടായിരുന്നു.

"അതുപോര..! നമ്മൾ നടത്തിയ വിപ്ലവപ്രവർത്തനം എന്താണ്? പൊന്നാനി താലൂക്ക് കമ്യൂണിസ്റ്റു പാർട്ടി ഉറക്കത്തിലാണ് - മേൽക്കമ്മിറ്റിയുടെ വിമർശനമാണിത്."

"നമ്മൾ എന്തു ചെയ്യണം മാഷേ?"

മണപ്പുറത്തു എന്തു സമരമാണു ഏറ്റെടുക്കേണ്ടത് എന്നതിനെക്കുറിച്ചു പാർട്ടി മീറ്റിങ്ങിൽ സർദാറിന്റെ അഭിപ്രായം പറയേണ്ട സമയമായി:

"മേൽക്കമ്മിറ്റി നിർദ്ദേശത്തോടു യോജിക്കുന്നു. ജന്മിമാരുടെ കാർഷിക വിരുദ്ധസമീപനം, സർക്കാരിന്റെ ജനവിരുദ്ധനയം, വിലക്കയറ്റം,

കരിഞ്ചന്ത, പൊലീസ് അതിക്രമങ്ങൾ, പാർട്ടിനിരോധനം, പൗരാവകാശ ലംഘനം തുടങ്ങിയ വിഷയങ്ങൾ ഏറ്റെടുത്ത് പ്രക്ഷോഭണമാക്കി മാറ്റണം. സ്വാതന്ത്ര്യംകിട്ടി രണ്ടുവർഷം കഴിഞ്ഞിട്ടും പ്രതീക്ഷകൾ ബാക്കിയാവുന്ന ജനങ്ങൾ നിരാശരാണ്. ഒരു വൻ പ്രചാരണത്തോടെ നമ്മൾ ഈ സമരം ഏറ്റെടുക്കുകയാണ് വേണ്ടത്. സമരരൂപം വൈകാതെ തീരുമാനിക്കാം."

"ഏതു സമരത്തിലും ഞാനുണ്ടാകും.." അഭിമന്യു ഉറപ്പുനല്കി.

കരയുന്ന കമ്യൂണിസ്റ്റ്

പുറത്താരുടെയോ കരച്ചിൽ കേട്ടാണ് പണിക്കെട്ടി ചന്ദ്രു ഉറക്ക മുണർന്നത്. അച്ഛൻ നാരായണനെ ഉണർത്താതെ പതുക്കെ വാതിൽ തുറന്നുനോക്കിയപ്പോൾ കൈകൊണ്ടു മുഖമമർത്തി സർദാർ ഒറ്റയ്ക്കി രുന്നു കരയുന്നു. സർദാർ പാർട്ടി മീറ്റിങ്ങ് കഴിഞ്ഞു ഷെൽട്ടറായ ശങ്ക രപ്പൻ തറയിലേക്കു പോകാതെ ഇവിടെയിരുന്നു കരയുകയാണ്. ചന്ദ്രു അടുത്തു ചെന്നിരുന്നു.

"മാഷേ... മാഷെന്തിനാ കരയുന്നത്?"

"ചന്ദ്രൂ പാർട്ടിയെന്നെ ചോദ്യം ചെയ്തു, എനിക്കു വാണിങ് കിട്ടി."

"വാണിങോ, അതെന്താ മാഷെ?"

"കമ്യുണിസ്റ്റായ ഞാൻ ഷാപ്പിൽ കയറി, കള്ളുകുടിച്ചു, ഉത്തര വാദിത്വബോധം മറന്നു."

"ഓഹോ. അന്നു ശ്രീനിച്ചേട്ടനോടൊപ്പം വന്ന ദിവസം മാഷു കുടി ച്ചിരുന്നുവോ?"

"കുടിച്ചിരുന്നു ചന്ദ്രൂ.."

"മാഷ് കുടിച്ചത് എങ്ങനെ പാർട്ടിയറിഞ്ഞു?"

"പാർട്ടി എല്ലാം അറിയുന്നുണ്ട്. പാർട്ടിയറിഞ്ഞതല്ല ഞാൻ കുടിച്ച താണ് തെറ്റ്. ആലോചിക്കാതെ കുടിച്ചു, കുറ്റം സമ്മതിച്ചു, മാപ്പും പറഞ്ഞു, ആവർത്തിക്കില്ലെന്നുറപ്പും കൊടുത്തു." മൗനത്തിനുശേഷം സർദാർ തുടർന്നു:

"കമ്യൂണിസ്റ്റുപാർട്ടി ജനാധിപത്യത്തിൽ അധിഷ്ഠിതമായിട്ടാണു പ്രവർത്തിക്കുന്നത്. ഉൾപ്പാർട്ടി ജനാധിപത്യം സംരക്ഷിച്ചു ജനാധിപത്യ പരമായി കേന്ദ്രീകരിച്ചു പ്രവർത്തിക്കുന്നു. പൊതുലക്ഷ്യത്തിനു മുൻ തൂക്കം നല്കുമ്പോൾ മാത്രമാണ് ഇവരണ്ടും ഗുണപരമായി വികസി ക്കുന്നത്. വ്യക്തിതാല്പര്യത്തേക്കാൾ പാർട്ടിതാല്പര്യങ്ങൾക്കു പ്രാധാന്യം നല്കുമെന്നാണ് ഓരോ പാർട്ടിയംഗത്തിന്റേയും പ്രതിജ്ഞ. ഞാനന്നു കള്ളുകുടിച്ചത് എന്റെ താല്പര്യം, മറന്നതു പാർട്ടിതാല്പര്യം, അതാണ് പ്രതിജ്ഞാലംഘനം. പാർട്ടി അമ്മയാണെടാ ചന്ദ്രൂ, ഞാൻ മറന്നത് എന്റെ അമ്മയെയാണ്." വീണ്ടും തൊണ്ടയിടറി.....

പ്രതിഷേധപ്രകടനം

ഡോ. ബി ആർ അംബേദ്കറുടെ ഭരണഘടനാനിർമ്മിതി പൂർത്തിയായി. രാജ്യം സമ്പൂർണ്ണ റിപ്പബ്ലിക്കായി പ്രഖ്യാപിക്കുമെന്ന വാർത്ത വന്നു. ഡൽഹിയിൽ, 1949 നവംബർ 4 ന് കരടുചർച്ചയും നവംബർ 26 ന് ഭരണഘടനാനിർമ്മാണസമിതി, 'ഇന്ത്യൻ ഭരണഘടന' അംഗീകരിച്ചു. 1950 ജനുവരി 26 ന് രാജ്യം റിപ്പബ്ലിക്കാവുമെന്നും പ്രഖ്യാപിക്കപ്പെട്ടു. മതേതരത്വത്തിനും വ്യക്തി സ്വാതന്ത്ര്യത്തിനും പ്രാധാന്യം കൊടുക്കുന്ന ഈ ഭരണഘടന ലോകത്തിലെ ഏറ്റവും പുരോഗമനപരമാണെന്ന് നിയമ പണ്ഡിതർ അഭിപ്രായപ്പെട്ടു. പൗരനു രാഷ്ട്രീയസമത്വം നല്കുന്ന ഈ ഭരണഘടനയിൽ *മനുസ്മൃതി*യുടെ പ്രസക്തി നഷ്ടമായതിൽ ഹിന്ദുത്വ ശക്തികൾ അപലപിച്ചു. അവർ ഡൽഹിയിൽ പ്രതിഷേധ പ്രകടങ്ങൾ നടത്തി.

ഭരണഘടന നിലവിൽവരുന്നതോടെ കമ്യൂണിസ്റ്റുപാർട്ടിക്കു രാഷ്ട്രീയസ്വാതന്ത്ര്യം ഉണ്ടാവണം. എന്നാൽ പാർട്ടിനിരോധനം തുടരുമോയെന്നാണ് ജനാധിപത്യവാദികൾ ഉറ്റുനോക്കുന്നത്. ഈ വിഷയത്തിൽ സർക്കാർ ഒരുറപ്പും നല്കുന്ന സൂചനയില്ല.

"പാർട്ടിയുടെ നിരോധനം നീക്കുമെന്നും ഇന്ത്യയൊരു സ്വതന്ത്ര ജനാധിപത്യ രാഷ്ട്രമായി ഉയരുമെന്നും കമ്യൂണിസ്റ്റുപാർട്ടി പ്രതീക്ഷിക്കുന്നുണ്ടോ?"

മണപ്പുറത്തെ പാർട്ടിയോഗത്തിൽ ഉയർന്നുവന്ന ചോദ്യം ഇതായിരുന്നു. പ്രചാരണവും പ്രക്ഷോഭണവും സംഘടിപ്പിക്കാനും റിപ്പബ്ലിക്ക് ദിനത്തിൽ ഈ ജനാധിപത്യ വഞ്ചനയെ തുറന്നുകാട്ടി 'പൗരാവകാശ ജാഥ' നടത്താനും പാർട്ടി തീരുമാനിച്ചു. "പൗരാവകാശജാഥ"യൊരു പരീക്ഷണജാഥയാണ്. ഈ ജാഥയെ അനുവദിച്ചാൽ ഭരണഘടനയനുവദിക്കുന്ന സ്വാതന്ത്ര്യം ലഭിക്കുമെന്നും മറിച്ച് സർക്കാർ ജാഥയെ തടയുകയാണെങ്കിൽ ഇന്ത്യ റിപ്പബ്ലിക്കാണെന്ന അവകാശവാദം പൊള്ളയാണെന്നു തെളിയും. സർക്കാരിന്റെ രാഷ്ട്രീയ നിലപാടുകളെ തെളിയിച്ചെടുക്കുകയെന്നതാണ് ഈ ജാഥയുടെ പ്രധാന ലക്ഷ്യം.

ഓച്ചന്തുരുത്തിലെ അപരാഹ്നം...

ദിവസങ്ങളായി മനസ്സിൽ നടന്നിരുന്ന സംഘട്ടനത്തിന് ഒരു പരിസമാപ്തി അടുത്തുവരുകയായിരുന്നു. അനതിവിദൂരഭാവിയിൽത്തന്നെ നാടിന്റെ ആവശ്യങ്ങൾക്കായി ഒരു സാഹസികമായ സമരം പ്രതീക്ഷിക്കുകയും അതിനുള്ള മാനസികമായ തയ്യാറെടുപ്പുകൾ നടത്തുകയുമായിരുന്നു.

ശ്രീധരന്റെ മകൾ പ്രതിഭയെ സർദാർ മടിയിലിരുത്തി ശ്രീധരനുമായി സംസാരിച്ചിരിക്കുന്ന നേരത്താണ് കൊല്ലാറ വാസു വന്നു ഭാർഗ്ഗവിടീച്ചർ കൊടുത്തയച്ച എഴുത്ത് സർദാറിനെ ഏല്പിക്കുന്നത്. വാസു മടങ്ങിപ്പോയപ്പോൾ കത്തു വായിച്ചു:

'പ്രിയസഖാവ് സർദാറിന്, ലാൽസലാം.. ഒരാഴ്ചയായി മാഷെ കാണാൻ ശ്രമിച്ചുവെങ്കിലും കഴിഞ്ഞില്ല, ഒളിവിൽ എവിടെയാണു മാഷെന്നാർക്കും അറിവില്ല. മാഷുടെ സമരങ്ങൾക്കിടയിൽ ഈ ഭാർഗ്ഗവിയെ ഓർക്കാൻ സമയം കിട്ടുമോ എന്തോ? വീടിനടുത്തുള്ള സ്കൂളിൽ ജോലി കിട്ടി. നാട്ടിൽ തിരിച്ചുവന്ന സ്ഥിതിക്ക്, വിവാഹം നടത്തണം എന്ന അച്ഛന്റെ അഭിപ്രായത്തിനു ശക്തികൂടുന്നുണ്ട്. സഖാവിനെയൊന്നു കാണണമെന്നും നേരിട്ടു ചിലതു പറയണമെന്നും തോന്നുന്നുണ്ട്. മാഷുടെ എല്ലാ പ്രവർത്തനങ്ങൾക്കും അഭിവാദ്യങ്ങൾ.. സ്നേഹത്തോടെ,

ഭാർഗ്ഗവി.

പ്രതിഭയെ ശ്രീധരന്റെ കൈയിൽ ഏല്പിച്ചു:

"ശ്രീധരാ, ഞാനിറങ്ങട്ടെ.."

"എന്തേ കുഞ്ഞേട്ടാ... വാസു തന്ന എഴുത്തിൽ..? ഭാർഗ്ഗവി ടീച്ചർ അവരുടെ നാട്ടിലേക്കു തിരിച്ചുപോയി അല്ലേ? രണ്ടുദിവസം മുമ്പവർ നാട്ടിലേക്കു പോയല്ലോ.?"

"ശരി, ശ്രീധരാ, ഞാനിറങ്ങട്ടെ.."

നേരെപോയത് എടത്തിരുത്തി അങ്ങാടിയിലേക്കാണ്. വള്ളത്തിൽ കയറി വടക്കൻ പറവൂർ വഴി ഓച്ചന്തുരുത്തിൽ ചെന്ന് ഭാർഗ്ഗവിടീച്ചറുടെ വീട്ടിലേക്കുള്ള വഴി തേടിപിടിച്ചു. ഭാർഗ്ഗവിടീച്ചർ സർദാറിനെ സ്വീകരിച്ചിരുത്തി ചായ കൊടുത്തശേഷം സർദാർ വിഷയത്തിലേക്കു കടന്നു:

"ഭാർഗ്ഗവി ടീച്ചർ.. സ്നേഹം സ്വാഭാവികമാണ്. സ്നേഹത്തിന്റെ മുന്നിൽ പ്രായോഗികതയോ ഭാവിയോ ഒന്നുമില്ല. എന്നാൽ സ്നേഹത്തെ ജീവിതത്തോടൊപ്പം കൂട്ടുമ്പോൾ ഭാവിയൊരു പ്രഹേളികയാവും....."

"ഹഹഹ മാഷ് ഫിലോസഫിക്കൽ മൂഡിലാണല്ലോ?"

"ചിന്തകൾ ഗൗരവത്തിലാവുമ്പോൾ ഫിലോസഫിയുടെ കരയിലെത്തിയെന്നു വരും. എന്റെ പ്രസ്ഥാനം, എനിക്കഭിനിവേശമാണ്, നിങ്ങളും എന്നെ മോഹിപ്പിക്കുന്നുണ്ട്... പക്ഷേ.."

"മുഖവുരയ്ക്കുവേണ്ടി മാഷു വാക്കുകൾ തേടുകയാണോ..?"

"സാഹസത്തിന്റെ മുൾവഴികളിലൂടെയാണ് എന്റെ സഞ്ചാരം.."

"അതൊരു പുതിയ അറിവല്ലല്ലോ മാഷേ..?"

"എനിക്കുവേണ്ടി ഹോമിക്കാനുള്ളതല്ല ടീച്ചറുടെ ജീവിതം."

"മാഷെന്താണു പറഞ്ഞുവരുന്നത്?

"ഞാൻ ഭരണകൂടത്തിന്റെ കണ്ണിലെ കരടാണ്.."

"ഒരു വിപ്ലവകാരിയുടെ ജീവിതം പങ്കുവെക്കാൻ ആഗ്രഹിക്കുന്നത് കേവലമായ കാല്പനിക പ്രണയം കൊണ്ടല്ല മാഷേ., ഒഴുക്കിനെതിരെ നീന്താൻ എനിക്കുമിഷ്ടമാണ്."

"സമരമുഖത്തുള്ള എനിക്ക്, കുടുംബം, സ്വകാര്യജീവിതം - ഇതെല്ലം വിദൂരതയിലാണ്. ഏതു നിമിഷവും എന്റെ ചങ്കിൽനിന്നും ജീവൻ പറന്നുപോയേക്കാം.."

"ഒരു കമ്യൂണിസ്റ്റുകാരനു കുടുംബം പാടില്ലെന്നാണോ? സഖാവ്

പാമ്പുകടിയേറ്റു മരിച്ചു, എന്നിട്ടും ഭാര്യ തങ്കമ്മ ജീവിക്കുന്നില്ല?"

"ഭരണകൂടം കുടുംബത്തേയും വേട്ടയാടും..."

"മാഷുക്ക് എന്നോടു സ്നേഹമില്ലായിരിക്കും..."

"അങ്ങനെയാണോ തോന്നിയിട്ടുള്ളത്?"

"പിന്നെ.. മാഷിങ്ങനെയെല്ലാം പറഞ്ഞാൽ...." അതുമുഴുമിപ്പിക്കാൻ അവർക്കു കഴിഞ്ഞില്ല.

" ടീച്ചർ എന്നെപ്രതീക്ഷിച്ചു കാത്തിരുന്നു ജീവിതം നശിപ്പിക്കരുത്."

"ഓഹോ.. മാഷ്ക്കു പാവങ്ങളുടെ കഷ്ടപ്പാടുമാത്രേ അറിയൂ? നിരസിക്കപ്പെടുന്ന ഒരു പെണ്ണിന്റെ ഹൃദയവേദന അറിയുമോ?"

"ഞാൻ നിരസിക്കുകയാണോ ടീച്ചർ. ഒരു കുടുംബജീവിതത്തിനു ഞാൻ അശക്തനാണ്. എനിക്കിന്നൊരു സെന്റ് ഭൂമി പോലുമില്ല. എന്റെ ടീച്ചിങ് സർട്ടിഫിക്കറ്റ് സർക്കാർ റദ്ദുചെയ്തു. ജോലിയും ഭൂമിയും വീടുമില്ലാത്ത ഞാൻ കുടികിടപ്പുകാരനേക്കാൾ ദരിദ്രനാണ്, ജന്മിയുടെയാണെങ്കിലും കുടികിടപ്പുകാരനൊരു കിടപ്പാടമുണ്ട്, എനിക്കതുമില്ല." ടീച്ചർ സർദാറിനെ തിരുത്തി.

"ഇതൊന്നും ഒരു കുറവല്ല മാഷെ... മാഷുടെ സമ്പത്ത് എന്താണെന്നെനിക്കറിയാം."

"ഞാനുമെന്റെ പ്രസ്ഥാനവും നാടിന്റെ സ്വപ്നങ്ങളുടെ ഹിമാലയം കയറുകയാണ്, ഈ യാത്രയിൽ ലഗേജുകൾ ഒഴിവാക്കുന്നത് ടീച്ചർ കഷ്ടപ്പെടാതിരിക്കാനാണ്.."

ഒരുനിമിഷത്തെ മൗനം കഴിഞ്ഞ് ടീച്ചർ തുടർന്നു:

"ജോലിയുള്ള ഞാനൊരു ലഗേജാവില്ല മാഷേ.. ശരി.. മാഷുടെ സമരവും യുദ്ധവുമെല്ലാം കഴിയട്ടെ, അതുവരെ ഞാൻ കാത്തിരിക്കാം.."

"ഇരുട്ടിന്റെ മലയോടാണെന്റെ യുദ്ധം, തിരിച്ചുവന്നില്ലെങ്കിൽ..?"

"അങ്ങനെയൊന്നും പറയല്ലേ മാഷെ...... 'ഭാർഗ്ഗവിടീച്ചർ അതു പറയുമ്പോൾ തൊണ്ടയിടറുന്നുണ്ടായിരുന്നു.

"എല്ലാമൊന്നു കലങ്ങി തെളിയാനുണ്ട്. ഈയൊരു രംഗത്തിൽ എങ്ങനെയഭിനയിക്കണമെന്നു എനിക്കറിയില്ല..ടീച്ചർ..!" സർദാറിന്റെ ശബ്ദം പുറത്തുവരാൻ മടിക്കുന്നുണ്ടായിരുന്നു...

"എന്താ മാഷേ ഇങ്ങനെ? ധീരനായ സർദാർ ദുർബ്ബലനാവുകയാണോ?"

"ഏയ് നിങ്ങൾ, പെണ്ണുങ്ങൾക്കാണ് കൂടുതൽ ധൈര്യം......"

"എനിക്കു പുനർജ്ജന്മത്തിൽ വിശ്വാസമില്ല, ഒരു ചുവന്ന സൂര്യനായി എന്റെ മനസ്സിലെന്നും മാഷുണ്ടാവും.. ചങ്കിൽനിന്നു ജീവൻപറന്നു പോകുംവരെ മാഷ്ക്കുവേണ്ടി കാത്തിരിക്കും. മാഷു പൊയ്ക്കൊള്ളൂ, സമരം വിജയിക്കട്ടെ... സഖാവേ, ലാൽസലാം..."

അതു പറയുമ്പോൾ ശബ്ദം ഇടറുന്നുണ്ടായിരുന്നു. സാരിത്തുമ്പുകൊണ്ട് അവർ കണ്ണു തുടയ്ക്കുന്നുണ്ടായിരുന്നു. ഭാർഗ്ഗവിടീച്ചറുടെ മുഖത്തേക്കുനോക്കിയപ്പോൾ വാക്കുകൾ അടർന്നുവീണു...

"ലാൽസലാം" കൈകളുയർത്തി സർദാർ തിരിഞ്ഞുനോക്കാതെ നടന്നകന്നു...

സ്നേഹത്തിന്റെ അന്ത്യം സങ്കടമാണെന്നറിഞ്ഞിരുന്നെങ്കിൽ സ്നേഹിക്കാതിരിക്കാമായിരുന്നു. എല്ലാ സ്നേഹങ്ങളുടെ അരുവികളും തലതല്ലിയലച്ചു ചേരുന്നത് സങ്കടങ്ങളുടെ മഹാസാഗരത്തിലേക്കാണ്. നാടകീയമായ ആ രംഗം അങ്ങനെ പൂർണ്ണമാവുമ്പോൾ ഉള്ളിൽ വേദനയുടെ കടൽ ഇരമ്പുകയായിരുന്നു..

സമരസന്നാഹം

കുട്ടികൾക്കു നേരെയും

ഏങ്ങണ്ടിയൂരിൽ യോഗം കഴിഞ്ഞു തൃത്തല്ലൂരിൽനിന്നും ചുള്ളി പ്പറമ്പിൽ വേലപ്പന്റെ വീട്ടിലേക്കു നടക്കുകയായിരുന്നു. വേലപ്പൻ വർ ഷങ്ങൾക്കുമുമ്പ് സന്ന്യാസിയായി വീടുവിട്ടിറങ്ങിപ്പോയതാണ്. അവിടെ യാണ് സർദാറിന്റെ ഷെൽട്ടർ. വേലപ്പന്റെ മക്കൾ പന്ത്രണ്ടും പതിനാലും വയസ്സുള്ള ജയദേവനും ബാലകൃഷ്ണനും സർദാറിനെ ജീവനാണ്. ആദ്യമായി അവരെ കണ്ടപ്പോൾ സർദാർ കുമ്പിട്ടുനിന്നു അവരുടെ വലതുകൈ ഉയർത്തി മുഷ്ടിചുരുട്ടിച്ചു. സ്വന്തം മുഷ്ടിചുരുട്ടി ആകാശ ത്തേക്കെറിഞ്ഞു വിളിച്ചു:

"ഇൻക്വിലാബ് സിന്ദാബാദ്"

അവർ ഏറ്റുവിളിച്ചപ്പോൾ അവരുടെ കൈയിൽ ഓരോ ചെങ്കൊടി ഏല്പിച്ചു. അതു സൂക്ഷിച്ചുവെക്കണമെന്നു പറഞ്ഞിരുന്നു.

സർദാർ വീടിന്റെ പടികയറിയപ്പോൾ കുട്ടികൾ കൈ രണ്ടും ചുരു ട്ടിപ്പിടിച്ചു മുദ്രാവാക്യം വിളിച്ചു:

"ഇൻക്വിലാബ് സിന്ദാബാദ്..." കൈചുരുട്ടി സർദാർ ഏറ്റു വിളിച്ചു:

"കമ്യൂണിസ്റ്റു പാർട്ടി സിന്ദാബാദ്..."

അവരുടെ അമ്മ കല്യാണി വിളമ്പിയ ആഹാരം കഴിച്ച് പാർട്ടി റിപ്പോർട്ടുകളും ലഘുലേഖകളും വായിച്ചു ഉറങ്ങാൻ കിടന്നപ്പോഴും സർദാർ മഹത്തായ ഒരു സമരത്തെ ഭാവനയിൽ കാണുകയായിരുന്നു.

സമരം..! സർദാറിന്റെ മനസ്സിൽ, ആയിരമായിരം പുഷ്പങ്ങൾ പൂക്കാനും മൊട്ടിടാനും വിരിയാനും സുഗന്ധം പൊഴിക്കാനും പോകുന്ന വസന്തത്തിന്റെ വന്യമായ പ്രതീക്ഷയായിരുന്നു. ഒരു ലഹരിയായി,

ഒരുത്സവമായി, ഒരുന്മാദമായി മനസ്സിൽ സമരം വളരുകയായിരുന്നു. ഉറക്കം തുടങ്ങിയിട്ടും സർദാർ ഉണർന്നിരിക്കുകയിരുന്നു. അടിമത്തം ഒരു മാനസികരോഗമാണ്. ആ സമൂഹരോഗത്തിന്റെ ചികിത്സ രാഷ്ട്രീയമാണ്.

അനീതിയും അസമത്വവും അന്ധവിശ്വാസവും നിറഞ്ഞ ജനത കടലിൽ കിടന്നുഴലുകയാണ്. താനും നീന്തലറിയാവുന്ന കുറേയാളുകളും കുറെ വായു ബലൂണുകളുമായി അവരെ രക്ഷിക്കാൻ കടലിലേക്കു നീങ്ങുകയാണ്. ഒരാളെപ്പോലും കാണുന്നില്ല. എല്ലാവരും എവിടെപ്പോയി ഒളിച്ചു? ഇതെന്തു ദുരന്തമാണ്?

'പ്രിയപ്പെട്ടവരേ, നിങ്ങൾ എവിടെയാണ്, ഞങ്ങൾ വരാം. നിങ്ങളെ രക്ഷിക്കാനാണ് ഞങ്ങൾ വരുന്നത്. പറയൂ, നിങ്ങളെല്ലാവരും എവിടെയാണെന്നു അറിയിക്കൂ....'

സർദാർ ഉറക്കെ വിളിച്ചുപറയുന്നുണ്ട്. ശബ്ദം പൊങ്ങുന്നില്ല... ഇതെന്താണ്...? തനിക്കെന്തുപറ്റി?

പുറത്തുനിന്നു നമ്പ്യാർ വിസിലടിച്ചു, ചുള്ളിപ്പറമ്പിൽ വേലപ്പന്റെ വീട് പൊലീസ് വളഞ്ഞിരിക്കുകയാണ്. ശബ്ദംകേട്ട ജയദേവനും ബാലകൃഷ്ണനും വാതിൽതുറന്നു പുറത്തുവന്നു. കുട്ടികളായ രണ്ടുപേരേയും ലാത്തിവീശിയടിച്ചുകൊണ്ടാണ് അലറിയത്:

"സർദാർ ഏതു മുറിയിലാഡാ നായിന്റെ മോനെ.., സത്യം പറഞ്ഞില്ലെങ്കിൽ കൊന്നുകളയും.?"

ഭയന്നു വിറച്ച ജയദേവന്റെ നാവിൽനിന്നും സത്യം അടർന്നു വീണു...

"പടിഞ്ഞാറേ ചായ്പ്പിൽ..." പൊലീസ് അങ്ങോട്ടോടി. ചായ്പ്പു അടഞ്ഞുകിടക്കുന്നു. വാതിൽ തള്ളിത്തുറന്നു, ചുറ്റും പരതി നോക്കി, വീടു മുഴുവനും അരിച്ചുപെറുക്കി... സർദാറിന്റെ പൊടി പോലുമില്ല.

പൊലീസു തിരിച്ചുപോയി, രാവിലെ പൊലീസുവന്ന് അമ്മിണിയമ്മയെയും ബാലകൃഷ്ണനെയും ജയദേവനെയും വീണ്ടും ചോദ്യം ചെയ്തു. സർദാറിനെക്കുറിച്ചു ഒരു സൂചനയും കിട്ടിയില്ല. സർദാറിനെ ഒളിപ്പിച്ച കുറ്റത്തിനു കുട്ടികളെ റോഡിലൂടെ നടത്തിയതിനുശേഷം നമ്പ്യാർ കല്പിച്ചു.

"വിളിക്കെടാ.. കോൺഗ്രസു സർക്കാർ സിന്ദാബാദ്..."

കുട്ടികൾവിളിച്ചു: "കോൺഗ്രസ് സർക്കാർ മൂർദാബാദ്.."

പൊലീസിന്റെ ചൂരൽ കുട്ടികളുടെ ചന്തിയിൽ പ്രയോഗിച്ചു. ഉടൻ കുട്ടികൾ വിളിച്ചു:

"കോൺഗ്രസ് സർക്കാർ സിന്ദാബാദ്.."

പൊലീസു വിളിച്ചുകൊടുത്തു: "കമ്യൂണിസ്റ്റ് പാർട്ടി മൂർദാബാദ്.."

കുട്ടികൾ വിളിച്ചു: "കമ്യൂണിസ്റ്റു പാർട്ടി സിന്ദാബാദ്.." പുറത്തു അടിവീണപ്പോൾ അവർ വിളിച്ചു: "കമ്യൂണിസ്റ്റ്പാർട്ടി മൂർദാബാദ്..."

സംഘാടനം

1949 എന്ന വർഷം ഡിസംബറിലെ മഞ്ഞിലലിഞ്ഞുപോയി, 1950 വർഷത്തിന്റെ രംഗപ്രവേശം. ജനുവരി ആയപ്പോഴേക്കും അമ്പതിനായിരത്തിൽപരം സമരസഖാക്കൾ ജയിലിൽ നിറഞ്ഞുകഴിഞ്ഞിരുന്നു. ഒഞ്ചിയം, കാവുമ്പായി, തില്ലങ്കരി, കരിവെള്ളൂർ, മുനയംകുന്ന് എന്നിവിടങ്ങളിലെ സഖാക്കളെ ക്രൂരമായി മർദ്ദിച്ചു. മനുഷ്യനെ ഏറ്റവും ക്രൂരമായി മർദ്ദിക്കുന്ന മൃഗമാണ് മനുഷ്യൻ.

ഊണും ഉറക്കവുമില്ലാത്ത ദിവസങ്ങൾ. മണപ്പുറത്തെ ഓരോ മുക്കിലും മൂലയിലും സർദാർ രഹസ്യമായി കുടുംബയോഗങ്ങൾ സംഘടിപ്പിച്ചു, പ്രസംഗിച്ചു: (ചുരുക്കം)

> നമ്മുടെ സ്വാതന്ത്ര്യമെവിടെ? പുരാവൃത്തങ്ങളിൽ അമൃതകുംഭം മോഷണംപോയ കഥപോലെ ഈ നാടിന്റെ സ്വാതന്ത്ര്യത്തിന്റെ താക്കോൽക്കൂട്ടം കളവുപോയി. ജീവനും ജീവിതവുമർപ്പിച്ചു നേടിയ സ്വാതന്ത്ര്യം മണിമാളികകളിൽ അഴിഞ്ഞാടുകയാണ്. നമ്മളിന്നു പ്രജകളല്ല, പൗരസമൂഹമായിരിക്കുന്നു. ആധുനികപൗരനായി ജീവിക്കാൻ നമുക്കവകാശമുണ്ട്. സാമ്രാജ്യത്വ ശക്തികൾക്കെതിരെ നടത്തിയ പോരാട്ടങ്ങൾ, നമുക്കിനി ഭരണശക്തികളായ ടാറ്റ-ബിർളമാരോടും, അവരുടെ ദാസന്മാരായ കോൺഗ്രസിനോടും തുടരണം. സ്വാതന്ത്ര്യം ആരും തീന്മേശയിൽ വിളമ്പിത്തരില്ല, അതു സമരം ചെയ്തു തന്നെ നേടിയെടുക്കേണ്ടതാണ്. പാർട്ടിക്കു പ്രവർത്തനസ്വാതന്ത്ര്യം കിട്ടുന്നതുവരെ നമുക്കുറങ്ങാനാവില്ല...

> പാരതന്ത്ര്യം മരണത്തേക്കാൾ ഭീകരവും ഭയാനകവും അപമാനകരവുമാണ്. സ്വതന്ത്രരാജ്യമെന്നു പ്രഖ്യാപിക്കുകയും പ്രതിപക്ഷത്തിനു സ്വാതന്ത്ര്യം നിഷേധിക്കുകയും ചെയ്യുന്ന കാപട്യം അപഹാസ്യമാണ്. സ്വാതന്ത്ര്യമില്ലാതെന്തു ജീവിതം? സ്വാതന്ത്ര്യം ജീവിതമാണ്, അമൃത്പോലെ മധുരവും, അഭിമാനികളുടെ ആത്മവിശ്വാസവും പൗരന്റെ ജന്മാവകാശവുമാണ്, അതാരുടെയും ഔദാര്യമല്ല.

പെണ്ണുങ്ങളോടൊപ്പം

സർദാറിന്റെ വാക്കുകൾ ഹൃദയത്തിന്റെ സ്ഫോടനങ്ങളായിരുന്നു. ആളുകൾ കൂടുന്ന സമസ്തയിടങ്ങളിലും ആ വാക്കുകളുടെ അർത്ഥതലങ്ങളുടെ അന്വേഷണങ്ങൾ നടന്നു.. ആകെ ഭീതി പടരുന്ന അന്തരീക്ഷമായിരുന്നു. പൊലീസ് ഇടിവണ്ടികൾ ചീറിപ്പാഞ്ഞുനടന്നു. സ്വകാര്യമായ ആവശ്യങ്ങൾക്കായി വഴിനടക്കാൻപോലും ജനം ഭയപ്പെട്ടു, വഴിയിൽ തടഞ്ഞുനിർത്തി, എവിടെ പോകുന്നു, എന്തിനു പോകുന്നു,

ആരെക്കാണാൻ പോകുന്നു മുതലായ ചോദ്യങ്ങൾ ചോദിച്ചു പൊലീസ് ബുദ്ധിമുട്ടിക്കും. കമ്യൂണിസ്റ്റുകാരുടെ ബന്ധുക്കളെ പിടിച്ചുനിർത്തി ഭീകരമായി ചോദ്യം ചെയ്യും. ദളിതരെ അടിച്ചുകൊണ്ടാണ് ചോദ്യം തുടങ്ങുക. ഭീകരത പുതച്ച അന്തരീക്ഷത്തിൽ ഇറങ്ങിനടക്കാൻ ആളുകൾ ഭയന്നു.

കൈപ്പമംഗലത്തു ശങ്കരനാരായണൻ മാഷുടെ വീട്ടിൽ ചെന്നപ്പോഴേക്കും മദ്ധ്യാഹ്നസൂര്യൻ ഊണുകഴിഞ്ഞ് മയക്കത്തിലായിരുന്നു. 'പൗരാവകാശ ജാഥ'യിലേക്കു സഖാക്കളെ സംഘടിപ്പിക്കാനുള്ള ദൗത്യമാണെന്നു പറഞ്ഞു. മക്കൾ ജെമിനിയെയും ജിനനെയും മടിയിലിരുത്തി ലാളിച്ചുകൊണ്ടാണ് ചായ കുടിച്ചത്. യാത്ര പറഞ്ഞിറങ്ങുമ്പോൾ അജ്ഞാതമായ വിഷാദം മാഷുടെ മുഖത്ത് കരിനിഴലിന്റെ കളംവരച്ചത് സർദാർ ശ്രദ്ധിക്കുന്നുണ്ടായിരുന്നു. ആർദ്രമായ സ്നേഹം കിനിഞ്ഞിറങ്ങിയപ്പോൾ ഉള്ളിൽ മൗനമായി തേങ്ങി...

കുറ്റിലക്കടവിൽ, വീടിനുപരിസരത്തുള്ള ചായക്കടയിൽ പുളിക്കൻ സുബ്രഹ്മണ്യൻ കാത്തുനില്ക്കുന്നുണ്ടായിരുന്നു. സർദാറിനെ കണ്ടതോടെ മനസ്സിൽ ഉത്സവം കൊടികയറി. സുബ്രഹ്മണ്യന്റെ വീട്ടിൽ സഖാക്കൾ ഓരോരുത്തരായി വന്നു ചേർന്നു. പി ടി ബി, സേലംകൃഷ്ണൻ, കളരിക്കൽ നാരായണൻ, മുഹമ്മദുയൂനസ്സ്, വലിയപറമ്പിൽ വാസുദേവൻ, കൊല്ലാറ രാഘവൻ മാഷ്, വട്ടപ്പറമ്പിൽ വേലായുധൻ, ടി കെ ശങ്കരനാരായണൻ മുതലായവർ എത്തിച്ചേർന്നു. പൊലീസ് ആക്രമണമുണ്ടാവുമെന്നും അതിനെ നേരിടാനുള്ള മനക്കരുത്തുണ്ടാവണമെന്നും ജാഥയിലെ മുദ്രാവാക്യം, പാലിക്കേണ്ട അച്ചടക്കം, എല്ലാം ചർച്ച ചെയ്തു. ജാഥയുടെ രാഷ്ട്രീയപ്രസക്തി വിശദീകരിച്ചപ്പോൾ പങ്കെടുക്കാനായി സഖാക്കൾ സ്വമേധയാ മുന്നോട്ടു വരികയാണുണ്ടായത്. ആരെയും നിർബ്ബന്ധിക്കേണ്ടിവന്നില്ല.

പെരിഞ്ഞനം വെസ്റ്റിൽ സ്കൂൾ പരിസരത്ത് മറ്റൊരു യോഗത്തിൽ പങ്കെടുത്തു. വി കെ ഗോപാലൻ, കാരയിൽ സഹദേവൻ, മുല്ലങ്ങത്തു മാമിനാഥൻ, വാഴേപറമ്പിൽ അബ്ദുല്ല എന്നിവരുമായി സംസാരിച്ചു. അവിടെനിന്നും ഇറങ്ങി വലിയ പെങ്ങളുടെ വീട്ടിൽപോയി പീടികപ്പറമ്പിൽ രാമൻ അളിയനേയും, മക്കൾ ശങ്കരനാരായണൻ മാഷെയും രാമകൃഷ്ണൻ മാഷേയും കണ്ടു. കുടുംബകാര്യങ്ങൾ സംസാരിച്ചു.

“പെങ്ങളേ, പോയി വരാം...”

“മോനെ, നീയിനി എന്നുവരും..?”

“എല്ലാം ഒന്നു കലങ്ങി തെളിയാനുണ്ട്, ഒരുജാഥയുണ്ട് അതു കഴിയട്ടെ, പെങ്ങളേ.”

“നിന്റെയോരോ ജാഥയും മീറ്റിങ്ങും.. രണ്ടു ദിവസമിവിടെവന്നു അളിയനോടും പിള്ളേരോടുമൊപ്പം താമസിക്കടാ..”

"രണ്ടുമാസം താമസിക്കാൻവരാം പെങ്ങളെ.."

തന്നെക്കാൾ രണ്ടുവയസ്സു മൂത്ത മകളുള്ള പെങ്ങൾ, വാത്സല്യത്തിന്റെ മാതൃരൂപമാണ്. മദ്ധ്യവയസ്സ് യാത്രപറയുമ്പോഴും, യുവത്വവും സൗന്ദര്യവും കത്തിജ്വലിച്ചു നിന്നിരുന്ന ആ മുഖത്തു അനിർവ്വചനീയമായ ഏതോ വിഷാദഭാവം നിഴൽ വിരിച്ചതായി തോന്നി. കൈവിട്ടുപോയ പ്രസന്നത തിരിച്ചു പിടിച്ചുകൊണ്ട് പെങ്ങളെ ചേർത്തുപിടിച്ചു. പെങ്ങളുടെ കൈവിട്ട് സർദാർ തിരിഞ്ഞുനടന്നു.. റാന്തൽ വെളിച്ചത്തിന്റെ തെളിമയിൽനിന്നു, ഇരുട്ടിന്റെ ആഴങ്ങളിലേക്കു സർദാറിന്റെ വെളുത്ത മുണ്ടും ഷർട്ടും ഊളിയിട്ടു ലയിച്ചുചേരുന്നത് പെങ്ങളും അളിയനും നോക്കി നിന്നു..

ജനുവരി 21 ലെനിൻദിനം

ശനിയാഴ്ച, ലെനിൻദിനം, പൊലീസ് പിടിച്ചുകൊണ്ടുപോയ സേലം കൃഷ്ണനെ നീചമായി മർദ്ദിച്ചുവെന്ന വാർത്തയായിരുന്നു രാവിലെ കേട്ടത്. ലെനിൻ ദിനത്തോടനുബന്ധിച്ചു നടന്ന യോഗം കഴിഞ്ഞു. അങ്ങാടിയുടെ പരിസരത്തുള്ള കമ്യൂണിസ്റ്റു വീടുകളിൽ കയറിയിറങ്ങാൻ എം പിയും അഭിമന്യുവും സർദാറിന്റെ ഒപ്പമുണ്ടായിരുന്നു. എ എൽ ഫ്രാൻസിസ്, കെ കെ വിജയൻ എന്നിവരെ കണ്ട് രാഷ്ട്രീയ വിഷയങ്ങൾ പങ്കുവെച്ചു. കാട്ടൂർക്കു താമസം മാറിപ്പോയ കൊമ്പത്തു പ്രഭാകരനെയും ദാമോദരനെയും കണ്ടു.

കെ വി കൃഷ്ണൻമാഷുടെ വീട്ടിൽക്കയറി, പതിവുപോലെ വർത്തമാനം പറഞ്ഞു. വീട്ടിലേക്കു വരുന്ന വഴിയിൽ കൊമ്പത്തെ പറമ്പിൽ കയറി ഉണ്ണിച്ചേട്ടനെ കണ്ടു. സുഖമില്ലാതെ കിടക്കുന്ന ഉണ്ണിച്ചേട്ടന്റെ ഭാര്യയെ അകത്തുപോയി കണ്ട സർദാർ പുറത്തുവന്നു. അവരുടെ ഏക മകൾ വസുമതിടീച്ചർ കൊടുത്ത ചായകുടിക്കുന്നതിനിടയിൽ സർദാർ കുടുംബകാര്യങ്ങൾ അന്വേഷിച്ചു, യാത്രപറഞ്ഞു പുറത്തിറങ്ങി.

ജനുവരി 22 ഞായറാഴ്ച

അടുത്തദിവസം രാവിലെ, ഗോപാലൻ വൈദ്യരെ പോയി കണ്ടു. കയ്യാലയിലിരുന്നു അരിഷ്ടം കുപ്പികളിലാക്കിയിരുന്ന ഗോപാലൻ വൈദ്യർ സർദാറിനെ കണ്ടപ്പോൾ അകത്തേക്കുവന്നു.

"നിന്നയിപ്പോൾ കാണാൻ പോലും കിട്ടുന്നില്ലല്ലോ ഗോപൂ?"

"തിരക്കിലായിരുന്നു. ചേട്ടാ..."

"കുഴപ്പങ്ങളാണു കേൾക്കുന്നത്. പൊലീസും അടിയും കരച്ചിലും. നീയും സൂക്ഷിക്കണം, നിന്നോടു പൊലീസിനു ദേഷ്യം കൂടും.."

ചേട്ടൻ ജാഥയെക്കുറിച്ചു കേട്ടിട്ടില്ലെന്നു മനസ്സിലായി. സർദാർ മൗനമായി എല്ലാം കേട്ടുകൊണ്ടിരുന്നു. ലക്ഷ്മിച്ചേടത്തി പുറത്തു

വന്നപ്പോൾ സിലോണിലെ ധർമ്മപാലന്റെയും സുധാകരന്റെയും വിശേഷം തിരക്കി. കല്ലുകൊണ്ടുവന്ന ആഹാരം കഴിച്ചു എഴുന്നേറ്റു പടിഞ്ഞാട്ടു നടന്നു. തേവർപുരക്കൽ രാമന്റെ വീട്ടിൽപോയി, വേലായുധനോടും കാളിപ്പെണ്ണിനോടും കുശലംപറഞ്ഞു കുഞ്ഞയ്യപ്പനേയും കുറുമ്പയെയും കണ്ടു. പിന്നീടുപോയത് പേങ്ങന്റെ വീട്ടിലേക്കായിരുന്നു, കറുമ്പകൊടുത്ത ചായകുടിച്ചിട്ടാണ് അവിടെ നിന്നിറങ്ങിയത്.

കൊല്ലാറ രാമചന്ദ്രനെയുംകൂട്ടി മേപ്പുറത്തുള്ള വീടുകളിൽപ്പോയി. കാരയിൽ ശങ്കരൻകുട്ടി, അബ്ദുൽ ഖാദർസാഹിബ്ബ് എന്നിവരോടൊപ്പം സി വി സെന്ററിൽ പോയി കുഞ്ഞിക്കാദരു മാഷേയും ഉമ്മയെയും കണ്ടു.

മടക്കത്തിൽ കെ സി രാമൻമാഷുടെ വീട്ടിൽക്കയറി. ലക്ഷ്മിച്ചേടത്തി പ്രസവിച്ചുകിടപ്പാണ്. ഞായറാഴ്ച, മുടക്കുദിവസത്തിൽ സുഗതനും രാമച്ചേട്ടനും തെങ്ങിനും കവുങ്ങിനും തേക്കുവെള്ളം തിരിച്ചുവിട്ടുകൊണ്ടു നില്ക്കുമ്പോഴായിരുന്നു സർദാറിനെ കണ്ടത്. ലക്ഷ്മിച്ചേടത്തി പ്രസവിച്ചു കിടക്കുന്ന മുറിയിൽപ്പോയി, പുതിയ ഉണ്ണി ഉദയനേയും കണ്ടു. രഞ്ജിനി ഊണുവിളമ്പി, രാമച്ചേട്ടനോടൊപ്പം ഉണ്ണാനിരുന്നപ്പോൾ ശോഭയും സുമംഗലയും ഗോപെളേശന്റെ അടുത്തു വന്നിരുന്ന് ഉണ്ടു.

പുത്തൻ പുരയിലേക്കുള്ള വഴിയിൽ ബ്രൂസു കാത്തുനില്ക്കുന്നുണ്ടായിരുന്നു. കുട്ടിയായ അരുണനു വയറിളകിപ്പോകുന്നതിനു ഗോപാലച്ചേട്ടന്റെ മരുന്നുകൊടുക്കുന്നുണ്ട്. തറവാട്ടിൽ പോയി ശ്രീധരനേയും യശോദയേയും കണ്ടുതിരിച്ചു വന്നപ്പോഴേക്കും വെയിലാറി. മൃദുലയും ചിത്തുവും വിനോദനും സുഭയുമെല്ലാം സർദാറിനോടൊപ്പം കളിതുടങ്ങി. സർദാറിനു പ്രിയപ്പെട്ട വിഷുക്കട്ടയും പാഞ്ചാലിച്ചേടത്തി ചായയോടൊപ്പം കൊടുത്തത് കുഞ്ഞേട്ടനോടൊപ്പം കഴിച്ചാണ് അവിടെനിന്നും ഇറങ്ങിയത്.

ഉറവവറ്റാത്ത സ്നേഹം

നാരായണിയുടെ പടികയറിയപ്പോൾ അവർ ഇറയത്തുണ്ടായിരുന്നു. അപൂർവ്വമായി മാത്രം കാണുന്ന സന്തോഷം കവിൾ മുഴുവൻ വിടരുന്ന ചിരിയിൽ പ്രകടമായി.

“പാർട്ടി നിരോധനമല്ലേ, പിന്നെയെങ്ങന്യാ ഈ ‘പൗരാവകാശ ജാഥ’ നടത്തുന്നതു മാഷെ?”

“റിപ്പബ്ലിക്കു രാഷ്ട്രത്തിൽ പാർട്ടിനിരോധനം ഉണ്ടോ എന്നതാണ് ഞങ്ങളുടെ ചോദ്യം..”

“അടീം പിടീം ഒക്കെണ്ടാവ്വോ മാഷേ?”

“ഒരു സമരമായാൽ എന്തും സംഭവിക്കാം ടീച്ചർ.”

“അയ്യോ, മാഷുക്കു എന്തെങ്കിലും സംഭവിക്ക്യോ?”

“ജാഥയിൽ ഞാൻ മാത്രമല്ലല്ലോ”

“മാഷിരിക്കൂട്ടോ.. ചായയെടുക്കാം..”

പത്രം ശരിയായി വായിച്ചിരുന്നില്ല, പത്രമെടുത്തു നിവർത്തിയപ്പോൾ റിപ്പബ്ലിക്കുദിന വാർത്തകളാണധികവും. നാരായണിയുടെ കാൽപ്പെരുമാറ്റം കേട്ടുകൊണ്ടാണ് തിരിഞ്ഞുനോക്കിയത്. ചായയും കശുനണ്ടി വറുത്തതും നാരായണി മുന്നിൽവെച്ചു. ചായ കുടിക്കുന്നതിനിടയിൽ സർദാർ തുടങ്ങി:

“ടീച്ചർ, സമരമുഖത്തു തിളച്ചുമറിയുന്ന എനിക്ക് കുടുംബവും കല്യാണവുമൊന്നും ചിന്തയിൽ പോലും വരുന്നില്ല. എന്നാൽ, നാരായണിയുടെ സാന്നിദ്ധ്യം എന്നെ ചിലപ്പോൾ കാല്പനികനാക്കിയിട്ടുണ്ട്. അതു പാടില്ലായിരുന്നു. നഷ്ടസ്നേഹം വേദനാജനകമാണെന്ന് ഞാനറിയുന്നു. ടീച്ചറെ മോഹിപ്പിച്ചിട്ട് ഞാൻ ഒഴിഞ്ഞുമാറുന്നത് അപരാധമാണ്, പൊറുക്കണം. ജാഥയോടൊപ്പം ടീച്ചറുടെ മനസ്സുണ്ടാവണം..”

സർദാർ പറഞ്ഞു നിർത്തി. നാരായണിടീച്ചർ സാരിത്തുമ്പുകൊണ്ടു കണ്ണീർ തുടച്ചു.

“പോയിവരൂ, മാഷുടെ സമരം ജയിക്കും, ജയിക്കണം നാരായണിയെ ഓർത്തു മാഷുവിഷമിക്കേണ്ടാ..”

ആ വാക്കുകളിൽ ആത്മവിശ്വാസം വിളങ്ങുന്നുണ്ടായിരുന്നു. സർദാർ പുഞ്ചിരിച്ചപ്പോൾ മീശയൊന്നു വിടർന്നു.. അവരുടെ കൈകളെടുത്തു ചുണ്ടുകളമർത്തി....

“നാരായണീ, പോയിവരട്ടെ...”

സർദാറിന്റെ മീശയിലൂടെ നാരായണി കൈയോടിച്ചു, നാരായണിയുടെ കൈ പതുക്കെ വിടുവിച്ചു. സ്നേഹത്തിന്റെ ഹൃദയവ്യഥ ആ നെഞ്ചിലമർത്തിപ്പിടിച്ചു പുറത്തുകടന്നു...

‘കൂടുതൽ സ്നേഹിക്കുകയല്ലാതെ പ്രണയത്തിനു പരിഹാരമൊന്നുമില്ല.’ ആരോ പറഞ്ഞ ആ വാക്കുകൾ അശരീരിപോലെ ഓർമ്മയിലേക്കൊഴുകിവന്നു...

പി ടി ഭാസ്കര പണിക്കർക്കു മർദ്ദനം

പി ടി ബി പെരിഞ്ഞനത്തു കളരിക്കൽ നാരായണന്റെ വീട്ടിലുണ്ടെന്നു ഒറ്റുകാരിൽനിന്നു പൊലീസ് അറിഞ്ഞു. ഉടൻ ബുള്ളറ്റിൽ നമ്പ്യാരവിടെ പാഞ്ഞെത്തി, ഞൊടിയിടയ്ക്കുള്ളിൽ പൊലീസ് ഇടിവണ്ടി യുമായി പിന്നാലെയെത്തി വീട്ടുവളപ്പുവളഞ്ഞു. ഭീതിപരത്താനായി വിസിലുകൾ അടിച്ചുകൊണ്ടേയിരുന്നു. താനെന്തു തെറ്റാണു ചെയ്തതെന്ന ഭാവത്തിൽ പി ടി ബി രക്ഷപ്പെടാൻ ശ്രമിക്കാതെ അവിടെത്തന്നെ ഇരുന്നു. അകത്തു കടന്നു അദ്ദേഹത്തെ ബലമായി കൊണ്ടുവന്നത് പൊലീസുകാരനാണ്. വെളിയിൽ നിന്ന നമ്പ്യാർ അലറി:

“ഭാസ്കരപ്പണിക്കർ... യു ആർ അണ്ടർ അറസ്റ്റ്...”

“എന്തിനു? ഞാനെന്തു കുറ്റമാണു ചെയ്തത്? വാറണ്ടുണ്ടോ? ഞാൻ വരില്ല.”

അദ്ദേഹം പൊലീസുകാരന്റെ കൈവിടുവിക്കാൻ ശ്രമിച്ചു. വേറെ മൂന്നു പൊലീസുകാർ കൂടിവന്നു ബലമായി പിടിച്ചുവലിച്ചപ്പോൾ മുണ്ട ഴിഞ്ഞുപോയി. നിക്കറും ജുബ്ബയും മാത്രമായി നടക്കാൻ വിസമ്മതി ക്കുന്ന ആ മനുഷ്യന്റെ ജുബ്ബയിൽപിടിച്ചു പൊലീസുകാർ വലിച്ചപ്പോൾ അതും കീറി. അർദ്ധനഗ്നനായ പി ടി ബി കുതറി...

അദ്ദേഹത്തെ റോഡിലൂടെ വലിച്ചിഴച്ചു, ശരീരം അരികിലുള്ള കൈതക്കൂട്ടിലേക്കു തെന്നിവീണു. കൈതമുള്ളുകൾ ദേഹത്തുവരഞ്ഞ പ്പോൾ രക്തമൊഴുകി. കൂർത്തകല്ലും മുള്ളും നിറഞ്ഞ ചരൽവഴിയിലൂടെ വലിച്ചിഴച്ചു. വെളുത്തുതുടുത്ത ദേഹത്തുനിന്നു തൊലി മുഴുവൻ ഉരി ഞ്ഞുപോയി. ദേഹത്തുപറ്റിപ്പിടിച്ച മണ്ണിൽ ചോര കുതിർന്നു. അവിടെ യിട്ടു തന്നെ ജനങ്ങൾ നോക്കി നില്ക്കെ ക്രൂരമായി മർദ്ദിച്ചു. ക്രൂരത സഹിക്കാനാവാതെ സ്ത്രീകളും കുട്ടികളും ഉറക്കെ നിലവിളിച്ചു. പി ടി ബിയെ പൊലീസ് വണ്ടിയിലേക്കെടുത്തെറിഞ്ഞു. വായിൽ വിരലിട്ടാൽ പോലും കടിക്കാത്ത സാധുപ്രകൃതമായിരുന്ന പി ടി ബി പൊലീസിന്റെ മർദ്ദനത്തിൽ പ്രതിഷേധിച്ചു കുതറി. അടികൊള്ളുമ്പോഴും ആഘാ തത്തെ അതിജീവിക്കാൻ ആ യുവാവ് ഉറക്കെ വിളിക്കുന്നുണ്ടായിരുന്നു:

“ഇൻക്വിലാബ് സിന്ദാബാദ്...”

ആ നാടുമുഴുവൻ പൊലീസ് അക്രമത്തിൽ വേദനിച്ചു, പ്രതി ഷേധിച്ചു..

ടി കെ രാമനും ശേഖരൻനായരും

അടുത്തദിവസംതന്നെ പി ടി ബിയെ കോടതിയിൽ ഹാജരാക്കി ജയിലിലേക്കയച്ചു. നാടുമുഴുവൻ പൊലീസ് മർദ്ദനം അഴിച്ചുവിട്ട് മനു ഷ്യനെ പുറത്തിറങ്ങാൻ അനുവദിക്കാത്ത തരത്തിൽ ഭയപ്പെടുത്തു കയായിരുന്നു. എന്നാൽ പൊലീസിന്റെ കണ്ണുവെട്ടിച്ചു ഓരോവീടുകളിലും പോയി സർദാർ ധീരമായി രാഷ്ട്രീയപ്രചാരണം തുടരുകയായിരുന്നു. പി ടി ബിയെ അറസ്റ്റുചെയ്ത വിവരമറിഞ്ഞപ്പോൾ സർദാർ പൊട്ടിത്തെ റിച്ചു...

സർദാർ വി കെ ചാത്തനും എം എ അയ്യപ്പനും എം പി യുമൊത്തു കുട്ടമംഗലത്തു ജാഥയ്ക്കുള്ള അന്തിമ പരിപാടികൾ ആസൂത്രണം ചെയ്യുകയായിരുന്നു..

23 ന് തിങ്കളാഴ്ച കമ്യൂണിസ്റ്റുപാർട്ടിയുടെ സെക്രട്ടറി ടി കെ രാമനും ശേഖരൻനായരും പൗരാവകാശ ജാഥയുടെ സംഘാടനത്തിലായിരുന്നു. ഒളിവിൽ പ്രവർത്തിക്കുന്ന അവർ ചെന്നുകയറിയത് വലപ്പാടു പൊലീ സുസ്റ്റേഷന്റെ തെക്കു ഞാറ്റുവെട്ടിക്കാരുടെ അമ്പലപ്പറമ്പിലായിരുന്നു. അവിടെ മകരമാസത്തിലെ വേല പ്രമാണിച്ചു കെ ജി പദ്മനാഭന്റെ കഥാപ്രസംഗമുണ്ടായിരുന്നു. ഒളിവിൽ തിരിച്ചറിയാതിരിക്കാൻ, മകര

മഞ്ഞിന്റെ തണുപ്പിൽ തലയിൽ രണ്ടാംമുണ്ട് ചുറ്റിയാണ് നടന്നത്. പിന്നിൽ നിന്നും പൊലീസുവന്നു ബലമായി പിടിക്കുന്നതും കൂടുതൽ പൊലീസുകാർ വന്നു അനങ്ങാൻ അനുവദിക്കാതെ വണ്ടിയിൽ കയറ്റിക്കൊണ്ടുപോയതും ഒരുമിച്ചായിരുന്നു. പൊലീസുകാരിൽനിന്നും രക്ഷപ്പെടാൻ ശ്രമിച്ച ശേഖരൻനായരെ പൊലീസ് മർദ്ദിച്ച് ലോക്കപ്പിലേക്കു കൊണ്ടുപോയി അടുത്തദിവസം കോടതിയിൽ ഹാജരാക്കി ജയിലിലടച്ചു ശിക്ഷിച്ചു.

യാത്രാമൊഴി

സമരം ഓണസദ്യയല്ല

"നമ്പ്യാർ ജാഥയെ തടയില്ലേ? അപ്പോൾ ലാത്തിച്ചാർജും മർദ്ദനവുമുണ്ടാവില്ലേ?" ചേന്നുട്ടി ചോദിച്ചപ്പോൾ അഭിമന്യു പറഞ്ഞു:

"സമരമെന്നതു ഓണസദ്യയല്ല സഖാവെ.. സമരത്തിൽ അടികൊള്ളുകയും ചെയ്യും കൊടുക്കയും ചെയ്യും.. പാർട്ടിക്കുവേണ്ടി മരിക്കാൻ ഞാൻ തയ്യാറാണ്, ഞാൻ പോകും.." അതുകേട്ട എം പി പിന്തുണച്ചു:

"നമ്മളെല്ലാവരും പോകണം. ജാഥ വിജയിപ്പിക്കേണ്ടത് ഓരോ സഖാവിന്റെയും കടമയാണ്.."

അപ്പോഴാണ് കോരന്റെ അനിയൻ കുഞ്ചാത്തൻ ബേജാറായി അവിടെയെത്തുന്നത്.

"മാഷെ, മാഷേ.."

"എന്തെ കുഞ്ചത്താ.. പറയൂ.."

"ടി കെ രാമൻസഖാവിനെയും ശേഖരൻനായർ സഖാവിനെയും പൊലീസ് അറസ്റ്റുചെയ്തു. വണ്ടിയിലിട്ടും തല്ലി.."

സർദാർ സ്തംഭിച്ചവിടെ ഇരുന്നുപോയി... ഒരുനിമിഷത്തെ മൗനത്തിനുശേഷം സ്വരം താഴ്ത്തി പറഞ്ഞു:

"സഖാക്കളെ, നമ്മളിൽ ഇനിയാരും പിടികൊടുക്കാതെ സൂക്ഷിക്കണം, പിടികൊടുത്താൽ തോല്ക്കുന്നത് നമ്മളല്ല, പാർട്ടിയാണ്, അതു സംഭവിക്കരുത്."

"ഒളിവിലുള്ള സഖാക്കൾക്കു ഉത്സവപ്പറമ്പിൽ എന്താണു കാര്യം, പിടികൊടുത്തതാണെന്നു കേൾക്കുന്നുണ്ടല്ലോ?"

കോരന്റെ കൂടെവന്ന വേലായിയാണ് അങ്ങനെയൊരു ചോദ്യമെറിഞ്ഞത്. സഖാവിന്റെ ആ വാക്കുകളിലെ ദുസ്സൂചന പിടികിട്ടിയ സർദാർ ചോദിച്ചു:

"പിടികൊടുത്താൽ എന്താണു നേട്ടം, വേലായി സഖാവെ..?"

"ജാഥയിൽ പോയാൽ കിട്ടുന്ന അടികൊള്ളേണ്ടിവരില്ലല്ലോ?"

"ഇപ്പോൾ അവരെ പിടിച്ചപ്പോൾ അവർക്കു പൊലീസ് കൊടുക്കുന്നത് പാൽപ്പായസമാണോ, അടിയല്ലേ?" സർദാർ അവരെ സമാധാനിപ്പിക്കാൻ ശ്രമിച്ചു:

"വേലായി സഖാവേ, ഇപ്പോൾ അതൊന്നും ആലോചിക്കേണ്ട സമയമല്ല, നമുക്കു ജാഥയെപ്പറ്റി സംസാരിക്കാം.."

"അവർ നേതാക്കളല്ലേ മാഷെ? അവർതന്നെ പിടികൊടുത്താൽ? ജാഥയിൽനിന്നു രക്ഷപ്പെടാനുള്ള അടവാകും..?"

"ആരാണിങ്ങനെ പറയുന്നത്. ഇതു വേലായി സഖാവിന്റെ വാക്കുകളാണോ?"

"അല്ല മാഷെ, നാട്ടുകാർ പറയുന്നതു കേട്ടതാണ്....'

സർദാർ ആശങ്കകൾ ദൂരീകരിക്കാൻ ശ്രമിച്ചു:

"വേലായി സഖാവേ.. ഏതെങ്കിലും സഖാക്കൾ സ്വയം പൊലീസിനു പിടികൊടുക്കുമോ? ജാഥയിൽ പൊലീസ് വരുമ്പോൾ ഓടുകയെങ്കിലും ചെയ്യാം. പിടിച്ചപ്പോൾ അവരെ നന്നായി മർദ്ദിച്ചുവെന്നല്ലേ പറഞ്ഞത്? എത്രയോ മർദ്ദനങ്ങളും പലതരം ത്യാഗങ്ങളും അനുഭവിച്ചിട്ടുള്ള പാർട്ടിയുടെ ധീരനേതാക്കളാണ് സഖാവ് ടി കെ രാമനും ശേഖരൻ നായരും. അവരെല്ലാം വഞ്ചകരാണെന്നു പറയുന്നത് ആ സഖാക്കളുടെ ചരിത്രത്തോടുള്ള നീതികേടാണ്. വേലായി സഖാവ് ചെറുപ്പമല്ലേ, എല്ലാം മനസ്സിലാക്കാൻ ശ്രമിക്കണം ട്ടോ, സഖാവേ.."

"ശരി മാഷെ... ആളുകൾ പറയുന്നത് കേട്ടപ്പോൾ സങ്കടം തോന്നി. സത്യം അറിയാൻ മാഷോടു പറഞ്ഞന്നേയുള്ളൂ.. മാപ്പ്.."

"മാപ്പു പറയാൻ മാത്രം വേലായി സഖാവൊന്നും പറഞ്ഞില്ലല്ലോ. പാർട്ടിയുടെയും നേതാക്കളുടെയും ആശയങ്ങളും നിലപാടുകളും എപ്പോഴും ശരിയായി സമൂഹത്തിൽ മനസ്സിലാക്കപ്പെടണമെന്നില്ല, നമുക്കത് വിശദീകരിക്കാൻ കഴിയണം."

"നമ്മുടെ സമരം നടക്കും അല്ലെ മാഷേ?" കുഞ്ചാത്തനായിരുന്നു അങ്ങനെയൊരു സംശയമുന്നയിച്ചത്.

"എന്താണിത്ര സംശയം കുഞ്ചാത്താ? കിഴക്കു സൂര്യനുദിക്കുന്നുണ്ടെങ്കിൽ, മറ്റന്നാൾ വൈകീട്ട് 'പൗരാവകാശജാഥ' നടക്കും. സഖാക്കളെ, ഉറങ്ങിക്കൊള്ളൂ, നാളെക്കാണാം. സമരം, എനിക്കാഹ്ലാദകരമാണ് 'ലാൽസലാം.'

ജാഥയുടെ രൂപരേഖ

വൈകുന്നേരം വരെ മീറ്റിങ്ങായിരുന്നു. നാളെ നടക്കാൻപോകുന്ന ജാഥയുടെ രൂപരേഖ മണപ്പുറത്തെ പാർട്ടി മീറ്റിങ്ങിൽ തയ്യാറാക്കി. നിശ്ചയിക്കപ്പെട്ട സ്ഥലത്തു കൃത്യസമയത്തു ജാഥയാരംഭിക്കണം. പൊലീസ് ആക്രമണമുണ്ടായാൽ പ്രതിരോധിക്കണം. പാർട്ടി നേതാക്കൾ പിടി

യിലായിരിക്കുന്നു. അവശേഷിക്കുന്നതിൽ പി കെ ഗോപാലകൃഷ്ണൻ ജാഥയിൽ പങ്കെടുക്കേണ്ടതില്ലെന്നു പാർട്ടി തീരുമാനിച്ചതായി അദ്ദേഹമറിയിച്ചു. സർദാർ, മുഹമ്മദ് യൂനസ്സ്, വി കെ ചാത്തൻ എന്നിവരാണ് ബാക്കിയുള്ളത്. സർദാർ ജാഥാ ക്യാപ്ടനാവാൻ മുന്നോട്ടു വന്നപ്പോൾ എല്ലാവരും അതംഗീകരിച്ചു.

പെരിഞ്ഞനത്തുനിന്നുവന്ന സർദാർ എടത്തിരുത്തിയിലെത്തി. പണിക്കെട്ടിയിലെത്തിയപ്പോൾ ചന്ദ്രുവിനെ കണ്ട് സംസാരിച്ചിരുന്നു. ഭീതിപരത്തിക്കൊണ്ടു പൊലീസ്‌വേട്ട തുടരുകയാണ്. സന്ധ്യയാവുന്നു, വലേട്ടനെ കാണണം...

ചന്ദ്രുവിനോടൊപ്പം ശങ്കരപ്പൻ തറയിലേക്കു കടന്നു. വാസുവിനോടും സഹോദരങ്ങളായ കുഞ്ഞക്കൻ, സുരേന്ദ്രൻ, അവരുടെ അമ്മ, സഹോദരിമാർ എല്ലാവരുമായി കുറച്ചുനേരം സംസാരിച്ചിരുന്നു. നടക്കാനിരിക്കുന്ന ജാഥയെക്കുറിച്ചു സർദാറിന്റെ വാക്കുകൾ എല്ലാവരും കേട്ടിരുന്നു.

"ജാഥ കഴിഞ്ഞിട്ടു ബാക്കിയുണ്ടെങ്കിൽ കാണാം.." എന്നുപറഞ്ഞു സർദാർ പുറത്തിറങ്ങി വാസുവിനോടും ചന്ദ്രുവിനോടും പ്രത്യേകം യാത്രപറഞ്ഞു.

"ചന്ദ്രൂ, നീ പൊയ്ക്കൊള്ളൂ, ഞാനൊന്നു വല്യേട്ടനെ കണ്ടിട്ടു ആ വഴിക്കു പോകും."

ചേർത്തുപിടിച്ച് യാത്രപറയുമ്പോൾ ചന്ദ്രുവിന്റെ ഹൃദയമിടിപ്പു വർദ്ധിക്കുന്നുണ്ടായിരുന്നു.

ഒരു ഗ്ലാസ് വെള്ളം

വല്യേട്ടന്റെ വീട്ടിൽ റാന്തൽ വിളക്ക് വെളിച്ചം പരത്തുന്ന തളത്തിലേക്കു സർദാർ കയറി. ഏതോ വിദൂരതയിലേക്കു കണ്ണുംനട്ടിരിക്കുന്ന വല്യേട്ടന്റെ മുഖംതെളിഞ്ഞു. ഇതുവരെ കാണാത്ത മുഖമെന്നപോലെ, വല്യേട്ടൻ സർദാറിന്റെ മുഖത്തേക്കു നോക്കിയിരുന്നു. ചിന്ത, എങ്ങോട്ടോ കോണികയറിപ്പോയതുപോലെ ഒരുനിമിഷമിരുന്നു. പതിഞ്ഞ ശബ്ദത്തിൽ സംസാരം തുടങ്ങി..

"ഹാ ഗോപൂ..നീ ഇരിക്കൂ.." സർദാർ മാറിനിന്നതേയുള്ളൂ...

"ജാഥ തീരുമാനിച്ചുവല്ലേ?"

"പാർട്ടി തീരുമാനമാണു വല്യേട്ടാ"

"സാഹസമാണ് ഗോപൂ, നമ്പ്യാരുടെ സ്വഭാവമറിയാമല്ലോ?"

"അയാൾ തടയും, ഞങ്ങൾ മുന്നേറാൻ ശ്രമിക്കും."

"നിന്റെയീ ആവേശത്തിനു ഫലമുണ്ടാവുമോ?"

"ഇതാവേശമാണോ വല്യേട്ടാ, റിപ്പബ്ലിക്ക് രാജ്യത്തിൽ ജാഥ നയിക്കാൻ സ്വാതന്ത്ര്യമുണ്ടാവണമല്ലോ?"

"എല്ലാ സഹോദരന്മാർക്കും ഇതിൽ ആശങ്കയുണ്ട്, വല്ലാത്തൊരു തീരുമാനം."

"വല്യേട്ടാ, അമ്മ മരിച്ചുപോയ എനിക്ക്, പാർട്ടിയാണെനിക്കമ്മ. പാർട്ടിതീരുമാനമാണ്. പോയേ തീരൂ.."

"സമരത്തിന്റെ ന്യായാന്യായങ്ങളല്ല വിഷയം, നിന്നെ വേണമെന്ന് ആഗ്രഹിക്കാൻ ഞങ്ങൾക്കവകാശമുണ്ട്."

"ആരെങ്കിലുമൊക്കെ സാഹസത്തിനു തയ്യാറാവണം."

"ചെറുപ്പം മുതലേ നിന്റെ തീരുമാനത്തിൽനിന്നും പിന്തിരിപ്പിക്കാൻ ആർക്കും കഴിയില്ല.."

ഒളിവിൽ പോയതു മുതൽ, സർദാർ വന്നാൽ ഉടൻ ആഹാരം വിള മ്പുന്നത് വീട്ടുകാരുടെ ശീലമാണ്. അകത്തു മാധവിടീച്ചറും വിലാസിനി ടീച്ചറുംചേർന്നു സർദാറിനുള്ള അത്താഴം എടുത്തു. കഞ്ഞിയും പയറു പുഴുക്കും പപ്പടവും ഡെസ്കിൽ കൊണ്ടുവെച്ച. സർദാർ രണ്ട് പ്ലാവില കഞ്ഞികുടിച്ചു, വൈകാരിക സംഘർഷത്തിന്റെ വേലിയേറ്റങ്ങളിൽ കഞ്ഞി മുഴുവനും കുടിക്കാനായില്ല. അവിടെ മൗനം തളം കെട്ടി നിന്നു. വീണ്ടും കഞ്ഞി ഒഴിക്കാൻ മാധവി തുനിഞ്ഞപ്പോൾ സർദാർ തടഞ്ഞു.

"മതി മാതൂ..." കൈ കഴുകി മുഖം തുടച്ച് വല്യേട്ടന്റെ അടുത്തു വന്നു.

"വല്യേട്ടാ." ശബ്ദത്തിൽ സാന്ദ്രമായ ആർദ്രതയുണ്ടായിരുന്നു

"ഗോപൂ," വാത്സല്യനൈർമ്മല്യവും വേദനയുടെ ഭാരവുമുള്ള വിളി.

"ഒരുഗ്ലാസ് വെള്ളംതരണം." സർദാറിന്റെ വാക്കുകൾ തൊണ്ടയിൽ കുടുങ്ങുന്നുണ്ടായിരുന്നു..

"കഞ്ഞി കുടിച്ചിട്ടും നീ വെള്ളം ചോദിക്കുന്നതിന്റെ അർത്ഥം മനസ്സിലാവുന്നുണ്ട്.."

"ഒരുപക്ഷേ, ഇനി കാണാൻ കഴിഞ്ഞില്ലെങ്കിലോ?"

"സഹോദരങ്ങൾ കലഹിക്കരുതെന്നത് അമ്മയുടെ ആഗ്രഹമായി രുന്നു. നമ്മളെന്നും സുദൃഢമായ ആത്മബന്ധം പുലർത്തിപ്പോരുന്നുണ്ട്. ഗോപൂ.. ഞാൻ നിന്നെ തടയുന്നില്ല."

മാതു ഗ്ലാസിൽ വെള്ളവുമായി കുമാരനു നേരെ നീട്ടി. കുമാരൻ ഗ്ലാസുവാങ്ങി നുരഞ്ഞുപൊങ്ങുന്ന ഹൃദയവേദന ഉള്ളിലൊതുക്കി വിപ്ലവകാരിയായ തന്റെ അനുജനുകൊടുത്തു. രണ്ടുപേരും മുഖാമുഖം നോക്കിയൊരു നിമിഷം നിന്നു, സർദാർ വെള്ളം വാങ്ങിക്കുടിക്കുമ്പോൾ കണ്ണിലൊരു നീർത്തുള്ളിയൊഴുകി വന്നു നില്ക്കുന്നുണ്ടായിരുന്നു. ഗ്ലാസ് തിരിച്ചു കൈയിൽ കിട്ടിയപ്പോൾ മാതുവിന്റെ നിയന്ത്രണം വിട്ടു, മാതു ശബ്ദമടക്കി പൊട്ടിക്കരഞ്ഞു;

"ഗോപെളേശാ...."

"മാതൂ, ഗോപെളേശൻ പൗരാവകാശജാഥക്കു പോവ്വാണ്, സമര പോരാളിയെ കരഞ്ഞുകൊണ്ടു യാത്രയാക്കരുത് മോളേ..."

സർദാറിന്റെ കൈപിടിച്ചു കുലുക്കിയതിനുശേഷം കുമാരൻ തുടർന്നു:

"ഗോപൂ, പോയിവരൂ, സമാധാനപരമായി ജാഥനടത്തി നീ തിരിച്ചു വരണം."

സർദാർ ഇറങ്ങിപ്പോകുന്നത് ഉൽക്കണ്ഠയോടെ നോക്കിനിന്നു. മകരനിലാവു പെയ്യുന്ന രാവിന്റെ മാറിലേക്ക് ആ സമരസഖാവ് ഊളി യിട്ടിറങ്ങിപ്പോയി....

ബ്രൂസു, പോയിവരാം...

ഏതാനും നിമിഷങ്ങൾ തൈവെപ്പിലിരുന്നു. താനൊരു വിപ്ലവകാ രിയല്ലേ, എത്രയോ സഖാക്കളെ ജാഥയിൽ പങ്കെടുക്കാൻ ധൈര്യം പകർന്നു കൊടുത്ത സർദാർ ഇങ്ങനെ വൈകാരികമായി തളരുകയോ? മുന്നിലുള്ളത് സിംഹമായാലും ധീരമായി പൊരുതുന്ന സർദാറാണോ വ്യക്തിബന്ധങ്ങളുടെ മുന്നിൽ പതറുന്നത്? അതെ, പച്ചയായ മനുഷ്യൻ ചിലനിമിഷങ്ങളിൽ തളർന്നുവെന്നു വരും, ഹൃദയമുണ്ടാക്കിയതു കല്ലു കൊണ്ടല്ലല്ലോ, സർദാർ എഴുന്നേറ്റു...

ഗോപാലച്ചേട്ടന്റെയും രാമച്ചേട്ടന്റെയും കുഞ്ഞേട്ടന്റേയും ശ്രീധര ന്റെയും വീടുകൾക്കു മുന്നിലൂടെ പതുക്കെ നടന്നു. ആരേയും കാണേ ണ്ടതില്ല. കണ്ടാൽ ഇതുപോലെ അവരേയും വിഷമനിമിഷങ്ങളിലേക്കു തള്ളിയിടേണ്ടിവരും. എല്ലാവരും ഉറങ്ങാനുള്ള തയ്യാറെടുപ്പിലാണ്. നാളെയെന്ന ദിവസം അവരുടെ മുന്നിൽ ചോദ്യങ്ങളുയർത്തുന്നില്ല. അവർക്കാർക്കും തന്നെപ്പോലെ രാഷ്ട്രീയ ഉൽക്കണ്ഠകളില്ല. അതു കൊണ്ടുതന്നെ ആത്മസംഘർഷങ്ങളുടെ സാദ്ധ്യതയുമില്ല. വീടുംകുടും ബവും സ്വകാര്യവൈകാരികതകളുമടങ്ങുന്ന അവരവരുടേതായ ഒരു ലോകം..

രാമച്ചേട്ടന്റെ പറമ്പിലെ വടക്കേ മൂലയിലെത്തിയപ്പോഴേക്കും ബ്രൂസുവന്നു വാലാട്ടി നില്ക്കുന്നുണ്ട്. സർദാർ മുന്നിലുള്ള പാടത്തേ ക്കിറങ്ങി പഞ്ചാരമാവിന്റെ ചുവട്ടിൽച്ചെന്നു നിന്നു.

സർദാർ ബാഗുതുറന്നു ബ്രൂസിനുള്ളതെടുത്ത് ഓരോന്നു പറഞ്ഞ് കൈയുയർത്തുമ്പോൾ ആ ഉയരത്തിലേക്കു അവൻ ചാടി. ഓരോ ചാട്ട ത്തിലും സർദാർ അവനു ബിസ്കറ്റും ഇറച്ചിയും തിന്നാൻ കൊടുത്തു. കൈയിലുണ്ടായിരുന്ന തോൽബാഗ് കാലിയാവുന്നതുവരെ സർദാറും ബ്രൂസും ചാടിക്കളിച്ചു. അവൻ സർദാറിന്റെ ചുറ്റുംനടന്നു, അവന്റെ അദ മ്യമായ പ്രണയം അവതരിപ്പിച്ചു, സർദാർ അവനെയെടുത്തു ഉമ്മ വെച്ചു.....

അവനോടുപോയി കിടന്നുറങ്ങാൻ ആംഗ്യംകാണിച്ചപ്പോൾ തികഞ്ഞ അനുസരണയോടെ പിന്തിരിഞ്ഞുനോക്കിക്കൊണ്ട് അവൻ സ്വന്തം സ്ഥലത്തുപോയി കിടന്നു. അപ്പോഴും അവൻ സർദാറിനെ പരിഭവ ത്തോടെ നോക്കുന്നുണ്ടായിരുന്നു...

പ്രിയപ്പെട്ട ബ്രൂസു, പോയിവരട്ടെ...!

ഈ നാട്ടിൽ നീ ഉണ്ടാവണം

ഉണ്ണിച്ചേട്ടന്റെ വീടിനു മുന്നിലൂടെ നടന്ന സർദാറിന്റെ വഴി ചെന്നു മുട്ടിയത് കെ കെ രാംമാഷുടെ വീട്ടു വാതില്ക്കലായിരുന്നു. സമയം പതിനൊന്നിലേക്കടുക്കുന്നു. സതി മുറിയിലിരുന്ന് വായിക്കുന്നുണ്ടായിരുന്നു.

"സതീ, അച്ഛനോടു ഗോപെളേശൻ വന്നൂന്നു പറയൂമോ?.."

പൂമുഖത്തേക്കു കയറിയപ്പോഴേക്കും ദേവകിടീച്ചർ വാതിൽ തുറന്നു നില്ക്കുന്നു....!

"രാംമാഷു വരുന്നുണ്ടു ട്ടോ, മാഷിരിക്കൂ, നാളെ ജാഥയാണല്ലേ. മാഷേ.?"

"അതെ ദേവകി ടീച്ചറേ.."

വാതിൽതുറന്നുവന്ന രാംമാഷ് സർദാറിനെ ആലിംഗനം ചെയ്തു....

സർദാറിന്റെ ശ്വാസഗതിയിലെ ആവേഗങ്ങൾ ശ്രദ്ധിച്ച രാംമാഷുക്കു ചോദിക്കാതിരിക്കാനായില്ല .

"നീയെന്താ ഗോപൂ, ഇങ്ങനെ പതറുന്നത്..?"

"ഹേയ്, പതർച്ചയൊന്നുമില്ല, ഒരുപക്ഷേ, ഈ രാത്രി നമ്മൾ തമ്മിൽ കാണുന്ന അവസാനരാത്രിയാണെങ്കിലോ?.."

രണ്ടുപേരും മുഖാമുഖം നോക്കിയിരുന്നു.. ഓർമ്മകളുടെ കാണാക്കയങ്ങളിലേക്കവർ കളിവഞ്ചി തുഴഞ്ഞു പോവുകയായിരുന്നു. പറയാതെതന്നെ അവർ പലതും പറയുന്നുണ്ടായിരുന്നു

"ഗോപൂ, ഇതു സാഹസമല്ലേ?"

"രാംമാഷേ, അടിച്ചമർത്തുന്നവന്റെ കരുത്തുകൊണ്ടല്ല അടിമത്തം നിലനില്ക്കുന്നത്. അടിമ തിരിച്ചടിക്കാത്തതുകൊണ്ടാണ്. നാളെ എന്തെങ്കിലും സംഭവിച്ചെന്നുവരും.. എന്നാലൊരുനാൾ ജനത പൗരാവകാശങ്ങൾ നേടിയെടുക്കും. ഇതൊരു തുടക്കമാണ്. ഈ പ്രകടനം ശരിയായിരുന്നുവെന്നു കാലം തെളിയിക്കും..."

"എങ്കിലും ഗോപൂ, നാട്ടുകാർക്കുവേണ്ടി ഈ നാട്ടിൽ നീ ഉണ്ടാവണം.."

"രാംമാഷുടെ ഈ സ്നേഹം എനിക്കറിയാം, അതാണ് ഞാനിവിടെ വന്നത്.."

"ചേട്ടന്മാരെ കണ്ടില്ലേ?"

"എല്ലാവർക്കും കൂടി വല്യേട്ടനെമാത്രമേ കണ്ടുള്ളൂ.. ബാക്കിയുള്ളവരോടു യാത്രപറയാൻ ചെന്നാൽ ജാഥയിൽ പോകാതിരിക്കാൻ മുറിയിലെന്നെ പൂട്ടിയിടാൻവരെ ശ്രമിച്ചെന്നുവരും."

'രാംമാഷേ, ഞാനിറങ്ങട്ടെ."

രാംമാഷു സർദാറിനെ വരിഞ്ഞുമുറുക്കി വഴി തടഞ്ഞപ്പോൾ സ്നേഹപൂർവ്വം കൈവിടുവിച്ചു രാവിന്റെ വിരിമാറിൽ കനക്കുന്ന നിലാവിലേക്കു മുങ്ങാൻകുഴിയിട്ടു സർദാർ മറഞ്ഞു....

ജാഥ നടക്കണം

ഇന്നു നമ്പ്യാരുടെ പൊലീസ് എടത്തിരുത്തി അരിച്ചുപെറുക്കാൻ വരും. അവരുടെ വായിൽച്ചെന്നു ചാടരുത്. പടിഞ്ഞാട്ടിറങ്ങി. പാലപ്പെട്ടി വളവിൽ, കൂത്തുപറമ്പിനു സമീപമുള്ള കെ സി വേലായുധന്റെ വീട്ടിലെത്തി, ചായ്പ്പിൽ കിടന്നപ്പോൾ എല്ലാ ക്ഷീണവുമകന്നു.. പലപ്പോഴും സുരക്ഷിതമായി കഴിഞ്ഞ ഷെൽട്ടറാണിത്. നാളെ രാവിലെ എഴുന്നേറ്റ് കുട്ടമംഗലത്തേക്കു പോകണം.

സർദാറിന്റെ ചിന്തകൾ രക്തബന്ധങ്ങളുടെ താളപ്പെരുക്കങ്ങളിലേക്കു കാറ്റാടിപോലെ കയറിപ്പോയി. അച്ഛൻ മരിച്ചപ്പോൾ കാരണവരായ വല്യേട്ടനു കാർക്കശ്യങ്ങളില്ലായിരുന്നു. ഇരുപതുവയസ്സിനു മൂത്ത വല്യേട്ടന് താൻ ശങ്കരനാരായണനെ പോലെയായിരുന്നു. അന്തുപ്പറമ്പിൽ വേലായുധന്റെ അടിയേറ്റു വഴിയിൽ വീണ തന്നെ, മഞ്ചലിൽ ആശുപത്രിയിലെത്തിച്ചത് വല്യേട്ടനായിരുന്നു.

വലിയ പെങ്ങൾ, അമ്മയുടെ പ്രതിരൂപമായിരുന്നു. വയസ്സിന്റെ അകലമില്ലാതെ സമഭാവനയുള്ള വലിയ പെങ്ങളായിരിക്കണം വീട്ടിലെ ആദ്യത്തെ സോഷ്യലിസ്റ്റ്. വെറ്റിലമുറുക്കി വർത്തമാനത്തിനിരുന്നാൽ, സ്നേഹവും നർമ്മവും ചാലിച്ച സംഭാഷണം കനോലിപ്പുഴപോലെ അനർഗ്ഗളമായി ഒഴുകും. ഉണ്ണിച്ചേട്ടൻ ആഭ്യന്തരമന്ത്രിയായിരുന്നു. എത്രവലിയ ആളായാലും പെരുമാറ്റം മൂപ്പർക്കു തൃപ്തികരമായില്ലെങ്കിൽ തീവ്രമായി പ്രതികരിക്കും. നാട്ടുവഴക്കുകൾ തീർക്കുന്ന ഉണ്ണിച്ചേട്ടന്റെ ചില ശീലങ്ങൾ തനിക്കുണ്ടെന്നാണു വീട്ടുസംസാരം. അപരകാരുണ്യം പ്രകാശിച്ചിരുന്ന വ്യക്തിത്വം. ഗോപാലച്ചേട്ടൻ ആരോഗ്യ മന്ത്രിയായിരുന്നു. മൂപ്പരുടെ മരുന്നു കൃത്യമായി കഴിച്ചില്ലെങ്കിൽ കോപിക്കും, കണിശക്കാരനായിരുന്നു. പല മോശമായ രോഗങ്ങളും മാറ്റിയ പ്രഗത്ഭ വൈദ്യൻ. പുറമേക്കു പരുക്കനെങ്കിലും ആർദ്രഹൃദയനായിരുന്നു. വിദ്യാഭ്യാസമന്ത്രിയായിരുന്ന രാമച്ചേട്ടന്റെ സ്കൂളിൽ വല്യേട്ടൻ മുതൽ ശ്രീധരൻ വരെയുള്ളവരുടെ കുടുംബങ്ങളിൽനിന്നും ഒരാളെങ്കിലും ജോലി ചെയ്തിട്ടുണ്ട്. സ്കൂൾ വിദ്യാഭ്യാസവും ട്രെയിനിങ്ങും കഴിപ്പിച്ചു തന്നെ മാഷാക്കിയത് ഔദ്യോഗികരക്ഷിതാവുകൂടിയായ രാമച്ചേട്ടനാണ്. അവിവാഹിതനായ താൻ ഒറ്റയ്ക്കു താമസിക്കേണ്ട എന്നു പറഞ്ഞ് പുത്തൻപുരയിൽ താമസിപ്പിക്കാനുള്ള സാഹോദര്യം പ്രവഹിപ്പിച്ച കുഞ്ഞേട്ടനോടു താനെന്നും കടപ്പെട്ടവനാണ്. ഏതുരാത്രിയിലും കയറിച്ചെല്ലുകയും പാർട്ടിക്കാര്യങ്ങൾക്കായി സൗകര്യമൊരുക്കുകയും ചെയ്യുമ്പോൾ കുടുംബജീവിതസ്വകാര്യതയും സമാധാനവും നഷ്ടപ്പെട്ടിരുന്നു. പൊലീസിന്റെ അറയ്ക്കുന്ന ശകാരവാക്കുകൾ കേട്ടിട്ടും, അതൊന്നും കാര്യമാക്കാതെ തന്നെയെന്നും ചേർത്തുനിർത്തി. ഒരു ധീരപരിവേഷമില്ലെങ്കിലും ഒളിവിലുള്ള കമ്യൂണിസ്റ്റുകാരനു താമസമൊരുക്കുന്നതിൽ കുഞ്ഞേട്ടൻ പ്രദർശിപ്പിച്ച ധീരത അനന്യമാണ്.

അന്തുപ്പറമ്പൻ വേലായുധൻ തല്ലിയപ്പോൾ രണ്ടുമാസത്തെ ചികിത്സയ്ക്കു പോയത് കുഞ്ഞുപെണ്ണുങ്ങളുടെ വീട്ടിലേക്കായിരുന്നു. പൊലീസ് തേടുന്നയാളെ ഒളിവിൽ താമസിപ്പിക്കാൻ പ്രകടിപ്പിച്ച തന്റേടത്തിനു അഭിനന്ദനം.. കുട്ടിക്കാലംമുതൽ ഏറ്റവും അടുത്തു പെരുമാറിയിരുന്നത് കുഞ്ഞുപെണ്ണുങ്ങളോടായിരുന്നു. പെണ്ണുങ്ങളെ അവസാനമായി കണ്ടത് ഒരു മാസം മുമ്പാണ്. ഒന്നു യാത്രചോദിക്കാൻ കഴിയാഞ്ഞതിൽ വേദന ബാക്കിനില്പുണ്ട്..

ശ്രീധരനെന്നും ആശയപരമായി അടുത്തുനിന്നിരുന്ന സഹോദരൻ, തന്നെ പിന്തുടരുന്ന അനുജൻ. സ്കൂൾ ഹെഡ്മാഷും അദ്ധ്യാപകനുമെന്ന നിലയിൽ ശ്രീധരനെപോലെ സർവ്വസമ്മതനായവർ അധികമുണ്ടാവില്ല. ഓരോരുത്തരും തനിക്കേറെ പ്രിയപ്പെട്ടവർ..

പ്രിയപ്പെട്ടവരേ, നാളെ പൗരാവകാശജാഥ നയിക്കുകയാണ്. വല്യേട്ടനോടൊഴിച്ച് ആരോടും യാത്ര പറയാൻ വരാൻ കഴിഞ്ഞില്ല. ഈ ദൗത്യം നിങ്ങൾക്കുൾക്കൊള്ളാൻ കഴിഞ്ഞെന്നുവരില്ല. അതാണ് വരാതിരുന്നത് ആരും പരിഭവിക്കരുതേ...

അന്ത്യം എന്താവുമെന്നു പ്രവചിക്കാനാവില്ല. ജീവനോടെ തിരിച്ചു വരാൻ കഴിഞ്ഞില്ലെങ്കിൽ ആരും വേദനിക്കരുത്, എല്ലാം നന്മയ്ക്കുവേണ്ടിയാണ്. നിങ്ങൾക്കെല്ലാവർക്കും എന്നതുപോലെ അടിച്ചമർത്തപ്പെട്ട എല്ലാവർക്കും നന്മയുണ്ടാവട്ടെ, എന്റെ സ്നേഹം, അഭിവാദ്യങ്ങൾ..!

പൗരാവകാശജാഥ

1950 ജനുവരി 26

ഇന്ത്യ റിപ്പബ്ലിക്കാവുന്നു, അതൊരു വ്യാഴാഴ്ചയായിരുന്നു. അന്നു പുലർന്നത് പ്രധാനമന്ത്രി ജവഹർലാൽ നെഹ്രുവിന്റെ റിപ്പബ്ലിക്ക് ദിന സന്ദേശം റേഡിയോവിലൂടെ കേട്ടുകൊണ്ടാണ്. 1935 ൽ ബ്രിട്ടീഷുകാർ നിർമ്മിച്ച 'ഇന്ത്യാസർക്കാർ നിയമം' പിൻവലിച്ചു, സ്വാതന്ത്ര്യാനന്തരം, ഡോ. ബി ആർ അംബേദ്കറുടെ നേതൃത്വത്തിൽ ഇന്ത്യ നിർമ്മിച്ച 'ഭരണഘടന' നിലവിൽവന്നു. ഇന്ത്യൻ സൈന്യത്തിന്റെ പരമോന്നത സാരഥിയായി തിരഞ്ഞെടുക്കപ്പെട്ട പ്രഥമ പ്രസിഡന്റ് ഡോ. രാജേന്ദ്രപ്രസാദിനോടൊപ്പം, ഇന്തോനേഷ്യൻ സ്വാതന്ത്ര്യസമരസേനാനിയും പ്രസിഡന്റുമായ സുകർണോയും രാവിലെ ഡൽഹിയിൽ നടന്ന പട്ടാളത്തിന്റെ പരേഡിൽ സല്യൂട്ട് സ്വീകരിച്ചു.

ഭരണഘടനയുടെ ആമുഖം

'ഇന്ത്യയെ ഒരു പരമാധികാര സോഷ്യലിസ്റ്റ് മതേതര ജനാധിപത്യ റിപ്പബ്ലിക്കാക്കി മാറ്റാനും, അതിലെ എല്ലാ പൗരന്മാർക്കും നീതിയും സാമൂഹിക സാമ്പത്തിക, രാഷ്ട്രീയ സുരക്ഷയും ഉറപ്പാക്കാനും ചിന്ത, ആവിഷ്കാരം, വിശ്വാസം, ആരാധന എന്നിവയുടെ സ്വാതന്ത്ര്യം; പദവിയുടെയും അവസരത്തിന്റെയും സമത്വം; വ്യക്തിയുടെ അന്തസ്സും രാജ്യത്തിന്റെ ഐക്യവും സമഗ്രതയും ഉറപ്പുനല്കുന്ന എല്ലാ സാഹോദര്യത്തെയും അവർക്കിടയിൽ പ്രോത്സാഹിപ്പിക്കാനും, 1949 നവംബർ 26 ലെ നമ്മുടെ പാർലമെന്റ് ഭരണഘടനാ നിർമ്മാണസമിതിയിൽ ഇന്ത്യൻ ജനതയായ നമ്മൾ പൂർണ്ണമായി തീരുമാനിച്ചു ഈ ഭരണഘടന അംഗീകരിക്കുക, നടപ്പിലാക്കുക, സ്വയം സമർപ്പിക്കുക.'

ഈ ഭരണഘടന ഓരോ പൗരനും താഴെപ്പറയുന്ന സ്വാതന്ത്ര്യം ഉറപ്പുവരുത്തുന്നുണ്ടായിരുന്നു.

അനുവദിക്കുന്ന സ്വാതന്ത്ര്യം

1. അഭിപ്രായസ്വാതന്ത്ര്യം .

2.സമാധാനപരമായി നിരായുധരായി സംഘംചേരാനുള്ള സ്വാതന്ത്ര്യം

3.സംഘടനകളും സ്ഥാപനങ്ങളും രൂപീകരിക്കാനുള്ള സ്വാതന്ത്ര്യം

4. ഇന്ത്യമുഴുവൻ യാത്രചെയ്യാനുള്ള സഞ്ചാരസ്വാതന്ത്ര്യം

5. ഇന്ത്യയിലെവിടേയും അധിവസിക്കാനുള്ള സ്വാതന്ത്ര്യം

6.സ്വത്തു സമ്പാദിക്കാനും കൈവശം വെക്കാനും കൈമാറ്റം ചെയ്യാനുമുള്ള സ്വാതന്ത്ര്യം.

7. ഏതു തൊഴിലും ഉദ്യോഗവും ചെയ്യാനുള്ള സ്വാതന്ത്ര്യം

ഭരണഘടന പൗരസ്വാതന്ത്ര്യം ഉറപ്പുനല്കുന്നുണ്ടെങ്കിലും, കമ്യൂണിസ്റ്റുപാർട്ടിയോടുള്ള സമീപനത്തിൽ സർക്കാരിനു മാറ്റമില്ല, പ്രതിഷേധാർഹമാണത്. ഈ സ്വാതന്ത്ര്യബോധത്തിൽ നിന്നുയരുന്ന പ്രതിഷേധത്തിന്റെ ബഹിർസ്ഫുരണമായി കേരളത്തിൽ പലേടത്തും കമ്യൂണിസ്റ്റു പാർട്ടി പ്രകടനങ്ങൾ നടത്തുന്നു. മണപ്പുറത്തു 'പൗരാവകാശജാഥ' നടത്തുന്നു....

കുട്ടമംഗലത്ത്

സർദാറും കെ സി വേലായുധനും രാവിലെ വള്ളുവൻകോട്ടിൽ കോരന്റെ വീട്ടിലെത്തി, അവിടെ ജാഥാംഗങ്ങൾ ഒത്തുകൂടി. എല്ലാവരിലേക്കും ഊർജ്ജം പ്രസരിപ്പിച്ച് നിർദ്ദേശങ്ങൾ നല്കി സർദാർ അരങ്ങു നിറഞ്ഞുനിന്നു. ഊണുകഴിച്ച് എല്ലാവരും ജാഥയ്ക്കു തയ്യാറായി അണിനിരന്നു, കുട്ടമംഗലം മുഴുവൻ കോരന്റെ വീട്ടിലേക്കുചുരുങ്ങി.. കൊച്ചുപെണ്ണും രവിയും കുഞ്ചാത്തനും മക്കളായ വേലായുധനും കൃഷ്ണനും വി കെ ചാത്തന്റെ സഹോദരികളായ സുമതിയും സുലോചനയും വന്ന് ജാഥാംഗങ്ങൾക്കു അഭിവാദ്യങ്ങളർപ്പിച്ചു. കാരണവർ കോരൻ സർദാറിന്റെ മുന്നിൽനിന്നു ബലമുള്ള മുഷ്ടി ചുരുട്ടി കൈകൾ ഉയർത്തി ഉറക്കെവിളിച്ചു:

"ഇൻക്വിലാബ് സിന്ദാബാദ്"

സർദാർ, വി കെ ചാത്തൻ, എം പി, എം എ അയ്യപ്പൻ, അഭിമന്യു, ടി ആർ കൊച്ചു, ടി ആർ വേലായുധൻ, പെരുമ്പിള്ളി ഭാസ്കരൻ, കെ ജി പദ്മനാഭൻ, പണിക്കെട്ടിനാരായണൻ, കെ കെ വേലായുധൻ (പൈനൂർബാച്ച്), കെ സി വേലായുധൻ (വലപ്പാടു) എന്നിവർ പെരിഞ്ഞനം കുറ്റിലക്കടവു ലക്ഷ്യമാക്കി നടന്നുനീങ്ങി. വഴിയരികിൽ പൗരാവകാശ ജാഥാംഗങ്ങളെ കാണാൻ ആളുകൾ കൂട്ടമായി വന്നു..

പുളിക്കൽ സുബ്രഹ്മണ്യന്റെ വീട്ടിൽ

ചെന്ത്രാപ്പിന്നി-കൈപ്പമംഗലംവഴി പെരിഞ്ഞനം കുറ്റിലക്കടവിൽ പുളിക്കൽ സുബ്രഹ്മണ്യന്റെ വീട്ടിലെത്തുമ്പോൾ ഉച്ച കത്തിനില്ക്കുന്നു. എല്ലാവരും പോകാനുള്ള ഒരുക്കങ്ങൾ പൂർത്തിയാക്കുകയായിരുന്നു. റൂട്ടുകൾ നേരത്തെ നിശ്ചയിച്ചിരുന്നുവെങ്കിലും സർദാർ നിർദ്ദേശങ്ങൾ കൊടുത്തുകൊണ്ടിരുന്നു. പുളിക്കൽ സുബ്രഹ്മണ്യന്റെ വീട്ടിലെ പുളിയിൽ നിന്നാണ് ജാഥയ്ക്കുള്ള കൊടിയുടെ വടി വെട്ടിയത്. പുളിങ്കൊമ്പ് കൊടിയുടെ പിടിയായും, ലാത്തിച്ചാർജുവന്നാൽ വടിയായും ഉപയോഗിക്കാം. സമരസേനയെ ഒരുക്കുന്നതിൽ എയർഫോഴ്സിലെ അനുഭവം സർദാർ പ്രയോജനപ്പെടുത്തി. ജാഥാംഗങ്ങൾ വരിവരിയായി നിന്നപ്പോൾ ഒരു സഖാവു പേരുകൾ കുറിച്ചെടുത്തു. സർദാറടക്കം അൻപത്തിരണ്ടു പേരുണ്ട്.

കാരയിൽ സഹദേവനുമായി സംസാരിച്ചുനില്ക്കവേ സർദാറും സഹദേവനും പറമ്പിലുള്ള കുളത്തിലേക്കിറങ്ങിപ്പോയി. കഴിഞ്ഞ ദിവസങ്ങളിൽ ഓരോ വീടുകളിലും പോയതും അകമേ യാത്ര പറഞ്ഞതും കൂട്ടത്തിൽ പാഞ്ചാലിച്ചേടത്തി തനിക്കു പ്രിയപ്പെട്ട വിഷുക്കട്ട ഉണ്ടാക്കി കൊടുത്തതുമെല്ലാം സർദാർ പറഞ്ഞു. മുണ്ടു മടക്കിക്കുത്തിയ നേരത്തു അടിയിലെ കാക്കിട്രൗസർ സഹദേവൻ കണ്ടപ്പോൾ, മുമ്പേ തുന്നിക്കാൻ കൊടുത്തിരുന്ന ട്രൗസർ ഇന്നലെയാണ് തുന്നിക്കിട്ടിയതെന്നും സർദാർ വിശദീകരിച്ചു. ജാഥ, സാഹസികമായതിനാലാണ് നിക്കറിനു പകരം കാക്കിട്രൗസർ ഇട്ടത്. സർദാറിന്റെ മീശചെത്തി കനംകുറച്ചിരുന്നു.

പറമ്പിനകത്തും പുറത്തും വേലിക്കുപുറകിലും നിറയെ ആളുകൾ. ജാഥാംഗങ്ങൾ രണ്ടു വരിയിലായി നിന്നു. എല്ലാം പൂർത്തിയായെന്നുറപ്പു വരുത്തിയശേഷം സർദാർ യോഗത്തിലേക്കു തിരിഞ്ഞു.

ഉദ്ഘാടനയോഗം

സമയം മൂന്നുമണി... നാട്ടിക ഫർക്കാ കമ്യൂണിസ്റ്റുപാർട്ടിയംഗം വി കെ ചാത്തനെ പൗരാവകാശജാഥയുടെ ഉദ്ഘാടനയോഗത്തിന്റെ അദ്ധ്യക്ഷത വഹിക്കാൻ സർദാർ ക്ഷണിച്ചു. വി കെ ചാത്തൻ സംഭാഷണം ആരംഭിച്ചു: (ചുരുക്കം)

> പ്രിയസഖാക്കളേ, നാട്ടുകാരേ, പാർട്ടിയുടെ ദേശീയനേതാക്കളേയും പൊലീസു അറസ്റ്റുചെയ്തു തടവിൽ വെച്ചിരിക്കുകയാണ്.. ജന്മിത്വത്തിനെതിരെ ശബ്ദമുയർത്തുന്നുവെന്നതാണ് കുറ്റം. ഈ അവകാശനിഷേധത്തിനെതിരെയുള്ള പ്രതിഷേധമാണ് പൗരാവകാശ ജാഥ. ജാഥാക്യാപ്റ്റനായ സഖാവ് സർദാറിനും ജാഥാംഗങ്ങൾക്കും വിപ്ലവാഭിവാദ്യങ്ങൾ... ജാഥ ഉദ്ഘാടനം ചെയ്യാൻ ഇന്ത്യൻ കമ്യൂണിസ്റ്റു പാർട്ടിയുടെ നാട്ടിക ഫർക്കാകമ്മിറ്റിമെമ്പർ സഖാവ് പി കെ ഗോപാലകൃഷ്ണനെ ക്ഷണിക്കുന്നു.

പി കെ ഗോപാലകൃഷ്ണൻ *:

'സഖാക്കളെ, പ്രിയനാട്ടുകാരേ, ഇന്ത്യ സമ്പൂർണ്ണ റിപ്പബ്ലിക്കാവുന്ന ഇന്നു ഭരണഘടന വാഗ്ദാനം ചെയ്യുന്ന രാഷ്ട്രീയസ്വാതന്ത്ര്യം ഇവിടെയുണ്ടെങ്കിൽ ഭരണകൂടം ഈ ജാഥനടത്താൻ അനുവദിക്കും. മതിലകം പൊലീസ് ഔട്ട്പോസ്റ്റിനു മുന്നിലൂടെ ജാഥ പോകുന്നത് പൊലീസ് കാണുവാനും സർക്കാർ നിലപാട് എന്തെന്നറിയാനാണ്. ജാഥ തടയുന്നുണ്ടെങ്കിൽ, ഭരണകൂടകാപട്യം വെളിപ്പെടും. അതാണ് ഈ ജാഥയുടെ ലക്ഷ്യം. ഈ ജാഥ ഉദ്ഘാടനം ചെയ്തതായി പ്രഖ്യാപിക്കുന്നു. അഭിവാദ്യങ്ങൾ...'

പി കെ ഗോപാലകൃഷ്ണൻ ജാഥയിലെ ഏറ്റവും വലിയ ചെങ്കൊടിയെടുത്ത് സർദാറിനെ ഏല്പിക്കുന്നു. സർദാർ ആ രക്തപതാക സാദരം ഏറ്റുവാങ്ങി നെഞ്ചിൽ ചേർത്തുപിടിച്ചുയർത്തി ഇടി മുഴങ്ങുന്ന ശബ്ദത്തിൽ വിളിച്ചു:

"ഇൻക്വിലാബ് സിന്ദാബാദ്." അതേ ആവശത്തിൽ സഖാക്കൾ ഏറ്റുവിളിച്ചു. ഒരുനിമിഷത്തെ മൗനത്തിനുശേഷം സദസ്സിനെ വീക്ഷിച്ചു ശാന്തമായി സർദാർ സംസാരിക്കുന്നു: (ചുരുക്കം)

മരണമില്ലാത്ത വാക്കുകൾ

എന്റെ പ്രിയപ്പെട്ട നാട്ടുകാരെ, സഖാക്കളേ.. സമസ്ത ജനങ്ങളുടേയും ക്ഷേമൈശ്വര്യങ്ങൾ സമ്മേളിച്ചുയരുന്ന സ്വാതന്ത്ര്യത്തിന്റെ ജ്വാലയാണ് ജനാധിപത്യം. അത് കേവലമൊരു സർക്കാരോ ഭരണമോ ഭരണകൂടമോ അല്ല. ദൗർഭാഗ്യവശാൽ നമുക്കവകാശപ്പെട്ട ഈ സ്വാതന്ത്ര്യം നല്കാൻ സർക്കാരിനാവുന്നില്ല. ടാറ്റയ്ക്കും ബിർളയ്ക്കും അവർ സ്വാതന്ത്ര്യം അടിയറവു വെച്ചിരിക്കുകയാണ്. അതാണവർ കമ്യൂണിസ്റ്റുപാർട്ടിയെ എതിർക്കുന്നത്. കമ്യൂണിസ്റ്റുകാരെ മർദ്ദിക്കാനാണ് പൊലീസിനു ശമ്പളം കൊടുക്കുന്നത്. തല്ലിക്കൊന്നാലും കമ്യൂണിസ്റ്റുകാർ ചാവുമോ? ഓരോ തുള്ളിച്ചോരയിൽനിന്നും ആയിരമായിരം പേരുയിർത്തെഴുന്നേറ്റുകൊണ്ടേയിരിക്കും...

രാജ്യം, സ്വതന്ത്രറിപ്പബ്ലിക്കാണെങ്കിൽ നമ്മുടെ ജാഥയെ പൊലീസ് തടയാൻ പാടില്ല. തടയുന്നുണ്ടെങ്കിൽ ഇതു കാപട്യമാണെന്നർത്ഥം. എന്തു സംഭവിക്കുമെന്നു പറയാനാവില്ല. പൗരാവകാശ സംരക്ഷണത്തിനായി ജീവൻ ത്യജിക്കാൻപോലും ഞാൻ തയ്യാറാണെന്ന് നിങ്ങളെ സാക്ഷ്യപ്പെടുത്തി പ്രതിജ്ഞയെടുക്കുന്നു.

എല്ലാ പൗരാവകാശങ്ങളും ഇതോടെ സ്ഥാപിക്കപ്പെട്ടില്ലെങ്കിലും ഇന്നല്ലെങ്കിൽ നാളെ നമ്മുടെ പൗരാവകാശങ്ങൾ സ്ഥാപിക്കു

മെന്നുറപ്പുണ്ട്. അവകാശ നിഷേധങ്ങൾക്കെതിരെ ശബ്ദങ്ങൾ ഉയർന്നുകൊണ്ടിരിക്കണം, സഖാവു പി കൃഷ്ണപിള്ളയുടെ അന്ത്യവാക്കുകൾപോലെ എനിക്കും ഒന്നേ പറയാനുള്ളൂ, സഖാക്കളെ മുന്നോട്ട്..

ഒന്നുനിർത്തി, ചുറ്റുമൊന്നുനോക്കി മന്ദഹസിച്ചശേഷം സർദാർ പോക്കറ്റിൽനിന്നും* പേനയും, കൈത്തണ്ടയിൽനിന്നും* വാച്ചും, അഴിച്ചു പി കെ ഗോപാലകൃഷ്ണനെ ഏല്പിച്ചു:

"എന്നിൽ അവശേഷിക്കുന്നത് പ്രിയപ്പെട്ട ഈ പേനയും വാച്ചുമാണ്. ഇതും ഞാനെന്റെ പാർട്ടിക്കായി സമർപ്പിക്കുന്നു.."

പ്രകടനം

ചുറ്റുംനില്ക്കുന്ന നാട്ടുകാരെ ഒന്നുകൂടി വീക്ഷിച്ച് ജാഥ പുറപ്പെടുകയായി. ദിഗന്തങ്ങളെ വിറപ്പിക്കുന്ന വീറോടെ, കനത്തശബ്ദത്തിൽ സർദാർ വിളിച്ചു:

"ഇൻക്വിലാബ് സിന്ദാബാദ്...
കമ്യൂണിസ്റ്റ് പാർട്ടി സിന്ദാബാദ്..
പൗരാവകാശ ജാഥാ സിന്ദാബാദ്..
പൗരസ്വാതന്ത്ര്യം സ്ഥാപിക്കും....
പൊലീസ് മർദ്ദനം അവസാനിപ്പിക്കും
ജന്മിത്വം അവസാനിപ്പിക്കും
കൃഷിഭൂമി കർഷകനു
ഐക്യകേരളം സ്ഥാപിക്കും
കോൺഗ്രസ് ഭരണം അവസാനിപ്പിക്കും"

ജാഥാംഗങ്ങൾ സാവേശം ഏറ്റുവിളിച്ചു. പ്രകടനത്തിന്റെ ഇരമ്പൽ കേട്ടു നാടിന്റെ നാനാഭാഗങ്ങളിലുമുള്ളവർ വേലിയരികിൽവന്ന് റോഡിലേക്കെത്തിച്ചു നോക്കി. ചിലർ ജാഥാംഗങ്ങളുടെ നേർക്കു മുഷ്ടി ചുരുട്ടി മുദ്രാവാക്യങ്ങൾ ഏറ്റുവിളിച്ചുകൊണ്ടു ഐക്യദാർഢ്യം പ്രഖ്യാപിച്ചു. പെരിഞ്ഞനത്തുള്ള ടി കെ ശങ്കരനാരായണൻ ജാഥയിൽ പോകാനിറങ്ങുമ്പോൾ വീട്ടുകാർ തടഞ്ഞു. അവരെ കണ്ണുവെട്ടിച്ചു പുളിക്കൽ സുബ്രഹ്മണ്യന്റെ വീട്ടിലെത്തിയപ്പോൾ ജാഥതുടങ്ങി രണ്ടുനിമിഷം കഴിഞ്ഞിരുന്നു, പിന്നാലെ ഓടി റോഡിലെത്തിയപ്പോൾ ജാഥയിൽ അലിഞ്ഞുചേർന്നു.

ഒരു കൈയിൽ ചെങ്കൊടിയും മറ്റേകൈ ആകാശത്തേക്കെറിഞ്ഞു അച്ചടക്കത്തോടെ നീങ്ങുന്ന ഈ ജാഥ മനോഹരമായൊരു ദൃശ്യമായിരുന്നു. ഇടവഴികളിലൂടെ മെയിൻറോഡിലേക്കു ജാഥ കടന്നു. കരുത്തോടെ മുഷ്ടിചുരുട്ടിയെറിഞ്ഞുകൊണ്ടാണ് വീറുംവാശിയും പൊലീസ് നരനായാട്ടിലെ പ്രതിഷേധവും പൊട്ടിത്തെറിച്ചത്. സമരാവേശത്തിൽ ലയിച്ച മുദ്രാവാക്യം വിളിയിലും നടത്തത്തിലും മുഷ്ടിചുരുട്ടലിലും

അവരറിയാതതന്നെ ഒരു താളവും ലയവും അലിഞ്ഞുചേരുന്നുണ്ടായിരുന്നു. യൂനസ്, സർദാറിൽനിന്നും മുദ്രാവാക്യം ഏറ്റെടുത്തു, യൂനസിൽ നിന്നു വി കെ ഗോപാലനും, അബ്ദുള്ളയും അഭിമന്യുവും, വീണ്ടും സർദാർ തന്നെ വിളിച്ചുകൊടുത്തു.

പ്രസ്ഥാനത്തെ നെഞ്ചിലേറ്റി സ്നേഹിക്കുന്നവരുടെ ഹൃദയം പിടയ്ക്കുകയായിരുന്നു. ഇടിവണ്ടിയുടെ റോന്തുചുറ്റൽ രാവിലെ മുതൽ തുടങ്ങിയതാണ്. ചിലർ ധരിച്ചത് കമ്യൂണിസ്റ്റുപാർട്ടിയുടെ നിരോധനം പിൻവലിച്ചതിലുള്ള ആഹ്ലാദമാണെന്നാണ്. നാലഞ്ചു കിലോമീറ്റർ ദൂരേക്കെത്തിയ ജാഥയുടെ ആരവം കേട്ടു ആളുകൾ വെട്ടുവഴിയി (നേഷനൽ ഹൈവേ) ലേക്കു പറന്നെത്തി. നെഞ്ചിലേറ്റിയ കൊടിയുമായി സാവേശം കുതിക്കുന്ന ആ ജാഥയ്ക്കു സ്വാതന്ത്ര്യദാഹത്തിന്റെ ഇച്ഛാശക്തിയുണ്ടായിരുന്നു. അതുപോലെ അത്യാകർഷകമായൊരു ജാഥ അതിനുമുൻപും പിന്നെയും ഉണ്ടായിട്ടില്ല. മുന്നിലൂടെ കടന്നുപോയ ജാഥ കണ്ട് മതിവരാതെ, പറമ്പുകൾ ചാടിക്കടന്ന്, ജാഥയുടെ മുന്നിലെത്തി, വീണ്ടും റോഡിൽ വന്നു ജാഥകാണുന്നു. ജാഥ ആ പോയിന്റു കടന്നുപോകുമ്പോൾ വീണ്ടും പറമ്പുകളിലൂടെ ഓടിക്കടന്നു റോഡിൽവന്നു ജാഥയുടെ മുന്നിലെത്തുന്നു. ചിലർ ജാഥയുടെ പിന്നാലെ ഓടി, മറ്റൊരു ജാഥപോലെ അകമ്പടിയായി.

മുസ്ലിംപള്ളി പിന്നിട്ട് കുറ്റിലക്കടവിലേക്കും, അവിടെനിന്നു പടിഞ്ഞാട്ടുനീങ്ങി ജാഥ പെരിഞ്ഞനം സെന്ററിലേക്കടുത്തു. ആളുകൾ ആവേശത്തോടെ കൈകളുയർത്തുമ്പോൾ ജാഥാംഗങ്ങളുടെയും ശബ്ദം ഉയരും. നായകന്റെ പക്വതയോടെ ഉയർത്തിപ്പിടിച്ച തലയുമായി, വിരിമാറിൽ കൊടിചേർത്തു പിടിച്ച് നെറ്റിപ്പട്ടംകെട്ടിയ ആനയുടെ തലയെടുപ്പോടെ തളരാത്ത സർദാർ ഇടിവെട്ടുന്ന സ്വരത്തിൽ മുദ്രാവാക്യം വിളിച്ചുകൊണ്ടേയിരുന്നു, ഏറ്റവും പിന്നിൽ യൂനസും.

മൂന്നു കിലോമീറ്ററോളം ജാഥ പിന്നിട്ടിരിക്കുന്നു. മതിലകം ബാങ്കു പരിസരത്ത് കോൺഗ്രസ് റിപ്പബ്ലിക്ക് ദിനാഘോഷം നടത്തുന്നു. ആ യോഗത്തിൽ നേതാക്കളും പാർട്ടിക്കാരും മാത്രമല്ലാതെ മറ്റാരുമില്ല, നാട്ടുകാർ കണ്ടത് 'പൗരാവകാശജാഥ'യാണ്.

സമയം അഞ്ചുമണിയാവുന്നു. മതിലകം മുസ്ലിംപള്ളിയുടെ മുന്നിലെത്തിയപ്പോൾ മുദ്രാവാക്യം വിളി നിർത്തി. പൊലീസിന്റെ ഇടിവണ്ടി ചീറിപ്പാഞ്ഞുവന്ന് ജാഥയുടെ മുന്നിൽ ബ്രേക്കു ചവുട്ടി നിന്നു.

ഏറ്റുമുട്ടൽ

ഇൻസ്പെക്ടർ നമ്പ്യാരോടൊപ്പം തലയിൽ ചട്ടിത്തൊപ്പിയുമായി എം എസ് പിക്കാർ ചാടിയിറങ്ങി, ജാഥയുടെ മുന്നിൽവന്നു ജാഥതടഞ്ഞു നിന്നു.. ഉച്ചത്തിൽ മുദ്രാവാക്യം വിളിച്ചുകൊണ്ട് ജാഥ മുന്നേറാൻ ശ്രമിച്ചു. നമ്പ്യാർ സർദാറിന്റെ മുന്നിലെത്തി ലാത്തിനീട്ടിപ്പിടിച്ച് വഴിതടഞ്ഞുകൊണ്ടു പറഞ്ഞു:

“സർദാർ, നമ്മളിന്നു ഇവിടെവെച്ചു കണ്ടുമുട്ടേണ്ടവരല്ല. ജാഥ പിരിഞ്ഞു പോകണം.”

“ഇന്നു രാഷ്ട്രം റിപ്പബ്ലിക്കായതിന്റെ ജാഥയാണിത്. ജാഥ നടത്താനുള്ള സ്വാതന്ത്ര്യം ഭരണഘടന അനുവദിച്ചിട്ടുണ്ട്.”

“കമ്യൂണിസ്റ്റുപാർട്ടിയുടെ നിരോധനം പിൻവലിച്ചിട്ടില്ല.”

“അതിന്റെയാവശ്യമില്ല. റിപ്പബ്ലിക്കായാൽ നിരോധനം ലാപ്സാവും. ശ്രീനാരായണപുരത്തുപോയി ജാഥ മടങ്ങും. അതാണ് ഞങ്ങളുടെ തീരുമാനം.”

“മുന്നോട്ടു പോകാൻ ഞാനനുവദിക്കില്ല” അയാൾ ജാഥയ്ക്കു മുന്നിൽ വന്നു തടഞ്ഞുനിന്നപ്പോൾ സർദാർ മുദ്രാവാക്യം വിളിച്ചുകൊണ്ടു മുന്നോട്ടു കുതിച്ചു. അപ്പോൾ നമ്പ്യാർ സർദാറിന്റെ കൈയിലുള്ള കൊടിപിടിച്ചു വാങ്ങാൻ ശ്രമിച്ചു. സർവ്വശക്തിയുമുപയോഗിച്ചു കൊടി മുറുകെപിടിച്ചു. ആ നിമിഷത്തിൽ സർദാറിന്റെ പിന്നിലുണ്ടായിരുന്നു വാഴേപറമ്പിൽ അബ്ദുള്ള നമ്പ്യാരുടെ തലയ്ക്കടിച്ചു. നമ്പ്യാർ സർദാറിനെ ലാത്തികൊണ്ടടിച്ചു. മർദ്ദനമേറ്റരുടേയും രക്തസാക്ഷികളുമായ എല്ലാ കമ്യൂണിസ്റ്റുകാരുടേയും ഊർജ്ജവും പ്രതിഷേധവും ആവാഹിച്ചുകൊണ്ട്, സർദാർ നമ്പ്യാരുടെ തലയ്ക്കടിച്ചു. നമ്പ്യാരുടെ നെറ്റി മുറിഞ്ഞു, നമ്പ്യാർ നിലത്തുവീണു.

പൊലീസുകാർ സർദാറിനെ ആക്രമിച്ചു. രണഭൂമിയിൽനിന്നു പിന്തിരിഞ്ഞോടാതെ സർദാർ നിന്നു പോരുതി. സർദാറിന്റെ ഓരോ അടികളും നാട്ടുകാരുടെ പ്രതിഷേധത്തിന്റെ ആവിഷ്കാരമായിരുന്നു. പൊലീസിനെതിരെ അത്രമാത്രം പ്രതിഷേധം നാട്ടുകാർക്കിടയിൾ പുകഞ്ഞു നില്ക്കുന്നുണ്ടായിരുന്നു.

ശക്തമായി പ്രതിരോധിച്ചുകൊണ്ടിരുന്ന സഖാക്കൾ ചിലർ നിലത്തു വീണു, ആ സഖാക്കളെ പൊലീസുകാർവന്നു ചവുട്ടിമെതിച്ചു. അടികൊണ്ട സഖാക്കൾ അകലെ ചെന്നുവീണു. സാരമായ പരിക്കേറ്റു. തല പൊട്ടി രക്തമൊലിച്ചു. സഖാക്കളെ പൊലീസ് തല്ലിച്ചതയ്ക്കുന്നതു കണ്ട സർദാർ, മുറിവേറ്റ സിംഹത്തെപ്പോലെ ക്രുദ്ധനായി വർദ്ധിത വീര്യം സംഭരിച്ച് പള്ളിയുടെ അരികിലേക്കു നീങ്ങി. അവിടെ നിന്നിരുന്ന പൊലീസിന്റെ കൈയിൽനിന്നും തോക്കു ബലമായി പിടിച്ചുവാങ്ങി മുന്നോട്ടു കുതിക്കുകയായിരുന്നു. ആ സമയത്തു ചേക്കുവെന്ന പൊലീസുകാരൻ തോക്കിന്റെ മാടകൊണ്ട് സർദാറിന്റെ വലതു കാൽമുട്ടിലടിച്ചു. അന്തുപ്പറമ്പിൽ വേലായുധൻ നാലുവർഷം മുമ്പ് അടിച്ചയിടത്ത് സർദാർ വീഴുന്നു. സർദാറിന്റെ കൈയിൽ കിട്ടിയ ആ തോക്കുപയോഗിക്കാനാവാതെ പോയി. ചേക്കുവിന്റെ അടിയാണ് സംഭവങ്ങളുടെ ഗതി മാറ്റിയത്..

കോൺഗ്രസുകാരന്റെ ചതി

“രക്ഷയില്ല സഖാക്കളെ, ഓടിക്കോ..”

സഖാക്കളിൽപ്പെട്ട ആരോ പറയുന്നതായി തെറ്റിദ്ധരിച്ച പോരാളികൾ സർദാറിന്റെ വീഴ്ചയോടൊപ്പം ഈ വാക്കുകളും കൂടി കേട്ടപ്പോൾ പ്രതിരോധിച്ചുനിന്നിരുന്ന സഖാക്കൾ നിരാശരായി. അവർ ചിതറിയോടി. കമ്യൂണിസ്റ്റ് പോരാളികളുടെ ആത്മവീര്യം കെടുത്താൻ സംഘട്ടനം കണ്ടുനിന്നിരുന്ന കുടിലബുദ്ധിയുള്ള ഒരു കോൺഗ്രസുകാരന്റെ വാക്കുകളായിരുന്നു അത്. റിപ്പബ്ലിക്ക് ദിനം ആഘോഷിക്കാൻവന്ന കോൺഗ്രസുകാർ പൗരാവകാശജാഥ കണ്ടപ്പോൾ, ആഘോഷം നിർത്തിവെച്ചു സംഘട്ടനം കാണുകയായിരുന്നു. അവരിൽ ഒരാളാണ് ഈ പണിയൊപ്പിച്ചതെന്നു പിന്നീടാണ് മനസ്സിലായത് ആ നിമിഷത്തിന്റെ സംഘർഷങ്ങളിൽ ഈ വൻചതി തിരിച്ചറിയാതെ സഖാക്കൾ ഓടി... മറിച്ച് സഖാക്കൾ പേടിച്ചോടിയതാണെന്ന ധാരണ ശരിയല്ല....

പിടയുന്ന സർദാറിനെ കേന്ദ്രീകരിച്ച് പൊലീസുകാർ ഓടിവന്നു മർദ്ദിച്ചു. കാണികൾ ശ്വാസംപിടിച്ചു നോക്കി നിന്നു. എല്ലാവരെയും കുതറി മാറ്റി സർദാർ കുതിച്ചു എഴുന്നേല്ക്കാൻ ശ്രമിച്ചപ്പോഴേക്കും വലതു കാലിൽ അതേയിടത്തു തന്നെ വീണ്ടും അടിവീണു.. എല്ലാ പൊലീസുകാരും ചുറ്റുംനിന്നു സർദാറിനെ മർദ്ദിച്ചപ്പോൾ, വെളിയിലേക്കു കാണാതായി.

മുഹമ്മദ് യൂനസും വി കെ ഗോപാലനും അഭിമന്യുവും ദൂരെനിന്നു സർദാറിനെ വാനിലേക്കു എടുത്തെറിയുന്നതു നിസ്സഹായരായി കണ്ടു നിന്നു. വാടാനപ്പള്ളിയിൽ നിന്നു ജാഥയിൽ വന്ന പനക്കപ്പറമ്പിൽ (പി യു) ഗംഗാധരനേയും വണ്ടിയിലേക്കെറിഞ്ഞു വാതിലടച്ചു. വണ്ടി നീങ്ങുന്നതിനുമുമ്പു വാനിനുള്ളിൽ വാക്കേറ്റമുണ്ടായിരുന്നു, മതിലകം മുഴുവൻ കേൾക്കുന്ന ഉച്ചത്തിൽ ഒരലർച്ച കേട്ടു. സർദാറിനെ പൊലീസുകാർ മർദ്ദിച്ചതാകാം അഥവാ മറിച്ചുമാവാം, വാൻ മതിലകം പൊലീസു ഔട്ടുപോസ്റ്റിലേക്ക് കുതിച്ച് മർദ്ദനം തുടർന്നുകൊണ്ടേയിരുന്നു....

'ഇൻക്വിലാബ് സിന്ദാബാദ്'

ഒരു സംഗ്രാമയുടെ അവരോഹണമായിരുന്നു, സൂര്യൻ കടലിൽ വീണു, അതു പകലിന്റെ മരണമായിരുന്നു, വെളിച്ചം മങ്ങി. നാട്ടുകാരുടെ മനസ്സും നിരാശയിൽ മുങ്ങി...

ആരൊക്കെയാണ് ജാഥയിലുണ്ടായതെന്നു ചോദിച്ചായിരുന്നു മർദ്ദനം. സർദാർ ഒന്നും പറയാൻ തയ്യാറായില്ല. പി യു ഗംഗാധരനിൽ നിന്നും ഒന്നുംകിട്ടിയില്ല. ആ രോഷം കൂട്ടിച്ചേർത്തായിരുന്നു പിന്നീടുള്ള ഭീകരമർദ്ദനം.

പയ്യാക്കൽവിശ്വം എന്ന യുവാവ് ജാഥയിലുണ്ടായിരുന്നു. ജാഥ ചിതറിയോടിയപ്പോൾ, മെയിൻ റോഡിലൂടെ വടക്കോട്ടു നടക്കാനാണ് തോന്നിയത്. എടമുട്ടത്തെത്തിയപ്പോൾ പൊലീസുവാൻ വന്നു മുന്നിൽ നിന്നു. കെ കെ വേലായുധനെയും പയ്യക്കാൽ വിശ്വത്തെയും പൊലീസ് പിടികൂടി സ്റ്റേഷനിലേക്കു കൊണ്ടുപോയി. വാനിൽ സർദാറും പി യു

ഗംഗാധരനും മർദ്ദനമേറ്റു കിടക്കുന്നുണ്ടായിരുന്നു, അവശനായ സർദാർ ചോദിക്കുന്നുണ്ടായിരുന്നു:

"വെള്ളം തരൂ."

ഒരു പൊലീസുകാരൻ പറഞ്ഞു:

"മൂത്രമൊഴിച്ചുകൊടുക്കെടാ.."

വണ്ടി വലപ്പാട്ടേക്കു നീങ്ങുകയായിരുന്നു. പയ്യാക്കൽവിശ്വം, കെ കെ വേലായുധൻ, പി യു ഗംഗാധരൻ എന്നിവരോടൊപ്പം സർദാറിനെയും ലോക്കപ്പിലാക്കി മർദ്ദനം തുടർന്നു.

നാട്ടിക-പൈനൂർബാച്ചിലെ അന്തിക്കാട് രാമൻ, സി കെ രാഘവൻ, സി ടി വി കുഞ്ഞക്കൻ എന്നിവർ ജാഥ കഴിഞ്ഞു പൊലീസ് സ്റ്റേഷനിൽ എന്തു നടക്കുന്നുവെന്നറിയാൻ സമീപത്തുള്ള മുളങ്കാടു ലക്ഷ്യമാക്കി നടക്കുകയായിരുന്നു.

രാത്രി എട്ടുമണികഴിഞ്ഞപ്പോൾ നമ്പ്യാർ, വലപ്പാട് പൊലീസ് സ്റ്റേഷനു സമീപം താമസിക്കുന്ന ഡോ. നാരായണമേനോന്റെ വീട്ടിൽ പോയി നെറ്റിയിലേറ്റ മുറിവിനു മരുന്നും ബാന്റേജുമിട്ടു തിരിച്ചു പോകുന്നത് അടുത്തുള്ള പോസ്റ്റോഫീസിലെ പാവുണ്ണി കണ്ടു. ജാഥയും പൊലീസും തമ്മിൽ ഏറ്റുമുട്ടലുണ്ടായതറിഞ്ഞപ്പോൾ ഫോർട്ടുകൊച്ചിയിൽനിന്നും പൊലീസ് സൂപ്രണ്ട് വരുന്നുണ്ടെന്ന നമ്പ്യാർക്കുള്ള വയർലെസ് സന്ദേശം പാവുണ്ണി കേട്ടു.

ഏതോ മഹത്തായ ദൗത്യം നിർവ്വഹിക്കുന്ന ഭാവത്തിൽ നമ്പ്യാർ പൊലീസുകാർക്കു നിർദ്ദേശങ്ങൾ കൊടുക്കുന്നുണ്ടായിരുന്നു. ജാഥയിൽ ആരെല്ലാം പങ്കെടുത്തു. എവിടെ നിന്നാണു ജാഥ തുടങ്ങിയത്? ആരുടെ വീട്ടിലായിരുന്നു? മേൽക്കമ്മിറ്റിയിലെ ആരെല്ലാം വന്നിരുന്നു? എവിടെയെല്ലാം ആക്രമണം നടത്താൻ ഉദ്ദേശ്യമുണ്ടായിരുന്നു? ബോംബോ ആയുധങ്ങളോ ഉണ്ടായിരുന്നുവോ തുടങ്ങി ആയിരം ചോദ്യങ്ങൾ അവർ സഖാക്കളോട് ചോദിച്ചുകൊണ്ടേയിരുന്നു. ഉത്തരം പ്രശ്നമായിരുന്നില്ല, അടിക്കാൻ ചോദ്യങ്ങൾ വേണമായിരുന്നു.

മറ്റുള്ള മൂന്നുപേർക്കു നേരെയുള്ള മർദ്ദനം നിർത്തി, അവർ അവശരായി മയങ്ങിത്തുടങ്ങി. സർദാറിനെ കേന്ദ്രീകരിച്ചുള്ള മർദ്ദനം തുടർന്നപ്പോൾ സർദാർ മരണം മണത്തു. കീഴടങ്ങാനോ മാപ്പിരക്കാനോ സമയമുണ്ടായിരുന്നു, അതൊന്നും സർദാറിനാവില്ലായിരുന്നു. മുഖതേജസ്സിന്റെ അഴകും, അധികാര ഗർവ്വിനെതിരെയുള്ള ചെറുത്തുനില്പിന്റെ പ്രതീകവുമായിരുന്ന ആ കനത്ത മീശരോമങ്ങൾ ഓരോന്നും വന്യമായ ആനന്ദത്തോടെ ആ നരാധമൻമാർ പിഴുതെടുത്തുകൊണ്ടിരുന്നു. അസ്സഹനീയമായ വേദന സഹിക്കുന്ന ഓരോ നിമിഷത്തിലും, സ്വബോധവാനായ സർദാർ, ഇഞ്ചിഞ്ചായി മരിക്കുമ്പോഴും 'ഇൻക്വിലാബ് സിന്ദാബാദ്' എന്നുറക്കെ വിളിച്ചുകൊണ്ടേയിരുന്നു. ചേക്കു, ലോനപ്പൻ, അയ്യപ്പൻ എന്നീ പൊലീസുകാരായിരുന്നു നമ്പ്യാരോടൊപ്പം മുന്നിൽനിന്നു സർദാറിനെ മർദ്ദിച്ചത്. അവരുടെ അവിഹിതബന്ധങ്ങൾ തടയപ്പെട്ടത്

സർദാർ ആണെന്ന ധാരണയിൽ നിന്നുണ്ടായ പകവീട്ടാനും ഈ സന്ദർഭം അവർ ഉപയോഗിച്ചു.

പൊലീസ് സ്റ്റേഷനിലെ മർദ്ദനങ്ങളും ആക്രോശങ്ങളും പരിസരവാസികൾ കാതടക്കിപ്പിടിച്ചു കേൾക്കുന്നുണ്ടായിരുന്നു. കൊല്ലാനായി മർദ്ദിച്ചിട്ടും മരിക്കാൻ തയ്യാറല്ലാത്ത സർദാറിന്റെ സമരവീര്യത്തിൽ പൊലീസ് പ്രകോപിതരായി. അവസാനം, തലയ്ക്കുപിന്നിൽ ബയണറ്റു കുത്തിയിറക്കിയപ്പോൾ, തിളയ്ക്കുന്ന രക്തം ചീറിവന്ന് ചുമരിലേക്ക് തെറിച്ചു, ഒരു കുതിപ്പോടെ സർദാർ അന്ത്യശ്വാസം വലിച്ചു, താഴോട്ടു വീണു..

വിസ്മയകരമായ ആ സത്യത്തിന്റെ ഭാരം താങ്ങാനാവാതെ കാലമൊരു നിമിഷം ചലനമറ്റു നിന്നു...!

സ്നേഹത്തിന്റെ ആൾരൂപം, സ്നേഹരഹിതമായി കൊല്ലപ്പെട്ടു, സർദാർ രക്തസാക്ഷിയായി..!

ഇന്ത്യൻ റിപ്പബ്ലിക്കിലെ ആദ്യരക്തസാക്ഷി..!

രാഷ്ട്രീയ സ്വാതന്ത്ര്യത്തിനു വേണ്ടി രക്തസാക്ഷിയാവുന്ന റിപ്പബ്ലിക്ക് ഇന്ത്യയിലെ ആദ്യപൗരൻ....!

സാമ്യമകന്ന ഹിംസയുടെ കാലവർഷം പെയ്തുതോരുകയായിരുന്നു!

ആ കാളരാത്രിയുടെ അന്ത്യയാമങ്ങളിൽ ചുമരുകൾക്കുള്ളിൽ മൗനം ഭീകരമായി തളംകെട്ടി നിന്നു ..!

തണുത്തുറഞ്ഞു വിങ്ങി വിറങ്ങലിച്ചുനിന്ന മകരമാസ രാവിനൊന്നു പൊട്ടിക്കരയാൻപോലുമാവാതെ വിതുമ്പി....

മഞ്ഞുകണങ്ങൾ കണ്ണുനീർതുള്ളികളായി പൊഴിഞ്ഞുവീണു...!

മണപ്പുറത്തെ പഞ്ചാരമണൽത്തരികളിൽ ചോരവീണു ചുവന്നു കുതിർന്നു...!

സംസ്കാരം

അതിരാവിലെ പൊലീസ് സ്റ്റേഷനിലേക്കു കമ്പിവിതരണം ചെയ്യാൻ പോയ പാവുണ്ണി കണ്ട കാഴ്ച ദുഃസഹമായിരുന്നു. എപ്പോഴും ഊർജ്ജം പ്രസരിപ്പിച്ച് മീശയിൽ പുഞ്ചിരി ഒളിപ്പിച്ചു നടന്നിരുന്ന സർദാർ വടക്കോട്ടു തലവെച്ച് കാൽമുട്ടുകൾ ഉയർത്തിവെച്ച് കൈകൾ തലയോടു അടുപ്പിച്ച് ചലനമറ്റുകിടക്കുന്നു, മീശപറിച്ച പാടുകളോടൊപ്പം, മൂക്കിനുതാഴെ രക്തം കട്ടപിടിച്ചു കിടന്നിരുന്നു. ആരും കാണാൻ ആഗ്രഹിക്കാത്ത രൂപം പാവുണ്ണിക്കു രണ്ടാമതൊന്നു നോക്കാനായില്ല...

കേസ് ചാർജുചെയ്യാതെ, വിചാരണചെയ്യാതെ, ഒരു മൂന്നാംകിട പൊലീസ് ഇൻസ്പെക്ടർ വിധിച്ചു നടപ്പിലാക്കിയ ഈ വധശിക്ഷ ഏതൊരു ആധുനികഭരണത്തിനും അപമാനകരമാണ്. ചെങ്കോലും കിരീടവുമണിഞ്ഞ് കോമരം തുള്ളുന്ന കോമാളി ഭരണമേ, ഒന്നാംതരമൊരു മനുഷ്യനെ നാലുചുമരുകൾക്കുള്ളിൽ പൂട്ടിയിട്ടു പച്ചയ്ക്കു തല്ലി

ക്കൊന്നതിൽ നിങ്ങൾക്കു ലജ്ജയില്ലേ? നാണമില്ലാത്തവർക്കെന്തു ലജ്ജയല്ലേ?

വലപ്പാടിന്റെ ഇതരഭാഗങ്ങളിലുള്ളവരും അകത്തുനടക്കുന്ന കാര്യങ്ങൾ എന്തെന്നറിയാൻ സ്റ്റേഷൻ പരിസരത്ത് ആകാംക്ഷയോടെ ഒളിച്ചും പതുങ്ങിയും നിന്നിരുന്നു. അവരെല്ലാറ്റിനും ദൃക്സാക്ഷികളായിരുന്നു. നേരം വെളുത്തപ്പോഴേക്കും പൊലീസുകാരിൽ നിന്നുതന്നെ സർദാറിന്റെ കൊലപാതക വിവരം വീരസ്യവേഷത്തിൽ പുറത്തുവന്നു. ദൃക്സാക്ഷിയായ പോസ്റ്റോഫീസിലെ പാവുണ്ണിയുടെ വാക്കുകൾ സർദാർ രക്തസാക്ഷിയായെന്ന വാർത്തയ്ക്കു സ്ഥിരീകണമായി. ആളുകളിൽനിന്ന് വാർത്ത പടർന്നു..

സർദാറിന്റെ കുടുംബത്തെ മരണവിവരമറിയിച്ചില്ല. ആരെങ്കിലും വിവരമറിഞ്ഞു വരുന്നതിനുമുമ്പുതന്നെ സംസ്കാരത്തിനുള്ള ഏർപ്പാടുകൾ തുടങ്ങി. രാവിലെ ആറരയ്ക്കുമുമ്പേ ശവം സ്റ്റേഷനിൽ നിന്നുമെടുത്തു വാനിൽ കൊണ്ടുപോയി. പള്ളിയിൽ ശവം മറവുചെയ്യുന്ന കണ്ടുട്ടിയെന്ന ദളിതന്റെ വീടു തേടിപ്പിടിച്ച് വിവരം പറഞ്ഞ് അയാളെയും കൂട്ടിക്കൊണ്ടുവരാൻ സമയമെടുത്തു. രാവിലെ ഒമ്പതുമണിയാകുമ്പോഴേക്കും വലപ്പാടു കോതകുളം കടപ്പുറത്തുനിന്നു അല്പം തെക്കോട്ടുനീങ്ങി, വട്ടപ്പരത്തിയിൽ അറപ്പയ്ക്കുസമീപം താമസിക്കുന്ന പാതാട്ടു വാസുവിന്റെ വീട്ടിൽ പൊലീസ് വാൻ ചെന്നുനിന്നു. പായയിൽ പൊതിഞ്ഞു കിടത്തിയ സർദാറിന്റെ ശരീരം ഒരുനോക്കു കണ്ടു, പിന്നീടു നോക്കാൻ കരുത്തുണ്ടായില്ല. പൊലീസ് ആവശ്യപ്പെട്ടതനുസരിച്ചു പാതാട്ടു വാസുവും കടപ്പുറത്തു ചെന്നു.

കണ്ടുട്ടി, പഞ്ചാരമണലെടുത്തു കുഴിവെട്ടി. കണ്ടുട്ടിയും പാതാട്ടു വാസുവും പൊലീസുകാരും ചേർന്നു മൃതദേഹം താഴോട്ടിറക്കി, ഐതിഹാസിക ജീവിതത്തിന്റെ അന്ത്യകർമ്മമായി പഞ്ചാരമണലിട്ടു മൂടി...

ജനകോടികളുടെ സ്വാതന്ത്ര്യത്തിന്റെയും സോഷ്യലിസത്തിന്റെയും ഒരായിരം പ്രതീക്ഷകളെയാണ് മണ്ണിട്ടു മൂടാൻ ശ്രമിച്ചത്..!

നമ്പ്യാർ അവകാശപ്പെട്ടത് കമ്യൂണിസത്തിന്റെ ശവദാഹമായിരുന്നു അതെന്നാണ്.

ചെങ്കൊടി പാറുന്നു...

എന്നാൽ, പിറ്റേദിവസം രാവിലെ, സർദാറിന്റെ സംസ്കാരം നടന്ന സ്ഥലത്ത് ഒരു ചെങ്കൊടി ഉയർന്നുവന്നു. വീശിയടിക്കുന്ന കാറ്റിൽ, അറബിക്കടലിനെ നോക്കി പുഞ്ചിരിച്ചുകൊണ്ട് ഉയരത്തിൽ ആ ചെങ്കൊടി പാറുകയായിരുന്നു..

രക്തസാക്ഷികളുടെ രക്തംവീണു ചുവന്ന രക്തപതാക...!

സർദാറിന്റെ വീരസ്മരണകളിരമ്പുന്ന രക്തപതാക...!

സമഭാവനയുടെ മോഹനസങ്കല്പങ്ങൾ വീണ്ടും അറബിക്കടലിൽ ഉയർന്നുപൊങ്ങി...!

ആ തിരമാലകൾ പറഞ്ഞു, രക്തസാക്ഷിക്കു മരണമില്ല... !

അനശ്വരനായ സർദാറിന്റെ മരണാന്തര ജീവിതത്തിന്റെ അനന്തമായ പ്രയാണം ഇവിടെനിന്നും ആരംഭിക്കുന്നു....!

ഇത് സർദാർ എന്ന വിപ്ലവകാരിയുടെ മരണമായിരുന്നില്ല, മറിച്ച് സ്വാതന്ത്ര്യമൊരു മിഥ്യാധാരണയായി അധഃപതിക്കുന്ന സങ്കടകരമായ പതനമായിരുന്നു...

അറബിക്കടലിലെ തിരമാലകൾ പറഞ്ഞുകൊണ്ടേയിരുന്നു, സർദാറിനു മരണമില്ല...

ലാൽസലാം...!

---

* പൗരാവകാശജാഥയുടെ ഉദ്ഘാടന വേളയിൽ പി കെ ഗോപാലകൃഷ്ണനെ സർദാർ ഏല്പിച്ച വാച്ചുംപേനയും, 1951 ൽ കോഴിക്കോട്ടു നടന്ന കമ്യൂണിസ്റ്റുപാർട്ടി സമ്മേളനത്തിൽവെച്ച് സഖാവ് ജ്യോതിബസുവിന്റെ കൈയിൽ പി കെ ഗോപാലകൃഷ്ണൻ കൊടുക്കുകയുണ്ടായി, കൽക്കത്തയിലെ നാഷണൽ മ്യൂസിയത്തിൽ അവ സൂക്ഷിച്ചുവെച്ചു....

പൗരാവകാശ ജാഥയിൽ പങ്കെടുത്തവർ

സർദാർ, വി കെ ചാത്തൻ, എം പി ശങ്കരനാരായണൻ, എം എ അയ്യപ്പൻ, അഭിമന്യു, പെരുമ്പിള്ളി ഭാസ്കരൻ, കെ ജി പദ്മനാഭൻ പണിക്കെട്ടിനാരായണൻ, കെ കെ വേലായുധൻ (പൈനൂർബാച്ച്), ടി ആർ കൊച്ചു, ടി ആർ വേലായുധൻ, ടി ആർ ശേഖരൻ, ടി ആർ കോരൻ, പി യു ഗംഗാധരൻ, വട്ടപ്പറമ്പിൽ വേലായുധൻ, ഞായക്കാട്ടു വേലായുധൻ, പടിഞ്ഞാട്ടേ കുഞ്ഞുണ്ണി, ടി കെ മാധവൻ, എം എം അബ്ദുല്ല, പയ്യാക്കൽ പ്രഭാകരൻ, പയ്യാക്കൽ വിശ്വം, വി കെ ഗോപാലൻ, പുളിക്കൽ പരമേശ്വരൻ, പുളിക്കൽ സുബ്രഹ്മണ്യൻ, തറയിൽ ഭാസ്കരൻ, കോലാന്ത്ര ഗോപി, കോലാന്ത്ര വേലായുധൻ, മുല്ലങ്ങത്ത് മാമിനാഥൻ, വലിയപറമ്പിൽ വാസുദേവൻ, വാഴെവപ്പറമ്പിൽഅബ്ദുല്ല, കാരയിൽ സഹദേവൻ, കാരയിൽ വേലായുധൻ, കെ കെ കുട്ടൻ, കുറുപ്പം പറക്കൽ വേലായുധൻ, പാപ്പിനിയേടത്തു വേലായുധൻ, പിണ്ടിയത്തുപടി ശങ്കരൻ, സി കെ രാഘവൻ, ഞാറ്റുവെട്ടി കൊച്ചക്കൻ, അന്തിക്കാട് രാമൻ, ടി സി വി കുഞ്ഞക്കൻ, കൊല്ലാറ കുഞ്ഞിറ്റി, കുളിയേടത്തു വേലു, ടി കെ ശങ്കരനാരായണൻ. *(ചിലരുടെ പേരുകൾ കിട്ടിയില്ല.)*

സഹായക ഗ്രന്ഥങ്ങൾ

സ്നേഹം, നന്ദി....

ഈ കൃതിയുടെ രചനയ്ക്കു സഹായകമായ ഗ്രന്ഥങ്ങളുടെ രചയിതാക്കൾ, സർദാറിനെക്കുറിച്ചുള്ള ഓർമ്മകളും അനുഭവങ്ങളും പങ്കുവെച്ചു സഹായിച്ചവർ, ചെറുപ്പകാലം മുതൽ സർദാർ ഓർമ്മകൾ പങ്കുവെച്ച പ്രിയസഖാക്കൾ, നാട്ടുകാർ, ബന്ധുക്കൾ, വീട്ടുകാർ തുടങ്ങി അവരിൽ പലരും ഇന്നു ജീവിച്ചിരിപ്പില്ല, എല്ലാവരോടും സ്നേഹം, നന്ദി...

സഹായക ഗ്രന്ഥങ്ങൾ

From Ritual To Republic - Death As A Democratic Discourse - Dr. K V Cybil

ചിരസ്മരണ - സർദാർ സാംസ്കാരികവേദി 2001

സ: സർദാർ ഗോപാലകൃഷ്ണൻ സ്മരണിക 2000

ചിന്താധാര - എം പി ധർമ്മപാലൻ

അർച്ചനപ്പൂക്കൾ - എം പി ധർമ്മപാലൻ

സി പി ഐ തൃശൂർ ജില്ലാ ചരിത്രം - ഇ രാജൻ

ഓർമ്മകളുടെ വസന്തകാലങ്ങൾക്കു ഇപ്പോഴും മഴയുടെ പൂമണമാണ് - ലീല അശോകൻ

അണയാത്ത അക്ഷരജ്വാല - കെ ജി ശിവാനന്ദൻ

ചരിത്രം തുടിക്കുന്ന വിപ്ലവ സ്മരണകൾ - കെ ജി ശിവാനന്ദൻ

സഖാവ് പി കൃഷ്ണപിള്ള - എഡിറ്റർ സി ഭാസ്കരൻ

ദിവ്യശ്രീ ബോധാനന്ദസ്വാമികൾ - സച്ചിദാനന്ദസ്വാമി

സഹോദരൻ അയ്യപ്പൻ - കെ എ സുബ്രഹ്മണ്യം ബി എ ബി എൽ

പെരിങ്ങോട്ടുകര സോമശേഖരക്ഷേത്രം ഒരു സംക്ഷിപ്ത ചരിത്രം

- കെ ആർ അച്ചുതൻ എം എ ബി എൽ.
ജീവിതസമരം - ആത്മകഥ - സി കേശവൻ
ശ്രീനാരായണ ഗുരു - ജീവചരിത്രം മൂർക്കോത്തു കുമാരൻ
പെരിങ്ങോട്ടുകര സോമശേഖരക്ഷേത്രം - ലേഖനം - ശിവലാൽ കെ ജി
വി ടി ഭട്ടതിരിപ്പാട് - ബക്കർ മേത്തല

സഹായിച്ചവർ

സർദാറിന്റെ അനുകർത്താക്കൾ
കെ സി രാമചന്ദ്രൻ മാഷ് - എടത്തിരുത്തി

സർദാർ രക്തസാക്ഷിയാവുമ്പോൾ എനിക്കിരുപതു വയസ്സുണ്ടായിരുന്നു. ഒളിവിലിരിക്കുന്ന സർദാറിന് കത്തുകൾ കൈമാറുകയായിരുന്നു എന്റെ ദൗത്യം. മാഷുടെ വീട്ടിന്റെ പടിഞ്ഞാറുള്ള പാടത്തുനിന്നു എന്നെ ഉറക്കെ വിളിച്ചാൽ പാടത്തിനപ്പുറത്തുള്ള എന്റെ വീട്ടിൽ കേൾക്കും. മാഷോടൊപ്പം നിരവധി മീറ്റിങ്ങുകൾക്കും സ്റ്റഡിക്ലാസുകൾക്കും പോയിട്ടുണ്ട്. മാഷുടെ സ്നേഹവും കരുത്തുമുള്ള ഒരു മനുഷ്യനെ വേറെ കണ്ടിട്ടില്ല, കാണാൻ പ്രയാസമാണ്. സർദാർ മൺമറഞ്ഞിട്ടും, മണപ്പുറത്തെ ജനജീവിതത്തിന്റെ ഭാഗമായി ഇന്നും നിലനില്ക്കുന്നുണ്ട്. മാഷെക്കുറിച്ചു ഓർക്കുന്നതുതന്നെ ആവേശകരമാണ്....

ടി കെ ശങ്കരനാരായണൻ - പെരിഞ്ഞനം

പൗരാവകാശജാഥ തുടങ്ങിയതിനുശേഷമാണ് എനിക്കു കളരിക്കൽ സുബ്രഹ്മണ്യൻ സഖാവിന്റെ വീട്ടിലെത്താൻ കഴിഞ്ഞത്. ജാഥ പുറപ്പെട്ടിരുന്നു, പിന്നാലെ ഓടിയാണ് ജാഥയിൽ ഞാൻ കയറിയത്. എനിക്കന്ന് 22 വയസ്സുണ്ടായിരുന്നു.

1946 ൽ സർദാർ പി ടി ബിയുടെ അടുത്തു സെക്കന്ററി ട്രെയിനിങ്ങിനുവരുന്ന കാലംമുതൽ എനിക്കറിയാം. ആ മീശകണ്ടപ്പോൾ ആദ്യമൊന്നു ഭയം തോന്നിയെങ്കിലും മാഷ് സംസാരിക്കാൻ തുടങ്ങിയതോടെ പിന്നെ ഹൃദയത്തിൽനിന്നും മായ്ക്കാൻ കഴിയാത്ത ബന്ധമായി മാറി. ഒരിക്കൽ സംസാരിച്ചാൽ മതി, മാഷെ പിന്നെയാരും മറക്കില്ല. മാഷു നമ്മളോടൊപ്പമാണ് നമ്മുടെ സ്വന്തമാണ്. സ്നേഹമാണ് സർദാറിന്റെ ഏറ്റവും വലിയ ധന്യത.

കെ സി ശങ്കുരുകുറുപ്പ് - എടത്തിരുത്തി

ജാഥയുടെ സമയത്ത് എനിക്കു 22 വയസ്സുണ്ടായിരുന്നു. പറവൂരുള്ള അമ്മ വീട്ടിൽ എനിക്കു ജോലികിട്ടി പോയ സമയമായിരുന്നു, സ്ഥലത്തുണ്ടായിരുന്നെങ്കിൽ തീർച്ചയായും ഞാനും പൗരാവകാശജാഥയിൽ

പങ്കെടുക്കുമായിരുന്നു. മാഷ് ക്ഷണിച്ച എല്ലാ പാർട്ടി പരിപാടികളിലും പങ്കെടുത്തിട്ടുണ്ട്.

കറുമ്പയുടെ കെട്ടുതാലികെട്ടിച്ച കേസിലും കണ്ടനെ കുടിയൊഴിപ്പിക്കാൻ ശ്രമിച്ചപ്പോഴും കേസ് കൊടുത്തപ്പോഴുമെല്ലാം മാഷോടൊപ്പമുണ്ടായിരുന്നു. സഖാവ് പി രാമമൂർത്തി വന്നപ്പോൾ മാഷുടെ നേതൃത്വത്തിൽ നടന്ന യോഗം ഗംഭീരമായിരുന്നു...മാഷുടെ സംഭാഷണവും പെരുമാറ്റവും എല്ലാവരെയും ഉണർത്തും, മാഷുടെ സാന്നിദ്ധ്യം തന്നെ ഒരുത്സവാനുഭവമാണ്.

പുത്തൂർ രാമകൃഷ്ണൻ - എടത്തിരുത്തി

ഞാൻ കൈപ്പമംഗലത്തുനിന്നു എടത്തിരുത്തിയിൽ വരുന്നതിനു മുമ്പേ മാഷെ അറിയുമായിരുന്നു. നമ്മുടെ നാട്ടിൽ ജനിച്ച വലിയൊരു മനുഷ്യനായിരുന്നു സർദാർ. സർദാർ എയർഫോഴ്സിൽ നിന്നു വന്നതിനു ശേഷമാണ് പാർട്ടി വളർന്നുവലുതായത്. പാവപ്പെട്ടവരുടെ വിഷയങ്ങൾ ഏറ്റെടുക്കുമ്പോൾ അതിനെതിരെ ആരുണ്ടായാലും മാഷ് മുന്നോട്ടു തന്നെ പോകും. അനീതികണ്ടാൽ മാഷ് സഹിക്കില്ല. നാട്ടിലുള്ള ഓരോരുത്തരോടുമുള്ള സ്നേഹവും കരുതലും എല്ലാം ഒന്നു വേറെ തന്നെയായിരുന്നു..

മാഷ് പോയതോടെ അത്താണിയാണ് ഇല്ലാതായത്.

എൻ സി രവിമാഷ് കൂട്ടമംഗലം

സർദാറിന്റെ സഹപ്രവർത്തക സഖാവ് കൊച്ചുപെണ്ണിന്റെ മകനാണു ഞാൻ. മാഷ് മരിക്കുമ്പോൾ എനിക്കാറു വയസ്സേ ഉള്ളൂ. ഞങ്ങളുടെ വീട്ടിൽ മാഷും ശേഖരൻനായരും കൊമ്പത്തു ഭാസ്കരനുമെല്ലാം ഒളിവിലിരുന്നിട്ടുണ്ട്. ഞങ്ങളെപ്പോലുള്ളവരുടെ ഉന്നമനമായിരുന്നു മാഷുടെ ലക്ഷ്യം. നാട്ടുകാരുടെ എന്തു കാര്യവും ഏറ്റെടുക്കുന്ന മാഷുടെ നഷ്ടം ഓർക്കാനേ വയ്യ.

കമ്യൂണിസ്റ്റുകാരെ പൊലീസ് ആക്രമിക്കുന്ന സമയത്ത് 'നാട്ടിക ഫർക്കാഹരിജനസംഘ'ത്തിലൂടെയാണ് സർദാറും സഖാക്കളും പ്രവർത്തിച്ചത്. സ്വന്തം ജീവരക്തം നല്കി മണൽത്തരികളെ ചോരകൊണ്ട് ചുവപ്പിച്ച സർദാർ മണപ്പുറത്തിന്റെ വീരേതിഹാസമാണ്.

കെ വി ശേഖരൻ - എടത്തിരുത്തി

സർദാർ രക്തസാക്ഷിയാവുമ്പോൾ എനിക്കു പത്തുവയസ്സാണ്. മാഷ് 'മിടുക്കാ' എന്നാണ് കുട്ടികളെ വിളിച്ചിരുന്നത്. മിടുക്കരല്ലാത്തവർക്കും ആ വിളി ആഹ്ലാദകരമാണ്. ഓരോരുത്തരെയും ഉത്തേജിപ്പിക്കാനുള്ള അസാധാരണശേഷിയുള്ള മനുഷ്യനാണ് സർദാർ. മാഷുടെ സ്നേഹം അനുഭവിച്ചവർക്കേ അതറിയൂ. പറഞ്ഞറിയിക്കാൻ പ്രയാസ

മായിരിക്കും.

പൊനത്തിൽ ശേഖരേട്ടന്റെ വീട്ടിൽനടക്കുന്ന എല്ലാ മീറ്റിങ്ങുകൾക്കും പോകുമ്പോൾ, തൊട്ടുള്ള ഞങ്ങളുടെ വീട്ടിൽക്കയറി കുശലം ചോദിക്കും. എന്നെപ്പോലുള്ളവരെ ചെങ്കൊടി പിടിപ്പിച്ചതും മുദ്രാവാക്യം വിളിക്കാൻ പഠിപ്പിച്ചതും പാർട്ടിയിൽവരാൻ പ്രേരണയായതും സർദാറാണ്. ആദരവോടെയും സ്നേഹത്തോടെയും മാത്രം ഓർക്കാൻ കഴിയുന്ന വലിയൊരു മനുഷ്യനാണ് മാഷ്. സർദാറിന്റെ ഓർമ്മകൾക്കു മുന്നിൽ രക്തപുഷ്പങ്ങൾ...

വിവരങ്ങൾ നല്കിയവർ/മറ്റു സഹായം നല്കിയവർ

ഡോ. കെ വി സിബിൾ, കെ സി രാമചന്ദ്രൻമാസ്റ്റർ, കെ ആർ സുഗതൻ, വേലായുധൻ പണിക്കശ്ശേരി, കെ സി ശങ്കുരുകുറുപ്പു, കെ വി ശേഖരൻ, എൻ സി രവിമാസ്റ്റർ, കെ ആർ വത്സൻ, പ്രൊഫ. കെ യു അരുണൻ, (എക്സ് എം എൽ എ) ടി ആർ അജയൻ, കെ യു ചിത്രാധർമ്മരാജൻ, ഡോ. കെ യു വിനോദൻ, കെ ആർ വിശാരദൻ, കെ ആർ സുവർണ്ണൻ, കെ ആർ സുമംഗല, പൊക്കാഞ്ചേരി വത്സൻ, പൊക്കാഞ്ചേരി സുധി, വി ആർ ഹരിദാസൻ മാസ്റ്റർ, എ സി വേലായുധൻ, കെ കെ മോഹൻദാസ് മാഷ്, എ വി സതീശൻ, ചങ്കരം കുമരത്തു ഉണ്ണി പ്പാറൻ, കെ സി വാസന്തി കരുണാകരൻ, വിശാലാക്ഷി മോഹനൻ, കെ ആർ മോഹനൻ, പി കെ വിശാലാക്ഷി മോഹനൻ, ജയചന്ദ്രൻ പൊനത്തിൽ, കെ എസ് ജിനൻ, കെ എസ് ജീജാജയറാം, പി ആർ വത്സാമോഹൻ, പി ആർ പ്രേംലാൽ, വി ആർ ഹരിദാസൻ മാസ്റ്റർ, ധനഞ്ജയൻ മച്ചിങ്ങൽ, കെ സി പരമേശ്വരൻ, അഡ്വ. പുരുഷോത്തമൻ...

അഡ്വ. വി ഡി പ്രേംപ്രസാദ്, കെ ജി പവനൻ, ഡോ. കെ ആർ ബീന, ഡോ. എൻ ആർ ഗ്രാമപ്രകാശ്, ടി എൻ തിലകൻ, ഹിരൺ വേലായുധൻ, ജോഷി പുത്തൂർ, കെ വി പ്രസാദ്, കെ എസ് ലെജീഷ്...

മരണപ്പെട്ടവർ

പുത്തൂർ രാമകൃഷ്ണൻ, കെ കെ രാംമാഷു, വി കെ ചാത്തൻ, പണിക്കെട്ടി ചന്ദ്രു, കെ കെ അഭി മന്യു, എം എ അയ്യപ്പൻ, എം പി ശങ്കരനാരായണൻ, ആർ ഇന്ദ്രനാഥ് (കൊല്ലാറരവി), ബി എ ചാത്തൻ പൊനത്തിൽ കുമാരൻ. സർദാറിന്റെ സഹോദരങ്ങൾ, കുടുംബാംഗങ്ങൾ തുടങ്ങിയവർ ....

അനുബന്ധം

സാമ്പ്രദായിക കല്പനകളെ മറികടക്കുന്ന രചനാരീതി

ഡോ. ഉഷാ ബാലകൃഷ്ണൻ

ഗ്രന്ഥകർത്താവ് പറയുന്നു: "ഇപ്പോഴെങ്കിലും എഴുതിയില്ലെങ്കിൽ ഐതിഹാസികമായ ഈ ജീവിതം വലിയൊരു നുണയായി മാറ്റപ്പെടുവാനുള്ള സാദ്ധ്യതകളും ഈ സത്യാനന്തരകാലം കണ്ണുരുട്ടി കാണിക്കുന്നുണ്ട്." വൈകാരികം മാത്രമല്ല. എഴുത്തിന്റെ പ്രേരണ-പിന്തള്ളികളയാനനുവദിക്കാതെ, പ്രാന്തവല്ക്കരിക്കാൻ അനുവദിക്കാതെ ചരിത്രത്തിൽനിന്നു ഒരു ഉജ്ജ്വല വ്യക്തിത്വത്തെ അടയാളപ്പെടുത്തുക എന്ന സാമൂഹികധർമ്മത്തിന്റെ ശക്തിസ്രോതസ്സ്. വിത്തിട്ടുപോകുന്നവർ അവരുടെ വിജയങ്ങൾ ആഘോഷിക്കാൻ വരുംതലമുറയെയാണ് ഏല്പിക്കുന്നത്. ആ ദൗത്യം നിർവ്വഹിക്കുന്നു കെ ആർ കിഷോർ. "എല്ലാ നിരാസങ്ങൾക്കുമപ്പുറത്തു ആ മനുഷ്യന്റെ മുന്നിൽ പ്രപഞ്ചംപോലെ വിശാലമായൊരു സ്വപ്നമുണ്ടായിരുന്നു. 'സോഷ്യലിസ്റ്റു സ്വപ്നം.' ആ സ്വപ്നം പൂവണിഞ്ഞു, പക്ഷേ, ഇന്നതു വീണ്ടും ഒരു ദുരന്തമുഖത്താണ്, ഇതെഴുതാതിരിക്കാനാവുന്നില്ല.

പെയ്തൊഴിഞ്ഞ രണ്ടാം ലോകമഹായുദ്ധത്തിന്റെ പ്രതീക്ഷാനിർഭരമായ നാളുകളിൽനിന്നാണ് സർദാറിന്റെ ജീവചരിത്രം തുടങ്ങുന്നത്. സർദാറിന്റെ സ്വപ്നങ്ങൾക്കു ഒരേസമയം താൻ ജീവിച്ച മണപ്പുറത്തിന്റേതെന്നപോലെ ഇന്ത്യയുടേയും, ലോകത്തിന്റേയും മകനാകാനുള്ള 'മനുഷ്യത്വ'മുണ്ട് എന്നതാകാം അതിന്റെ യുക്തി. ലോകമഹായുദ്ധങ്ങൾ മനുഷ്യനു വേണ്ടിയായിരുന്നില്ലല്ലോ? സാമ്രാജ്യങ്ങൾക്കു വേണ്ടിയായിരുന്നല്ലോ. അതൊടുങ്ങുന്നിടത്തു നിന്നാണ് മനുഷ്യത്വം ആരംഭിക്കുന്നത്. തൊഴിലാളിവർഗ്ഗത്തിന്റെ ഉണർത്തുപാട്ടിനായി കാതോർത്തുകൊണ്ടു പുതുയുഗപ്പിറവിക്കായുള്ള യാത്രയിൽ അണിചേരാനുള്ള സർദാറിന്റെ ത്വരയിൽനിന്നാണ് ജീവചരിത്രത്തിൽ ആദ്യ ഏടുകൾ കൺതുറക്കുന്നത്.

ഇന്ത്യയുടെ ശത്രുവായ ബ്രിട്ടൻ അല്പകാലം കമ്യൂണിസ്റ്റു റഷ്യയുമായി ചേർന്നു ജർമ്മനിക്കെതിരെ പൊരുതുന്നുണ്ട്. ഫാസിസ്റ്റു ജർമ്മൻ റഷ്യയെ ആക്രമിച്ചതുകൊണ്ടാണ്, തൊഴിലാളിവർഗ്ഗത്തിന്റെ പ്രതീക്ഷയായ കമ്യൂണിസ്റ്റു പ്രസ്ഥാനം, താല്കാലികമായി ബ്രിട്ടനോടു ചേർന്നു പ്രവർത്തിക്കുന്നത്. ബ്രിട്ടീഷുവിരോധം മാറ്റിവെച്ചു റഷ്യയെ സഹായിക്കാൻ പുറപ്പെട്ട നിരവധി ചെറുപ്പക്കാരിൽ ഒരാളായി സർദാർ മാറിയതു അങ്ങനെയാണ്. അച്ചുതണ്ടുശക്തികളുടെ പരാജയത്തോടെ ആ ദൗത്യം പൂർത്തിയാകുമ്പോൾ സർദാർ നാട്ടിലേക്കു മടങ്ങുകയാണ്. ഇംഫാൽ-കോഹിമ യുദ്ധത്തിന്റെ രൂപരേഖ ലോകചരിത്രത്തിലെ ഗതിവിഗതികളിലേക്കുള്ള ചൂണ്ടുപലകയാണ്, സർദാർ എന്ന വ്യക്തിയുടെ സമരയാത്രകളുടെ ചരിത്രരേഖകൂടിയാണത്.

കേരളീയനായ ഗോപാലകൃഷ്ണൻ, സർദാറായി മാറിയ ചരിത്രം ഒരുതരത്തിൽ പറഞ്ഞാൽ സങ്കുചിത ദേശചിന്തകളെ മറികടക്കുന്ന അഥവാ മറികടക്കേണ്ട ദേശീയബോധം തന്നെയാണ്. അല്ലെങ്കിൽ കേരളത്തിൽനിന്ന്, ജപ്പാനെതിരായി ഇന്ത്യയെ സഹായിക്കാൻ 'റോയൽ എയർഫോഴ്സിൽ ചേരുക' എന്ന അത്ഭുതം സംഭവിക്കില്ലല്ലോ. എങ്കിലും യുദ്ധവും അന്യദേശവാസവും ബഹുരുചികളെ സ്വാംശീകരിച്ചു കൊണ്ടു ഒരു സാംസ്കാരിക വികാസത്തിലേക്കുള്ള യാത്രയ്ക്കു തുടക്കമൊവുകയായിരുന്നു. സമകാലിക രാഷ്ട്രീയ പശ്ചാത്തലത്തിൽ ഫാസിസത്തിന്റെ കറുത്ത ഓർമ്മകൾ ഉണർത്തിക്കൊണ്ടുള്ള ആഖ്യാന മാതൃക വായനക്കാരിൽ പുതിയൊരു ആവേശത്തിരയിളക്കാൻ പര്യാപ്തമാണ്, സംശയമില്ല. സർദാറിന്റെ നാട്ടിലേക്കുള്ള മടക്കം അല്പം കാല്പനിക സൗന്ദര്യം തേടുന്നുണ്ട്. ഇടതുവശം ചേർന്നുള്ള ആ യാത്ര എത്തിച്ചേർന്നതു നാടിന്റെ ഹൃദയം കീഴടക്കാൻ തന്നെയായിരുന്നു.

ബാല്യകൗമാരങ്ങളുടെ ഗ്രാമീണനാളുകൾ ഒരേസമയം ദേശചരിത്രം കൂടിയായി മാറുന്നതായി കാണാം. ഒരു വ്യക്തിയെ രൂപപ്പെടുത്തിയെടുക്കുന്നതിൽ അയാളുടെ ജീവിതപരിസരങ്ങൾക്കു എത്രമാത്രം പ്രാധാന്യമുണ്ടെന്നു ഇന്നു നമ്മെയാരും പഠിപ്പിക്കേണ്ടതില്ല. പാരമ്പര്യത്തേക്കാൾ പരിസ്ഥിതിയാണ് വ്യക്തിയെ രൂപപ്പെടുത്തുന്നത്. 'മകരത്തിലെ ഉച്ചാറൽഉത്സവം' കാർഷികവൃത്തിയുമായി ബന്ധപ്പെടുന്ന നാട്ടുപാരമ്പര്യത്തിന്റേതാണ്. മണ്ണും മനുഷ്യനും ചേർന്ന ആ അമ്പലപരിസരം സവർണ്ണ വരേണ്യക്ഷേത്ര പരിസരത്തിൽനിന്നു തികച്ചും വിഭിന്നമാണ്. 'പട്ടരത്തിക്കാപ്പി'ന്റെ ചരിത്രം ഉണർത്തുപാട്ടായിമാറുന്ന ഉത്സവാന്തരീക്ഷം ഒരേസമയം പ്രതിഷേധവും പ്രതിരോധവുമായി മാറുന്ന ശക്തി തന്നെയാണ്. ഇങ്ങനെ ഏതെല്ലാം വരേണ്യബോധങ്ങളോട് ഏറ്റുമുട്ടിക്കൊണ്ടാണ് കേരളം ജനാധിപത്യത്തിലേക്കു ഉണർന്നതെന്നത് ചിന്തിക്കേണ്ട വിഷയം തന്നെ.

കേരളചരിത്രത്തിന്റെ ഏടുകൾ വിസ്മയാവഹമാണ്. മൈസൂർ സുൽത്താനും ബ്രിട്ടീഷുകാരും തമ്മിലിടയുമ്പോൾ കേരളം അതിനു

വലിയ വിലകൊടുക്കേണ്ടിവന്നത് ഒരു ചരിത്രം-കിഴക്കു കനോലി കനാലും, പടിഞ്ഞാറ് അറബിക്കടലും അതിരിട്ട മണപ്പുറത്തു ജനിച്ച സർദാറിന്റെ സാമ്യം മണപ്പുറത്തിന്റെ ദേശാതിർത്തികളും, അതിനെ അതിവർത്തിക്കുന്ന നാട്ടുചരിത്ര പശ്ചാത്തലവും ചേർത്തു ഒരു പ്രാദേശിക ചരിത്രരചനയുടെ സ്വഭാവം കൈവരിക്കുന്നതായി കാണാം. മണ്ണും മരവും വലയം തെങ്ങിൻതോപ്പും ദേവതാസങ്കല്പങ്ങളും (അതിൽ സവർണ്ണദേവന്മാരുംപെടും) എല്ലാം ചേർന്ന 'ദേശപ്പെരുമ' ജീവചരിത്രത്തിനു ഒരു ദേശചരിത്രത്തിന്റെ പിൻബലംകൂടി നല്കുന്നുണ്ട്, സൂക്ഷ്മമാണീ നിരീക്ഷണങ്ങൾ.

കേരളത്തിൽ ഏതു ഭൂമിയും ജന്മിയുടെ സ്വത്തായിരുന്നല്ലോ. അതിൽ കാര്യസ്ഥന്മാരായി വർത്തിച്ച നായർസ്ഥാനികൾ ഏറക്കുറെ കിരീടം വെക്കാത്ത അധികാരിവർഗ്ഗങ്ങളാണ്. മലബാറിൽ ഈ ജന്മി-അധികാരി കൂട്ടുകെട്ട് ഭൂവുടമാബന്ധങ്ങളെ ഏറെ പ്രശ്നസങ്കീർണ്ണമാക്കിയിട്ടുണ്ട് എന്നതിനു കേരളചരിത്രം സാക്ഷിയാണ്. ഇവിടെയും കാണാം, ഇത്തരം സ്ഥാനികളെ. തമ്പുരാക്കന്മാരുടെ പ്രതിനിധികളായി സ്വയം അവരോധിക്കപ്പെട്ട ബ്ലാഹേയിൽ അധികാരികളെപ്പോലുള്ളവരോടു പടവെട്ടാനുള്ള ആന്തരികശക്തി തേടലായിരുന്നു ഒരു കാലത്തെ കേരളചരിത്രം തന്നെ. 'ശാരീരികശക്തി' കൊണ്ടു കാര്യമില്ല, തമ്പുരാനോടുള്ള മാനസികാടിമത്തംകൂടി കുടഞ്ഞുകളയേണ്ട യുക്തികൂടി ഇവിടെ പ്രവർത്തിപ്പിക്കണം. കേരളത്തിലെ കമ്യൂണിസ്റ്റു മുന്നേറ്റം ഇതിന്റെകൂടി ചരിത്രമാണ്. സർദാറിന്റെ ബാല്യത്തിലൂടെ കടന്നുപോകുമ്പോൾ ഈ നാൾവഴികൾ തെളിഞ്ഞുവരുന്നുണ്ട്.

"നമുക്കു സന്ന്യാസം തന്നത് ബ്രിട്ടീഷുകാരാണല്ലോ" എന്നൊരിക്കൽ ശ്രീനാരായണഗുരു പറഞ്ഞതായി രേഖപ്പെടുത്തിയിട്ടുണ്ട്. നെല്ലിനു വെള്ളം വിട്ടാൽ അതു പുല്ലിനും ചെന്നുചേരും എന്നപോലെ ബ്രിട്ടീഷ് ഭരണം കേരളത്തിലെ സവിശേഷ ശ്രേണീഘടനയിൽ എപ്രകാരമാണ് ഒരു പരിവർത്തനശക്തിയായി മാറിയത് എന്നതിന് 1887 ൽ പോംപേസെന്റു മേരീസ് സ്കൂളിന്റെ ആരംഭം ഒരു ഉദാഹരണമാണ്. 1888 ലാണ് അരുവിപ്പുറം പ്രതിഷ്ഠനടക്കുന്നത് എന്നതുകൂടി ഓർക്കുക. അതായിരുന്നു സർദാറിന്റെ തലമുറയ്ക്ക്, തനിക്കു ചുറ്റുമുള്ളവരെ നോക്കിക്കാണാൻ ഒരു തുടക്കമായത്. അതോടൊപ്പം ഗുരുദർശനങ്ങളും ചേർന്നതോടെയാണ് അവരിൽ ഒരു കമ്യൂണിസ്റ്റുകാരൻ ജനിക്കുന്നത്, അപരോന്മുഖത്വം ശക്തമാവുന്നത്. ആ നാൾവഴികൾ ശക്തമായി കൃത്യമായി രേഖപ്പെടുത്തുന്നുണ്ട് കിഷോർ. 1924 ലെ, '99' ലെ വെള്ളപ്പൊക്കം (1099 കർക്കിടകം) ഓർമ്മകളായി കടന്നുവരുന്നു. മുല്ലപ്പെരിയാർ അന്നും ചർച്ചയാകുന്നുണ്ട് എന്നുകാണാം. ഇതിനിടയിൽ, സർദാറിന് പില്ക്കാലത്തു മനുഷ്യനായി ചിന്തിക്കാനും വളരാനും സ്വതന്ത്രനാവാനും സഹായിച്ച 'അമ്പലംപൊളിക്കൽ' എന്ന തറവാട്ടുപ്രശ്നം, ദൈവത്തെക്കുറിച്ചുള്ള ഒരു വിമർശനാത്മക സമീപനം കൂടിയാണ്. യൗവനത്തിലെത്തു

മ്പോഴേക്കും മറ്റെന്തിനേക്കാളുപരി, സർദാർ ഒരുനല്ല മനുഷ്യനായി മാറിക്കഴിഞ്ഞിരുന്നു. ശ്രീനാരായണ പ്രസ്ഥാനവുമായി ചേർന്ന പ്രവർത്തനങ്ങൾ അതിനു കൂടുതൽ മിഴിവു നല്കുന്നു, അന്ധവിശ്വാസങ്ങളോട് ഇടയാനുള്ള ശക്തി ഇക്കാലത്തുണ്ടാവുന്നുണ്ട്.

നവോത്ഥാനാനന്തര കേരളം നേരിട്ട, സവർണ്ണ കൂട്ടുകെട്ട് എപ്രകാരമാണ് കേരളത്തിലെ ജാതിപ്രശ്നത്തെ തകിടംമറിച്ചത് എന്നതിന്റെ ഒരു സൂക്ഷ്മവായനയും ഈ ഭാഗം സൂക്ഷ്മമായി ചർച്ച ചെയ്യുന്നുണ്ട്. "എന്തിനയേസ്വരാജ്യം.." എന്ന ആശാന്റെ ചോദ്യം ഇവിടെയാണ് പ്രസക്തമാവുന്നത്. ഈ ചോദ്യം പിന്നീട് കേരളത്തിലെ ചിന്തിക്കുന്നവർ ഏറ്റുചൊല്ലി എന്നതു മറ്റൊരു ചരിത്രസത്യം-ഒടുവിൽ ഇത്തരം ചിന്താധാരകളുടെ സമന്വയസംസ്കാരം എന്ന നിലയിൽ സർദാർ കമ്യൂണിസ്റ്റു പ്രസ്ഥാനത്തിലേക്കു എത്തിച്ചേരുന്നതായി കൃത്യമായി അടയാളപ്പെടുത്തുന്നുണ്ട്. വായനശാലാ പ്രസ്ഥാനങ്ങൾ കേരളത്തിന്റെ പൊതുബോധത്തിൽ എത്രശക്തമായ സ്വാധീനതയാണ് ചെലുത്തിയത് എന്നതിന്റെ പ്രത്യക്ഷ ഉദാഹരണമാണ് സർദാറിന്റെ യൗവ്വന തീക്ഷ്ണമായ നാളുകൾ. സാമൂഹിക സമത്വമെന്നാൽ സാമ്പത്തിക സമത്വം കൂടിയാണ് എന്നും അതൊരു സാംസ്കാരിക ബോധമായി മാറുമ്പോൾ മാത്രമേ സമത്വം പ്രയോഗികമായിത്തീരൂ എന്നും തിരിച്ചറിയുന്ന നിമിഷമാണ് സർദാറിലെ പൗരത്വബോധം കമ്യൂണിസ്റ്റാശയങ്ങളിലേക്കും വർഗ്ഗബോധത്തിലേക്കും തിരിയുന്നത്. തുടർന്നുള്ള അദ്ധ്യായങ്ങൾ കമ്യൂണിസ്റ്റുപാർട്ടിയുടെ 'കേരള'ത്തിലെ വികാസപരിണാമത്തിന്റെ ചരിത്രം കൂടിയാണ്. മണപ്പുറം ചുവന്നതെങ്ങനെയെന്ന് പ്രാദേശിക ജന്മി-കുടിയാൻ പ്രശ്നങ്ങളിലൂടെ വിശദമാക്കുന്നു.

അതോടൊപ്പംതന്നെ കമ്യൂണിസ്റ്റു പാർട്ടിയുടെ വളർച്ചയിൽ നിശ്ശബ്ദമായി സംഭവനകൾ നല്കിയ സ്ത്രീവർഗ്ഗത്തിന്റെ ത്യാഗോജ്ജ്വലമായ ഏടുകളും കാണാം. ഒരുപക്ഷേ, രാഷ്ട്രീയ ചരിത്രത്തിൽ ഒരിക്കലും ഇടംപിടിക്കാൻ ഇടയില്ലാത്തവരുടെ കൂടി അടയാളപ്പെടുത്തലായി അതു മാറുന്നുണ്ട്. എ കെ ജി നയിച്ച 'പട്ടിണിജാഥ' പോലെ തന്നെ പ്രധാനപ്പെട്ടതായിരുന്നു 'കാജാബീഡിസമര'വും "ചകിരിത്തൊഴിലാളിസമര"വുമെല്ലാം. ഇത്തരം അറിയപ്പെടാത്ത നിരവധി ചാലുകൾ ചേർന്നാണ് ഒരു പ്രസ്ഥാനം പില്ക്കാലത്തു വലിയൊരു വടവൃക്ഷമായി വളർന്നത്. തന്റെ ചുറ്റുമുള്ളവരുടെ ജീവിത സമരങ്ങളിൽ ഏർപ്പെടുന്ന സർദാർ സമരചരിത്രത്തിന്റെ ഏടുകളായിരുന്നു തുന്നിച്ചേർത്തുകൊണ്ടിരുന്നത്.

രണ്ടാം ഭാഗത്തേക്കു കടക്കുന്നതോടെ കുറേക്കൂടി രാഷ്ട്രീയ നിരീക്ഷണങ്ങളിലേക്കു പ്രവേശിക്കുന്നു. ഇവിടെ കേന്ദ്ര കഥാപാത്രം പാർട്ടിയായി മാറുന്നു. സർദാറിന്റെ വ്യക്തിത്വത്തേക്കാൾ സഖാവ് സർദാറിന്റെ പ്രവർത്തനമേഖലക്കാണ് ഇവിടെ പ്രാധാന്യം. വയലേലകളിൽനിന്നും തൊഴിലിടങ്ങളിലേക്ക് സർദാറിന്റെ പ്രവർത്തനങ്ങൾ വ്യാപിക്കുന്നു.

തന്റെ ബന്ധുവായ മുതലാളി, തൊഴിലാളിയെ കെട്ടിയിട്ടു മർദ്ദിച്ച

പ്പോൾ അതിലടങ്ങിയ ജന്മിത്വത്തിന്റെ ദൂഷിതവലയം ജാതിശ്രേണിയെ മറികടക്കുന്ന മുതലാളിത്തദുഷ്പ്രഭുത്വത്തിന്റേതാണ് എന്ന തിരിച്ചറിവ് സർദാറിനെ കൂടുതൽ ജാഗരൂകനാക്കുന്നു. ജനകീയപ്രശ്നങ്ങൾ ഏറ്റെടുത്തു ജന്മിത്വത്തിനും മുതലാളിത്തത്തിനുമെതിരായി അവകാശപ്പോരാട്ടങ്ങൾ നടത്തുന്ന കറകളഞ്ഞ കമ്യൂണിസ്റ്റുകാരന്റെ ചിത്രമാണിവിടെ സർദാരിൽ കാണുന്നത്. 'റേഷനരിയിലെ കല്ലും', 'പൊട്ടിച്ച താലികെട്ടിക്ക്'ലും ഒരേസമയംതന്നെ അവകാശസമരമാവുന്നത് ഇവിടെയാണ്. "സംഘടനകൊണ്ടു ശക്തരാകുവിൻ" എന്നു ഗുരു പറഞ്ഞത് ലെനിൻ, "സർവ്വരാജ്യതൊഴിലാളികളെ സംഘടിക്കുവിൻ" എന്നു പറഞ്ഞത് കേട്ടിട്ടല്ല, അൻപുള്ളവന്റെയാണാ കാഴ്ചപ്പാട്. ശത്രുക്കളുടെ നിര, പുറത്തു തിടവെക്കുന്നത് സർദാർ അറിഞ്ഞെങ്കിലും നിർഭയത്വമായിരുന്നു മുഖമുദ്ര. ഇത്തരം മുന്നേറ്റങ്ങളെ സവർണ്ണമേലാള അധികാരിവർഗ്ഗത്തോടൊപ്പംനിന്ന് ആക്രമിച്ചു തകർക്കുന്നത് പലപ്പോഴും അവരുടെ പിണിയാളുകളായി മാറിയ പൊലീസ് വിഭാഗമാണ്. ആ ദുരന്തമുഖവും കൃത്യമായി വരച്ചിടുന്നുണ്ട്. അധികാരികൾക്കുവേണ്ടി കുരയ്ക്കുന്ന കാവൽനായ്ക്കളെ കാലം പില്ക്കാലത്ത് അടയാളപ്പെടുത്തുന്നത് കാണാം.

സർദാറിന്റെ ഇതിഹാസസമാനമായ ജീവിതത്തിന്റെ തിളങ്ങുന്ന സമരമുഖമാണ് മൂന്നാംഭാഗം. നമ്പ്യാർ എന്ന പൊലീസുദ്യോഗസ്ഥൻ കേരളത്തിലെ എക്കാലത്തെയും കാവൽനായ്ക്കളിൽ ഒരാൾമാത്രം, ഭരിക്കുന്നവരോട് യജമാനദാസ്യം...! ഏതു സമരമുഖത്തും ഇത്തരം മുഖമില്ലാത്ത അധികാരിവർഗ്ഗത്തെ കാണാനാവും. കർഷകസംഘരൂപീകരണം കേരളത്തിൽ കമ്യൂണിസ്റ്റു പ്രസ്ഥാനത്തിന്റെ വളർച്ചയിലെ നാഴികക്കല്ലാണ്. അതോടൊപ്പംതന്നെ അടിച്ചമർത്തപ്പെട്ടവനും, അവകാശങ്ങൾ നിഷേധിക്കപ്പെട്ടവനും വേണ്ടി ആയുധമെടുത്തതുകൊണ്ടാണ് കമ്യൂണിസ്റ്റു പ്രസ്ഥാനം 'രക്തവർണ്ണ'ത്തിന്റെ കൊടിയടയാളം പേറിയത്. പക്ഷേ, പില്ക്കാലത്ത് അതിന്റെ സദ്ഫലങ്ങൾ ആവോളം ആസ്വദിച്ചവർ തന്നെ കമ്യൂണിസ്റ്റുകാരെ 'രക്തദാഹികളാ'ക്കി മാറ്റി ചിത്രീകരിച്ച ചരിത്രവും കാണാം. ചെത്തുതൊഴിലാളി സമരവും, കുലമുറിസമരവും വാമൊഴി വഴക്കമായി പടിഞ്ഞാറൻ നാട്ടിൽ പ്രചരിച്ചിരുന്നു. അതൊക്കെ ഓർമ്മയിലെ തിളക്കമുള്ള ഒരേടായിമാറുന്നുവെന്നത് ഈ ജീവചരിത്രത്തിന്റെ പ്രത്യേകതയാണ്. ഏതു സമരവും രക്തരൂഷിതമായി മാറുന്നത്, അതു കൈകാര്യം ചെയ്യുന്നവർ കിരാതരായി മാറുമ്പോഴാണ്. ഇക്കാര്യത്തിൽ ബ്രിട്ടീഷ് സർക്കാരിനേക്കാൾ മോശമായിരുന്നു നമ്മുടെ സ്വന്തം ഭരണാധികാരികൾ എന്ന ചരിത്രസത്യം ഏതു കലാപത്തിന്റെയും ദുരന്തമുഖമാണ്. മാപ്പിളകലാപമായാലും പുലയലഹളയായാലും ലഹള അഴിച്ചുവിട്ടവർ സുരക്ഷിതരായി മാറുകയും, ആർക്കുനേരെയാണോ കലാപം നടത്തിയത്, അവരുടെ പേരുകൾ ചരിത്രത്തിൽ അടയാളപ്പെടുത്തുകയും ചെയ്യുക എന്നതും ഒരു പ്രതിലോമതന്ത്രമാണ്. അതോടെ മാപ്പിളയും

പുലയനും ചെത്തുതൊഴിലാളിയും എല്ലാം ദേശദ്രോഹികളായി മാറുന്നു, ഇന്നും ഈ യുക്തി പ്രവർത്തിക്കുന്നു എന്നതാണ് സത്യം.

'പൗരാവകാശജാഥ' പ്രതീക്ഷകൾക്കപ്പുറത്തു ഒരേറ്റുമുട്ടലായി മാറിയതോടെ കടന്നുവന്ന ദുരന്തമുഖത്തുവെച്ചു, സർദാറിന്റെ ഐതിഹാസികമായ യാത്ര ഒടുങ്ങുകയാണ്. അഥവാ സർദാറിനെ അധികാരിവർഗ്ഗം ക്രൂരമായി വധിക്കുകയാണ്. അതും സ്വതന്ത്ര റിപ്പബ്ലിക്കിലാണ് ആ ദുരന്തം അരങ്ങേറുന്നത്. സർദാറിന്റെ മൃതശരീരം ആരെയും അറിയിക്കാതെ മറവു ചെയ്യുമ്പോൾ, പൊലീസധികാരി നമ്പ്യാർ അവകാശപ്പെട്ടത്, കമ്യൂണിസത്തിന്റെ ശവദാഹമായിരുന്നു അതെന്നാണ്. പക്ഷേ, ചരിത്രം അതിനു മറുപടി നല്കിയത് ചെങ്കൊടി പാറിപ്പറപ്പിച്ചു കൊണ്ടായിരുന്നു.

ഒരു കാലത്തിന്റെ, പ്രസ്ഥാനത്തിന്റെ, ദേശത്തിന്റെ, കുടുംബത്തിന്റെ, വ്യക്തിയുടെ കഥപറഞ്ഞുകൊണ്ട്, അതിനെ ഇതിഹാസമാക്കി മാറ്റിയെടുക്കുന്നതിൽ കിഷോർ വിജയിച്ചിട്ടുണ്ട് എന്നു നിസ്സംശയം പറയാം.

സർദാർ എന്ന സഖാവിന്റെ വിപ്ലവമുഖം അനാവരണം ചെയ്യുന്നതോടൊപ്പംതന്നെ അദ്ദേഹത്തിലെ പച്ചയായ സാധാരണ മനുഷ്യനെ കാണിച്ചുതരാനും കിഷോർ മറക്കുന്നില്ല. അതിരുകവിഞ്ഞ ആദർശവല്ക്കരണത്തിനപ്പുറം, സർദാറിന്റെ ദൗർബല്യങ്ങളും കൂടി ഇഴചേർത്തപ്പോൾ ജീവചരിത്രം, ചിലപ്പോഴെങ്കിലും ഒരു ചരിത്രാഖ്യായികയുടെ കാല്പനിക സ്വഭാവത്തിലേക്കു വീഴുന്നുണ്ടു എന്നു പറയേണ്ടതുണ്ട്, പക്ഷേ, അത് രചനയെ ദുർബ്ബലപ്പെടുത്തുന്നില്ല, കൂടുതൽ വിശ്വാസ്യത നല്കുന്നേയുള്ളൂ.

കുട്ടിക്കാലത്തെ ഓർമ്മയിൽ തെളിഞ്ഞതും, പില്ക്കാലത്ത് ആരാധനയോടെ ചേർത്തുവെച്ചതുമായ അനുഭവങ്ങൾ ഈ ജീവചരിത്രത്തെ കൂടുതൽ വായനാമധുരമാക്കി മാറ്റിയെടുക്കുന്നു, ഗൗരവം ഒട്ടും ചോർന്നുപോകാതെതന്നെ.

ചരിത്രമെന്നാൽ ഒരുപാടു ഒഴിവാക്കപ്പെടലുകളിലൂടെ നടത്തുന്ന ഒരു ആഖ്യാനം കൂടിയാണ്. രേഖപ്പെടുത്തുന്ന എന്തും ചിലതിനെ വിട്ടുകളഞ്ഞിരിക്കും, സംശയമില്ല. ആരെഴുതുന്നു, എന്തിനെഴുതുന്നു, ആർക്കുവേണ്ടിയെഴുതുന്നു എന്നപോലെ പ്രധാനമാണ് എന്താണ് പില്ക്കാലത്തു ഓർമ്മിക്കപ്പെടേണ്ടത് എന്ന തെരഞ്ഞെടുപ്പും. ഇവിടെയാണ് ഓരോ ചരിത്രവും രചനയും പുനർവായനയ്ക്കും പുതുരചനയ്ക്കും വിധേയമാക്കപ്പെടുന്നത്. ആരും മുമ്പു പറയാത്തതു പറയലല്ല മറിച്ചു, പറയാതെ മാറ്റിവെച്ചത് കണ്ടെടുക്കൽ കൂടിയാണ് വായനയും പുതുരചനയും. ഒരു നാടിന്റെ ചരിത്രവും വ്യക്തിയുടെ ചരിത്രവും അനന്യമാക്കേണ്ടത് ഇവിടെയാണ്. ചരിത്രത്തിൽനിന്നു ചിലതു കണ്ടെടുക്കുമ്പോൾ, അതും കഴിഞ്ഞ കാലത്തെ യാന്ത്രികമായി പകർത്തിവെക്കുകയല്ല, എന്നറിയണം. മറിച്ച്, ഒരുനാടു എങ്ങനെ ചിന്തിച്ചു എന്ന അന്വേഷണം

കൂടിയാണത്. ഒരു വ്യക്തിയുടെ ജീവചരിത്രമാകുമ്പോൾ അവർ അതെങ്ങനെ അനുഭവിച്ചു, ആ നാടു എങ്ങനെ അവരെ രൂപപ്പെടുത്തി, അവരുടെ ഓർമ്മകളിൽ, ബന്ധവ്യവസ്ഥകളിൽ എങ്ങനെയെല്ലാം ആ വ്യക്തി അടയാളപ്പെട്ടിരിക്കുന്നു എന്ന അന്വേഷണം കൂടിയാണ്. ഇവിടെ, സർദാർ ഗോപാലകൃഷ്ണന്റെ അത്തരമൊരു ജീവിതത്തെ അന്വേഷിക്കുകയാണ് കിഷോർ.

ഒരു മനുഷ്യൻ, മറ്റൊരു മനുഷ്യനോടു നടത്തുന്ന സംവാദമാണീ രചന. കാരണം, സർദാറിന്റെ ജീവിതത്തിലെ ഓരോ സംഭവങ്ങളേയും സവിശേഷ പ്രതിഭാസമായിക്കാണാം. അനന്യമായി അതിനെ ആവിഷ്കരിക്കുന്ന രീതിയാണ് എഴുത്തുകാരൻ സ്വീകരിച്ചിരിക്കുന്നത്. വളരെ നിസ്സാരമെന്നു തോന്നാവുന്ന ഒരു സംഭവത്തിന്റെ കീഴടരിനെ അഭിസംബോധന ചെയ്തുകൊണ്ട്, അതിന്റെ യുക്തിയെ തിരയുന്ന ഒരെഴുത്തുകാരനെ നമുക്കിതിൽ കാണാം.

വ്യക്തിബന്ധത്തിന്റെ നിരാസം ചിത്രീകരിക്കുമ്പോഴും, അതിനു യാഥാർത്ഥ്യത്തിന്റെ ഒരു പ്രതീതി നല്കാനുള്ള ശ്രമവും ഇതിലുണ്ട്. അതിനൊരുദാഹരണമാണ് സർദാറിന്റെ മനസ്സിൽ പൂത്ത പ്രണയ നിമിഷം. തീർച്ചയായും അതിനൊരു അനുഭൂതിപരതയുണ്ട്. പ്രണയം പൂവണിയുന്നതുപോലെ തന്നെ, ഇതൾ കൊഴിയുന്നതും, എന്നിട്ടും അതിലെ നറുമണം തെന്നലിൽ അലിയാതെ അവശേഷിക്കുന്നതും നാമിതിൽ അനുഭവിക്കും. ഒരു നല്ല കമ്യൂണിസ്റ്റുകാരൻ നല്ല കാമുകനുമായിരിക്കും എന്നതിൽ സംശയമില്ല. പക്ഷേ, പ്രണയത്തെ അയാൾ വ്യക്ത്യാനുഭവങ്ങളിൽനിന്നും സാമൂഹ്യാനുഭവമാക്കി മാറ്റിയെടുക്കുമ്പോൾ അയാൾ സഖാവായി മാറുന്നു, പക്ഷേ, മനുഷ്യനല്ലാതാകുന്നില്ലല്ലോ. എല്ലാ കമ്യൂണിസ്റ്റുകാരനിലും ഒരുപക്ഷേ, ഇങ്ങനെയൊരു മുഖം ഉണ്ടായിരിക്കാം എന്നു നാം വെറുതെ ഓർത്തുപോകും, ഉപേക്ഷിച്ചു, ഉപേക്ഷിച്ചാണല്ലോ അയാൾ വളരുന്നത്.

ജീവചരിത്രമെന്ന സാമ്പ്രദായിക കല്പനകളെ മറികടക്കുന്ന ഒരു രചനാരീതിയാണ് ഇതിൽ കിഷോർ സ്വീകരിച്ചിരിക്കുന്നത്. കിഷോറിന്റെ വീക്ഷണകോണിൽനിന്നാണ് ചരിത്രച്ചുരുൾ നിവരുന്നത്. സർദാർ, തന്റെ ഇളയച്ഛൻകൂടിയാണ് എന്നതുകൊണ്ടുതന്നെ അതു അനുകൂലവും പ്രതികൂലവുമായ ഘടകങ്ങൾ മുന്നോട്ടുവെക്കാം. പക്ഷേ, അതൊരിക്കലും ഒരു 'കുടുംബകഥ'യാവാതിരിക്കാൻ ഗ്രന്ഥകാരൻ ശ്രദ്ധ വെക്കുന്നുണ്ട്. സർദാറിനോടു നീതിപുലർത്താനാഗ്രഹിക്കുന്ന ഒരാൾക്ക് അങ്ങനെയേ എഴുതാനാവൂ. പ്രശ്നങ്ങളോട് പ്രതികരിച്ചു മുന്നേറുന്നവനാണ് യഥാർത്ഥ മനുഷ്യൻ. യഥാർത്ഥ കമ്യൂണിസ്റ്റ് തളരുന്നവൻ, തോല്ക്കുന്നവൻ, വീണുപോയവൻ, തോറ്റവൻ എന്നതു പുറത്തുനില്ക്കുന്നവന്റെ തോന്നൽ മാത്രമാണ്. ഒന്നു സൂക്ഷിച്ചു നോക്കൂ, വിത്തിട്ടവൻ അവന്റെ വിജയം നേരിൽ കാണുകയില്ല. പക്ഷേ, ആ വിജയമുഹൂർത്തത്തെ നേരത്തെ കാണാനാവുന്നതുകൊണ്ടാണയാൾ ആ

വിത്തിടുന്നത്. അതുകൊണ്ടുതന്നെ, അയാളുടെകൂടി പില്ക്കാല നേട്ടമെന്ന തിരിച്ചറിവിന്റെ ആഘോഷംകൂടിയാണീ രചന.

സർദാറിന്റെ മരണം - കൊലപാതകം എന്ന വാക്കാണല്ലോ ശരിയായ പ്രയോഗം, വായിച്ചുകഴിയുമ്പോൾ നേരിട്ട കൊടിയ മർദ്ദനങ്ങളുടെ ചരിത്രം ഓർമ്മയിലേക്കു കടന്നുവരും. ഒരുപാടു സർദാർമാരുടെ രക്തം വീണ കേരളമണ്ണ്..! സർദാറിനു രക്ഷപ്പെടാൻ പഴുതുണ്ടായിരുന്നു. പുതിയകാലം അംഗീകരിച്ച ദൗത്യം..!. മാപ്പെഴുതി പുറത്തുവരിക... ചെയ്തതെല്ലാം വിദ്ധ്വംസകപ്രവർത്തനങ്ങളാണ് എന്നേറ്റുപറഞ്ഞ് മാപ്പപേക്ഷിച്ചാൽ കോടതി തടവുശിക്ഷയിൽ എല്ലാം ഒതുക്കിയേനെ. പൊലീസ് മർദ്ദനമുറകൾ മാറ്റി പ്രയോഗിച്ചേനെ, പക്ഷേ, വിപ്ലവകാരിക്കു പറഞ്ഞിട്ടുള്ളതല്ലല്ലോ മാപ്പപേക്ഷ. സ്വബോധത്തോടെ അവസാന നിമിഷംവരെ 'ഇൻകിലാബ് സിന്ദാബാദ്' വിളിച്ചുകൊണ്ടു മരണമുഖത്ത് നിർഭയനായി നിന്നു സർദാർ. വീണ്ടും ഉയിർത്തെഴുന്നേല്ക്കുന്നുവെന്നതു കാലം കാത്തുവെച്ച നീതിയാണ്. ഈ പുസ്തകം ഇന്നിന്റെ ആവശ്യമാണ്, ചരിത്രമെഴുതേണ്ടത് പുറത്തുള്ളവരല്ല, ചരിത്രം സൃഷ്ടിച്ചവർ തന്നെയാണ്. സർദാറിനൊപ്പം സഞ്ചരിച്ച ചിലരെ കണ്ടെത്തി അടയാളപ്പെടുത്തിയത്, അധികാരമുള്ളവർ നിർമ്മിച്ചെടുക്കുന്ന ചരിത്രത്തെ ഓർമ്മകളിലൂടെ പ്രതിരോധിക്കുന്ന നീതികൂടിയാണ്. ഇവിടെ നിർമ്മിതികളില്ല, കൂട്ടിച്ചേർക്കലുകൾമാത്രം. വായിച്ചുതീരുമ്പോൾ ഒരു നെടുവീർപ്പ് - വിങ്ങുന്ന നെഞ്ചകം. സമരപുളകങ്ങളുടെ നാളുകൾ തിരിച്ചുവരേണ്ടതുണ്ട്, കൈ നനയാതെ മീൻപിടിക്കുന്നതല്ല വിപ്ലവം എന്ന് ഈ കൃതി നമ്മെ ഓർമ്മിപ്പിച്ചുകൊണ്ടേയിരിക്കും...

www.ingramcontent.com/pod-product-compliance
Lightning Source LLC
LaVergne TN
LVHW060240051026
849517LV00005B/1674
* 9 7 8 9 3 9 4 7 5 3 5 8 7 *